ಪುಸ್ತಕಮನೆ

ಎಸ್. ಎಲ್. ಭೈರಪ್ಪ
ಇಷ್ಟೇ

ಸತ್ಯಶೋಧನ ಅಂಕಣ ಬರಹಗಳು

ಹರಿಹರಪ್ರಿಯ

ಎಸ್. ಎಲ್. ಭೈರಪ್ಪ ಇಷ್ಟೇ

ಸತ್ಯಶೋಧನ ಅಂಕಣ ಬರಹಗಳು

ಹರಿಹರಪ್ರಿಯ

ಮೌಲ್ಯ : ಇನ್ನೂರ ಇಪ್ಪತ್ತ ಆರು ರೂ.

© ಹರಿಹರಪ್ರಿಯ

ಪುಟಗಳು : 224

ಪ್ರಕಟಣೆ : ಜೂನ್ 2017

ಪ್ರಕಾಶನ :

ಪುಸ್ತಕಮನೆ
702, ಬಿ.ಸಿ.ಸಿ.ಎಚ್.ಎಸ್.ಲೇಔಟ್,
ವಾಜರಹಳ್ಳಿ, ತಲಘಟ್ಟಪುರ,
ಬೆಂಗಳೂರು 560109
9845867184/9242221506

ಮುದ್ರಣ :
ಶ್ರೀರಾಮ ಪ್ರಿಂಟರ್ಸ್
47, ಬಿ.ಕೆ.ಎಂ. ಕಾಂಪ್ಲೆಕ್ಸ್
ಸುಪ್ರಜಾನಗರ, ಚುಂಚಗಟ್ಟ ಮುಖ್ಯರಸ್ತೆ,
ಕೋಣನಕುಂಟೆ, ಬೆಂಗಳೂರು 560 062

ಅರ್ಪಣೆ

ನಿರ್ಭಾಗ್ಯರ ಮೊರೆ ಆಲಿಸುವ

ನಿಸ್ಸಹಾಯಕರನ್ನು ಸದಾ ಪೊರೆವ

ನಿರಪರಾಧಿಗಳನ್ನು ಸಂರಕ್ಷಿಸುವ

ಮಾನವೀಯತೆಯ ತವನಿಧಿ

ನಾಡಿನ ಗಣ್ಯ ನ್ಯಾಯವಾದಿ

ಚಿಂತಾಮಣಿ ಪೆದ್ದೂರು ಎಸ್. ಶಂಕರಪ್ಪ

ಅವರಿಗೆ ವಿಶ್ವಾಸಪೂರ್ವಕ.

ವಿಷಯಸೂಚಿ

ಕೀ ನೋಟ್

ತರುಣ ಮಿತ್ರ ಬಿ. ಗಣಪತಿ, 'ಲೈಫ್ 360' ಪತ್ರಿಕೆ ಸಂಪಾದಕ ರಾಗುವ ಮುಂಚಿನಿಂದಲೂ ಪರಿಚಿತರು. ಆದರೆ ಅಷ್ಟೇನೂ ಸಂಪರ್ಕ– ಸ್ನೇಹ ಕುದುರಿರಲಿಲ್ಲ. ಒಂದು ಪುಸ್ತಕಕ್ಕೆ ಮುನ್ನುಡಿ ಬರೆಯಬೇಕು ಎಂದೂ ಕೋರಿದ್ದರು. ಯಾಕೋ ಏನೋ ಅದೂ ಕೂಡಿಬರಲಿಲ್ಲ. 'ಲೈಫ್'ಗೆ ಬರೆಯಿರಿ ಎಂದು ದುಂಬಾಲು ಬಿದ್ದಾಗ; 5,000 ರೂ. ಸಂಭಾವನೆ ಕೊಟ್ಟರೆ ಬರೆಯುತ್ತೇನೆ ಎಂದು ಬಿಟ್ಟೆ (ಭಾಷಣಕ್ಕಾದರೆ 10,000 ರೂ.ಗಳು. ಇಂಥ ಪದ್ಧತಿಯನ್ನು ಸಮ್ಮತಿಸದ, ಗೌರವಿಸದ ಕನ್ನಡದ ಪಟ್ಟಭದ್ರರು, ಮಾಧ್ಯಮಗಳು ಉದ್ದೇಶಪೂರ್ವಕವೇ ನನ್ನನ್ನು ದೂರವಿಟ್ಟು, ನಾಮಾವಶೇಷ ಮಾಡಲು ಹೊರಟಿವೆ ಎಂಬುದನ್ನು ಕನ್ನಡಿಗರು ಅರ್ಥಮಾಡಿಕೊಳ್ಳಬೇಕು.) ಹೀಗಿದ್ದೂ 'ಲೈಫ್' ಗಾಗಿ ಕುವೆಂಪು ಕುರಿತು ಒಂದು ಲೇಖನ ಬರೆದೆ. ಸಂಪಾದಕರಿಗೆ ಲಾಯರ್ ನೋಟೀಸು ವಿತರಣೆಯಾಗುವ ಮಟ್ಟಿಗೆ ಪ್ರಸಂಗ ನಡೆಯಿತು. (ಈಗ ನಾನು ವಾಸಿಸುತ್ತಿರುವ ಬಡಾವಣೆಯಲ್ಲಿ ಹೀಗೆ ನೋಟೀಸು ಕೊಡಲೆಂದೇ ಹುಟ್ಟಿ ಬಂದವರು ಕೆಲವರಿದ್ದಾರೆ. ಹಾಗಾಗಿ ನನಗೆ ಇದೂ ಕೂಡ ಮಾಮೂಲೇ ಅನ್ನಿಸಿಬಿಟ್ಟಿದೆ.) ಅದೆಲ್ಲಕ್ಕೂ ಜಗ್ಗುವ ಮನುಷ್ಯ – ಪತ್ರಕರ್ತ ಗಣಪತಿಯೂ ಆಗಿರಲಿಲ್ಲ. ಯಾಕೋ ಏನೋ ಕುವೆಂಪು ಬಗ್ಗೆ ಸಾಕು; ಎಸ್. ಎಲ್. ಭೈರಪ್ಪ ಬಗ್ಗೆ ಬರೆಯಿರಿ ಎಂದು ಕೇಳಿದ್ದಲ್ಲ, ಹಟ ಹಿಡಿದರು, ಸವಾಲು ಹಾಕಿ ಬರೆಸಿದರು.

ನಾನಾಗಿ ನಾನು ಭೈರಪ್ಪ ಕುರಿತು ಬರೆಯಬೇಕು ಎಂದು ಎಣಿಸಿದವನೂ ಅಲ್ಲ ಗುಣಿಸಿದವನೂ ಅಲ್ಲ. ನಮ್ಮ ಹಳ್ಳಿಯ (ಮಂಡ್ಯ ಜಿಲ್ಲೆ ಕೃಷ್ಣರಾಜಪೇಟೆ ತಾಲ್ಲೂಕು ಅಕ್ಕಿಹೆಬ್ಬಾಳು ಹೋಬಳಿ ಗದ್ದೇಹೊಸೂರು) ಮನೆಯ ಪಕ್ಕದ ಪ್ರಾಥಮಿಕ ಶಾಲೆಯ ಅಧ್ಯಾಪಕರು, ಚಿಕ್ಕಮಂದಗೆರೆ ತೋಟದ ಶೇಷಪ್ಪ. ಅವರೂ ಭೈರಪ್ಪನವರೊಂದಿಗೆ ಮೈಸೂರಿನ ಅನಾಥಾಲಯದಲ್ಲಿ ಬೆಳೆದವರು. ಆಗಿನಕಾಲಕ್ಕೆ ಮಾತುಕಥೆಗೆ ಸಿಕ್ಕವರು. ಇದಲ್ಲದೆ, ಭೈರಪ್ಪನವರ ಅಂತರಂಗದ ಗೆಳೆಯ ಮಂದಗೆರೆಯ ಎಂ. ಎಸ್. ಕೆ. ಪ್ರಭು ಅವರ ಸೋದರರು ನಾನೂ ಮಾಧ್ಯಮಿಕ ಶಾಲೆಯಲ್ಲಿ ಒಟ್ಟಿಗೆ ಬೆಳೆದವರು. ಪ್ರಭು ಬೆಂಗಳೂರಿನಲ್ಲಿ ಸದಾ ಸಿಗುತ್ತಾ ವಾಗ್ವಾದ ನಡೆಸಿದ್ದುಂಟು. ಭೈರಪ್ಪನವರ ಮೊದಮೊದಲ ಪುಸ್ತಕ ಪ್ರಕಟಿಸಿದ ಹಿತೈಷಿ ಅಕ್ಕಿಹೆಬ್ಬಾಳಿನ ಕೃ.ನ. ಮೂರ್ತಿ ದಂಪತಿಗಳು; ಅವರ ಕೈಕೆಳಗೆ ಹಾಸನ 'ಜನಮಿತ್ರ'ದಲ್ಲಿ ಕೆಲಕಾಲ ಇದ್ದವನು ನಾನು. ಗೆಳೆಯ ಪ್ರೊ॥ ಮಾಧವಕುಲಕರ್ಣಿ ಅವರು ನಾನು, ದೂರವಾಣಿ ಮೂಲಕ ನಡೆಸಿದ ಸಂಭಾಷಣೆ ಇನ್ನೂ ನಿಂತಿಲ್ಲ. ಸಾಹಿತ್ಯ ಭಂಡಾರದ (ಬೆಂಗಳೂರು) ಕುಟುಂಬ ನನಗೆ ಒಂದು ರೀತಿ ಬಂಧುಗಳೇ. ಈ ಎಲ್ಲ ಸಂಪರ್ಕ ಸಂಗತಿಗಳನ್ನು ಆಧರಿಸಿ ಬರೆಯಬೇಕು ಎಂದೇನೂ ನಾನು ಭಾವಿಸಿಲ್ಲ.

ಇನ್ನು; 1980ರಲ್ಲಿ, ಡಾ॥ ವಿಜಯಾ ಅವರ ಒತ್ತಾಸೆ ಮೇರೆಗೆ, ಎ.ಎಸ್. ಮೂರ್ತಿ ಹಾಗೂ ನಾನು ಕಟ್ಟಿದ್ದ 'ಸ್ನೇಹವಲಯ'ದ್ದೇ ಆದ ಮುಂದುವರೆದ ಚಟುವಟಿಕೆಯ "ಪರ್ವ : ವಿಚಾರಗೋಷ್ಠಿ" ಕುರಿತ ಒಂದು ವರದಿ (ಇದನ್ನು ತಮ್ಮ ಲೇಖನದಲ್ಲಿ ಡಾ॥ ಬರಗೂರು ರಾಮಚಂದ್ರಪ್ಪನವರು ಮೆಚ್ಚಿದ್ದಾರೆ.) ಹಾಗೆಯೇ 1990ರಲ್ಲಿ ಇನ್ನೊಂದು

ಲೇಖನವನ್ನೂ ಬರೆದದ್ದು ಉಂಟಷ್ಟೇ. (ಇದನ್ನು ಬರಗೂರರು ಅಷ್ಟೇನು ಮೆಚ್ಚಿರಲಿಲ್ಲ.) ಅಂದಮೇಲೆ, ಈಗಾಗಲೇ ನನ್ನ ಪುಸ್ತಕಗಳಲ್ಲಿ ಆ ಎರಡೂ ಲೇಖನಗಳು ಸೇರ್ಪಡೆಗೊಂಡು ಮತ್ತೆ ಮತ್ತೆ ಮುದ್ರಣಗೊಂಡಿವೆ. ಎಂದ ಮೇಲೆ, ಈ ಸಂಕಲನದಲ್ಲೂ ಒಂದೇ ಕಡೆಗೆ ಸೇರಲಿ ಎಂದು ಕೊನೆಯಲ್ಲಿ ಕೊಟ್ಟಿದ್ದೇನೆ. ಧರ್ಮಶ್ರೀ (1961) ಇಂದ ಖ್ಯಾತರೂ ಜನಪ್ರಿಯರೂ ಆದ ಭೈರಪ್ಪನವರೇ, ಗತಜನ್ಮ (1955), ಭೀಮಕಾಯ (1958), ಕೃತಿಗಳನ್ನು ಮರುಮುದ್ರಣ ಗೊಳಿಸಿ, ಓದುಗರಿಗೆ ಉಣಬಡಿಸಿದ ಮೇಲೆ ನನ್ನದೇನು ಎಂದು ಕೊಂಡಿದ್ದೇನೆ.

ಈ ಸಂಕಲನದಲ್ಲಿರುವ ಕ್ರಮದಲ್ಲಿಯೇ ಅಲ್ಲದಿದ್ದರೂ, ಇಲ್ಲಿಯ ಲೇಖನಗಳು ಬರೆಯಲು ಒಪ್ಪಿ – ಶುರು ಮಾಡಿದೆನಷ್ಟೆ. ಒಂದು ಅಕ್ಷರವನ್ನೂ ತಿದ್ದದೇ–ಬಿಡದೇ ಮುದ್ರಿಸಿದ ಘನತೆ ಗಣಪತಿಯವರದು. ಕನ್ನಡದಲ್ಲಿ ಕುಮಾರವ್ಯಾಸನಿಗಿಂತ ಮುಂಚಿನವರ ಬಗ್ಗೆ ಗೊತ್ತಿಲ್ಲ; ಎಂ. ಗೋವಿಂದಪೈ ಅವರ ನಂತರ ಎಂತೋ ಏನೋ ಅಂತೂ ಈ ಬಗೆಯ ಪರಂಪರೆ ಇದೆ ಎಂಬುದನ್ನು ನಮ್ಮ ಜನ ಮರೆಯಬಾರದು ಎನ್ನುವುದಕ್ಕೆ ನಾನೇ ಸಾಕ್ಷಿಯಾಗಿ ಬದುಕಿದ್ದೇನೆ.

ಮೊದಲೇ ಹೇಳಿದಂತೆ, ಹೊಸದಾಗಿ ಸೇರ್ಪಡೆಯಾದ ಎರಡು ಲೇಖನಗಳು ಬಿಟ್ಟು, ಮಿಕ್ಕ ಎಲ್ಲ ಲೇಖನಗಳನ್ನು ಗಣಪತಿಗಾಗಿಯೇ ಬರೆದದ್ದು, 'ಲೈಫ್ 360' ನಲ್ಲಿಯೇ ಪ್ರಕಟವಾದದ್ದು. (ಲೇಖನ ತಲುಪಿಸಿದ ಕೂಡಲೇ, ಅವರ ಪರಿಸ್ಥಿತಿ ಏನೇ ಇರಲಿ, ಓದಿ, ಪ್ರತಿಕ್ರಿಯೆ ಕೊಡುವವರೆಗೂ ಸುಮ್ಮನೆ ಬಿಟ್ಟವನಲ್ಲ ನಾನು) ಲೇಖನ ಮಾಲೆ ಪ್ರಾರಂಭವಾಗುತ್ತಿದ್ದಂತೆಯೇ ಓದಿದವರಲ್ಲಿ ಗೊತ್ತಿದ್ದವರು, ಗೊತ್ತಿಲ್ಲದವರು ದೂರವಾಣಿ ಮೂಲಕ ಪ್ರತಿಕ್ರಿಯಿಸಿದರು. ಮುಂದಿನ ಲೇಖನ ಓದಲು ಪತ್ರಿಕೆಗೆ ಚಂದಾದಾರರೂ

ಆದರು. ಸಂಪಾದಕರಿಗೆ ಪತ್ರಗಳನ್ನೂ ಬರೆದರು. ಆದರೆ, ಸಂಪಾದಕರು ಮೊದಲೇ ಒಂದು ಬಿನ್ನಪ ಮುಂದಿಟ್ಟಿದ್ದರು. ಲೇಖನ ಮಾಲೆ ಮುಗಿದ ಮೇಲೆ ವಾದ–ಸಂವಾದ ಪ್ರಕಟಿಸುವುದು ಎಂದು. ಇನ್ನೂ ಒಂದು ಹೆಜ್ಜೆ ಮುಂದೆ ಇಟ್ಟು, ಪುಸ್ತಕ ರೂಪದಲ್ಲಿ ಪ್ರಕಟಿಸಿ ಬಿಡುಗಡೆ ದಿನವೇ ಲೇಖಕರೊಂದಿಗೆ ಮುಖಾಮುಖಿ ಏರ್ಪಡಿಸುವ ಮಹತ್ತ್ವದ ಕನಸನ್ನೂ ಸಂಪಾದಕರು ಹೊತ್ತಿದ್ದರು. ಆದರೂ ಗಾಂಧಾರಿಸಂತಾನದ ಒಬ್ಬ ಓದುಗ, ತನ್ನ ಪ್ರತಿಕ್ರಿಯೆ ಪ್ರಕಟಿಸಲೇಬೇಕೆಂದು ಧಮಕಿ ಹಾಕಿ, ಪ್ರಕಟವಾಗುವಂತೆ ನೋಡಿಕೊಂಡದ್ದೂ ಉಂಟು. ಬಿಟ್ಟರೆ ಕೇಡು ಎಂದು, ನಾನೂ ಉತ್ತರಿಸಿದೆ. ಆ ಉತ್ತರೀಯವನ್ನೂ ಅನುಬಂಧ ರೂಪದಲ್ಲಿ ಓದುಗರಿಗಾಗಿ ಸೇರಿಸಲಾಗಿದೆ. ಚರಿತ್ರೆ ಗೊತ್ತಿಲ್ಲದ ಈ ತಲೆಮಾರಿನವರಿಗೆ ತಲೆಗೆ ಮೊಟಕಿಯೇ ವಿವರಿಸಬೇಕಾದ ಕರ್ಮ ನನ್ನಂಥವನದಾಗಿದೆ.

ಇದ್ದಕ್ಕಿದ್ದಂತೆ ಗಣಪತಿ, ಸಂಪಾದಕತ್ವದಿಂದ ವಿರಮಿಸಬೇಕಾಯಿತು. ನಾನೂ ಬರೆಯುವುದು ನಿಲ್ಲಿಸಿದೆ. ಆದರೆ, ಬರೆಯಬೇಕು ಅಂದು ಕೊಂಡ ಲೇಖನಗಳು ಇವಾಗಿದ್ದವು :

1. ಭೈರಪ್ಪ **V/S** ಮಾಧ್ಯಮ
2. ಭೈರಪ್ಪ **V/S** ಕಾದಂಬರಿ
3. ಭೈರಪ್ಪ **V/S** ವಿಮರ್ಶೆ
4. ಭೈರಪ್ಪ **V/S** ಸಂಗೀತ
5. ಭೈರಪ್ಪ, ಇತರರಿಗೆ ಬರೆದ ಮುನ್ನುಡಿಗಳು
6. ಭೈರಪ್ಪ, ಕೃತಿಗಳು ಅರ್ಪಿಸಿದವರ ಬಗ್ಗೆ
7. ಭೈರಪ್ಪ ಅವರ ಒಡನಾಡಿಗಳು
8. ಭೈರಪ್ಪ **V/S** ಕುವೆಂಪು

9. ಭೈರಪ್ಪ ನನ್ನ ಅನುಬಂಧ
10. ಭೈರಪ್ಪ **V/S** ಭೈರಪ್ಪ

ಇವನ್ನು ಬರೆಯಲು, ಬರೆಸಲು ಆ ಗಣಪತಿಯೂ ಮತ್ತೆ ಸಿಕ್ಕಿಲ್ಲ. ಗಣಪತಿ ತರಹದವರೂ ಸಿಕ್ಕಿಲ್ಲ. ಹೀಗಾಗಿ ಬರೆಯಬೇಕು ಎಂದುಕೊಂಡ ಮೇಲ್ಕಂಡ ಲೇಖನಗಳು ಬರೆಯಲು ಈ ವ್ಯಾಸ ಮಹರ್ಷಿಗೆ ಸಾಧ್ಯ ಆಗಲೇ ಇಲ್ಲ.

ಹಾಗೆಂದು ಸುಮ್ಮನಿರುವುದೋ : ಮನೆಯಲ್ಲಿರುವ ಲಕ್ಷಾಂತರ ಪುಸ್ತಕಗಳು ಪತ್ರಿಕೆಗಳು ಈಗಾಗಲೇ ಮಳೆಗೆ, ಬಿಸಿಲಿಗೆ, ಗೆದ್ದಲಿಗೆ, ಜಿರಲೆಗೆ, ಇಲಿಗೆ, ಅಳಿಲಿಗೆ, ಬೆಳ್ಳಿಮೀನುಗಳಿಗೆ ತುತ್ತಾಗುತ್ತಿರುವಾಗ ಹಸ್ತಪ್ರತಿ ಕಾಪಾಡುವುದಾದರೂ ಹೇಗೆ ಸಾಧ್ಯ! ಮೊದಲ ಕಂತು ಎನ್ನುವಂತೆ, ಬರೆದದ್ದು ಸಧ್ಯಕ್ಕೆ 'ಇಷ್ಟೇ' ಎನ್ನುವಂತೆ, ಪುಸ್ತಕ ರೂಪದಲ್ಲಿ ತರಲು ನಿರ್ಧರಿಸಿ ಬಿಟ್ಟೆ. ಭವಭೂತಿ ಆಡಿದ ಮಾತು ಯಾರಾದರೂ ನೆನಪುಮಾಡಿಕೊಳ್ಳಬಹುದು. ನಮ್ಮ ಬಯಲು ಸೀಮೆಯ ಕಡೆ, ವಾಡಿಕೆಯಲ್ಲಿ ಏನಿದೆಯೊ ಎಷ್ಟಿದೆಯೊ ಅದನ್ನೇ 'ಇಷ್ಟೆ' ಎನ್ನುತ್ತಾರೆ. ಹೆಚ್ಚೂ ಅಲ್ಲದ ಕಡಿಮೆಯೂ ಅಲ್ಲದ, ಇರುವ ಪ್ರಮಾಣಕ್ಕೆ 'ಇಷ್ಟೆ' ಎಂಬುದು ದಿನನಿತ್ಯದ ರೂಢಿಪದ. ದವಸ ಧಾನ್ಯ ಅಳೆಯುವಾಗ 13 ಎನ್ನುವುದಿಲ್ಲ "ಹೆಚ್ಚಲಿ" ಎನ್ನುವುದಿಲ್ಲವೆ, ಹಾಗೆ. ಆದರೆ ನಮ್ಮ ನಿಘಂಟುಕಾರರೋ ಕೋರರೋ ಕೂತಲ್ಲೇ ನಿಘಂಟು – ರಚಿಸಿ, "ಇಷ್ಟೆ" ಎಂಬುದಕ್ಕೆ ಇಷ್ಟವಾದವಳು, ಪ್ರೀತಿಪಾತ್ರಳು, ಪ್ರಾಣಕಾಂತೆ ಎಂಬೆಲ್ಲಾ ಶಬ್ದಾರ್ಥಗಳು ಕಾಣಿಸಿರುವುದರಿಂದ ಭಯಭೀತನಾಗಿ, ಜಾನಪದೀಯರ ಭಾವಾರ್ಥಕ್ಕೇ ಶರಣ ಹೋಗಿ, ದೀರ್ಘ– ದಂಡವಿಟ್ಟಿದ್ದೇನೆ, ಕ್ಷಮಿಸಬೇಕು. ಇಷ್ಟೇ ಬೆಳೆದು ಇನ್ನಷ್ಟು, ಮತ್ತಷ್ಟು, ಮಗದಷ್ಟು ಆಗಲೂಬಹುದು. ಅಲ್ಲದೇ, ಭೈರಪ್ಪನವರನ್ನು

ಅಂದರೆ ಭೈರಪ್ಪನವರ ಸಾಹಿತ್ಯವನ್ನು ಕಣ್ಣಲ್ಲಿ ಕಣ್ಣಿಟ್ಟು, ಮನಸ್ಸಿನಲ್ಲಿ ಮನಸ್ಸಿಟ್ಟು ಓದಿದವರು ಇದ್ದರೇ, ಸಾಕ್ಷಾತ್ ಭೈರಪ್ಪನವರೇ "ಗೃಹಭಂಗ" ಕೃತಿಗೆ ಹೆಸರು ಇಡುವಾಗ ಪಟ್ಟ ಬಾಧೆ-ಆತಂಕ ಅರ್ಥಮಾಡಿಕೊಳ್ಳಬೇಕು.

ಇನ್ನು ಮುನ್ನುಡಿ ಬಗ್ಗೆ : ಆತ್ಮೀಯರಾದ ಡಾ॥ ರಾಜೀವ ತಾರಾನಾಥರು 1974ರಲ್ಲಿ, ಹೈದರಾಬಾದಿನಲ್ಲಿ ಪರಿಚಯಿಸುವ ಮುಂಚೆಯೇ ನನ್ನನ್ನು ಗುರುತು ಹಿಡಿದವರೂ; ಮನೆಗೂ ಕರೆದೊಯ್ದು ಆತಿಥ್ಯ ನೀಡಿದ ನಿರ್ಮಲ ಮನಸ್ಸಿನವರೂ; 1982ರಲ್ಲಿ ಬೆಂಗಳೂರಿಗೆ ಬಂದಿದ್ದಾಗ ನನ್ನ ಭಾಷಣ ಕೇಳಲೆಂದೇ ಹುಡುಕಿಕೊಂಡುಬಂದು, ಇಡೀ ದಿನ ನನ್ನ ಜೊತೆಯಲ್ಲಿಯೇ ಇದ್ದು, ಮನೆಗೂ ಬಂದವರೂ; ತಮ್ಮ ಅಂಕಣದಲ್ಲಿ ನನ್ನ ಪುಸ್ತಕ ಪ್ರೀತಿಯ ಬಗ್ಗೆ ಅಭಿಮಾನದಿಂದ ಬರೆದವರೂ ; ಆಗೀಗ್ಗೆ ದೂರ-ವಾಣಿ ಮೂಲಕ ಮಾತಿಗೆ ಸಿಕ್ಕವರೂ; ಡಾ॥ ಕೆ. ವಿ. ತಿರುಮಲೇಶ್. ನವ್ಯ ಸಾಹಿತ್ಯದ ಮುಖ್ಯ ಬರಹಗಾರರು. ಕರ್ನಾಟಕದ ಒಳಗಿನ ಸಾಂಸ್ಕೃತಿಕ ರಾಜಕೀಯದಿಂದ ಸದಾದೂರವೇ ಉಳಿದು, ಭಾಷಾ-ಸಾಹಿತ್ಯ - ಸಂಸ್ಕೃತಿಯಲ್ಲಿ ನಿರಂತರ ಕೃಷಿ ಮಾಡುತ್ತಿರುವ ಹಿರಿಯ ಮಿತ್ರರು. ಈ ಎಲ್ಲ ಕಾರಣಕ್ಕಾಗಿಯೇ ಮುನ್ನುಡಿ ಬರೆಯಲು ಮನವಿಸಲ್ಲಿಸಿದೆ. ಭೈರಪ್ಪನವರ ಕೃತಿಗಳನ್ನು ಆಳವಾಗಿ ಅಧ್ಯಯನ ಮಾಡಿಲ್ಲ ಹಾಗೂ ವಯಸ್ಸೂ ಆಗಿದೆ ಎಂದರು. ನೀವು ಬರೆಯುತ್ತಿರುವುದು ಭೈರಪ್ಪನವರ ಕೃತಿ ಬಗ್ಗೆ ಅಲ್ಲ, ನನ್ನ ಕೃತಿಯ ಬಗ್ಗೆ, ಆ ಹಿರಿತನ ನಿಮಗಿದೆ ಎಂದೆ. ಕಳಿಸಿಕೊಡಿ ಎಂದರು. ತಮ್ಮ ಭಿನ್ನಾಭಿಪ್ರಾಯಗಳೊಂದಿಗೆ ಚರ್ಚೆಯ ಬಾಗಿಲನ್ನೂ ತೆರೆದಿದ್ದಾರೆ.

ಅಂತೆಯೇ ಹಿನ್ನುಡಿ ಬಗ್ಗೆ : ಇತ್ತೀಚಿನ ನನ್ನ ಎಲ್ಲ ಚಟುವಟಿಕೆಯಲ್ಲಿ ಜೊತೆಯಾಗಿ ನಿಂತ, ಪತ್ರಕರ್ತ ಹಾಗೂ ಸಾಹಿತಿ ಗೆಳೆಯ ಲಕ್ಷ್ಮಣ

ಕೊಡಸೆ. ಸುಮಾರು 3–4 ದಶಕಗಳಲ್ಲಿ ಎಷ್ಟು ಬಗೆಯ ಲೇಖಕರನ್ನು ಬೆಳಕಿಗೆ ತಂದ ಖ್ಯಾತಿಗೂ ಕಾರಣರಾದ 'ಪ್ರಜಾವಾಣಿ' ಕೊಡಸೆ, ನಿವೃತ್ತರಾದ ಮೇಲೆ ಸತತ ಬರವಣಿಗೆಗೆ ತೊಡಗಿ, ಈಗಾಗಲೇ ಇಬ್ಬರು ಪಿಎಚ್‌ಡಿ., ಪದವೀಧರರ ಅಧ್ಯಯನಕ್ಕೆ ಕಾರಣೀಭೂತರಾಗಿದ್ದಾರೆ. ಅಂತಹ ಗೆಳೆಯ, ತಾನಾಗಿಯೇ ಕರಡು ತಿದ್ದಿ, ನನ್ನ ಬೇಡಿಕೆ ಮೇರೆಗೆ ಹಿನ್ನುಡಿ ಮೂಲಕ ಜೊತೆಯಲ್ಲಿ ನಿಂತಿದ್ದಾರೆ.

ಬರೆದದ್ದೇ ತಪ್ಪೋ, ಬರೆಸಿದ್ದೇ ತಪ್ಪೋ ಅಂತೂ ಇದರ ಕ್ರೆಡಿಟ್ ಎಲ್ಲಾ ಪತ್ರಕರ್ತ, ಬರಹಗಾರ, ಧೀಮಂತ ಬಿ. ಗಣಪತಿಗೇ ಸಲ್ಲಬೇಕು. ಅದೇ ರೀತಿ ಪ್ರಕಟಿಸಿದ 'ಲೈಫ್ 360' ಪರಿವಾರದವರಿಗೂ. ಇನ್ನು ಸೋದರ ಎಂದೇ ಹೇಳಿಕೊಳ್ಳಬಹುದಾದ ಸತ್ಯನಾರಾಯಣ ಇರುವಾಗ, ಮುದ್ರಣಕ್ಕೆ ಏನು ಅಡ್ಡಿ? ಕರ್ನಾಟಕ ಸಾಹಿತ್ಯ ಅಕಾಡಮಿ ಬಹುಮಾನ ಪಡೆದ ಕೃತಿ ಮುದ್ರಿಸಿದ ಹಿರಿಮೆ ಕೂಡ ಅವರಿಗಿದೆ. ಹಾಗೇ ಕಲಾವಿದ ಕಲಾವಿಮರ್ಶಕ, ಪ್ರಾಚಾರ್ಯ ಸಿ.ಎಸ್. ಶಶಿಧರ್, ನನ್ನೊಂದಿಗೆ ಇದ್ದಾಗಲೆಲ್ಲಾ ಒಂದು ಹುರುಪು.

ವಿಶೇಷವಾಗಿ, ಬೆಂಗಳೂರಿನ ಮುಲಕನಾಡು ಮಹಾಸಂಘ ದವರು, 2009ರಲ್ಲಿ ಪ್ರಕಟಿಸಿದ 'ಮುಲಕನಾಡು ಮಹತೀ' (ಸಂಪಾದಕ: ಎಸ್. ಸೂರ್ಯಪ್ರಕಾಶ ಪಂಡಿತ್) ಎಂಬ ಸ್ಮರಣಸಂಚಿಕೆಯಲ್ಲಿ, ನನ್ನ ಬಗ್ಗೆ ನಾಲ್ಕು ಲೇಖನಗಳಲ್ಲಿ ಪ್ರಸ್ತಾಪವಿದೆ. ಅದರಲ್ಲಿ ಒಬ್ಬನ ತಲೆಕೆಟ್ಟ ಲೇಖನ, ಯಾರದೋ ಚಂಡಾಳನ ಪಿಂಡವನ್ನು ತನ್ನ ಗರ್ಭದಲ್ಲಿ ಧರಿಸಿದ ಹೀನಜನುಮದಂತೆ ಅಕ್ಷರಅಕ್ಷರವೂ ಅಪವಿತ್ರಗೊಂಡಿದ್ದರೂ ಮಿಕ್ಕ ಮೂವರ ನಾಡಿನ ವಿದ್ವಾಂಸರ ಸಾರ್ಥಕ ಉಲ್ಲೇಖಗಳಿಗೆ ನಾನು ಅಭಿನಂದನೆ ಸಲ್ಲಿಸಲೇಬೇಕು, ಮುಖ್ಯವಾಗಿ ಸಂಪಾದಕರಿಗು. ಅದರಲ್ಲಿ ಬರಹಗಾರ,

ಪತ್ರಕರ್ತ ಆ್ಯಕ್ಟಿವಿಸ್ಟ್ ಬಂಧು ಬಾಬು ಕೃಷ್ಣಮೂರ್ತಿಯವರು ಬರೆದ ಬೆಲೆಯುಳ್ಳ ಕೆಲ ಮಾತುಗಳನ್ನು ಇಲ್ಲಿ ಬೆನ್-ನುಡಿಯಲ್ಲಿ ಬಳಸಿ ಕೊಂಡಿದ್ದೇನೆ.

ಇವರೆಲ್ಲರನ್ನೂ ನೆನೆಯುವುದು, ದಾಖಲಿಸುವುದು ಒಂದು ಬಗೆಯ ಕರ್ತವ್ಯ, ಸಂತೋಷ.

ಇವೆಲ್ಲವನ್ನೂ ಓದುಗರಾದ ನಿಮ್ಮ ಮುಂದೆ ಹಂಚಿಕೊಳ್ಳುವುದು, ಮುಂದಿನ ದೊಡ್ಡ ಸಾಧನೆಗೆ ನಿಮ್ಮೆಲ್ಲರ ಬೆಂಬಲ ಕೋರುವ ಸದುದ್ದೇಶದಿಂದ.

ನಿಮ್ಮವ,

ಜೂನ್ 2017

ಹರಿಹರಪ್ರಿಯ

(ಸಾತವಲ್ಲಿ ವೇಂಕಟ ವಿಶ್ವನಾಥ ಭಟ್ಟ)

ಮುನ್ನುಡಿ

ಭೈರಪ್ಪ ದೊಡ್ಡವರು. ನನಗೆ ಅವರ ಬಗ್ಗೆ ಗೌರವವಿದೆ. ಅವರೊಬ್ಬ ಶ್ರೇಷ್ಠ ಕಾದಂಬರಿಕಾರರು ಎನ್ನುವುದನ್ನೂ ಒಪ್ಪುತ್ತೇನೆ. ಆದರೆ ಕೆಲವರ ಪ್ರಕಾರ – ಅವರಲ್ಲಿ ನಾನು ಗೌರವಿಸುವ ಇತರ ಕೆಲವು ಶ್ರೇಷ್ಠ ಲೇಖಕರೂ ಇದ್ದಾರೆ – ಭೈರಪ್ಪ ನಿಜಕ್ಕೂ ಕಾದಂಬರಿಕಾರರೇ ಅಲ್ಲ. ಯಾಕೆ ಅಲ್ಲ? ಅದಕ್ಕೂ ಮೊದಲು ಒಂದು ಕತೆಯನ್ನು ಹೇಳಲು ಬಯಸುತ್ತೇನೆ:

ಒಂದು ಊರಲ್ಲಿ ಒಬ್ಬ ಸಾಧಕ ಇದ್ದ. ಅವನಿಗೆ ದೇಹಸಹಿತ ಸ್ವರ್ಗಕ್ಕೆ ಹೋಗಬೇಕು ಎನ್ನುವ ಮಹದಾಸೆ ಇತ್ತು. ಆದ್ದರಿಂದ ಒಂದು ಕಾಲಲ್ಲಿ ನಿಂತು ತಪಸ್ಸು ಮಾಡಲು ಸುರುಮಾಡಿದ. ಊರವರೆಲ್ಲ ಅವನನ್ನು ಗೇಲಿ ಮಾಡಲು ತೊಡಗಿದರು. ಮನುಷ್ಯ ಎಂದಾದರೂ ದೇಹ ಸಹಿತ ಸ್ವರ್ಗಕ್ಕೆ ಹೋದದ್ದು ಇದೆಯೇ? ಇವನಿಗೆ ಮರುಳು; ಬಹುಶಃ ಹೆಂಡತಿ ಮಕ್ಕಳ ಜೊತೆ ಜಗಳ ಮಾಡಿರಬೇಕು, ಎಂದು ಮುಂತಾಗಿ. ಹೀಗೆ ಅವನನ್ನು ಗೇಲಿ ಮಾಡಿದವರಲ್ಲಿ ಒಬ್ಬ ವ್ಯಕ್ತಿ ಅದೇ ಕಾಲಕ್ಕೆ ತಾನು ಜಗತ್ತು ಸುತ್ತಿ ಬರುತ್ತೇನೆ ಎಂದು ಹೊರಟಿದ್ದ. ಅದೆಷ್ಟೋ ಕಾಲದ ನಂತರ ಸಂಚಾರಿ ಊರಿಗೆ ಮರಳಿದ. ಮರಳಿ ಬರುತ್ತಿದ್ದಂತೆ ಅವನಿಗೆ ಸಾಧಕನ ನೆನಪಾಯಿತು. ಆ ಮನುಷ್ಯ ಸಾಧನೆ ಮಾಡುತ್ತಿದ್ದ ಜಾಗವನ್ನು ನೋಡುವ ಮನಸ್ಸಾಗಿ ಆ ಕಡೆ ಹೋಗಿ ನೋಡಿದ. ನೋಡಿದರೆ, ಅವನಿನ್ನೂ ತಪಸ್ಸು ಮಾಡುತ್ತಲೇ ಇದ್ದಾನೆ. ಆದರೆ ಏನಾಶ್ಚರ್ಯ! ಅದೇ ಕ್ಷಣಕ್ಕೆ ಸರಿಯಾಗಿ ಅವನ ಕಾಯ ಮೆಲ್ಲಮೆಲ್ಲನೆ ನೆಲದಿಂದ ಮೇಲೇರತೊಡಗಿತು. ಇದನ್ನು ಕಂಡು ಸಂಚಾರಿ, 'ನಿಲ್ಲು,

ನಿಲ್ಲಯ್ಯಾ! ನಾನೂ ಬರುತ್ತೇನೆ!' ಎಂದು ಅವನತ್ತ ಓಡತೊಡಗಿದ – ಅವನ ಕಾಲನ್ನು ಹಿಡಿದು ತಾನೂ ಅವನ ಜೊತೆ ಸ್ವರ್ಗ ಸೇರುವ ಆಸೆಯಿಂದ!

ಇದು ಎ. ಕೆ. ರಾಮಾನುಜನ್ ಒಂದು ಭಾಷಣದಲ್ಲಿ ಹೇಳಿದ ಕತೆ, ಬೇರೇ ಒಂದು ಸಂದರ್ಭದಲ್ಲಿ.

ಭೈರಪ್ಪ ಎಂದರೆ ನನಗೀ ಕತೆಯ ನೆನಪಾಗುತ್ತದೆ. ಮಹಾ ಕಾದಂಬರಿಕಾರನಾಗಲು ಒಂದು ಕಾಲಲ್ಲಿ ನಿಂತು ಸಾಧನೆ ಮಾಡಿದ ವ್ಯಕ್ತಿ ಭೈರಪ್ಪ. ಆರಂಭದಲ್ಲಿ ನಾವೆಲ್ಲರೂ ಅವರನ್ನು ಗೇಲಿ ಮಾಡಿದೆವು.

ಆದರೆ ನಾವು ದೇಶಾಂತರ ಹೋಗಿ ಮರಳುತ್ತಿರಬೇಕಾದರೆ ಅವರು ಮೆಲ್ಲಮೆಲ್ಲನೆ ಮೇಲೇರತೊಡಗಿದ್ದಾರೆ. ನಾವು ಎಷ್ಟು ಎಕ್ಕಳಿಸಿದರೂ ಅವರು ನಮ್ಮ ಕೈಗೆ ಸಿಗದಷ್ಟು ಮೇಲೇರಿ ಆಗಿದೆ. ಈಗ ನಾವು ಸುಮ್ಮನೆ ನಿಂತು ಈ ದೃಶ್ಯವನ್ನು ನೋಡಿ ಬೆರಗಾಗುವುದಷ್ಟೆ ಉಳಿದುದು. ಫಿನಾಮಿನಲ್ ಎಂದರೆ ಇದುವೇ.

ಭೈರಪ್ಪ ಒಬ್ಬ ಕಾದಂಬರಿಕಾರನೇ ಅಲ್ಲ ಎಂದವರು ಯಾಕೆ ಹಾಗಂದರು? ಭೈರಪ್ಪ ಬರೆಯುವುದು ಕಾದಂಬರಿಯಲ್ಲ, ಥೀಸಿಸ್ ಎಂದು ಅವರಿಗೆ ಅನಿಸಿದ್ದರಿಂದ. ಕಾದಂಬರಿಗೂ ಥೀಸಿಸ್‌ಗೂ ವ್ಯತ್ಯಾಸವಿದೆ: ಕಾದಂಬರಿಯಲ್ಲಿ – ನಾವಿಲ್ಲಿ ಹೇಳುತ್ತಿರುವುದು ಆಧುನಿಕ ಕಾದಂಬರಿಯ ಬಗ್ಗೆ – ಒಂದು ಕಥನವಿರುತ್ತದೆ, ಪ್ರತಿಪಾದನೆಯಿರುವುದಿಲ್ಲ. ಆದ್ದರಿಂದಲೇ ಕಾದಂಬರಿ ಯಾವುದರ ಬಗ್ಗೆ ಎಂದು ಹೇಳುವುದು ಕಷ್ಟವಾಗುತ್ತದೆ, ಅಥವಾ ಹೇಳಿದರೂ ಅದು ಅಷ್ಟೇ ಆಗಿರುವುದಿಲ್ಲ; ಪ್ರತಿಪಾದನೆಗೆ ಹೆಚ್ಚು ಸ್ಪಷ್ಟವಾದ ಒಂದು ವಿಷಯವಿರುತ್ತದೆ. 'ಎ ನಾವೆಲ್ ಎಬೌಟ್' (ಉದಾ: 'ಎಬೌಟ್

ಫ್ಯಾಮಿನ್') ಎನ್ನುವುದಕ್ಕೂ 'ಎ ಥೀಸಿಸ್ ಎಬೌಟ್' (ಉದಾ: 'ಎಬೌಟ್ ಫ್ಯಾಮಿನ್') ಎನ್ನುವುದಕ್ಕೂ ವ್ಯತ್ಯಾಸವಿದೆ. ಬಹುಶಃ ಭೈರಪ್ಪನವರ ಟೀಕಾಕಾರರು ಅವರ ಕಾದಂಬರಿಗಳಲ್ಲಿ ಇಂಥ ಪ್ರತಿಪಾದನಾತ್ಮಕ (ಅರ್ಥಾತ್ ಸೈದ್ಧಾಂತಿಕ) ನಿರೂಪಣೆಯ ಸ್ವಭಾವವನ್ನು ಕಂಡಿರಬಹುದು, ಹಾಗೂ ಅದು ಕಾದಂಬರಿಯ ಸ್ವಭಾವವಲ್ಲ ಎನ್ನುವುದು ಅವರ ಅಭಿಪ್ರಾಯವಾಗಿರಬಹುದು.

ಇದು ನನ್ನ ಮಾತಲ್ಲವಾದ್ದರಿಂದ ಇದನ್ನು ಸಾಧಿಸಿ ತೋರಿಸುವ ಹೊಣೆ ನನ್ನ ಮೇಲೆ ಇಲ್ಲ.

ಆದರೆ ಈ ವಿಷಯ ನಮ್ಮೆಲ್ಲರನ್ನೂ ಯೋಚನೆಗೆ ಹಚ್ಚುವಂಥದು ಎನ್ನುವುದು ನಿಜ. ಅಷ್ಟರ ಮಟ್ಟಿಗೆ ನಾನೂ ಅದರಲ್ಲಿ ಆಸಕ್ತನೇ.

ಒಂದು ಸಾಹಿತ್ಯ ಪ್ರಕಾರದ ಕುರಿತಾಗಿ ನಮಗೆ ಕೆಲವೊಂದು ನಿರೀಕ್ಷೆಗಳಿರುತ್ತವೆ, ಆದರೆ ಅವು ಸ್ಥೂಲವಾಗಿ ಮಾತ್ರ. ಕತೆಯೊಂದು ಹೀಗೇ ಇರಬೇಕು, ಕವಿತೆಯೊಂದು ಹೀಗೇ ಇರಬೇಕು ಎಂದು ನಿರ್ಣಯಾತ್ಮಕವಾಗಿ ಹೇಳುವುದು ಸಾಧ್ಯವಿಲ್ಲ. ಆದ್ದರಿಂದ ಭೈರಪ್ಪ ಕಾದಂಬರಿಕಾರನೇ ಅಲ್ಲ ಎನ್ನುವುದು ಸರಿಯಲ್ಲ. ಅವರ ಕಾದಂಬರಿಗಳು ವಿಶಿಷ್ಟ ರೀತಿಯವು ಎಂದು ಮಾತ್ರ ಹೇಳಬಹುದು. ಯಾಕೆಂದರೆ ಅವುಗಳಲ್ಲಿ ಕಥನಕ್ಕಿಂತ ವಿಶ್ಲೇಷಣೆ, ಜಿಜ್ಞಾಸೆ, ತಾರ್ಕಿಕತೆ ಮುಂತಾದ ಥಿಯರೆಟಿಕಲ್ ಗುಣಗಳು ಜಾಸ್ತಿಯಾದ್ದರಿಂದ. ಇದೊಂದು ಡಯಲೆಕ್ಟಿಕಲ್ ಮೆಥಡ್ ಎಂದು ನನ್ನ ಅಭಿಪ್ರಾಯ. ಡಯಲೆಕ್ಟಿಕಲ್ ಎಂದರೆ ವಾದ–ಪ್ರತಿವಾದಗಳ ಮೇಲೆ ಸಾಗುವಂಥದು. ಥೀಸಿಸ್ – ಏಂಟಿ ಥೀಸಿಸ್ – ಸಿಂತೆಸಿಸ್ ಹೀಗೆ. ಫಿಲಾಸಫಿಗೆ ಹೆಚ್ಚು ಹತ್ತಿರವಾದಂಥದು, ಕಾದಂಬರಿಗೆ ಅಲ್ಲ.

ಕಾದಂಬರಿಯ 'ಟಾಸ್ಕ್' ಏನು? ಜೆಕ್ ಕಾದಂಬರಿಕಾರ ಮಿಲಾನ್ ಕುಂದೇರಾ ತನ್ನ "ದ ಆರ್ಟ್ ಆಫ್ ದ ನಾವೆಲ್" ಕೃತಿಯಲ್ಲಿ ಹೇಳುವ ಒಂದು ಮಾತು ಈ ಪ್ರಶ್ನೆಯ ಮೇಲೆ ಬೆಳಕು ಬೀರಬಹುದು. ಅವನನ್ನುತ್ತಾನೆ: ಇತರ ಯಾವ ಪ್ರಕಾರವೂ ಮಾಡದೆ ಇರುವುದನ್ನು ಮಾಡುವುದು ಕಾದಂಬರಿ. ಹೇಗೆ ಅರ್ಥಮಾಡಬೇಕು ಈ ನೇತ್ಯಾತ್ಮಕ ಮಾತನ್ನು? ಬಹುಶಃ ಹೀಗೆ: ತತ್ವಜ್ಞಾನ, ವಿಜ್ಞಾನ, ಇತಿಹಾಸ, ತರ್ಕ, ಸಮಾಜವಿಜ್ಞಾನ ಇತ್ಯಾದಿ ಜ್ಞಾನಶಾಖೆಗಳು ಮಾಡದೆ ಇರುವುದನ್ನು, ಮಾಡಲಾಗದ್ದನ್ನು, ಮಾಡುವುದೇ ಕಾದಂಬರಿಯ 'ಟಾಸ್ಕ್.'

ಪಾಶ್ಚಾತ್ಯ ಸಂಸ್ಕೃತಿಯಲ್ಲಿ ಕಾದಂಬರಿ ಮತ್ತು ವೈಚಾರಿಕ ಗದ್ಯ ಏಕದೇಶ ಒಂದೇ ಕಾಲಕ್ಕೆ ಸುರುವಾದುವು ಎಂಬ ಸಂಗತಿ ಇಲ್ಲಿ ಪೂರಕವಾಗಬಹುದೋ ತಿಳಿಯದು. ಬಹುಶಃ ಹುಟ್ಟಿನಲ್ಲೇ ಇವೆರಡೂ ಬೇರೆ ಬೇರೆ ಕೆಲಸಗಳನ್ನು ಹಂಚಿಕೊಂಡವು ಎಂದು ಕಾಣುತ್ತದೆ. ಹಾಗೆಂದು ಅವು ಪರಸ್ಪರ ಗೆರೆ ದಾಟದ ಕಾಲವೂ ಇರಲಿಲ್ಲ. ನಾನಿಲ್ಲಿ ಇನ್ನೂ ಒಂದು ಹೆಸರನ್ನು ಹೇಳಲು ಬಯಸುತ್ತೇನೆ: ಮಿಖಾಯಲ್ ಬಖ್ತೀನ್, ರಶ್ಯನ್ ಚಿಂತಕ, ಕಾದಂಬರಿ ಪ್ರಕಾರದ ಬಗ್ಗೆ ಮೌಲಿಕ ಮಾತುಗಳನ್ನು ಹೇಳಿದವ. ಅವನ ಪ್ರಕಾರ, ಕಾದಂಬರಿ ಎಂದರೆ ಅದು ಬಹುಳತ್ವದ ಪ್ರಕಟಣೆ (ಹೆಟರೋಜನಿಟಿ).

ಕಾದಂಬರಿಯನ್ನು ಅವನೊಂದು ಕಾರ್ನಿವಾಲ್‌ಗೆ (ಸಾರ್ವಜನಿಕ ಉತ್ಸವಕ್ಕೆ) ಹೋಲಿಸುತ್ತಾನೆ: ಈ ಉತ್ಸವದಲ್ಲಿ ಏನೆಲ್ಲ ನಡೆಯುತ್ತದೆ, ನಡೆಯುವುದಿಲ್ಲ! ಮುಖ್ಯವಾಗಿ ಇಲ್ಲಿ ಯಾರೂ ಹೆಚ್ಚಲ್ಲ, ಯಾರೂ ಕಡಿಮೆಯಲ್ಲ. ಆದ್ದರಿಂದ ಯಾವುದೇ ಒಂದು ವಿಚಾರವನ್ನು

ಡಾಮಿನೆಂಟ್ ಆಗಿ ಒತ್ತಾಯಿಸುವುದು, ಬಖ್ತೀನ್ ಪ್ರಕಾರ, ಕಾದಂಬರಿಯ ಗುಣವಲ್ಲ. ಎಲ್ಲವೂ ಇಲ್ಲಿ ಮೈಯೊರೆಸಿಕೊಂಡು ಸಾಗುತ್ತವೆ. ("ರೋಮಿಯೋ ಏಂಡ್ ಜೂಲಿಯೆಟ್"ನಲ್ಲಿ ಜೂಲಿಯೆಟ್‌ನ ತಂದೆಗೆ ಅವಳ ದಾದಿ ಕೇಳುವ ಒಂದು ಮಾತಿದೆ: 'ಹಾಗಿದ್ರೆ ನಾನು ಮಾತಾಡಬಾರ್ದ್ದೆ?' ಎಂದು. ಇದು ನಾಟಕದ ಸ್ಪಿರಿಟ್, ಕಾದಂಬರಿಯ ಸ್ಪಿರಿಟ್ ಕೂಡ.) ಕನ್ನಡದಲ್ಲಿ ಕುವೆಂಪು, ಕಾರಂತರ ಕಾದಂಬರಿಗಳು ಇದಕ್ಕೆ ಹತ್ತಿರದ ಉದಾಹರಣೆಗಳು. ಇನ್ನು ಟಾಲ್‌ಸ್ಟಾಯ್, ದೋಸ್ತೋವ್‌ಸ್ಕಿ, ಥಾಮಸ್ ಮನ್ ಮುಂತಾದವರನ್ನು ಹೇಳುವುದೇ ಬೇಡ. ಆದರೂ ಸಹಾ ಯಾವ ನಿಜದ ಕಾದಂಬರಿಯೂ ಕಾದಂಬರಿಯ 'ಆದರ್ಶರೂಪ'ದಲ್ಲಿ ಇರುತ್ತದೆ ಎನ್ನುವಂತಿಲ್ಲ. ಆದರೆ ಕಾದಂಬರಿಯನ್ನು ಹೆಟರೋಜಿನಸ್ ಆಗಿ ನೋಡುವ ಬದಲು ಡಯಲೆಕ್ಟಿಕಲ್ ಆಗಿ ನೋಡಿದ ತಕ್ಷಣ ಅದೊಂದು ದೊಡ್ಡ ಉಲ್ಲಂಘನೆಯಾಗುತ್ತದೆ. ನಂತರ ಯಾರನ್ನು ದೂರಿಯೂ ಪ್ರಯೋಜನವಿಲ್ಲ: ವಾದವು ಪ್ರತಿವಾದವನ್ನು ತಂದೇ ತರುತ್ತದೆ, ಹಾಗೂ ಪ್ರತಿವಾದವು ಇನ್ನೊಂದು ಪ್ರತಿವಾದವನ್ನು. ಇದನ್ನು ಇನ್ನಿತರ ಪ್ರಕಾರಗಳು ಮಾಡುತ್ತಿರುವಾಗ ಅದಕ್ಕೆ ಕಾದಂಬರಿ ಯಾಕೆ ಬೇಕು ಎನ್ನುವುದು ಪ್ರಶ್ನೆ.

ಹಿಮಾಲಯ, ಲಕ್ಷ್ಮಿ, ಪಾರ್ವತಿಯರ ಚಿತ್ರಗಳು ತನ್ನಲ್ಲಿ ಮೂಡಿಸುವ ಪ್ರಶಾಂತ ಭಾವನೆಗಳನ್ನು ಕ್ರೂಜೆಗೆ ಏರಿಸಿ ರಕ್ತ ಸುರಿಸುತ್ತಿರುವ ಯೇಸುವಿನ ಚಿತ್ರ ಮೂಡಿಸದು ಎನ್ನುತ್ತದೆ ಭೈರಪ್ಪನವರ ಮುಖವಾಣಿಯಂತಿರುವ ಒಂದು ಮುಖ್ಯ ಪಾತ್ರ. ಅಂಥದೊಂದು ಪ್ರಶಾಂತ ಭಾವನೆ ಭೈರಪ್ಪನದೇ ಕೃತಿಗಳನ್ನೋದಿದಾಗ ಓದುಗರ

ಮನಸ್ಸಿನಲ್ಲಿ ಮೂಡುವುದೇ ಎಂಬ ಪ್ರಶ್ನೆಯೂ ಇದೆ. ಬಹುಶಃ ಇಲ್ಲ;
ಯಾಕೆಂದರೆ ಅವರು ಎತ್ತಿಕೊಳ್ಳುವ ವಿಷಯಗಳೇ ವಿವಾದಾತ್ಮಕ
ವಾದವು. ಕೇವಲ ಡಯಲೆಕ್ಟಿಕಲ್ ವಿಧಾನದಿಂದ ಅವುಗಳಿಗೊಂದು
ಪರಿಹಾರ ದೊರಕುವುದು ಸಾಧ್ಯವಿರುತ್ತಿದ್ದರೆ ವಿಚಾರವಾದಿಗಳು
ಎಂದೋ ಅವುಗಳನ್ನು ಪರಿಹರಿಸುತ್ತಿದ್ದರು. ಆದರೆ ಕೆಲವು ಮಾನವಿಕ
ಸಮಸ್ಯೆಗಳು ವಿಚಾರವಾದದಿಂದ ಬಗೆಹರಿಯಲಾರವು ಎಂದು
ತೋರುತ್ತದೆ. ಕಾನೂನು ಒಂದೇ ಸಾಲದು, ದಯೆ ಕೂಡಬೇಕು
ಎನ್ನುತ್ತಾಳೆ ಪೋರ್ಶಿಯಾ ಶೈಲಾಕ್‌ಗೆ. ಇಡೀ ಕ್ರಿಶ್ಚಿಯನ್ ಧರ್ಮ
ದಯೆಯ ಮೇಲೆ ನಿಂತಿರುವುದು ಎನ್ನುವುದನ್ನು ನಾನು ಯಾರಿಗೂ
ತಿಳಿಸಿಕೊಡಬೇಕಾದ್ದಿಲ್ಲ. (ದಯೆ, ಅಹಿಂಸೆ, ಕ್ಷಮೆ ಇತ್ಯಾದಿ
ಮೌಲ್ಯಗಳನ್ನು ಹಿಂದೂ ಮುಖ್ಯಧಾರೆಗಿಂತಲೂ ಹೆಚ್ಚಾಗಿ ಬೋಧಿಸಿದ್ದು
ಅದರಿಂದ ಕವಲೊಡೆದ ಬುದ್ಧಿಸಂ, ಜೈನಿಸಂ ಮತ್ತು ವೀರಶೈವಿಸಂ
ಪಂಥಗಳು ಎನ್ನುವುದು ಗಮನೀಯ.) ಕ್ರಿಶ್ಚಿಯನರೆಲ್ಲರೂ ಇತಿಹಾಸದ
ಉದ್ದಕ್ಕೂ ಅದನ್ನು ಅನುಸರಿಸಿಕೊಂಡು ಬರುತ್ತಿದ್ದರೆ ಸಮಸ್ಯೆ
ಇರುತ್ತಿರಲಿಲ್ಲ. ವಾಸ್ತವ ಜೀವನ ಎಲ್ಲಿಯೂ ಪ್ರವಾದಿಗಳು ಹೇಳಿದಂತೆ
ಇರುವುದಿಲ್ಲ.

ಆದರೆ ಹರಿಹರಪ್ರಿಯರು ಭೈರಪ್ಪನವರ ಕಾದಂಬರಿಗಳಲ್ಲಿ
(ಉದಾಃ "ಧರ್ಮಶ್ರೀ") ಇದೆಲ್ಲದರ ಸೂಚನೆಯಿದೆ, ನಮ್ಮ ಕಣ್ಣಿಗೆ
ಕಾಣಿಸುತ್ತಿಲ್ಲ ಎಂದು ನಮ್ಮನ್ನು ಎಚ್ಚರಿಸುತ್ತಾರೆ; ಹೌದು, ಕೆಲವು ಕಡು
ಬಣ್ಣಗಳು ಮಿದು ಬಣ್ಣಗಳನ್ನು ಮರೆಸಿಬಿಡುತ್ತವೆ. "ಕೃತಿಯ
("ಧರ್ಮಶ್ರೀ") ಉದ್ದಕ್ಕೂ ಕೇವಲ ಧರ್ಮ–ಮತ ಜಿಜ್ಞಾಸೆ ಮಾತ್ರವೇ
ಅಲ್ಲ, ಪರಸ್ಪರ ಬಿಡಿಸಲಾಗದಂತೆ ಜೀವನ–ಬದುಕಿನ ಸಂಘರ್ಷವನ್ನು

ಚಿತ್ರಿಸುವ ಮೂಲಕ ಮಾನವೀಯ ಸೆಲೆ ಹೇಗೆ ಧರ್ಮ–ಮತಾಂತರ ಮೀರಿದ್ದು ಎಂಬುದನ್ನು ಭೈರಪ್ಪನವರು ಕಂಡಿರಿಸುತ್ತಾರೆ" ("ಇಷ್ಟೇ," 25) ಎನ್ನುತ್ತಾರೆ ಹರಿಹರಪ್ರಿಯರು. ಕಥಾಪಾತ್ರವೊಂದು ಇನ್ನೊಂದು ಮತದ ಇನ್ನೊಬ್ಬನಿಗಾದ ಭ್ರೂಣವನ್ನು ತನ್ನದರಂತೆ ಸ್ವೀಕರಿಸುತ್ತದೆ ಎನ್ನುವುದರ ಬಗ್ಗೆ ನಮ್ಮ ಗಮನ ಸೆಳೆಯುತ್ತಾರೆ. ಭೈರಪ್ಪನವರನ್ನು ಸಕಾಯ ಮೇಲಕ್ಕೇರಿಸುವುದು ಇಂಥ ವಿಷಯಗಳೇ ಹೊರತು ಜಡ ಚರ್ಚೆಗಳಲ್ಲ – ಆದರೆ ಇವುಗಳಾದರೂ ನಮ್ಮ ಗಮನಕ್ಕೆ ಬರಬೇಕಾದರೆ ಬಹುಶಃ ಈ ಜಡ ಚರ್ಚೆಗಳ ಹಿನ್ನೆಲೆ ಒಂದು ಹೊರಾವರಣದಂತೆ ಅಗತ್ಯವಿರಬಹುದು.

ಇವು ಯಾವುವೂ ಅಷ್ಟೇನೂ ಹೊಸತೂ ಅಲ್ಲ. ಟಾಗೂರರ "ಗೋರಾ", ಇರಾವತಿ ಕರ್ವೆಯವರ "ಯುಗಾಂತ", ರಾಮಕೃಷ್ಣ ಮಿಶನ್ ಮತ್ತು ಆರ್ಯಸಮಾಜದಂಥ ಚಳುವಳಿಗಳು ಆಗಲೇ ತಕ್ಕುದಾದ ಭೂಮಿಕೆಯನ್ನು ಸೃಷ್ಟಿಸಿವೆ. ಹರಿಹರಪ್ರಿಯರ ಪ್ರಕಾರ ಭೈರಪ್ಪ ಒಬ್ಬ ಹಿಂದೂ ಸುಧಾರಣಾವಾದಿಯಲ್ಲದೆ ಕಟ್ಟಾವಾದಿಯಲ್ಲ. ಹರಿಹರಪ್ರಿಯರ ಪ್ರಕಾರ ಭೈರಪ್ಪನವರ ಒಲವು ದಯಾನಂದ ಸರಸ್ವತಿಯವರು ಸ್ಥಾಪಿಸಿದ ಆರ್ಯಸಮಾಜದ ಕಡೆಗೆ.

"ಇಷ್ಟೇ" ಪುಸ್ತಕಕ್ಕೆ ಮುನ್ನುಡಿ ರೂಪದಲ್ಲಿ ಕೆಲವು ಮಾತುಗಳನ್ನು ಬರೆಯಲು ಹರಿಹರಪ್ರಿಯರು ಕೇಳಿಕೊಂಡಾಗ ನಾನಂದೆ: ಇದು ನನ್ನಿಂದ ಸಾಧ್ಯವಿಲ್ಲ, ನಾನು ಭೈರಪ್ಪನವರನ್ನು ಓದಿಕೊಂಡಿಲ್ಲ, ಅಲ್ಲದೆ ನಾನೇ ಯಾಕೆ? ಅದಕ್ಕೆ ಹರಿಹರಪ್ರಿಯ ಅಂದರು: ನೀವು ಭೈರಪ್ಪನವರ ಬಗ್ಗೆ ಅಥವಾ ಅವರ ಕೃತಿಗಳ ಬಗ್ಗೆ

ಬರೆಯಬೇಕಿಲ್ಲ, ನನ್ನ ಪುಸ್ತಕದ ಬಗ್ಗೆ ಬರೆದರೆ ಸಾಕು. ಅಲ್ಲದೆ ನೀವು ನಮ್ಮೆಲ್ಲರಿಂದ ದೂರ ಇದ್ದೀರಿ. ಈ ಮಾತು ನನಗೆ ಹಿಡಿಸಿತು.

ಹರಿಹರಪ್ರಿಯರ ಪುಸ್ತಕದ ಮೂಲಕ ಭೈರಪ್ಪ ಪ್ರಪಂಚವನ್ನು ಪ್ರವೇಶಿಸುವ ಅವಕಾಶವೂ ಒಂದು ಅವಕಾಶವೇ ಅಲ್ಲವೇ? ಅಷ್ಟಕ್ಕೂ ಯಾರೂ ಪೂರ್ಣ ದೃಷ್ಟಿಯವರಲ್ಲ, ನಾವೆಲ್ಲ ಒಂದೊಂದು ಕೋನದಿಂದ ನೋಡಬಲ್ಲ ಪಾರ್ಶ್ವನಾಥರು; ಸ್ವತಃ ಭೈರಪ್ಪನವರೇ ಹಾಗಿರುತ್ತ ಅವರನ್ನು ನೋಡುವವರು ಕೂಡ ಹಾಗಿದ್ದರೆ ಅದು ಕ್ಷಮಾರ್ಹ.

ಇನ್ನು ಹರಿಹರಪ್ರಿಯರು ನಾನು ದೂರವಿದ್ದುದೇ ನನ್ನಿಂದ ಕೆಲವು ಮಾತುಗಳನ್ನು ಬರೆಸಲು ಕಾರಣ ಎಂದುದು ಸ್ವಾರಸ್ಯಕರ; ಅವರು 'ದೂರ' ಎನ್ನುವುದನ್ನು ವಿವಾದಗಳಿಂದ ದೂರ ಎಂಬ ಅರ್ಥದಲ್ಲಿ ಇದ್ದೀತು. ಆದರೂ ನಾನೇನೂ ನಿರಪೇಕ್ಷನಲ್ಲ, ಯಾರೂ ಅಲ್ಲ. ಪ್ರತಿಯೊಬ್ಬನಿಗೂ ಅವನದೇ ಆದ ಒಲವುಗಳು, ಆಯ್ಕೆಗಳು ಇರುತ್ತವೆ. ಅವನ್ನು ಪೂರ್ವಾಗ್ರಹಗಳೆಂದೂ ಕರೆಯುತ್ತೇವೆ. ನನಗೆ ಭೈರಪ್ಪನವರ ಬಗೆಗೂ ಇದ್ದೀತು. ಅವುಗಳನ್ನು ತೊಡೆಯವುದಕ್ಕೂ ಈ ಅಸೈನ್‌ಮೆಂಟ್ ಒಂದು ದಾರಿ ಎಂಬ ಸ್ವಾರ್ಥವೂ ನನಗಿದೆ.

ಹರಿಹರಪ್ರಿಯರ ಓದಿನಲ್ಲಿ ನನಗೆ ತುಂಬಾ ಭರವಸೆಯಿದೆ. ಅದರಲ್ಲೂ ಅವರ "ಕುವೆಂಪು ಕ್ಷಕಿರಣ" (2015) ಓದಿದ ಮೇಲೆ. ಇದು ಕುವೆಂಪುರವರ ಬಗ್ಗೆ ಅವರು ಬರೆದ ಲೇಖನಗಳ ಸಂಕಲನ. ಹರಿಹರಪ್ರಿಯರು ಕುವೆಂಪುರವರ ಅಭಿಮಾನಿ ಎಂಬ ಗ್ರಹಿಕೆ ಸಾಮಾನ್ಯವಾಗಿ ಇದೆ; ಇದು ಅವರನ್ನು ಇತರ ಕನ್ನಡದ ಲೇಖಕರ ಹಿರಿಮೆಯನ್ನು ಗುರುತಿಸದಿರಲು ತಡೆದಿದೆ ಎಂಬ ಭಾವನೆಯೂ ಇದೆ.

ಆದರೆ "ಕುವೆಂಪು ಕ್ಷಕಿರಣ" ಓದಿದರೆ ಹರಿಹರಪ್ರಿಯ ಎಂಥ ನಿಕಷಮತಿ ಎಂದು ಗೊತ್ತಾಗುತ್ತದೆ; ನಿಕಷಮತಿ ಮಾತ್ರವಲ್ಲ, ಅವರು ನಿಷ್ಪಕ್ಷಪಾತಿಯೂ ಹೌದು. ಕುವೆಂಪುರವರನ್ನು ಮೆಚ್ಚುವವರು ಕೋಟಿಗಟ್ಟಲೆ ಇದ್ದಾರೆ, ಆದರೆ ಅವರನ್ನು ಸರಿಯಾಗಿ ಓದಿದವರು (ಅರ್ಥಮಾಡಿಕೊಂಡವರು) ಕಡಿಮೆ; ಈ ಮೈನಾರಿಟಿಯಲ್ಲಿ ಹರಿಹರಪ್ರಿಯರು ಮುಂದೆ ನಿಲ್ಲುತ್ತಾರೆ. ಕುವೆಂಪು ವಿರೋಧಿಗಳ ತಪ್ಪುಗಳನ್ನು ಬಯಲಿಗೆಳೆಯುವ ಅವರ ಮಾತುಗಳು ತಾವೇ ತಪ್ಪರ್ಥಕ್ಕೆ ಎಡೆಮಾಡುವ ಸಾಧ್ಯತೆಯಿದೆ; ಆದರೆ ಮನಸ್ಸಿಟ್ಟು ಓದಿದರೆ ಕುವೆಂಪು ಯಾರು (ಅವರಿಗೋಸ್ಕರ ಕನ್ನಡ ಎರಡು ಸಾವಿರ ವರ್ಷ ಕಾಯಬೇಕಾಯಿತು ಎನ್ನುತ್ತಾರೆ), ಯಾಕೆ ಮುಖ್ಯರು ಎನ್ನುವುದು ಗೊತ್ತಾಗುತ್ತದೆ; ಕುವೆಂಪು ಕುರಿತು ರವಷ್ಟು ಪೂರ್ವಾಗ್ರಹವಿದ್ದರೂ ಅದು ಮಾಯವಾಗುತ್ತದೆ.

ಆದ್ದರಿಂದಲೇ ನಾನು "ಇಷ್ಟೇ" ಓದಿ, ಇದರ ಕುರಿತು ಕೆಲವು ಮಾತುಗಳನ್ನು ಬರೆಯಲು ಒಪ್ಪಿದುದು: ಹರಿಹರಪ್ರಿಯ ಭೈರಪ್ಪ ಮತ್ತವರ ಕೃತಿಗಳ ಕುರಿತು ಎಲ್ಲರೂ ಹೇಳುವ ಮಾತುಗಳನ್ನು ಹೇಳುವುದಿಲ್ಲ ಎನ್ನುವುದು ನನಗೆ ಗೊತ್ತಿತ್ತು ಅದೀಗ ನನಗೆ ಖಚಿತವಾಗಿದೆ. ಎಲ್ಲರೂ ಹೇಳುವ (ಪರ ಮತ್ತು ವಿರೋಧ) ಮಾತುಗಳಿಗಿಂತ ಭಿನ್ನವಾದ, ಒಳನೋಟಗಳಿರುವ ಮಾತುಗಳನ್ನು ಹರಿಹರಪ್ರಿಯ ಹೇಳುತ್ತಾರೆ. ಮುಖ್ಯವಾಗಿ ಅವರು ಪ್ರಚಲಿತ ಪೂರ್ವಾಗ್ರಹಗಳನ್ನು ತೊಡೆದುಹಾಕಲು ಪ್ರಯತ್ನಿಸುತ್ತಾರೆ. "ಧರ್ಮಶ್ರೀ"ಯನ್ನು ವಿಶ್ಲೇಷಿಸುತ್ತ ಅವರನ್ನುವುದು: "ಸಂಗೀತ, ಭೈರಪ್ಪನವರನ್ನು ಬರಹಗಾರನನ್ನಾಗಿ ಉಳಿಸಿಕೊಟ್ಟಿತು. ಆರ್ಯ

ಸಮಾಜ, ಭೈರಪ್ಪನವರನ್ನು ಒಬ್ಬ ತತ್ತ್ವಶಾಸ್ತ್ರ ಜಿಜ್ಞಾಸುವಾಗಿ ರೂಪಿಸಿತು. ಕುಮಾರಸ್ವಾಮಿ ಭೈರಪ್ಪನವರನ್ನು ರಾಷ್ಟ್ರೀಯವಾದಿಯಾಗಿಸಿದರು.... ಹೀಗಾಗಿ ಭೈರಪ್ಪ ಕೇವಲ ಬ್ರಾಹ್ಮಣನಾಗಿ ಉಳಿಯಲಿಲ್ಲ. ಬ್ರಾಹ್ಮಣಜಾತಿಪರವೂ ನಿಲ್ಲಲಿಲ್ಲ. ಅಂದಮೇಲೆ 'ಕೋಮುವಾದಿ' ಎನ್ನುವವರ ಪ್ರಶ್ನೆಯಲ್ಲ– ಜ್ಞಾನವನ್ನೇ ಅಳೆಯಬೇಕಾಗಿದೆ" (22). "... ದಲಿತ ಅಂಬೇಡ್ಕರ್ ಅವರು ಬುದ್ಧ, ಬೌದ್ಧ ಧರ್ಮದ ಗೂಡು ಸೇರಿದರು. ಬ್ರಾಹ್ಮಣರಿಂದ, ಹಿಂದೂಗಳಿಂದ ಅನಾಥರಾದ ಭೈರಪ್ಪನವರು ಸ್ವಾಮಿ ದಯಾನಂದ ಸರಸ್ವತಿಯವರ 'ಆರ್ಯಸಮಾಜ'ದ ಕಟ್ಟಡವನ್ನು ಪ್ರವೇಶಿಸಿದರು" (23). "ಬೇಟೆಗಾರ ಮತಗಳು ಮೂವರು ಪ್ರವಾದಿಮತಗಳ ಇತಿಮಿತಿ ಜೊತೆಗೆ ಹಿಂದೂಧರ್ಮ ಕೂಡ ಅಷ್ಟೇ ಮಟ್ಟಿಗೆ ಪರಿವರ್ತನೆಗೊಳ್ಳಬೇಕು ಎಂದು ಬರವಣಿಗೆಯ ಉದ್ದಕ್ಕೂ ಬದುಕಿನ ಉದ್ದಕ್ಕೂ ಭೈರಪ್ಪನವರು ಪ್ರತಿಪಾದಿಸುತ್ತಲೇ ಬಂದಿದ್ದಾರೆ. ಹೀಗಾಗಿ ಜನಪ್ರಿಯತೆ ಗೊಂಡಿರುವುದು ಭೈರಪ್ಪನವರೋ? ಭೈರಪ್ಪನವರ ಕಾದಂಬರಿಯೋ? ಅಥವಾ ಭೈರಪ್ಪನವರು ಕಾದಂಬರಿ ಹಾಗೂ ವೈಚಾರಿಕವಾಗಿ ಮಂಡಿಸುತ್ತಿರುವ ವಿಚಾರಗಳೋ? ಎಂಬುದೇ ಈಗ ಚರ್ಚೆಯಾಗಬೇಕಾದ ವಿಷಯ" (22). "ಆಶ್ಚರ್ಯಎಂದರೆ ನಿಜದ ಪ್ರಗತಿಪರ ಧೋರಣೆಯುಳ್ಳ ಅಪ್ಪಟ ಸೃಜನಶೀಲ ವಿಚಾರವಾದಿಯಾದ, ಮಾನವೀಯ ಮೌಲ್ಯಗಳ ಪ್ರತಿಪಾದಕರಾದ ಭೈರಪ್ಪನವರು ಸದ್ಯ ಆವರಣದಲ್ಲಿ ಸಿಲುಕಿದ್ದಾರೆ. ದ್ವೇಷಿಸಬೇಕಾದವರು ಪ್ರೀತಿಸುತ್ತಿದ್ದಾರೆ, ಮೆಚ್ಚಬೇಕಾದವರು ಸತತವಾಗಿ ಚೆಚ್ಚುತ್ತಿದ್ದಾರೆ. .... ಇಂದಲ್ಲ ನಾಳೆ, ಭೈರಪ್ಪ ಸಾಹಿತ್ಯ ಕೂಡ [ಥೋರೋನ 'ವಾಲ್ಡನ್'ನಂತೆ] ನಿಜದ ಓದಿಗೆ

ದಕ್ಕಿ, ಸಲ್ಲಬೇಕಾದ ಮೌಲ್ಯಮಾಪನ ಸಂದೀತು ಎಂದೇ ನನ್ನ ನಂಬಿಕೆ” (27).

ಇಂಥ ಅನೇಕ ಕೋಟೆಬ್ಲ್ ಕೋಟ್ಸ್ ಹರಿಹರಪ್ರಿಯರ ಈ ಪುಸ್ತಕದಲ್ಲಿ ಕಾಣಿಸುತ್ತವೆ. ಅವರ “ದ್ವೇಷಿಸಬೇಕಾದವರು ಪ್ರೀತಿಸುತ್ತಿದ್ದಾರೆ, ಮೆಚ್ಚಬೇಕಾದವರು ಸತತವಾಗಿ ಚೆಚ್ಚುತ್ತಿದ್ದಾರೆ” ಎಂಬ ಮಾತಂತೂ ನನಗೆ ಬಹಳ ಇಷ್ಟವಾಯಿತು. ಇದು ಭೈರಪ್ಪನವರ ಕುರಿತಾದ ಪಬ್ಲಿಕ್ ಪರ್ಸೆಪ್ಶನ್ ಮತ್ತದರ ಹಿಂದಿನ ರಾಜಕೀಯದ ಗೊಂದಲವನ್ನು ಕ್ರೋಢೀಕರಿಸಿ ಹೇಳುತ್ತದೆ. ಈ ಗೊಂದಲ ಒಂದಲ್ಲ ಒಂದು ದಿನ ಮುಗಿದು ನಿಜದ ದರ್ಶನವಾದೀತು ಎನ್ನುವುದು ಹರಿಹರಪ್ರಿಯರ ಆಶಯ. ಈ ಗೊಂದಲದ ನಿವಾರಣೆಗೆ ಅವರ “ಇಷ್ಟೇ” ಪ್ರಭಾವಶಾಲಿ ಕೊಡುಗೆಯೆಂದು ನನಗನಿಸುತ್ತದೆ.

ಹರಿಹರಪ್ರಿಯರದು ಎಕಡೆಮಿಕ್ ವಿಮರ್ಶೆಯಲ್ಲ, ಅವರ ವಿಧಾನ ಮತ್ತು ಭಾಷೆ ಕೂಡ ಅಸಾಂಪ್ರದಾಯಿಕವಾದುದು. ಆದರೆ ಅವರು ಹೇಳುವ ವಿಷಯಗಳು ಮಹತ್ವದವು. ‘ಇಷ್ಟೇ’ ಸಾಕಲ್ಲವೇ ಈ ಕೃತಿಯನ್ನು ಓದುವುದಕ್ಕೆ? ಸೋತು ಕುಸಿದ ಎಕಡೆಮಿಕ್ (ಎಡ–ಬಲ) ವಿಮರ್ಶೆಯಿಂದ ಇಂದು ಕನ್ನಡಕ್ಕೆ ಬಿಡುಗಡೆ ಬೇಕಿದೆ. “ಕುವೆಂಪು ಕ್ಷಕಿರಣ”ಕ್ಕೆ ಹರಿಹರಪ್ರಿಯರು ‘ಚಿಕಿತ್ಸಕ ಲೇಖನಗಳು’ ಎಂಬ ಉಪಶೀರ್ಷಿಕೆಯನ್ನು ಕೊಟ್ಟಿದ್ದಾರೆ. ಕನ್ನಡ ವಿಮರ್ಶೆಗೇ ಚಿಕಿತ್ಸೆ ಬೇಕಾಗಿದೆ ಎನಿಸುತ್ತದೆ. ಹರಿಹರಪ್ರಿಯರ ತಿದ್ದಿ ತೀಡದ, ‘ಒರಟು’ ಶೈಲಿ ಹಾಗೂ ಫ್ರಾಗ್ಮೆಂಟರಿ ವಿಧಾನ ಕೂಡ ಹೊಸ ಉತ್ಸಾಹವನ್ನು ನೀಡಬಹುದು ಎನ್ನುವುದು ಅವರ ಈ ಲೇಖನಗಳಿಂದ ಗೊತ್ತಾಗುತ್ತದೆ.

"ಇಷ್ಟೇ" ಭೈರಪ್ಪನವರ ಕಾದಂಬರಿಗಳ ಸಮಗ್ರ ವಿಶ್ಲೇಷಣೆಯಲ್ಲ— ಅಂಥ ಯಾವ ಯೋಜನೆಯಿಂದಲೂ ಬರೆದ ಲೇಖನಗಳು ಇವಲ್ಲ; ಕೆಲವು ಸಾಂದರ್ಭಿಕವಾಗಿ ಬರೆದಂತೆ ಕಾಣುತ್ತದೆ. ಹಲವು ಪೋಲೆಮಿಕಲ್ ಕೂಡ ಆಗಿವೆ. ಇವೆಲ್ಲ ಇಲ್ಲಿ ಇರುವುದರಿಂದ ಓದುಗರು ತಾವೇ ಓದಿ ಬೇಕಾದುದನ್ನು ಪಡೆಯಬಹುದು, ಅವುಗಳ ಕುರಿತು ನಾನೇನೂ ಹೇಳಬೇಕಾದ್ದಿಲ್ಲ.

ಆದರೆ ಹರಿಹರಪ್ರಿಯರು ಬಳಸುವ 'ಭೈರಪ್ಪ ವರ್ಸಸ್.....' ಎಂಬ ಕೋರ್ಟು ಖಟ್ಲೆಯಂಥ ಅಭಿಧಾನ ಕುತೂಹಲಕರವಾಗಿದೆ. 'ಭೈರಪ್ಪ V/S ಬೌದ್ಧಧರ್ಮ,' 'ಭೈರಪ್ಪ V/S ಕ್ರೈಸ್ತಧರ್ಮ' ಎಂದು ಮುಂತಾಗಿ ಇವು ಹನ್ನೆರಡು ಗುಂಟ ಸಾಗುತ್ತವೆ. ಭೈರಪ್ಪನವರ ಸಾಹಿತ್ಯದ ಕುರಿತಾಗಿ ಇಂದು ಪರ–ವಿರೋಧ ವಿಮರ್ಶೆಗಳ ಬಹುದೊಡ್ಡ ದುರ್ಗವೇ ಬೆಳೆದು ನಿಂತಿದೆ, ಇನ್ನೂ ಬೆಳೆಯುತ್ತಿದೆ. ಇದನ್ನು ಪ್ರವೇಶಿಸುವುದು ಅಷ್ಟು ಸುಲಭವಲ್ಲ. ಹರಿಹರಪ್ರಿಯರು ಕೆಲವೊಂದು ಮುಖ್ಯ ವಾದಗಳನ್ನು ಎತ್ತಿಕೊಂಡು ಅವುಗಳ ಮೇಲೆ ಬೆಳಕು ಚೆಲ್ಲುವ ಪ್ರಯತ್ನ ನಡೆಸಿದ್ದಾರೆ. ಅವರು ಪರವೂ ಅಲ್ಲ, ವಿರೋಧವೂ ಅಲ್ಲ ಎನಿಸುತ್ತದೆ. "ಕುವೆಂಪು ಕ್ಷಕಿರಣ"ದಲ್ಲಿ ಕಂಡುಬರುವಂಥ ನ್ಯಾಯಪರತೆ ಇಲ್ಲೂ ಕಾಣಿಸುತ್ತದೆ.

ಆದರೆ ತಡೆಯಿರಿ! ಇದೇನು ಹದಿಮೂರನೆಯ ಲೇಖನಕ್ಕೆ ಬಂದರೆ ಎಲ್ಲಾ ಎಡವಟ್ಟು, ಯೂ–ಟರ್ನ್! ಹದಿಮೂರನೆಯ ಲೇಖನದ ಶೀರ್ಷಿಕೆ 'ಸುಳ್ಳುಗಳ ಸರದಾರ ಎಸ್. ಎಲ್. ಭೈರಪ್ಪ'! ಇದೇನು ವ್ಯಂಗ್ಯವೇ? ಭೈರಪ್ಪ ಸುಳ್ಳು ಹೇಳುತ್ತಾರೆ ಎನ್ನುವ ಟೀಕಾಕಾರರನ್ನು ಇಲ್ಲಿ ಹರಿಹರಪ್ರಿಯರು ತರಾಟೆಗೆ ತೆಗೆದುಕೊಳ್ಳುತ್ತಿರ

ಬಹುದು ಎಂದು ಓದಲು ಸುರುಮಾಡಿದರೆ, ಇಲ್ಲಿ ವ್ಯಂಗ್ಯವೇನೂ ಇಲ್ಲ. ಹರಿಹರಪ್ರಿಯರು ಡೆಡ್ ಸೀರಿಯಸ್ ಆಗಿ ಭೈರಪ್ಪನವರು ಸುಳ್ಳುಗಳ ಸರದಾರ ಎಂದು ಆರೋಪಿಸುತ್ತಿದ್ದಾರೆ! ಸಂದರ್ಭ ಭೈರಪ್ಪ ಅಧ್ಯಕ್ಷರಾಗಿದ್ದ 67ನೇ ಕನ್ನಡ ಸಾಹಿತ್ಯ ಸಮ್ಮೇಳನ. (ಸಮ್ಮೇಳನ ನಡೆದ ಐದು ತಿಂಗಳ ನಂತರ ಬರೆದ ಲೇಖನವಿದು ಎನ್ನುತ್ತಾರೆ ಲೇಖಕರು, ಹಾಗೂ ಇಷ್ಟು ತಡವಾದ್ದಕ್ಕೆ ಕ್ಷಮೆ ಕೋರುತ್ತಾರೆ.) ಸಮ್ಮೇಳನದ ಮೊದಲ ದಿನ ಭೈರಪ್ಪನವರ ಭಾಷಣದ ಮುದ್ರಿತ ಪ್ರತಿಯನ್ನು ಪರಿಷತ್ತಿನವರು ಹಂಚದ 'ಬುದ್ಧಿವಂತಿಕೆ'ಯನ್ನು 'ವಹಿಸಿದ್ದರು.' "ಹೀಗಾಗಿ ಎರಡನೇ ದಿನ ಹೇಗೋ ಸಂಪಾದಿಸಿ, ವಿಚಾರವಾದಿಗಳೆಲ್ಲರನ್ನೂ ಸೇರಿಸಿ, ಸಮ್ಮೇಳನದ ಆವರಣದಲ್ಲಿಯೇ ಸುಡುವ ಕಾರ್ಯಕ್ರಮವನ್ನು ಬಹಿರಂಗವಾಗಿಯೇ ಮಾಡಿದೆ" (153). ಇದೇನು ಪುಸ್ತಕಮನೆಯನ್ನು ಪ್ರೀತಿಯಿಂದ ಕಟ್ಟಿ ಬೆಳೆಸಿದ ಹರಿಹರಪ್ರಿಯರಿಂದ ಪುಸ್ತಕದಹನದಂಥ ಘೋರ ಕ್ರಿಯೆ ಎಂದು ಆಶ್ಚರ್ಯವಾಗುವುದಿಲ್ಲವೇ? ಯಾಕೀ ಕ್ರೋಧ? ಯಾಕೆಂದರೆ, ಭೈರಪ್ಪನವರ ಕನಕಪುರ ಭಾಷಣ, ಹರಿಹರಪ್ರಿಯರ ಪ್ರಕಾರ, 'ಸುಳ್ಳಿನ ಕಂತೆಯೇ ಆಗಿದೆ.'

> "ಹೀಗಾಗಿ ಇದು ಮರುಮುದ್ರಣಗೊಳ್ಳುವುದು, ಸಾಹಿತ್ಯ ಪರಿಷತ್ತಿನ ಪುಸ್ತಕರೂಪದಲ್ಲಿ ಸೇರ್ಪಡೆಗೊಳ್ಳುವುದು ನಿಲ್ಲಬೇಕು. ಅಭಿವ್ಯಕ್ತಿಸ್ವಾತಂತ್ರ್ಯದ ಹೆಸರಿನಲ್ಲಿ ಸುಳ್ಳು, ಇತಿಹಾಸ ಶಾಶ್ವತ ಅಕ್ಷರಗಳಾಗಿ ಉಳಿಯಬಾರದು. ಸಮಕಾಲೀನ ಸಮಾಜ, ಸಾಹಿತ್ಯ, ಸಂಸ್ಕೃತಿಗೆ ಮಾಡಿದ ದ್ರೋಹದ ಚಿಹ್ನೆಗಳಾಗಿವೆ ಇವು" (154).

ಕನಕಪುರ ಕನ್ನಡ ಸಾಹಿತ್ಯ ಸಮ್ಮೇಳನದ 25 ಪುಟಗಳ ಭಾಷಣದಲ್ಲಿ ಹರಿಹರಪ್ರಿಯರ ಪ್ರಕಾರ ಭೈರಪ್ಪನವರು 26 ಸುಳ್ಳುಗಳನ್ನು ಹೇಳಿದ್ದಾರೆ. ಅವುಗಳಲ್ಲಿ ಒಂಬತ್ತನ್ನು ಮಾತ್ರ ಅವರು (ಹರಿಹರಪ್ರಿಯ) ತಮ್ಮ ಲೇಖನದಲ್ಲಿ ವಿಶ್ಲೇಷಿಸಿದ್ದಾರೆ. ಇವನ್ನು ಓದುಗರೇ ನೋಡಬಹುದಾದ್ದರಿಂದ ಇಲ್ಲಿ ಬೇರೆ ಪ್ರಸ್ತಾಪಿಸುವ ಅಗತ್ಯವಿಲ್ಲ. ಈ ಒಂಬತ್ತೂ ಪ್ಯಾರಾಗಳಲ್ಲಿ ಹರಿಹರಪ್ರಿಯ ಕೆಲವು ಸರ್ವಸಮ್ಮತ ವಿಚಾರಗಳನ್ನು ನಮೂದಿಸಿದ್ದಾರೆ. ಇವುಗಳ ಕುರಿತು ನನಗೆ ಭಿನ್ನಾಭಿಪ್ರಾಯವಿಲ್ಲ. ಆದರೆ ಇಲ್ಲಿ ಹಲವು ದುಡುಕಿನ ಮಾತುಗಳಿವೆ ಯೆಂದು ಅನಿಸುತ್ತದೆ. ಅವು ಮಾತಾಡಿದವನನ್ನೇ ಕೆಳಗಿಳಿಸುತ್ತವೆ. ಮುಖ್ಯವಾಗಿ: 'ಸುಳ್ಳು' ಎಂದ ತಕ್ಷಣ ಅದು ನೈತಿಕ ತೀರ್ಪಾಗುತ್ತದೆ; ಸುಳ್ಳು ಬೇರೆ, ತಪ್ಪು ಬೇರೆ. 'ಸುಳ್ಳು' ಒಬ್ಬ ಮನುಷ್ಯನ ವ್ಯಕ್ತಿತ್ವದತ್ತ ಬೊಟ್ಟು ಮಾಡುತ್ತದೆ. ಭೈರಪ್ಪ 'ಸುಳ್ಳುಗಳ ಸರದಾರ'ನಾದರೆ, ಹರಿಹರಪ್ರಿಯ ಇದುವರೆಗೆ ಚಿತ್ರಿಸಿದ ಚಿತ್ರಕ್ಕೆ ಮಸಿ ಬಳಿದ ಹಾಗಾಗುತ್ತದೆ. ಈ ಕುರಿತು ಅವರು ಎಲ್ಲೂ ಪ್ರಸ್ತಾಪಿಸುವುದಿಲ್ಲ. ಅವರಿಗೆ ಬೇಸರವಾಗಬೇಕಿತ್ತು. ಭೈರಪ್ಪ ಸುಳ್ಳುಗಾರ ಯಾವತ್ತಿನಿಂದ ಆದರು? ಹರಿಹರಪ್ರಿಯ ಈ ಹಿಂದಣ ಹನ್ನೆರಡೂ ಲೇಖನಗಳನ್ನು ಬರೆದಾಗ ಆಗಿರಲಿಲ್ಲವೇ? ಅಥವಾ ಹರಿಹರಪ್ರಿಯರು ಮೋಸಹೋಗಿದ್ದರೆ? ತಮ್ಮ ಅಭಿಪ್ರಾಯ ಕೇವಲ ಸಮ್ಮೇಳನದ ಅಧ್ಯಕ್ಷ ಭಾಷಣಕ್ಕೆ ಸಂಬಂಧಿಸಿದುದು ಎಂದು ಅವರು ಸಮಜಾಯಿಷಿ ನೀಡುವಂತಿಲ್ಲ, ಯಾಕೆಂದರೆ ಇದು ಮೋರಲ್ ಜಜ್‌ಮೆಂಟಿನ ಪ್ರಶ್ನೆ. ಯಾವುದೇ ಜಜ್‌ಮೆಂಟ್ ಜಜ್‌ನ ವ್ಯಕ್ತಿತ್ವವನ್ನೂ ಪ್ರಕಟಿಸುತ್ತದೆ ಎನ್ನುವುದನ್ನು ಮರೆಯಬಾರದು.

ಮಾತ್ರವಲ್ಲ, ನಿಂತ ನೀರಿನಂತಿರುವ ತತ್ವಶಾಸ್ತ್ರ, ಚಲನರಹಿತ ವೈದಿಕ ಸಿದ್ಧಾಂತ, ಪರಿಶುದ್ಧತೆಯ ಮೇಲಿನ ಅವಾಸ್ತವಿಕ ವಿಶ್ವಾಸ ಮುಂತಾದವುಗಳಿಗೇ ಭೈರಪ್ಪನವರು ಮತ್ತೆ ಮತ್ತೆ ಮರಳುತ್ತಿದ್ದು, ಅವರ ವಿಚಾರಗಳು ಪ್ರತಿಗಾಮಿಯಾಗಿರುವುದರ ಬಗ್ಗೆ ಹರಿಹರಪ್ರಿಯ ಇಲ್ಲಿ ಹೇಳುತ್ತಾರೆ. ಲೇಖಕರ ಈ ಕ್ರಿಟಿಕಲ್ ದೃಷ್ಟಿಕೋನ ಮೆಚ್ಚತಕ್ಕದ್ದೇ, ಹಾಗೂ ಭೈರಪ್ಪನವರ ಸಾಹಿತ್ಯವನ್ನು ಅರ್ಥಮಾಡಿಕೊಳ್ಳಲು ಸಹಕಾರಿಯಾಗುವಂಥದು. .ಆದರೆ ಈ ಹಿಂದಣ ಲೇಖನಗಳಲ್ಲಿ ಎಲ್ಲಿಯೂ ಯಾಕೆ ಈ ಮಾತು ಬರಲಿಲ್ಲ? ಅಲ್ಲಿ ಅವರು ಭೈರಪ್ಪನವರ ಸುಧಾರಣಾವಾದವನ್ನು ಕಾಣುತ್ತಾರೆ, ಅರ್ಥಾತ್ ಪುರೋಗಾಮಿ ದೃಷ್ಟಿಯನ್ನು. ಈ ವೈರುಧ್ಯ ಲೇಖಕರದೇ ವಿಶ್ವಾಸಾರ್ಹತೆಯನ್ನು ಪ್ರಶ್ನಿಸುವುದಿಲ್ಲವೇ? ನಾವು ಯಾವ ಹರಿಹರಪ್ರಿಯರನ್ನು ನಂಬಬೇಕು? ಅವರು ಭೈರಪ್ಪನವರಿಗೆ ಆರೋಪಿಸುವ 'ರಾಜಕೀಯ ಸಂಕಲ್ಪ ಶಕ್ತಿ'ಯನ್ನು ಹೇಗೆ ಅರ್ಥಮಾಡಬೇಕು? ಅದು ಹಿಂದೆ ಇರಲಿಲ್ಲವೇ?

ಭೈರಪ್ಪನವರು ಒಂದೆಡೆ ಹೇಳುತ್ತಾರೆ: "ನನ್ನ ಕೆಲವು ಕಾದಂಬರಿಗಳು ವ್ಯಕ್ತಿಕೇಂದ್ರಿತ ಅನ್ನಿಸಿದರೂ ಆ ಪಾತ್ರಗಳ ಸೋಲು ಗೆಲುವು ಅವರೊಬ್ಬರದೇ ಅಲ್ಲ, ಅವರು ಬದುಕುತ್ತಿರುವ ಸಾಮಾಜಿಕ, ರಾಜಕೀಯ ವ್ಯವಸ್ಥೆಯದು. ಆದ್ದರಿಂದ ಈಗಲೂ ಅವಕ್ಕೆ ಸಾಮಾಜಿಕ ಆಯಾಮ ಇದ್ದೇ ಇದೆ" ("ಇಷ್ಟೇ"ಯಲ್ಲಿ ಉದ್ಧರಿತ, 51).

ಭೈರಪ್ಪ ಸರ್, ಈ ಮಾತನ್ನು ನೀವು ಯಾಕೆ ಹೇಳುತ್ತಿದ್ದೀರಿ ಎನ್ನುವುದು ನಮಗೆ ಗೊತ್ತಾಗುತ್ತದೆ: ನೀವು ಅಸ್ತಿತ್ವವಾದಿ ಅಲ್ಲ ಎನ್ನುವುದಕ್ಕೆ. ಯಾಕೆಂದರೆ ಅಸ್ತಿತ್ವವಾದವನ್ನು ಪಾಶ್ಚಾತ್ಯ, ಅದನ್ನು ನೀವು ಒಪ್ಪುವುದಿಲ್ಲ. ಆದರೆ ತತ್ವಶಾಸ್ತ್ರವನ್ನು ಓದಿದ ನೀವು,

ಇಪ್ಪತ್ತನೆಯ ಶತಮಾನದ ಮೊದಲ ಭಾಗದಲ್ಲಿ ಥಾಳಾಗಿ ಬಂದ ಈ ಒಂದು ವೈಚಾರಿಕ ಪ್ರಣಾಳಿಕೆಯನ್ನು ವೈಯಕ್ತಿಕವಾಗಿ ತೆಗೆದುಕೊಂಡಂತೆ ಯಾಕೆ ದ್ವೇಷಿಸಬೇಕು? ಅಸ್ತಿತ್ವವಾದದ ಪ್ರಭಾವದಲ್ಲಿ ಬಂದ ಕತೆ ಕಾದಂಬರಿಗಳಲ್ಲಿ ಕೂಡ ವ್ಯಕ್ತಿ ಕೇವಲ ವ್ಯಕ್ತಿಯಲ್ಲ, ಸಾಮಾಜಿಕ ಸೃಷ್ಟಿ ಅಲ್ಲವೇ? ಉದಾಹರಣಗೆ, ಸಾರ್ತ್ರ್‌ವಿನ ರಾಕೆಂಟಿನ್ ("ನಾಸಿಯಾ"), ಕಮೂವಿನ ಮರ್ಸೋ ("ಔಟ್‌ಸೈಡರ್") ಮತ್ತು ಡಾಕ್ಟರ್ ರಿಯೋ ("ಪ್ಲೇಗ್"). ಇವರೆಲ್ಲ ಆಯಾ ಸಮಾಜದಲ್ಲಿ ಮೂಡಿಬಂದವರಲ್ಲವೇ? ಅವರ ವೈಯಕ್ತಿಕ ಆಯ್ಕೆಗಳು ಕೇವಲ ಅವರವೇ ಆಗಿದ್ದರೆ ಇತರರು ಯಾಕೆ ಅವುಗಳಲ್ಲಿ ಆಸಕ್ತಿ ವಹಿಸಬೇಕು? ವ್ಯಕ್ತಿಯೊಬ್ಬ ಕೇವಲ ವ್ಯಕ್ತಿಯಾಗಿರುವುದು ಸಾಧ್ಯವೇ? ನೀವು ಅಸ್ತಿತ್ವವಾದವನ್ನು ಅರ್ಥ ಮಾಡಿಕೊಂಡದ್ದು ಹಾಗೆಯೇ? ವಾಸ್ತವದಲ್ಲಿ ಭಾರತದ ಸನ್ಯಾಸಿಗಳು ಹಾಗೂ ಅಧ್ಯಾತ್ಮವಾದಿಗಳಷ್ಟು ವ್ಯಕ್ತಿವಾದಿಗಳು ಬೇರೆ ಇಲ್ಲ. ಅವರಿಗೆ ತಮ್ಮ ಮೋಕ್ಷದ ಬಗ್ಗೆ ಮಾತ್ರವೇ ಕಾಳಜಿ ಇದ್ದುದು.

ಮನುಷ್ಯನ ಮೂಲಭೂತವಾದ 'ಅಸ್ತಿತ್ವ', 'ಸ್ವಾತಂತ್ರ್ಯ', 'ಆಯ್ಕೆ' ಇತ್ಯಾದಿಗಳ ಕುರಿತು ಜಿಜ್ಞಾಸೆ ನಡೆಸುವ ಅಸ್ತಿತ್ವವಾದದ ಕುರಿತು ನಿಮಗೆ ನಿಜಕ್ಕೂ ಒಬ್ಬ ತತ್ವಶಾಸ್ತ್ರಜ್ಞನಾಗಿ ಸಮಚಿತ್ತದ ನಿಲುವು ಇರಬೇಕಿತ್ತು. ಯಾಕೆಂದರೆ ಈ ಮೂಲಭೂತ ಪ್ರಶ್ನೆಗಳು ಬೇರೆ ಬೇರೆ ರೀತಿಗಳಲ್ಲಿ ಜನಸಾಮಾನ್ಯರನ್ನು ಬಾಧಿಸುತ್ತಲೇ ಬಂದಿವೆ– ಅವರು ಯಾವ ದೇಶದವರಾಗಿದ್ದರು ಕೂಡ. ಇವು ಕೆಲವು ಕಾಲಘಟ್ಟಗಳಲ್ಲಿ ಪ್ರಖರ ವಾಗಿರುತ್ತವೆ. ಅಸ್ತಿತ್ವವಾದ ಇದನ್ನೊಂದು ಸಿದ್ಧಾಂತವಾಗಿ ಹೊರ ಹೊಮ್ಮಿಸಿತು, ಅಷ್ಟೆ.

ಸಮಕಾಲೀನ ಕನ್ನಡ ಲೇಖಕರ ಬಗ್ಗೆ ನಿಮಗೆ ಹಲವು ರೀತಿಯ

ಅಸಮಾಧಾನಗಳಿವೆ: ಅವರಿಗೆ ತತ್ವಜ್ಞಾನ ಗೊತ್ತಿಲ್ಲ ಎನ್ನುತ್ತೀರಿ. ನಿಮಗೆ ಗೊತ್ತಿದೆ ಎನ್ನುವ ಕಾರಣಕ್ಕೆ? ನಿಜ, ಎಲ್ಲರಿಗೂ ನಿಮ್ಮಂತೆ ಎಕಡೆಮಿಕ್ ತತ್ವಜ್ಞಾನ ಗೊತ್ತಿಲ್ಲ. ಶಿವರಾಮ ಕಾರಂತರಿಗೂ ಗೊತ್ತಿರಲಿಲ್ಲ. ಗೊತ್ತಿದ್ದರೆ ಚೆನ್ನಾಗಿರುತ್ತಿತ್ತು ನಿಜ. ಅದೇ ರೀತಿ ಚರಿತ್ರೆ, ಭೂಗೋಳ, ಸಸ್ಯಶಾಸ್ತ್ರ, ಜೀವವಿಜ್ಞಾನ – ಎಲ್ಲವೂ ಗೊತ್ತಿದ್ದಷ್ಟು ಲೇಖಕನಿಗೆ ಅನುಕೂಲವೇ. ಆದರೆ ಅವನ್ನೆಲ್ಲ ಎಕಡೆಮಿಕ್ ಆಗಿ ಕಲಿಯದೆಯೇ, ಅಲ್ಪ ಸ್ವಲ್ಪ ಜ್ಞಾನ ದಿಂದಲೇ ಒಳ್ಳೆಯ ಕೃತಿಗಳನ್ನು ರಚಿಸಿದವರಿದ್ದಾರಲ್ಲ? ಎಲ್ಲವನ್ನೂ ಓದಿ, ಕಲಿತು ಕಾದಂಬರಿ ಬರೆದವರು ಯಾರಾದರೂ ಇದ್ದಾರೆಯೇ?

ಇನ್ನು ತತ್ವಜ್ಞಾನ ಎಂದರೇನು? ಕೆಲವೊಂದು ಮೂಲಭೂತ ವಿಷಯಗಳ ಕುರಿತು ಆಳವಾದ, ತರ್ಕಬದ್ಧವಾದ ಚಿಂತನೆಯೇ ಅಲ್ಲವೇ? ಅದು ನಮ್ಮದು ಇತರರದು ಎಂದಿದೆಯೇ?

ಇನ್ನು ಈ 'ನವ್ಯ'ದ ಕುರಿತು ತಕರಾರೇನು? ನವ್ಯ ಎಂದರೆ ಹೊಸತು. ಸಾಹಿತ್ಯ ಎಂದೂ ಇದ್ದಂತೆ ಇರುವುದು ಸಾಧ್ಯವಿಲ್ಲ. ಈ ವಿಶಾಲ ಅರ್ಥದಲ್ಲಿ ಭೈರಪ್ಪ ಕೂಡ ನವ್ಯರೇ. ಸಮಾಜಕ್ಕೆ ತನ್ನತನ ಬೇಕು, ಹೊರಗಿನಿಂದ ಕೊಳ್ಳುವುದೂ ಬೇಕು; ಸ್ಥಿರತೆ ಬೇಕು, ಚಲನಶೀಲತೆಯೂ ಬೇಕು. ಹಿಂದೆ ನೋಡುವಂತೆ ನಾವು ಮುಂದೆಯೂ ನೋಡಬೇಕು. ಇದನ್ನೆಲ್ಲ ಭೈರಪ್ಪನವರಿಗೆ ಹೇಳುವ ಅಗತ್ಯವಿಲ್ಲ. ನವ್ಯದ ಅತಿರೇಕಗಳನ್ನಷ್ಟೆ ಅವರು ಎತ್ತಿ ತೋರಿಸಿದ್ದಾರೆ ಎಂದು ನಾನು ಅಂದುಕೊಳ್ಳುತ್ತೇನೆ.

ನವ್ಯ ಎಂದರೆ ಮಾಡರ್ನಿಸಂ. ಇದೀಗ ಪೋಸ್ಟ್– ಮಾಡರ್ನಿಸಮಿಗೆ ಎಡೆಮಾಡಿದೆ. ಈ ಎಲ್ಲ ಕೆಟಗರಿಗಳನ್ನೂ ನಾವು ಸಾಕಷ್ಟು ಮಾರ್ಜಿನ್ ಕೊಟ್ಟೇ ಅರ್ಥಮಾಡಿಕೊಳ್ಳಬೇಕಾಗುತ್ತದೆ.

ಮಾಡರ್ನಿಸಂ ವಿಶ್ವವನ್ನೊಂದು ಘಟಕವಾಗಿ ತೆಗೆದುಕೊಳ್ಳುತ್ತದೆ; ವಿಜ್ಞಾನ, ತಂತ್ರಜ್ಞಾನ, ವ್ಯಕ್ತಿಸ್ವಾತಂತ್ರ್ಯ ಮತ್ತು ವೈಚಾರಿಕತೆಗೆ ಒತ್ತು ಕೊಡುತ್ತದೆ. ಪ್ರಜಾಪ್ರಭುತ್ವ, ಸಮಾನತೆ ಇತ್ಯಾದಿ ಪರಿಕಲ್ಪನೆಗಳು ಮಾಡರ್ನಿಸಮಿನ ಭಾಗವೇ. ಆದರೆ ಮನುಷ್ಯಜೀವನಕ್ಕೆ ಪ್ರಾದೇಶಿಕತೆ, ಬಹುಳತ್ವ, ಭಾವನಾತ್ಮಕ ಸಂಬಂಧಗಳೇ ಮುಂತಾದವು ಕೂಡ ಮುಖ್ಯ ಎನ್ನುವ ಅರಿವು ಪೋಸ್ಟ್–ಮಾಡರ್ನಿಸಂ ಆಗುತ್ತದೆ. ಪ್ರಾದೇಶಿಕತೆ, ದೇಶೀಯತೆ ಮತ್ತು ಅಂತರ್ದೇಶೀಯತೆಗಳನ್ನು ಹೇಗೆ ಒಟ್ಟಿಗೆ ಕೊಂಡೊಯ್ಯಬೇಕು ಎನ್ನುವುದು ನಮ್ಮ ಈಗಿನ ಒಂದು ಸಮಸ್ಯೆಯಾಗಿದೆ. ಈ ಸಮಸ್ಯೆಗೆ ಬೇರೆ ಬೇರೆ ರೂಪಗಳಿವೆ. ಉದಾ: ಭಾಷೆಗೆ ಸಂಬಂಧಿಸಿ. ಮನುಷ್ಯಸಮಾಜ ಮುಂದುವರಿಯುತ್ತಿದ್ದಂತೆ ನಾವು ಎಷ್ಟೊಂದು ವಿಧಗಳಲ್ಲಿ ಇತರರ ಮೇಲೆ ಅವಲಂಬಿತರಾಗಿದ್ದೇವೆ ನೋಡಿ. ಹೀಗಿರುತ್ತ ಯಾವುದನ್ನೂ ಸುಲಭವಾಗಿ ನಿರಾಕರಿಸುವಂತಿಲ್ಲ. ಎಲ್ಲವನ್ನೂ ಬಿಟ್ಟ ಯತಿಗಳು ಕೂಡ ಊಟಕ್ಕೆ ಗೃಹಸ್ಥರನ್ನು ಅವಲಂಬಿಸುತ್ತಿದ್ದರು. ಕುಮಾರವ್ಯಾಸಭಾರತದಲ್ಲಿ ಯತಿಯೊಬ್ಬ ಅರಮನೆಗೆ ಬಂದು ನೇರ ಆರೋಗಣೆಯ ಮನೆಯನ್ನು ಪ್ರವೇಶಿಸುತ್ತಾನೆ!

ನಾವು ವಿದೇಶೀ ಎಂದು ನಿರಾಕರಿಸುತ್ತ ಬಂದರೆ ಇರಲು ಜಾಗವಿಲ್ಲದಾಗುತ್ತದೆ. ಮೂಲವನ್ನು ಹುಡುಕುತ್ತ ಹೋದರೆ "ವಂಶವೃಕ್ಷ"ದ ಶ್ರೋತ್ರಿಯಂತಾಗುತ್ತೇವೆ. ನಮ್ಮ ದಿನಬಳಕೆಯ ಹಲವಾರು ಸಂಗತಿಗಳು ಎಲ್ಲಿಂದ ಬಂದುವು ಎನ್ನುವುದೇ ನಮಗೆ ಗೊತ್ತಿಲ್ಲ. ನಮ್ಮ ಕನ್ನಡಕ ಎಲ್ಲಿಂದ ಬಂತು? ಕಾಗದ ಎಲ್ಲಿಂದ ಬಂತು? ಹೋಗಲಿ, ಈಚೆಗೆ ನಾವು ಬಳಸುವ ಝಿಪ್ ಎಲ್ಲಿಂದ ಬಂತು?

ದೇವರಿಗೇ ಗೊತ್ತು. ಭೈರಪ್ಪ ಸರ್ ಆದರೂ ಈ ಪ್ರಶ್ನೆಗಳನ್ನು ದಿನವೂ ಕೇಳಲಾರರು, ಯಾರೂ ಕೇಳುವುದಿಲ್ಲ; ಬೇಕಾದ್ದನ್ನು ಬಳಸುತ್ತೇವೆ, ಅದು ವೈರಿಯದೇ ಆದರೂ.

ಇನ್ನು ಶುದ್ಧತೆಯ ಪ್ರಶ್ನೆ. ಭೈರಪ್ಪ ಸರ್ ಅವರು ಭಾರತೀಯ ತತ್ವಜ್ಞಾನವನ್ನು ಅದರ ಸಂಸ್ಕೃತ ಮೂಲದಿಂದಲೇ ಕಲಿತುಕೊಂಡರೇ? ಇಂಗ್ಲಿಷ್ ಅನುವಾದಗಳನ್ನು ಬಳಸಲೇ ಇಲ್ಲವೇ? ತತ್ವಜ್ಞಾನದ ಪಾಠವನ್ನು ಯಾವ ಭಾಷೆಯಲ್ಲಿ ಮಾಡಿದರು? ಇನ್ನು ಪರಿಶುದ್ಧತೆ ಎಲ್ಲಿ ಉಳಿಯಿತು? ಇಂಗ್ಲಿಷ್‌ನ 'ನೇಶನ್' ಎನ್ನುವ ಪದಕ್ಕೆ ಭಾರತೀಯ ಭಾಷೆಗಳಲ್ಲಿ ಪದವೇ ಇಲ್ಲ ಎನ್ನುತ್ತಾರೆ ರವೀಂದ್ರನಾಥ ಟಾಗೂರರು; ಅದೇ ರೀತಿ 'ಧರ್ಮ' ಎಂಬ ಪದಕ್ಕೆ ಇಂಗ್ಲಿಷ್‌ನಲ್ಲಿ ಪರ್ಯಾಯವೂ ಇಲ್ಲ. ಆದರೂ ನಾವು ಹೇಗೋ ಸುಧಾರಿಸಿಕೊಂಡು ಹೋಗುತ್ತೇವೆ. ಅದಲ್ಲದೆ ಪರಿಪೂರ್ಣ ಅರ್ಥವಾಗಲಿ ಶುದ್ಧತೆಯಾಗಲಿ ಮನುಷ್ಯರಿಗೆ ಎಂದೂ ದಕ್ಕುವುದಿಲ್ಲ. ಅದಕ್ಕೆ ಕಾದು ಕುಳಿತಿದ್ದರೆ ಆನಂದ ಕುಮಾರಸ್ವಾಮಿಯಾಗಲಿ, ಮ್ಯಾಕ್ಸ್ ಮುಲ್ಲರ್ ಆಗಲಿ ಪೆನ್ನನ್ನೇ ಮುಟ್ಟುತ್ತಿರಲಿಲ್ಲ.

ಜಗತ್ತು ಬಹಳಷ್ಟು ಬದಲಾಗಿದೆ. ಈ ಬದಲಾವಣೆಯನ್ನು ಯಾರೊಬ್ಬನೂ ಮಾಡಿದುದಲ್ಲ, ಯಾವೊಂದು ಜನಾಂಗವೂ ಅಲ್ಲ. ಇಂದು ದೇವರೇ ಇಲ್ಲದಾಗಿದ್ದಾನೆ. ಅಧ್ಯಾತ್ಮಕ್ಕೆ ದೇವರು ಬೇಡ ಎನ್ನುತ್ತಾರೆ ಭೈರಪ್ಪನವರು. ಆತ್ಮವಾದರೂ ಬೇಕಲ್ಲ? ಆತ್ಮವೂ ಹೊರಟುಹೋಗಿದೆ. ಬೇಡ, ಆತ್ಮವೂ ಬೇಡ, ಅಧ್ಯಾತ್ಮವೆಂದರೆ ಬರೇ ಸ್ಪಿರಿಚುವಾಲಿಟಿ ಎನ್ನಬಹುದು. ಸ್ಪಿರಿಚುವಾಲಿಟಿ ಎಂದರೇನು ಎಂಬ ಪ್ರಶ್ನೆ ಬರುತ್ತದೆ. ಋಜು ಜೀವನ? ಇದೆಲ್ಲಾ ಏನೇ ಆದರೂ....

ಹೋಗಲಿ ಬಿಡಿ. ಈವತ್ತು (ಈವತ್ತಿಗೂ) ನಮ್ಮ ದೇಶದಲ್ಲಿ ಜನಸಾಮಾನ್ಯರ ಜೀವನವನ್ನು ಆಳುವುದೇನು ಎಂದು ವಿಚಾರಿಸಿದರೆ ಒಂದು ದೊಡ್ಡ ಪಟ್ಟಿಯನ್ನೇ ಮಾಡಬಹುದು:

ಕರ್ಮ ಸಿದ್ಧಾಂತ
ಜಾತೀಯತೆ
ಪರಲೋಕ ಕಲ್ಪನೆ
ಜನ್ಮ ಜನ್ಮಾಂತರ
ಸೃಷ್ಟಿವಾದ (ವಿಕಾಸವಾದವಲ್ಲ)
ಜಾತಕ
ಜ್ಯೋತಿಷ್ಯ
ಹೋಮ ಹವನ, ವ್ರತ, (ಪ್ರಾಣಿ) ಬಲಿ
ವರ್ಣಧರ್ಮ, ಅಸ್ಪೃಶ್ಯತೆ
ಮಂತ್ರ ಮಾಟ
ಶಾಪ, ವರ
ಗುರುವಿನ ಗುಲಾಮನಾಗುವಿಕೆ
ಅಂಧಾನುಕರಣೆ, ಅಂಧವಿಶ್ವಾಸ
ಸ್ತ್ರೀ ಶೋಷಣೆ
ಬಹುಪತ್ನಿತ್ವ
ಉಪಪತ್ನಿ ಪದ್ಧತಿ
ದೇವದಾಸಿ ಪದ್ಧತಿ
ಸೂಳೆಗಾರಿಕೆ
ಬಾಲ್ಯವಿವಾಹ

ಸತಿ
ವಿಧವಾ ಮುಂಡನ
ವಿಧವಾವಿವಾಹ ನಿಷೇಧ
ವರದಕ್ಷಿಣೆ
ಪುತ್ರೋತ್ಸವ ಸಂಭ್ರಮ (ಲಿಂಗ ತಾರತಮ್ಯ)
ಹರಕೆ
ದೇವನಾಮಸ್ಮರಣೆ (ಯಾಂತ್ರಿಕ)
ಭೂತ ಪ್ರೇತಗಳಲ್ಲಿ ನಂಬಿಕೆ
ಶಕುನ
ಸಾವಿರಾರು ಮೂಢನಂಬಿಕೆಗಳು

ಈ ಪಿಡುಗುಗಳು ಯಾವುವೂ ವಿದೇಶಗಳಿಂದ ಬಂದಂಥವು ಅಲ್ಲ, ನಮ್ಮ ದೇಶದಲ್ಲೇ ಅದೆಷ್ಟೋ ವರ್ಷಗಳಿಂದ ಆಚರಣೆಗೆ ಬಂದಂಥವು. ಯಾವ ಪುರಾತನ ಅಧ್ಯಾತ್ಮವಾದಿಯೂ ಇವುಗಳ ವಿರುದ್ಧವಾಗಿ ಯಾಕೆ ದನಿಯೆತ್ತಲಿಲ್ಲ? ಸಂತತಿಗಾಗಿ ನಿಯೋಗ ಪದ್ಧತಿಯನ್ನು ಶಿಫಾರಸು ಮಾಡಿದವರಿದ್ದರು – ಅದರಲ್ಲಿ ತಮ್ಮ ಸಂತತಿಯನ್ನು ಬೆಳೆಸುವ ಸ್ವಾರ್ಥವಿತ್ತು; ಆದರೆ ಅನಾಥ ಮಗುವನ್ನು ತಂದು ತನ್ನದಾಗಿ ಸಾಕಿದ ಉದಾಹರಣೆ ಬಹಳ ಅಪರೂಪ. (ಬಹುಶಃ ಸೀತೆ, ಕರ್ಣ ಇದಕ್ಕೆ ಅಪವಾದವಿರಬಹುದು.) ದಶರಥ ಮಾಡಿದ್ದು ಪುತ್ರಕಾಮೇಷ್ಠಿಯನ್ನು, ಬಯಸಿದ್ದು ಪುತ್ರರನ್ನಲ್ಲದೆ ಪುತ್ರಿಯರನ್ನಲ್ಲ. ಆ ಕಾಲ ಹಾಗಿತ್ತು ಎಂದು ನಾವು ಜಾರಿಕೊಳ್ಳುವಂತಿಲ್ಲ, ಎಲ್ಲ ಕಾಲದಲ್ಲೂ ಅದೇ ಮನೋಧರ್ಮವನ್ನು ಕಾಣುತ್ತೇವೆ. ಅದನ್ನು ಯಾಕೆ ಯಾವ ಧರ್ಮಜ್ಞರೂ ಬದಲಿಸುವುದಕ್ಕೆ ಹೋಗಲಿಲ್ಲ, ಬದಲು ಪೋಷಿಸುತ್ತಲೇ

ಬಂದರು? ಭೈರಪ್ಪ ಸರ್ ತೆಗೆದುಕೊಂಡ ಎಜೆಂಡಾದಿಂದ ಇದೆಲ್ಲ ಸರಿಹೋಗುತ್ತದೆಯೇ?

ಈಗ ದೇಶದಲ್ಲಿ ಹಲವರ ಮನಸ್ಸು ಬದಲಾಗಿದೆ ಎನ್ನುವುದು ನಿಜ: ಮೇಲೆ ಹೇಳಿದ ಪಿಡುಗುಗಳಲ್ಲಿ ಬಹಳಷ್ಟನ್ನು ಬಹಳ ಜನ ಒಂದೋ ಬಿಟ್ಟಿದ್ದಾರೆ, ಇಲ್ಲವೇ ಪ್ರಶ್ನಿಸುತ್ತಿದ್ದಾರೆ. ಆದರೆ ಅದೆಲ್ಲ ಈಚೆಗೆ ಭಾರತ ಹೊರ ಸಂಸ್ಕೃತಿಗಳ ಸಂಪರ್ಕಕ್ಕೆ ಬಂದ ಮೇಲೆ ಆದ ಬೆಳವಣಿಗೆಗಳು. ಪುರೋಗಾಮಿ ಧೋರಣೆಯ ವಿದ್ಯಾಭ್ಯಾಸ, ನೈತಿಕ ಶಿಕ್ಷಣ ಮತ್ತು ವಿಶನ್ ಇರುವ ನಾಯಕತ್ವ ಇಲ್ಲದೆ ಈ ದೇಶ ಮುಂದುವರಿಯುವುದು ಸಾಧ್ಯವಿಲ್ಲ. ಅದಕ್ಕೆ ಭೈರಪ್ಪ ಸರ್ ಅವರ ಕೃತಿಗಳು ಕೊಡುಗೆಯಿತ್ತರೆ ಎಲ್ಲರಿಗೂ ಸಂತೋಷವೇ. ಆದರೆ ಕೇವಲ ಅಧ್ಯಾತ್ಮದಿಂದ, ವೇದ ಉಪನಿಷತ್ತುಗಳನ್ನು ಓದುವುದರಿಂದ ಇದು ಕೈಗೂಡೀತೆಂದು ನನಗೆ ಅನಿಸುವುದಿಲ್ಲ. ನಮ್ಮ ವಿದ್ಯಾರ್ಥಿಗಳು ಎಲ್ಲವನ್ನೂ ಓದಬೇಕು, ವೇದೋಪನಿಷತ್ತುಗಳ ಸಹಿತ ಇತರ ಅನೇಕ ಗ್ರಂಥಗಳನ್ನು ಸಹಾ. ಕೆಲವೊಮ್ಮೆ ಒಂದೆಡೆ ಸಿಕ್ಕದ್ದು ಇನ್ನೊಂದೆಡೆ ಸಿಗುತ್ತದೆ. ಈ ಸ್ವದೇಶಿ – ವಿದೇಶಿ ಡಿವೈಡನ್ನು ಬಿಟ್ಟರೆ ಮಾತ್ರ ಮನಸ್ಸು ವಿಶಾಲವಾಗುವುದು, ಅದಕ್ಕೆ ಬೆಳಕು ಬರುವುದು ಸಾಧ್ಯ. ಇಲ್ಲದಿದ್ದರೆ ಅದು ಕೂಪದಲ್ಲಿ ಬೀಳುತ್ತದೆ. ಒಂದು ವೇಳೆ, ವೇದೋಪನಿಷತ್ತುಗಳು ಬರುವ ಕಾಲಕ್ಕೆ ಜನ ಅವುಗಳನ್ನು ಬರಗೊಡಲು ಬಿಡದೆ ಇದ್ದಿದ್ದರೆ ಏನಾಗುತ್ತಿತ್ತು. ಹೊಸ ಜ್ಞಾನಗಳೂ ಹಾಗೆಯೇ, ಬರಲು ಬಿಡಿ, ಒಳಿತಿದ್ದರೆ ಸ್ವಾಗತಿಸಿ.

ಋಷಿಮೂಲ, ನದೀಮೂಲ, ಸ್ತ್ರೀಮೂಲ ಹುಡುಕದಿರುವಂತೆ, ಜ್ಞಾನಮೂಲವನ್ನೂ ಹುಡುಕದಿರಿ. ಒಂದು ಕೋಟಿ ರಾಮನಾಮ

ಜಪಿಸುವುದಕ್ಕಿಂತ ಎಚ್. ಜಿ. ವೆಲ್ಸ್‌ನ "ದ ಔಟ್‌ಲೈನ್ ಆಫ್ ಹಿಸ್ಟರಿ" ಒಮ್ಮೆ ಓದುವುದು ಒಳ್ಳೆಯದು; ಹಾಗೂ ನಾಲ್ಕು ವೇದಗಳು ಕೊಡುವ ಜ್ಞಾನಕ್ಕಿಂತ ಹೆಚ್ಚಿನದನ್ನು ಜಾರೆಡ್ ಡಯಮಂಡ್‌ನ "ಗನ್ಸ್, ಜರ್ಮ್ಸ್, ಏಂಡ್ ಸ್ಟೀಲ್" ಕೊಡಬಲ್ಲುದು. ವೆಲ್ಸ್ ಬ್ರಿಟಿಷ್, ಡಯಮಂಡ್ ಅಮೇರಿಕನ್. ರಾಮನಾಮ ಜಪಿಸುವುದು ಬೇಡ, ವೇದಗಳನ್ನು ಓದುವುದು ಬೇಡ ಎಂದು ನಾನು ಖಂಡಿತಾ ಹೇಳುವುದಿಲ್ಲ, ಆದರೆ ಅಷ್ಟಕ್ಕೇ ಸೀಮಿತರಾಗಬೇಡಿ ಎನ್ನುತ್ತಿದ್ದೇನೆ. ಓದುವುದಕ್ಕೆ, ತಿಳಿಯುವುದಕ್ಕೆ ಎಷ್ಟೊಂದು ಹೊಸ ಸಂಗತಿಗಳಿವೆ! ಅದು ಬಿಟ್ಟು ಇದ್ದಲ್ಲೇ ಗಿರಕಿ ಹೊಡೆಯುವುದರಿಂದ ಏನು ಬಂತು? ಇದುವರೆಗೆ ಓದದ್ದನ್ನು ಓದಿರಿ, ತಿಳಿಯದ್ದನ್ನು ತಿಳಿಯಿರಿ. ಅದು ನಿಮ್ಮ ಮನಸ್ಸಿಗೆ ಘನತೆಯನ್ನು ತರುತ್ತದೆ, ಮತ್ತು ಶೋಭೆಯನ್ನು.

ಕ್ಷಮಿಸಿ, ಈ ಮಾತನ್ನು ನಾನು ಭೈರಪ್ಪ ಸರ್‌ಗೆ ಹೇಳುತ್ತಿಲ್ಲ, ಅಂಥ ಧಾರ್ಷ್ಟ್ಯ ನನಗಿಲ್ಲ, ಹರಿಹರಪ್ರಿಯರಿಗೂ ಹೇಳುತ್ತಿಲ್ಲ, ನನ್ನ ಯುವ ಓದುಗರಿಗೆ ಹೇಳುತ್ತಿದ್ದೇನೆ, ವಯಸ್ಸಿನ ಸಲಿಗೆಯಿಂದ!

ಹೈದರಾಬಾದ್ **ಕೆ. ವಿ. ತಿರುಮಲೇಶ್**

"ವಾಸ್ತವಾಂಶವೆಂದರೆ : ಇತಿಯಾಸದುದ್ದಕ್ಕೂ ಮಾನವ ಕುಲದ ಪ್ರಗತಿಯಾಗಿರುವುದು ಸತ್ಯದಿಂದ. ಪ್ರತಿಯೊಂದು ಕಾಲದಲ್ಲೂ ಪ್ರತಿಯೊಂದು ಯುಗದಲ್ಲೂ ಜೀವನದ ಅರ್ಥವನ್ನು ಹುಡುಕಲು ಸಾಹಿತಿ, ತತ್ತ್ವಶಾಸ್ತ್ರಜ್ಞ, ವಿಜ್ಞಾನಿ, ಇತಿಹಾಸಕಾರ ಮೊದಲಾಗಿ ಹಲವರು ಪ್ರಯತ್ನಿಸುತ್ತಲೇ ಇರುತ್ತಾರೆ.ಹೊಸ ಸತ್ಯಕ್ಕೆ ಅನುಗುಣವಾಗಿ ಪರಿಸರ, ವ್ಯಕ್ತಿ ಮತ್ತು ಸಮಾಜಗಳನ್ನು ಬದಲಿಸಬೇಕೆಂದು ಕೆಲವೊಮ್ಮೆ ಈ ಸತ್ಯದ ಆವಿಷ್ಕರ್ತರು, ಬಹುವೊಮ್ಮೆ ಇತರರು ಕ್ರಿಯಾಶೀಲರಾಗುತ್ತಾರೆ. ಸಮಾಜವು ಪರಿವರ್ತಿಸು ತ್ತಿರುವುದು ಹೀಗೆ. ಜೀವನದ ಅರ್ಥವನ್ನು, ಸತ್ಯವನ್ನು, ಶೋಧಿಸುವ ಪ್ರತಿಯೊಂದು ಸಾಹಿತ್ಯ ಕೃತಿಯೂ ವೈಚಾರಿಕ ಪ್ರಗತಿಗೆ, ಸಂವೇದನೆಯ ಬದಲಾವಣೆಗೆ ಪರ್ಯಾಯ ವಾಗಿ ಕಾರಣವಾಗಿರುತ್ತದೆ. ನಮಗೆ ಪ್ರಗತಿ ಬೇಕು, ಸತ್ಯ ಬೇಡ ಎನ್ನುವುದು ಇಂಗ್ಲಿಷಿನ ಗಾದೆಯ ಮಾತಿನಂತೆ ಕುದುರೆಯ ಮುಂಬದಿಗೆ ಗಾಡಿಯನ್ನು ನಿಲ್ಲಿಸಿ, ಅನಂತರ ಗಾಡಿ ಚಲಿಸಲಿಲ್ಲವೆಂದು ಕುದುರೆಯ ಮೇಲೆ ಕೋಪಿಸಿಕೊಳ್ಳುವ ಅವಿವೇಕಿಯ ಕೆಲಸವಾಗುತ್ತದೆ."

ಎಸ್. ಎಲ್. ಭೈರಪ್ಪ, ನಾನೇಕೆ ಬರೆಯುತ್ತೇನೆ (1980)

1

ಭೈರಪ್ಪ V/S ಬೌದ್ಧಧರ್ಮ

ಬೌದ್ಧಧರ್ಮವನ್ನೇ ಕುರಿತು ಅಲ್ಲದಿದ್ದರೂ, ಬೌದ್ಧಧರ್ಮ ಕ್ರಿ ಶ. 7, 8, 9ನೇ ಶತಮಾನ ಕಾಲಕ್ಕೆ ಭಾರತದಲ್ಲಿ ತಲುಪಿದ ಸ್ಥಿತಿಯನ್ನು ಒಂದು ಭಾಗವಾಗಿಸಿಕೊಂಡು ಬರೆದ ಕಾದಂಬರಿಯೇ ಭೈರಪ್ಪನವರ 'ಸಾರ್ಥ' (1998).

ಹೀಗೆ, ಹಾಗೂ ಬೌದ್ಧಧರ್ಮವನ್ನೇ ಕುರಿತು ನೇರವಾಗಿ ಸೃಜನಶೀಲ ಕೃತಿಗಳನ್ನು ಕನ್ನಡದಲ್ಲಿ ಬರೆದವರು ಬಹಳರು ಇಲ್ಲ. ಗೋವಿಂದ ಪೈ, ದೇವುಡು, ಸತ್ಯಕಾಮ, ಶಂಕರ ಮೊಕಾಶಿ ಪುಣೇಕರ – ಅಂತಹ ಕೆಲ ಸಂಸ್ಕೃತ ಭಾಷಾ – ಸಾಹಿತ್ಯ ಕೋವಿದರು; ಕಾವ್ಯ, ಕಾದಂಬರಿಗಳನ್ನು ಬರೆದಿದ್ದಾರೆ. ಬುದ್ಧನ ಚರಿತ್ರೆ, ವೈದಿಕ–ಪುರಾಣ ಚರಿತ್ರೆಗಳನ್ನು ಆಧರಿಸಿಯೇ ಅವರೂ ಬರೆದಿದ್ದಾರೆ, ನಿಜ. ಆದರೆ ತತ್ತ್ವಶಾಸ್ತ್ರ, ಇತಿಹಾಸ, ಸಾಂಸ್ಕೃತಿಕ ನೆಲೆಗಟ್ಟಿನ ಮೇಲೆಯೇ ಸೃಜನಶೀಲ ಕೃತಿರಚನೆ ಮಾಡಿದವರು (ಪುಣೇಕರನ್ನು ಹೊರತುಪಡಿಸಿ) ನನ್ನ ತಿಳುವಳಿಕೆಗೆ ಭೈರಪ್ಪನವರೇ,

ಈಗಾಗಲೇ 'ಸಾರ್ಥ' ಕಾದಂಬರಿ ಕುರಿತು ಕನ್ನಡದಲ್ಲಿ, ಮರಾಠಿಯಲ್ಲಿ ವಿಮರ್ಶಕರು, ವಿದ್ವಾಂಸರು ತುಂಬಾ ಗಂಭೀರವಾದ ಬರವಣಿಗೆ ನಡೆಸಿದ್ದಾರೆ. ಅವುಗಳಲ್ಲಿ ನನಗೆ ಮುಖ್ಯ ಅನಿಸಿದವು: ಕೆ. ಜಿ. ನಾಗರಾಜಪ್ಪ ಅವರು ಬರೆದ 'ಸಾರ್ಥ – ಒಂದು ತಾತ್ವಿಕ ಚಿಂತನೆ' (2002), ಎಚ್. ಎ. ವಾಸುಕಿ ಅವರು ಬರೆದ 'ಡಾ॥ ಎಸ್. ಎಲ್.

ಭೈರಪ್ಪನವರ ಕಾದಂಬರಿಗಳಲ್ಲಿ ರಾಜಕೀಯ ಇತಿಹಾಸ' (2013), ವಿರೂಪಾಕ್ಷ ಕುಲಕರ್ಣಿ ಅವರು ಕನ್ನಡಕ್ಕೆ ಅನುವಾದಿಸಿದ ಉಮಾ ವಿ.ಕುಲಕರ್ಣಿ ಅವರು ಸಂಪಾದಿಸಿದ 'ಭೈರಪ್ಪನವರ ಸಾಹಿತ್ಯ – ಮರಾಠಿಯ ವಿಮರ್ಶೆ' ಕೃತಿಯ (2014) ಚಂದ್ರಕಾಂತ ಬಾಂದಿವಡೇಕರ ಹಾಗೂ ವಿಜಯಾ ಜಯಂತದೇವರ ಅವರ ಲೇಖನಗಳು.

ಇಷ್ಟಾಗಿ, ನಾನು ಇಲ್ಲಿ ವಿಶ್ಲೇಷಣೆಗೆ ಎತ್ತಿಕೊಂಡಿರುವುದು, 'ಸಾರ್ಥ' ಕಾದಂಬರಿ ಕುರಿತೇ ಅಲ್ಲ. 'ಸಾರ್ಥ' ಕಾದಂಬರಿಯಲ್ಲಿ ಬರುವ ಹಾಗೂ ಭೈರಪ್ಪನವರು ತಮ್ಮ ವಿಚಾರ–ವಿಮರ್ಶೆಯ ಬರವಣಿಗೆಯಲ್ಲಿ ಚರ್ಚಿಸುವ ಬೌದ್ಧಧರ್ಮ ಕುರಿತ ಗ್ರಹಿಕೆ ಕುರಿತು ಮಾತ್ರವೇ.

ಬೌದ್ಧಧರ್ಮ, ವೈದಿಕಧರ್ಮ, ಧರ್ಮ ಎಂದೆಲ್ಲ ಪರಿಗಣಿಸುವು ದಾದರೆ ಮ್ಲೇಚ್ಛ ಧರ್ಮ ಕುರಿತೂ 'ಸಾರ್ಥ' ಕಾದಂಬರಿಯ ಯಾವೆಲ್ಲ ಹಂತಗಳಲ್ಲಿ ತನ್ನನ್ನು ತೆರೆದುಕೊಳ್ಳುತ್ತದೆ ಎಂಬುದು ಆತಂಕಕಾರಿ ಸಂಗತಿಯೇ ಆಗಿದೆ. ಆ ಅರಿವು ತಂದುಕೊಡುವುದೇ ಕಾದಂಬರಿಯ ಉದ್ದೇಶ ಎಂದು ನನ್ನ ಭಾವನೆ. ಅದಕ್ಕೂ ಮೊದಲು ಈವರೆಗೆ 'ಸಾರ್ಥ' ಕಾದಂಬರಿ ಕುರಿತು ಬರೆದ ಎಲ್ಲರೂ ಚರ್ಚಿಸದ–ಗಮನಿಸದ ಒಂದು ಪ್ರಮುಖ ಸಂಗತಿ ಕಡೆಗೆ ಓದುಗರ ಗಮನ ಸೆಳೆಯ ಬಯಸುತ್ತಿರುವೆ.

ವಿಶ್ವದ ಯಾವುದೇ ಶ್ರೇಷ್ಠ ಕೃತಿಗಳನ್ನು ಗಂಭೀರವಾಗಿ ಅಧ್ಯಯನ ಮಾಡಿದವರು ಈಗಾಗಲೇ ಗಮನಿಸಿರುವ ಮೊದಲ ಸಂಗತಿಯೇ, ಕೃತಿಯ ಪ್ರಾರಂಭ ಹಾಗೂ ಅಂತ್ಯ. 'ಸಾರ್ಥ' ಕಾದಂಬರಿಯ ಪ್ರಾರಂಭವೇ ಕೃತಿಯ ನಾಯಕ ಅಥವಾ ಕೃತಿ ನಿರೂಪಕ ಯಜ್ಞಭಟ್ಟರ ಮಗ ನಾಗಭಟ್ಟನಿಗೆ, ತನ್ನ ಊರಿನವರೇ ಆದ ನಾರಾಯಣ ದೀಕ್ಷಿತರು ಸಿಕ್ಕಿ, ನಿನ್ನ ಹೆಂಡತಿಯನ್ನು ರಾಜ ಅಮರುಕ ಇಟ್ಟು ಕೊಂಡಿದ್ದಾನೆ, ಮಗುವು ಆಗಿದೆ, ಹೀಗಾಗಿ ಆ ಕೊರಗಿನಲ್ಲಿ ನಿನ್ನ ತಾಯಿ ಸತ್ತಳು ಎಂಬ ಸುದ್ದಿ ಮುಟ್ಟಿಸುವ ಮೂಲಕ. ಆಗ್ಗೆ ನಾಗಭಟ್ಟನ ವಯಸ್ಸು, ಅನುಭವ ಏನು–ಎಂಥದು ಎಂಬುದು ಕೃತಿಯಲ್ಲಿಯೇ ಮುಂದೆ ಬರುತ್ತದೆ. ಇನ್ನು

ಕಾದಂಬರಿಯ ಕೊನೆ, ಅದೇ ನಾಗಭಟ್ಟ ಪ್ರೀತಿಸಿದ ಅರಬ್ ಸೈನಿಕರಿಂದ ಕೆಡಿಸಲ್ಪಟ್ಟ, ಗರ್ಭಿಣಿ ಚಂದ್ರಿಕಾಳನ್ನು ಒಪ್ಪಿಕೊಳ್ಳುವ ಮೂಲಕ.

ಈ ಚಕ್‌ಬಂದಿಯಲ್ಲಿ ಕೃತಿಯನ್ನೂ ಆ ಮೂಲಕ ಕೃತಿಕಾರನನ್ನೂ ಅರ್ಥೈಸುವ, ಅನುಸಂಧಾನಿಸುವ ಪ್ರಯತ್ನ ನಡೆಸುವುದೇ ಸರಿಯಾದ, ಸಮತೂಕದ ವಿಚಾರ ಹಾಗೂ ವಿಮರ್ಶೆ ಎಂದು ನಾನು ತಿಳಿಯುತ್ತೇನೆ.

ನಾಗಭಟ್ಟ ಪಕ್ಕಾ ವೈದಿಕ ಬ್ರಾಹ್ಮಣ. ಯಜ್ಞಭಟ್ಟರ ಮಗ ಸರಿಯೇ ಸರಿ. ಅಲ್ಲದೆ, ಕುಮಾರಿಲಭಟ್ಟರ ಶಿಷ್ಯರಾದ ಮಂಡನ ಮಿಶ್ರ ಹಾಗೂ ಭಾರತೀದೇವಿ ಅವರ (ಸೋದರ) ಅಳಿಯ ಹಾಗೂ ಶಿಷ್ಯ ಕೂಡ. ಮಡದಿ ಶಾಲಿನಿಯೂ ವೈದಿಕಳೇ ಇದ್ದಿರಬಹುದು. ಅಷ್ಟೇ ಅಲ್ಲದೆ, ತಾರಾವತಿಯ ಕ್ಷತ್ರಿಯ ರಾಜ ಅಮರುಕನ ಸನ್ನಿಹಿತ. ಹೀಗಾಗಿ ಬ್ರಾಹ್ಮಣನಾದರೂ ಸಾರ್ಥ ಸಂಗಡಿಗರೊಂದಿಗೆ ಪ್ರವಾಸ ಪ್ರಿಯತೆ ಹಾಗೂ ಗೆಳೆಯನ ಒತ್ತಾಸೆಗಾಗಿ, ಊರು ಬಿಟ್ಟು ಪ್ರಯಾಣ ಮಾಡುತ್ತಾನೆ. ಆದರೆ ಆ ಕಾಲದ ಬ್ರಾಹ್ಮಣಧರ್ಮ ಈ ಬಗ್ಗೆ ಏನು ಹೇಳುತ್ತಿತ್ತು? ನಾರಾಯಣ ದೀಕ್ಷಿತರು ಆ ಕುರಿತ ಅರಿವನ್ನು ನಾಗಭಟ್ಟನಿಗೆ ಮಾಡಿಕೊಡುತ್ತಾರೆ :

> "ವಿದ್ಯಾಭ್ಯಾಸ, ವಿಶೇಷ ಅಧ್ಯಯನ, ದೇಶಾಟನೆಗಳೇನಿದ್ದರೂ ಗೃಹಸ್ಥನಾಗುವ ಮೊದಲು, ಅನಂತರ ಸ್ವಾಧ್ಯಾಯದಲ್ಲಿ, ಸ್ವಸ್ಥಳದಲ್ಲಿ ಲಭ್ಯವಿರುವ ಹಿರಿಯ ವಿದ್ವಾಂಸರ ಮಾರ್ಗದರ್ಶನದಲ್ಲಿ ತೃಪ್ತಿಪಟ್ಟುಕೊಂಡಿರಬೇಕು. ಈ ನಿಯಮವನ್ನು ಪಾಲಿಸದೆ ನೀನು ಅವಿವೇಕ ಮಾಡಿಕೊಂಡೆ" (ಸಾರ್ಥ, ಪುಟ 10).
>
> ಈ ಮಾತುಗಳನ್ನು ಹೇಳುತ್ತಿರುವವರು : "ಈ ನಾರಾಯಣ ದೀಕ್ಷಿತರು ಯಾವಾಗಲೂ ಕಟುಮಾತಿಗೆ ಹೆಸರಾದವರು. ನ ಬ್ರೂಯತ್ ಸತ್ಯಮಪ್ರಿಯಮ್ ಎಂಬ ಹಿತೋಪದೇಶಕ್ಕೂ ಇವರಿಗೂ ಬಲುದೂರ. ಆದರೆ ಸುಳ್ಳು ಹೇಳುವವರಲ್ಲ. ಅರವತ್ತು ವರ್ಷಗಳನ್ನು, ಹೌದು, ಲೆಕ್ಕ ಹಾಕಿದರೆ ಸುಮಾರು ವರ್ಷ

ವಯಸ್ಸಾಗಿದೆ, ಹೀಗೆಯೇ ಬಾಳಿದ್ದಾರೆ. ಅರೆನೆತ್ತಿ ಬೊಕ್ಕಾಗಿದ್ದರೂ ಒಂದು ಹಲ್ಲೂ ಬಿದ್ದಿಲ್ಲ."(ಅದೇ ಪುಟ 10).

ಇದೇ ಮಾತನ್ನೇ ಮುಂದೆ, ಗುರುಗಳಾದ ಮಂಡನ ಮಿಶ್ರರೂ (ಅದೇ ಪುಟ 218) "ಸಾರ್ಥದ ಮರ್ಮಗಳನ್ನು ಅರಿಯಲು ಒಬ್ಬ ಜನ್ಮಜಾತ ವೈಶ್ಯನನ್ನು ಕಳಿಸಿ, ನನ್ನ ಜಾಯಮಾನಕ್ಕೆ ಬರುವ ವಿದ್ಯೆಯಲ್ಲ ಅದು ಅಂತ ರಾಜನಿಗೆ ಯಾಕೆ ಹೇಳಲಿಲ್ಲ" ಎಂದು ಕೇಳಿದರು.

ಅಂದರೆ; ನಾರಾಯಣ ದೀಕ್ಷಿತರು, ನಾಗಭಟ್ಟ ಇತಿಹಾಸದ ವ್ಯಕ್ತಿಗಳಲ್ಲ. ಆದರೆ ಅಮರುಕ, ಕುಮಾರಿಲಭಟ್ಟ, ಮಂಡನಮಿಶ್ರ, ಭಾರತೀದೇವಿ, ಶಂಕರಾಚಾರ್ಯ, ಜಯಸಿಂಹ ಅಂತಹ ಇತಿಹಾಸ ವ್ಯಕ್ತಿಗಳ ಜೊತೆಯಲ್ಲಿಯೇ ಬದುಕಿದ್ದವರು. ಕಾದಂಬರಿಕಾರ ನಮ್ಮ ಕಾಲದವರು. ಮಾತೆತ್ತಿದರೆ ಕೃತಿಗಳಲ್ಲಿ ಬರುವ ಎಲ್ಲ ಮಾತುಗಳೂ, ಪಾತ್ರಗಳೂ, ಘಟನೆಗಳೂ, ಕೃತಿಕಾರನವೇ ಎಂದು ತೀರ್ಪುನೀಡುವುದು ನವ್ಯವಿಮರ್ಶೆ ಅನಿಸಿಕೊಂಡುಬಿಟ್ಟಿದೆ. ಉದಾಹರಣೆಗೆ : ನಾಗಭಟ್ಟನ ಪ್ರವಾಸ ಕುರಿತ ಮೇಲಿನ ಮಾತುಗಳು. ಆದರೆ 'ಸಾರ್ಥ' ಕಾದಂಬರಿಕಾರ ನಮ್ಮೊಡನೆ ಬದುಕಿದ್ದು, 80 ದಾಟಿದರೂ ದೇಶ-ವಿದೇಶಗಳಲ್ಲಿ ಸದಾ ಪರ್ಯಟನೆ ಕೈಗೊಂಡವರೇ ಆಗಿದ್ದಾರೆ. ಹೀಗಾಗಿ ಕಾದಂಬರಿಯಲ್ಲಿ ಬರುವ ಎಲ್ಲ ಸಂಗತಿಗಳನ್ನೂ (ನಾಗಭಟ್ಟ ತನ್ನ ಕೈಹಿಡಿದ ಹೆಂಡತಿ ಬೇರೆಯವನ ಜೊತೆ ಮಲಗಿದಳು ಎಂದು ಕದಲಿ ಹೋದರೂ, ತಾನು ಸಲೀಸಾಗಿ ಕಂಡವರ ಜೊತೆ ಮಲಗುವುದು ಅರಿವಿಗೇ ಬಾರದ್ದನ್ನು, ಆ ಮೂಲಕ ಇಂಥ ಪಾತ್ರ, ಆ ಪಾತ್ರದ ಗುಣ-ಸ್ವಭಾವ ಇದು ಎಂದು ಕಾದಂಬರಿಕಾರ ಚಿತ್ರಿಸುತ್ತಿದ್ದಾನೆ ಎಂದು ತಿಳಿಯದೇ ಹೋದರೆ, ಓದಿಗೆ ಒಂದು ಘನತೆ ಬರುವುದಿಲ್ಲ.) ಕಾದಂಬರಿಕಾರನ ತಲೆಗೇಕಟ್ಟಿದರೆ, ಪ್ರತಿಯೊಂದು ಕೃತಿಯೂ ಬರಹಗಾರನ ಆತ್ಮಕಥೆಯೇ ಆಗಿ ಹೋದೀತು.

ಈ ಅಂಶವನ್ನೇ ಇನ್ನೊಂದು ರೀತಿ ಬರೆಯಬಹುದು : ನಾಗಭಟ್ಟ ಪಾತ್ರದ ಮೂಲಕ ಕಾದಂಬರಿಯನ್ನು ಉತ್ತಮ ಪುರುಷದಲ್ಲಿ ನಿರೂಪಿಸಿದರೂ, ಸಂಪೂರ್ಣ ನಾವು ಬಲ್ಲ ಕಾದಂಬರಿಕಾರನ ವಿರುದ್ಧ

ಗುಣ–ಸ್ವಭಾವದ ವ್ಯಕ್ತಿ ಆತ ಎಂಬುದನ್ನು ಸ್ಪಷ್ಟಪಡಿಸಿಕೊಂಡೇ ಓದುವುದು ಲೇಸು. ಈ ನೆಲೆಯಲ್ಲಿ ಕಾದಂಬರಿಕಾರ ತನಗೆ ವಿರುದ್ಧವಾದರೂ, ಆ ಮೂಲಕ ಇತಿಹಾಸವನ್ನು ಬಗೆದು ನೋಡುವ, ವರ್ತಮಾನಕ್ಕೆ ಬೆಳಕಿನ ಕಿಂಡಿಯಾಗಿಸುವ ನೈಜ ಚಿತ್ರಣವನ್ನು ಓದುಗರಿಗೆ ದಕ್ಕಿಸುವ ಸಾಹಸವನ್ನು ಕೈಗೊಂಡಿದ್ದಾರೆ ಎಂಬುದೇ ಕೃತಿಯ ಮಹತ್ತ್ವದ ಸಂಗತಿಯಾಗಿದೆ.

ತನಗೆ ತಾನು ನಂಬಿದ ಸ್ನೇಹಿತ – ಹೆಂಡತಿಯಿಂದ ವಂಚಿತನಾದ ವೈದಿಕ ಬ್ರಾಹ್ಮಣ ಯುವ ವ್ಯಕ್ತಿ, ದಿನದಿನಕ್ಕೆ ಎದುರುಗೊಳ್ಳುವ ಪ್ರಸಂಗಗಳು– ಚಿತ್ರವಿಚಿತ್ರ ಅನುಭವಗಳನ್ನು ಚಿತ್ರಿಸುವ ಮೂಲಕವೇ; ಧರ್ಮ, ಜಾತಿ, ಸಾಮಾಜಿಕ, ಶೈಕ್ಷಣಿಕ, ರಾಜಕೀಯ ಪರಿಸ್ಥಿತಿಗಳನ್ನು ಕಣ್‌ತುಂಬಾ ಕಟ್ಟಿಕೊಡುವ ಪ್ರಯತ್ನ ಕಾದಂಬರಿ ಮಾಡಿದೆ.

ಆ ಕಾಲದ ಪ್ರಕಾಂಡ ಪಂಡಿತರಾದ ಕುಮಾರಿಲಭಟ್ಟರ ಶಿಷ್ಯರೂ ಭಾವಮೈದುನರೂ ಆದ ಮಂಡನಮಿಶ್ರರ ಪರಿಸರದ ಮೂಲಕ ದೇಶದ– ಧಾರ್ಮಿಕ–ಶೈಕ್ಷಣಿಕ ಚಿತ್ರಣವನ್ನು ಕಾದಂಬರಿಕಾರ ಹೀಗೆ ಹಿಡಿದಿಟ್ಟಿದ್ದಾನೆ:

> "ಮಂಡನಮಿಶ್ರರ ಪಾಠಶಾಲೆಯು ಕಟ್ಟುನಿಟ್ಟಾಗಿ ಪೂರ್ವ ಮೀಮಾಂಸೆಯನ್ನು ಪ್ರವರ್ತಿಸುವ ಕೇಂದ್ರವಾಗಿತ್ತು. ವೇದೋಕ್ತ ಜೀವನಾ ದರ್ಶನಗಳನ್ನು ಬಿಟ್ಟರೆ ಬೇರೆಯುವನ್ನು ಪುರಸ್ಕರಿಸುತ್ತಿರಲಿಲ್ಲ. ಕಟ್ಟುನಿಟ್ಟಿನ ಬ್ರಹ್ಮಚರ್ಯ ಜೀವನ, ಸಮೃದ್ಧ ಹಾಗೂ ಔದಾರ್ಯಪೂರ್ಣ ಗೃಹಸ್ಥಜೀವನ, ಮುಪ್ಪಿನಲ್ಲಿ ಗೃಹಸ್ಥ ಕರ್ತವ್ಯಗಳಿಂದ ನಿವೃತ್ತಿಗೊಂಡ ಅಧ್ಯಯನ ಅಧ್ಯಾಪನಗಳಲ್ಲಿ ತೊಡಗುವ ವಾನಪ್ರಸ್ಥಜೀವನ, ಕರ್ಮ, ದುಡಿಮೆ, ಕರ್ತವ್ಯ, ವೀರ್ಯ, ಶೌರ್ಯಗಳೇ ಈ ಆದರ್ಶದ ಲಕ್ಷಣಗಳು, ಪ್ರತಿಫಲಾಪೇಕ್ಷೆಯಿಂದ ಇಂಥ ಕರ್ಮ ಮಾಡುತ್ತಿದ್ದೀನೆಂದು ಹೇಳಿಕೊಳ್ಳಲು ಯಾವ ಸಂಕೋಚವೂ ಇರಬೇಕಿಲ್ಲ. ಯಾವ ಪ್ರಾಣಿಯೂ ಉದ್ದೇಶರಹಿತವಾಗಿ ಯಾವ ಕೆಲಸವನ್ನೂ ಮಾಡುವುದಿಲ್ಲ. ಆದರೆ ಮನುಷ್ಯನ ಉದ್ದೇಶಗಳು ಪ್ರಾಣಿಗಳದರ ಮಟ್ಟಕ್ಕಿಂತ ಉನ್ನತವಾಗಿರುತ್ತವೆ. ಸಮೃದ್ಧವಾಗಿ ಪಡೆಯುವ

ಪ್ರತಿಫಲವನ್ನು ಅಷ್ಟೇ ಸಮೃದ್ಧವಾಗಿ ದಾನ ಮಾಡಬೇಕು. ದುಡಿಯುವುದೇ ಇಲ್ಲವೆಂದರೆ ದಾನ ಮಾಡುವುದೇನನ್ನು? ಸಂನ್ಯಾಸವೆಂದರೆ ವೇದೋತ್ತರ ಬೌದ್ಧಮತದ ಪ್ರಭಾವದಿಂದ ಪ್ರಚಾರಕ್ಕೆ ಬಂದದ್ದು ಎನ್ನುತ್ತಿದ್ದರು. ಬೌದ್ಧ ಆದರ್ಶಗಳಿಗೆ ತೀರ ವಿರುದ್ಧವಾದ ಗೊತ್ತು ಗುರಿಗಳನ್ನು ಎತ್ತಿ ಹಿಡಿಯುತ್ತಿದ್ದರು. (ಅದೇ ಪುಟ 182).

ಆದರೂ ಸ್ವತಃ ಮಂಡನಮಿಶ್ರ – ಭಾರತೀದೇವಿಯವರ ಕೈಕೆಳಗೇ, ಪೂರ್ವಮೀಮಾಂಸೆ – ಕರ್ಮಕಾಂಡದಲ್ಲಿಯೇ ಬೆಳೆದ, ಕೃತಿ ನಿರೂಪಕ ನಾಗಭಟ್ಟ. ಇಷ್ಟಾಗಿಯು ಬೌದ್ಧಧರ್ಮದ ಬಗ್ಗೆ ಆಕರ್ಷಿತನಾದವನೆ (ತಿರುವಾಂಯೂರಿನಲ್ಲಿ ಪಟ್ನಂ ಸುಬ್ರಹ್ಮಣ್ಯಅಯ್ಯರ್ ಹಾಗೂ ಮಹಾವೈದ್ಯನಾಥ ಅಯ್ಯರ್ ಅವರ ಶಿಷ್ಯರುಗಳು, ಗುರುಗಳ ಕಣ್ ತಪ್ಪಿಸಿ ಹಿರಿಯರ ಸಂಗೀತ ಕಛೇರಿ ಕೇಳಿದಂತೆ) :

"ಆದರೂ ನನಗೆ ಚಿಕ್ಕ ವಯಸ್ಸಿನಿಂದ ಬುದ್ಧನೆಂದರೆ ಒಳಗೊಳಗೇ ಆಕರ್ಷಣೆ ಬೆಳೆದಿತ್ತು. ಬುದ್ಧಿ ಚಿಗುರೊಡೆದು ಕನಸು ಕಾಣುವ ಅವಸ್ಥೆಯ ಹುಡುಗನು ರೆಕ್ಕೆಗಳುಳ್ಳ ಕುದುರೆಯ ಕಥೆಯಿಂದ ಆಕರ್ಷಿತನಾಗುವಂತೆ. ಸಕಲ ಸಮೃದ್ಧಿಯೂ ಇದ್ದ ರಾಜ್ಯ, ಅರಮನೆ, ಯುವರಾಜಾಧಿಕಾರ, ಸುಂದರ ಶಯ್ಯೆಯ ಸುಂದರಿ ಹೆಂಡತಿ, ಸುಂದರಿಯರಾದ ದಾಸಿಯರು, ಮುದ್ದುಮಗು, ಇಂಥ ನನಸಾದ ಕನಸಿನ ಸುಖಗಳನ್ನು ಬಿಟ್ಟು ನಡುರಾತ್ರಿಯಲ್ಲಿ ಅರಮನೆಯನ್ನು ತ್ಯಜಿಸಿ ಅರ್ಥ ಹುಡುಕಲು ಕಾಡಿಗೆ ಹೋಗಿ ಜೀವನ ದುಃಖಮಯ, ಸರ್ವವೂ ಕ್ಷಣಿಕ, ಕ್ಷಣಿಕವನ್ನು ಶಾಶ್ವತವೆಂದು ಭ್ರಮಿಸುವುದೇ ಅಜ್ಞಾನ, ಶಾಶ್ವತವೆಂಬುದು ಇಲ್ಲವೇ ಇಲ್ಲ, ಆಶೆಗಳೆಲ್ಲ ಈ ಅಜ್ಞಾನದಿಂದ ಹುಟ್ಟುತ್ತವೆ, ಆಶೆಯೇ ದುಃಖದ ಮೂಲ, ಮೂಲವನ್ನು ಕಿತ್ತು ಹಾಕಿದರೆ ವೃಕ್ಷವು ಸಾಯುವಂತೆ ಆಶೆಯನ್ನು ತ್ಯಜಿಸಿದರೆ ದುಃಖ ನಿರ್ಮೂಲ ವಾಗುತ್ತದೆ ಎಂಬ ನಿವೃತ್ತಿ ಮಾರ್ಗವನ್ನು ಬೋಧಿಸಿದ

ರಾಜಕುಮಾರನ ಕಥೆಗೂ ನಾನು ಮಾರುಹೋಗಿದ್ದೆ". (ಅದೇ ಪುಟ 182).

ಹೀಗೇ; ನಾಗಭಟ್ಟ, ಗುರುಗಳಾದ ಮಂಡನಮಿಶ್ರ, ಅವರ ಗುರುಗಳಾದ ಕುಮಾರಿಲಭಟ್ಟ, ಆಗ ತಾನೇ ಕಾಣಿಸಿಕೊಂಡ ಶಂಕರಾಚಾರ್ಯ ಅವರ ಕಾಲಕ್ಕೆ, ಬುದ್ಧ-ಬೌದ್ಧ ಧರ್ಮ ಅವತರಿಸಿ ಸುಮಾರು ಸಾವಿರವರ್ಷವೇ ದಾಟಿತ್ತು ಎಂಬುದನ್ನು ಅಧ್ಯಯನಶೀಲರು ಮರೆಯಬಾರದು. ಸಾವಿರ ವರ್ಷದ ನಂತರದ ಭಾರತದ ಸ್ಥಿತಿಯನ್ನು 'ಸಾರ್ಥ' ಎಲ್ಲ ಮಗ್ಗುಲುಗಳಿಂದಲೂ ನಮಗೆ ಬಿಂಬಿಸುತ್ತಿದೆ. ನಾಗಭಟ್ಟನೊಂದಿಗೆ ಓದುಗರಾದ ನಾವೂ ಸಾವಿರವರ್ಷದ ನಾಲಂದಕ್ಕೆ ಕಾಲಿಡುತ್ತಿದ್ದೇವೆ (ಕೇವಲ ನೂರು ವರ್ಷದ ವಿಶ್ವವಿದ್ಯಾನಿಲಯಗಳೇ ಜಾತೀಯತೆ, ಭ್ರಷ್ಟಾಚಾರ, ಜ್ಞಾನಹೀನ-ಕಳಾಹೀನವಾಗಿ ಕೆಟ್ಟು ಕೆರಹಿಡಿದು ಹೋಗಿರುವುದನ್ನು ಮನಸ್ಸಿನಲ್ಲಿ ಇಟ್ಟುಕೊಳ್ಳುವುದು ಸೂಕ್ತ) :

"ಇಲ್ಲಿ ನೋಡಿದರೆ ತರ್ಕದ ಕಗ್ಗಂಟುಗಳು ತುಂಬಿಕೊಂಡಿವೆ. ವೈಭಾಷಿಕ ಸೌತ್ರಾಂತಿಕ ಯೋಗಾಚಾರ ಮಾಧ್ಯಮಿಕ ಎಂಬ ಶಾಖೆಗಳಾಗಿ ಅವು ಉಪಭೇದಗಳಾಗಿ ಕೊನೆಗೆ ವಜ್ರಾಯಾನ ಸಹಜಯಾನಗಳೆಂಬ ದಾರಿಗಳಾಗಿ ಒಂದು ಮತ್ತೊಂದರೊಡನೆ ಖಂಡನ ಮಂಡನಗಳಲ್ಲಿ ತೊಡಗಿವೆ. ಬೇರೆಬೇರೆ ದೇಶಗಳ ಬಣ್ಣಗಳೂ ಬೆರೆತುಕೊಂಡಿವೆ. ತಂತ್ರಮಾರ್ಗವನ್ನು ಹಿಡಿದು ನಮ್ಮ ಸ್ಥಪತಿಯು ಹೊಸ ದಾರಿಯನ್ನೇ ನಿರ್ಮಿಸಿದ್ದಾನೆ." (ಅದೇ ಪುಟ 183).

ಹೀಗಿದ್ದೂ, ಪೂರ್ವಮೀಮಾಂಸಕಾರ, ವೇದೋಕ್ತ ಕರ್ಮಕಾಂಡ ಪಂಡಿತ, 80 ವರ್ಷಗಳ ಕುಮಾರಿಲಭಟ್ಟರೂ ಪ್ರಜ್ಞಾಘನರೆಂಬ ಹೆಸರು ಮರೆಸಿಕೊಂಡು ನಾಲಂದ ವಿಶ್ವವಿದ್ಯಾನಿಲಯಕ್ಕೆ ಬೌದ್ಧಧರ್ಮ ಅಧ್ಯಯನಕ್ಕಾಗಿ ಸೇರಿದ್ದರು. ಅವರ ಶಿಷ್ಯರ ಶಿಷ್ಯ – ಕಾದಂಬರಿಯ ನಾಯಕನೇ ಆದ ನಾಗಭಟ್ಟ; ನಾಟಕದ ನಟ ಕೃಷ್ಣಾನಂದನಾಗಿ, ಯೋಗಪಟುವಾಗಿ, ತಾಂತ್ರಿಕ ಸಾಧಕನಾಗಿ, ನಾನಾ ಅವಸ್ಥಾಂತರಗಳಿಗೆ

ತುತ್ತಾಗಿ, ಕೊನೆಗೆ ನಾಲಂದಕ್ಕೆ ಬೌದ್ಧಧರ್ಮ ಅಧ್ಯಯನಕ್ಕಾಗಿ ಪ್ರವೇಶ ಪಡೆದಿದ್ದನು.

ಆದರೆ, ವಯಸ್ಸಿನಲ್ಲಿ ಚಿಕ್ಕವರಾದರೂ ಗುರುಗಳಿಂದ ವೈದಿಕ ಧರ್ಮದ ಅವಹೇಳನವನ್ನು ಸಹಿಸಲಾರದೆ ಕಣ್ಣೀರಿಟ್ಟ ಪ್ರಸಂಗದಿಂದ ನಿಜಸ್ವರೂಪ ಗೊತ್ತಾಗಿ, ಕುಮಾರಿಲಭಟ್ಟರು ಹೊರಹಾಕಲ್ಪಟ್ಟರು. ಅದರಿಂದ ಹಾಗೂ ಗುರುದ್ರೋಹದಿಂದ ನೊಂದ-ಅವಮಾನಿತರಾದ - ಕರ್ಮಪಾರಮ್ಯದ ಫಲಿತವಾಗಿ ತುಷಾನಲದಿಂದ ಆತ್ಮಾಹುತಿಗೆ ಸಿದ್ಧವಾಗಿರುವಾಗ, ಶಂಕರಾಚಾರ್ಯರ ಪ್ರವೇಶವಾಗುತ್ತದೆ. ಕರ್ಮಕಾಂಡ-ಜ್ಞಾನಕಾಂಡಗಳು ಪರಸ್ಪರ ಸಂಧಿಸುತ್ತವೆ. ಇದು ಆ ಕಾಲದ ಸಂದಿಗ್ಧ ಹಾಗೂ ಸಂಕ್ರಮಣಾವಸ್ಥೆ. ಬ್ರಾಹ್ಮಣರು ಹೀಗೆ ಉತ್ತರ-ದಕ್ಷಿಣ ಧ್ರುವಗಳಾಗಿ ಎದುರಾದಾಗಲೇ, ಕ್ಷತ್ರಿಯ ಜಯಸಿಂಹರು ಅಶ್ವಮೇಧಯಾಗದ ಮೂಲಕ ವೈದಿಕಧರ್ಮ ಉಳಿಸಲು ಪುರೋಹಿತನನ್ನು ಅರಸಿ, ಕುಮಾರಿಲಭಟ್ಟರಲ್ಲಿಗೇ ಬರುತ್ತಾರೆ. ಇಬ್ಬರಿಗೂ (ಶಂಕರಾಚಾರ್ಯ ಹಾಗೂ ಜಯಸಿಂಹ) ಮಂಡನ ಮಿಶ್ರರೇ ದಿಕ್ಕಾಗಿ ಪ್ರಯಾಣ ಬೆಳೆಸಬೇಕಾಗುತ್ತದೆ.

ಒಂದು ಕಡೆಗೆ ಅಶ್ವಮೇಧಯಾಗದ ಪೌರೋಹಿತ್ಯವನ್ನು ಸ್ವೀಕರಿಸಿ, ಇನ್ನೊಂದು ಕಡೆಗೆ ಶಂಕರಾಚಾರ್ಯರ ವಾಕ್ಯಾರ್ಥವನ್ನು ಎದುರಿಸಲು ಸಿದ್ಧರಾದವರು ಮಂಡನಮಿಶ್ರರು. ಕೊನೆಗೆ, ಮಂಡನಮಿಶ್ರರು ಇರಲಿ, ಧರ್ಮಪತ್ನಿ ಭಾರತೀದೇವಿಯುವರೂ ಸೋತದ್ದು, ಆ ಕಾಲದ ಅನಿವಾರ್ಯತೆ ಎನ್ನದೇ ಬೇರೆ ಮಾರ್ಗವೇ ಇಲ್ಲ.

ಆದರೆ ಕೃತಿನಿರೂಪಕ ನಾಗಭಟ್ಟನಿಗೆ; ಶಂಕರಾಚಾರ್ಯ-ಜ್ಞಾನಮಾರ್ಗ - ಆ ಮೂಲಕ ಸಂನ್ಯಾಸ ಜೀವನ ಅಯೋಮಯ ವಾಗಿಯೇ ಕಾಣಿಸುತ್ತದೆ :

"ಇರಬಹುದು, ಆದರೆ ಬದುಕಿರುವವರೆಗೆ ದೇಹೇಂದ್ರಿಯಾದಿ ಗಳು ಇರುವವರೆಗೆ ಈ ಸ್ಥಿತಿಸಾಧ್ಯವೆ?" ಭಾರತಿ ಕೇಳಿದರು.

"ಏಕಿಲ್ಲ' ಯತಿ ಉತ್ತರಿಸಿದರು. 'ಬ್ರಹ್ಮಜ್ಞಾನಿಗಳ ಮಾತು ಹಾಗಿರಲಿ. ಯೋಗಾಭ್ಯಾಸದ ಮೂಲಕ ಕೆಲವು ಬಗೆಯ

ಸಿದ್ಧಿಗಳನ್ನು ಸಾಧಿಸಿರುವ ಯೋಗಿಗಳು ಕೂಡ ತಮ್ಮ ಸ್ವಭಾವಕ್ಕೆ ಚ್ಯುತಿಯಿಲ್ಲದಂತೆ ವಿವಿಧ ಅನುಭವಗಳನ್ನು ಪಡೆದುಕೊಳ್ಳುವುದನ್ನು ನೀವು ಕೇಳಿಲ್ಲವೇ"

"...ಅಷ್ಟರಲ್ಲಿ ಯತಿಯೇ ಹೇಳಿದರು : 'ಸಂಸಾರದ ಮಾಯೆ ಪ್ರಚಂಡವಾದುದು. ಕೆಸರನ್ನು ಹೊಕ್ಕು ಸಿಕ್ಕಿ ಅನಂತರ ಒದ್ದಾಡುವುದಕ್ಕಿಂತ ಬ್ರಹ್ಮಚರ್ಯದಿಂದ ನೇರವಾಗಿ ಸಂನ್ಯಾಸಕ್ಕೆ ದಾಪುಗಾಲು ಹಾಕುವುದು ಉತ್ತಮವೆಂಬುದು ನನ್ನ ಉತ್ತರದ ತಾತ್ಪರ್ಯ."

"ಎಲ್ಲರೂ ಹೀಗೆ ಬ್ರಹ್ಮಚರ್ಯದಿಂದ ನೇರವಾಗಿ ಸಂನ್ಯಾಸಕ್ಕೆ ಜಿಗಿದರೆ ಪ್ರಪಂಚ ಮುಂದುವರೆಯುವುದು ಹೇಗೆ? ಮಾನವ ಸಮಾಜ, ಅದು ಭೂಮಿಯ ಮೇಲೆ ನಿರ್ಮಿಸುವ ವಸ್ತು ಸಂಸ್ಕೃತಿಗಳು, ಮಕ್ಕಳು, ಮುಂದಿನ ಪೀಳಿಗೆ ಇವುಗಳ ಮುಂದುವರಿಕೆಯ ಗತಿ?' ಭಾರತಿ ಪ್ರಶ್ನಿಸಿದರು."

"ಬ್ರಹ್ಮಚರ್ಯೆಯಿಂದ ನೇರವಾಗಿ ಸಂನ್ಯಾಸಕ್ಕೆ ಜಿಗಿಯುವ ಶಕ್ತಿ ಇರುವವರು ಬಹಳ ವಿರಳ. ಜಗತ್ತಿನ ಸಂಸಾರ ಭಗವತ್ಸಂಕಲ್ಪದಂತೆ ಅನಂತಕಾಲ ನಡೆಯುತ್ತಿರುತ್ತದೆ. ಅದರ ಗತಿಯು ಬಗೆಗೆ ಯಾರೂ ಚಿಂತಿಸಬೇಕಾಗಿಲ್ಲ. ಆದರೂ ಸಕಲಚರಾಚರ ಪ್ರಾಣಿಗಳಲ್ಲಿರುವ ಜೀವಗಳು ಪರಬ್ರಹ್ಮದಲ್ಲಿ ಲೀನವಾಗಿ ಅಭಿವ್ಯಕ್ತವಾಗುವ ಸ್ಥಿತಿಯನ್ನು ಮಾತ್ರವೇ ನಾವು ಎದುರು ನೋಡಬೇಕಾದುದು". (ಅದೇ ಪುಟ 256–7).

ಇಂಥ ಪರಿಸ್ಥಿತಿಯಲ್ಲಿ, ಕ್ಷತ್ರಿಯ ಅರಸ ಜಯಸಿಂಹರ ಪ್ರತಿಕ್ರಿಯೆ ಕೇವಲ 7,8,9ನೇ ಶತಮಾನಗಳಿಗೆ ಮಾತ್ರ ಅನ್ವಯಿಸುತ್ತದೆಯೊ?

"ನಿರ್ವೀರ್ಯವಾಗುತ್ತಿರುವ ಭರತ ಖಂಡದಲ್ಲಿ ವೀರ್ಯ ಪ್ರಚೋದನೆ ಯಾಗಬೇಕಾದರೆ ವೇದದ, ಯಜ್ಞಯಾಗಾದಿಗಳ ಪುನರುಜ್ಜೀವನ ವಾಗಬೇಕೆಂದು ಗುರ್ಜರ ಪ್ರತೀಹಾರರಾದ ನಾವು

ಆಲೋಚಿಸಿ ಈ ಯೋಜನೆ ಹಾಕಿಕೊಂಡಿದ್ದೆವು. ಬ್ರಹ್ಮಸ್ಥಾನದಲ್ಲಿ ನಿಂತು ನಡೆಸುವವರೇ ಇಲ್ಲವಾಗಿ ಹೋಯಿತು.".

. . . .

"ಆ ಶಂಕರಯತಿಯು ಬೌದ್ಧರೇನು?"

"ಅಲ್ಲ, ವೇದಪಂಡಿತರು."

"ನಮಗೆ ಅರ್ಥವಾಗುವುದಿಲ್ಲ."

"ಜಯಸಿಂಹರು ಹೀಗೆ ಹೇಳಿದಾಗ, ನನ್ನ ಮನಸ್ಸು ನಾಲಂದದಲ್ಲಿ ನಾನು ಕೇಳುತ್ತಿದ್ದ ಅದ್ವಯ ಎಂಬ ಕಲ್ಪನೆಯನ್ನು ನೆನಸಿಕೊಂಡು ಈ ಶಂಕರಯತಿಯು ಪ್ರತಿಪಾದಿಸುವ ಅದ್ವೈತದೊಡನೆ ಹೋಲಿಸತೊಡಗಿತು. ಶಂಕರಯತಿಯ ಅದ್ವೈತವು ಉಪನಿಷತ್ತಿನಿಂದ ಹುಟ್ಟಿದ್ದರೆ ಬೌದ್ಧರ ಅದ್ವಯವೂ ಉಪನಿಷತ್ತಿನಿಂದ ರೂಪಾಂತರಗೊಂಡಿರಬಹುದು ಎಂಬ ಅನುಮಾನ ಮೂಡಿತು." (ಅದೇ ಪುಟ 259–60).

ಇಷ್ಟಾಗಿಯೂ, ಅಂದರೆ ಬೌದ್ಧ–ವೈದಿಕ ತಿಕ್ಕಾಟ, ಕರ್ಮಕಾಂಡ–ಜ್ಞಾನಕಾಂಡಗಳ ಘರ್ಷಣೆ, ಕಮಾರಿಲಭಟ್ಟ ಹಾಗೂ (ಒಂದು ರೀತಿ) ಮಂಡನಮಿಶ್ರರ ಆತ್ಮಹತ್ಯೆಗಳು–ಆಳುವವರಿಗೆ, ಜನಸಾಮಾನ್ಯರಿಗೆ ಬದುಕು ಅಯೋಮಯವಾಯಿತು. ಆದರೂ ಜಯಸಿಂಹರಂಥವರು ಕೊನೆಯ ಪ್ರಯತ್ನ ಎನ್ನುವಂತೆ ಸಾಂಸ್ಕೃತಿಕಲೋಕದ (ನಾಟಕ, ಪ್ರಚಾರ) ಮರೆಹೊಕ್ಕಿದ್ದು ಆಶ್ಚರ್ಯ. ನಾಗಭಟ್ಟ–ಚಂದ್ರಿಕಾ ಅವರನ್ನು ಮತ್ತೆ ಸೇರಿಸಿ, ವೈದಿಕಧರ್ಮ ರಕ್ಷಣೆಗಾಗಿ ಅವರನ್ನು ತೊಡಗಿಸಿದಾಗ, ಬೇರೊಂದು ಬಗೆಯ ಕಂಟಕ ಎದುರಾಗುತ್ತದೆ. ಅರಬ್ಬರ ಬರ್ಬರ ಪ್ರವೇಶ. ನಾಗಭಟ್ಟ–ಚಂದ್ರಿಕಾ ಇಬ್ಬರೂ ಅರಬ್ಬರ ಸೆರೆಯಾಳಾಗಿ ಚಿತ್ರಹಿಂಸೆ ಅನುಭವಿಸುವ ಪ್ರಮೇಯ ಎದುರಾಗುತ್ತದೆ. ನಾಗಭಟ್ಟ ಈಗಾಗಲೇ ಮಹಾ–ಗುರು ಹೊಟ್ಟಿನಲ್ಲಿ ತಮ್ಮನ್ನು ತಾವು ಸುಟ್ಟುಕೊಂಡದ್ದನ್ನು ಕಣ್ಣಾರ ಕಂಡವನು. ಚಂದ್ರಿಕಾ, ಕುರುಡು ಗಂಡನನ್ನು ಕಟ್ಟಿಕೊಂಡು ಮತ್ತೊಂದು ಪ್ರೇಮಪ್ರಕರಣಕ್ಕೆ ಸಿಲುಕಿ, 2 ವರ್ಷ ಸೆರೆಮನೆ ವಾಸ ಅನುಭವಿಸಿ ಬಂದವಳು. ಆದರೂ

ಅರಬ್ಬರ - ಬರ್ಬರ ಹಿಂಸೆ ಅದನ್ನೂ ಮೀರಿಸಿತ್ತು. ಪ್ರಾಣತೆಗೆಯದೇ ಇರಬಹುದು, ನಾಗಭಟ್ಟನ ಜೀವಉಳಿಸಲು, ತನ್ನನ್ನು ತಾನು ಅರ್ಪಿಸಿಕೊಳ್ಳಬೇಕಾಯಿತು.

ಒಂದು ಕಡೆ ಬೌದ್ಧರು ವೈದಿಕ ಧರ್ಮದ ದೇವಸ್ಥಾನಗಳನ್ನು ದೇವರನ್ನು ತಮ್ಮ ಚೈತ್ಯಾಲಯ-ಬುದ್ಧ ಪ್ರಗಾಥಗಳಾಗಿ ಪರಿವರ್ತಿಸುತ್ತಿದ್ದರೆ, ವೈದಿಕರಲ್ಲಿ ಕರ್ಮ-ಜ್ಞಾನ ಕಾಂಡಗಳ ವಿರೋಧ ಮಿತಿಮೀರಿದ್ದರೆ, ದೇಶದೊಳಕ್ಕೆ ನುಗ್ಗಿದ ಮ್ಲೇಚ್ಛರಿಂದ ಮತಾಂತರ-ಧರ್ಮಾಂತರ ಶುರುವಾಯಿತು. ಇದೆಲ್ಲವನ್ನು ಕಣ್ಣಿನಿಂದ ಕಂಡ - ದೈಹಿಕವಾಗಿ ಅನುಭವಿಸಿದ ವೈದಿಕ ಬ್ರಾಹ್ಮಣ ನಾಗಭಟ್ಟ - ಗಣಿಕೆ ಚಂದ್ರಿಕಾಳ ಗರ್ಭದಲ್ಲಿರುವ ಮ್ಲೇಚ್ಛರ ಪಿಂಡವನ್ನೇ ತನ್ನದಾಗಿ ಸ್ವೀಕರಿಸಿ, ದೇಶದ-ಧರ್ಮದ-ದಾಂಪತ್ಯದ ಔನ್ನತ್ಯವನ್ನು ಎತ್ತಿ ಹಿಡಿಯುವ ಹಿರಿಮೆಯನ್ನು ಕಾದಂಬರಿ ಚಿತ್ರೀಕರಿಸಿದೆ.

ಕರ್ನಾಟಕ ಸರ್ಕಾರದ ಕನ್ನಡ ಮತ್ತು ಸಂಸ್ಕೃತಿ ಇಲಾಖೆಯು ಬೆಂಗಳೂರಿನಲ್ಲಿ ತಿಂಗಳಿಗೊಮ್ಮೆ 'ಮನೆಯಂಗಳದಲ್ಲಿ ಮಾತುಕತೆ' ಎಂಬ ಕಾರ್ಯಕ್ರಮವನ್ನು ಏರ್ಪಡಿಸುವುದು ಎಲ್ಲರಿಗೂ ಗೊತ್ತಿರುವ ಸಂಗತಿ. (ಪ್ರಾರಂಭಕ್ಕೇ ನನ್ನನ್ನೂ ಕರೆದಿದ್ದರು ಎಂಬುದು ಹೆಮ್ಮೆಯ ಸಂಗತಿ) ಆ ಕಾರ್ಯಕ್ರಮ ಒಂದರಲ್ಲಿ (ಸುಮಾರು 2003ರಲ್ಲಿ) ಭೈರಪ್ಪನವರೂ ಭಾಗವಹಿಸಿದಾಗ, ಒಬ್ಬರು ಎತ್ತಿದ ಪ್ರಶ್ನೆ ಇದು :

"ನಿಮ್ಮ 'ಸಾರ್ಥ' ಕಾದಂಬರಿಯಲ್ಲಿ ಬೌದ್ಧ ಧರ್ಮವನ್ನು ಕಡಿಮೆ ಮಾಡಿ ಚಿತ್ರಿಸಿದ್ದೀರಿ ಎನ್ನಿಸುತ್ತದೆ. ಇದಕ್ಕೆ ನಿಮ್ಮ ಪ್ರತಿಕ್ರಿಯೆ ಏನು?"

"ಐತಿಹಾಸಿಕವಾಗಿ ಆಳವಾಗಿ ಸಂಶೋಧನೆ ಮಾಡಿಯೇ, ಸಂಶೋಧನೆ ಮಾಡಿರುವ ವಿದ್ವಾಂಸರ ಗ್ರಂಥಗಳನ್ನು ಓದಿದ ನಂತರವೇ ನಾನು ಈ ಕಾದಂಬರಿಯನ್ನು ಬರೆದಿರುವುದು. ಎಂಟನೇ ಶತಮಾನದ ಭಾರತದ ಚಿತ್ರವನ್ನು ಒಬ್ಬ ಇತಿಹಾಸಕಾರನ

ವಸ್ತುನಿಷ್ಠೆಯಿಂದ ಕಟ್ಟಲು ನಾನು ಪ್ರಯತ್ನಿಸಿದ್ದೇನೆ ಎಂದು ನಾನು ಆಗ ನೆನಪಿಗೆ ಬಂದ ಕೆಲವು ಆಧಾರ ಗ್ರಂಥಗಳನ್ನು ಹೇಳಿದೆ."

ಆ ದಿನ ಒಟ್ಟು 44 ಪ್ರಶ್ನೆಗಳನ್ನು ಸಭೆಯಲ್ಲಿ ಭೈರಪ್ಪನವರಿಗೆ ಕೇಳಲಾಯಿತು. ಅದರಲ್ಲಿ 'ಸಾರ್ಥ' ಕುರಿತು, ಅದರಲ್ಲಿಯೂ ಬೌದ್ಧಧರ್ಮ ಕುರಿತು ಸುದೀರ್ಘವಾಗಿ ಉತ್ತರ ಕೊಟ್ಟಿದ್ದು– ('ಸಂದರ್ಭ : ಸಂವಾದ' ಪುಸ್ತಕದ 2011, ಪುಟ 42 ರಿಂದ 44) ಪ್ರಕಟವಾಗಿದೆ.

"ಯಾವ ಬೌದ್ಧರನ್ನೂ ವೈದಿಕರು ಭಾರತದಿಂದ ಹೊರಕ್ಕೆ ಕಳಿಸಲಿಲ್ಲ. ಅಶೋಕ, ಕನಿಷ್ಕ, ಹರ್ಷ – ಮೊದಲಾದ ಚಕ್ರಾಧಿಪತಿಗಳ ಆಶ್ರಯವು ಬೌದ್ಧರಿಗಿದ್ದಷ್ಟು ವೈದಿಕರಿಗಿರಲಿಲ್ಲ. ತಕ್ಷಶಿಲಾ, ಓದಂತಪುರ, ನಾಳಂದಗಳಂಥ ಭಾರಿ ಭಾರಿ ವಿದ್ಯಾಲಯಗಳೆಲ್ಲ ರಾಜಾಶ್ರಯದಿಂದ ಬೌದ್ಧರವೇ ಆಗಿದ್ದವು. ಅವುಗಳಿಗೆ ವೈದಿಕ ರಾಜರುಗಳೂ ಸಮೃದ್ಧವಾಗಿ ಧನ ಧಾನ್ಯ ಮತ್ತು ಭೂದತ್ತಿಗಳ ಸಹಾಯ ಮಾಡುತ್ತಿದ್ದರು. ವಾಸ್ತವವಾಗಿ, ಬುದ್ಧನ ವ್ಯಕ್ತಿತ್ವದ ಪ್ರಭೆಯ ನೆನಪು ಪ್ರಖರವಾಗಿರುವ ತನಕ ಬೌದ್ಧಧರ್ಮಕ್ಕೆ ಆಕರ್ಷಣೆ ಇತ್ತು. ಅಷ್ಟರಲ್ಲಿ ವೈದಿಕ ಧರ್ಮದ ಪುರಾಣಗಳು ದಶಾವತಾರಗಳು ಬೆಳೆದು ಜನರನ್ನು ಆಕರ್ಷಿಸತೊಡಗಿದವು. ಅವುಗಳೊಡನೆ ಪೈಪೋಟಿ ಮಾಡದೆ ತಾವು ಉಳಿಯುವುದಿಲ್ಲವೆಂದು ಬೌದ್ಧರು ಜಾತಕದ ಕಥೆಗಳು, ಬೋಧಿಸತ್ತ್ವನ ಜನ್ಮಜನ್ಮಾಂತರದ ಕಥೆಗಳನ್ನು ಸೃಷ್ಟಿಸತೊಡಗಿದರು. ಆದರೆ ಈ ಕಥೆಗಳು ವೈದಿಕ ಪುರಾಣಗಳಷ್ಟು ರಸಭರಿತವಾಗಿರಲಿಲ್ಲ. ಅವು ಜನಸಾಮಾನ್ಯರನ್ನು ಆಕರ್ಷಿಸಲಿಲ್ಲ. ಬೌದ್ಧಧರ್ಮವು ಕೇವಲ ಬುದ್ಧಿಮಟ್ಟದ ತಾರ್ಕಿಕವಲಯದಲ್ಲಿ ಉಳಿಯಿತು. ಬೌದ್ಧಕೇಂದ್ರಗಳನ್ನು ಒಡೆದು ಸುಟ್ಟು ಭಿಕ್ಷುಗಳನ್ನು ಕೊಂದು ಉಳಿದವರನ್ನು ಓಡಿಸಿದವರು ಮುಸಲ್ಮಾನ ದಾಳಿಕೋರರು. ಬಖ್ತಿಯಾರ್‌ಖಾನನು ನಾಳಂದವನ್ನು ನಾಶಮಾಡಿ ಸಾವಿರಾರು ಬೌದ್ಧ ವಿದ್ವಾಂಸರನ್ನು ಕಗ್ಗೊಲೆ ಮಾಡಿದ ನಂತರ ಉಳಿದವರು

ಜೀವ ಉಳಿಸಿಕೊಳ್ಳಲು ಟಿಬೆಟ್‌ಗೆ ಓಡಿಹೋದರು.
ಪರಿಣಾಮವಾಗಿ ಟಿಬೆಟ್ ಬೌದ್ಧ ಧರ್ಮದ ಕೇಂದ್ರವಾಯಿತು.
ವೈದಿಕರಿಗೆ ಬೌದ್ಧರೊಡನೆ ಇದ್ದದ್ದು ತರ್ಕದ ಮಟ್ಟದ ತಾಕಲಾಟ
ಮಾತ್ರ, ಅನಂತರ ವೈದಿಕರೇ ಬುದ್ಧನನ್ನು ಒಂದು ಅವತಾರವೆಂದು
ಸ್ವೀಕರಿಸಿದರು. ಇನ್ನು ಓಡಿಸುವ ಪ್ರಶ್ನೆ ಎಲ್ಲಿಂದ ಬಂತು?"

ಹೀಗೆ ಎಷ್ಟೇ ವಿವರಣೆ ಕೊಟ್ಟರೂ ಭೈರಪ್ಪನವರು ಬುದ್ಧ–
ಬೌದ್ಧಧರ್ಮ ವಿರೋಧಿ ಎನ್ನುವವರಿಗೆ ಅತ್ತ ಇತಿಹಾಸವೂ ಗೊತ್ತಿಲ್ಲ
ಇತ್ತ ಭೈರಪ್ಪನವರೂ ಗೊತ್ತಿಲ್ಲ ಎನ್ನದೇ ವಿಧಿಯಿಲ್ಲ. ಕಥೆಗಾರ ವೀರಭದ್ರ
ಅವರು ನಡೆಸಿದ ಸಂದರ್ಶನದಲ್ಲಿ (ಭೈರಪ್ಪಾಭಿನಂದನಾ, ದ್ವಿತೀಯ ಮತ್ತು
ವಿಸ್ತೃತ ಮುದ್ರಣ 2005, ಪುಟ 266) 'ನಿಮ್ಮ ಮೇಲೆ ಚಿರಪ್ರಭಾವ
ಬೀರಿದ ಇನ್ನಿತರ ಗ್ರಂಥಗಳಾವುವು?' ಎಂದಾಗ, ಭೈರಪ್ಪನವರು ತಮಗೆ
ನೆನಪಿನಲ್ಲಿ ಇರುವ ಕೃತಿಗಳನ್ನು ಹೇಳುತ್ತ– 'ಭಗವದ್ಗೀತೆ' ಎಂದಿಲ್ಲ
'ಧಮ್ಮಪದ' ಎಂದಿದ್ದಾರೆ. ಕೊನೆಯ ಪಕ್ಷ, ಭೈರಪ್ಪನವರ ಸಾಹಿತ್ಯ–
ವಿಚಾರ ಇರಲಿ, 'ಧಮ್ಮಪದ'ವನ್ನಾದರೂ ಸೋಗಲಾಡಿಗಳು ಓದಿದರೆ,
ಭೈರಪ್ಪನವರನ್ನು ಅರ್ಥ ಮಾಡಿಕೊಳ್ಳಲು ಒಂದು ಕಾಲುದಾರಿ
ನಿರ್ಮಾಣವಾದೀತು.

* * *

———————— ಎಸ್. ಎಲ್. ಭೈರಪ್ಪ ಇಷ್ಟೇ ————————

2

ಭೈರಪ್ಪ V/S ಕ್ರೈಸ್ತಧರ್ಮ

'ಧರ್ಮಶ್ರೀ' (1961) ಕಾದಂಬರಿಗೂ ಮುಂಚೆಯೇ ಭೈರಪ್ಪನವರು 'ಗತಜನ್ಮ' (1955), 'ಭೀಮಕಾಯ' (1958) ಹಾಗು 'ಬೆಳಕು ಮೂಡಿತು' ಭಾಗ–1 (1959) ಬರೆದೂ ಇದ್ದರು, ಪ್ರಕಟ ಕೂಡ ಆಗಿದ್ದವು. ಆದರೆ ಅವೆಲ್ಲ ತುಂಬ ಅಪಕ್ವ ಅವಸ್ಥೆಯಲ್ಲಿದ್ದಾಗ ಬರೆದ ಕೃತಿಗಳು – ಎಂದು ಭೈರಪ್ಪನವರೇ ಆಮೇಲೆ ಹೇಳಿಕೊಂಡರೂ, 'ಗತಜನ್ಮ', 'ಭೀಮಕಾಯ' ಮಾತ್ರ ಮರುಮುದ್ರಣವಾಗಿವೆ. ಈವರೆಗೆ ಅದೂ ಕೂಡ ಸಾಕಷ್ಟು ಮರುಮುದ್ರಣಗಳನ್ನು ಕಂಡಿವೆ. ಆದರೂ ಭೈರಪ್ಪನವರು, ತಮ್ಮ ಕೃತಿಗಳಲ್ಲಿ ಮೊದಲಿನದಾಗಿ ಉಲ್ಲೇಖಿಸಬಯಸುವುದು 'ಧರ್ಮಶ್ರೀ' ಕಾದಂಬರಿಯನ್ನೇ. ಸೃಜನಶೀಲ ಬರಹಗಾರನ ಮನೋಧರ್ಮವನ್ನು ತಳ್ಳಿಹಾಕಲಾಗುವುದಿಲ್ಲವಾದರೂ, ವಿಮರ್ಶೆ ಬಗ್ಗೆ ಬರಹಗಾರನಿಗೆ ತನ್ನದೇ ಆದ ನಿಲುವು ಇದ್ದರೂ, ವಿಮರ್ಶೆ ಹಾಗೂ ವಿಮರ್ಶಕ ಕೂಡ ಸೃಜನಶೀಲ ಪಾತಳಿಯಿಂದಲೇ ಮೂಡಿ ಬಂದವ(ಳು) ಎಂಬುದನ್ನು ಅಲ್ಲಗಳೆಯಲು ಸಾಧ್ಯವೇ ಇಲ್ಲ. ಹಾಗಿದ್ದರೆ ವಿಚಾರ, ವಿಮರ್ಶೆ, ವಿಶ್ಲೇಷಣೆ, ಸಂಶೋಧನೆ–ಗಳಿಗೆ ಬೆಲೆಯೂ ಇರುತ್ತಿರಲಿಲ್ಲ, ಆ ಪ್ರಕಾರ ಕೂಡ ಬೆಳೆಯುತ್ತಿರಲಿಲ್ಲವಷ್ಟೇ. ದುರಂತವೆಂದರೆ, ಭೈರಪ್ಪನವರೂ ಕೂಡ ಒಬ್ಬ ವಿಚಾರವಾದಿ – ವಿಮರ್ಶಕ ಎಂಬುದನ್ನು ಕನ್ನಡ ವಿಮರ್ಶೆ ಮರೆಮಾಚಿರುವುದು. ತಮ್ಮ ಜೀವಮಾನ ಬರವಣಿಗೆಯಲ್ಲಿ, ಕ್ಷೇತ್ರಕಾರ್ಯ ಹೇಗೋ ಅಷ್ಟೇ ಸಮನಾಗಿ ಅಧ್ಯಯನ ಮಾಡುವುದು ಕೂಡ ಸುಳ್ಳಲ್ಲವಷ್ಟೆ ! ಆ ಕುರಿತು ಮುಂದೆ ಪ್ರತ್ಯೇಕ ಲೇಖನವನ್ನೇ ಬರೆಯುವವನಿದ್ದೇನೆ.

"1959 ರಿಂದ ಬರೆಯುತ್ತಿದ್ದೇನೆ. ಈ ಅವಧಿಯಲ್ಲಿ ನನ್ನ ಬರವಣಿಗೆಯ ಯಾಕೆ ಏನುಗಳನ್ನು ಹಲವು ಬಾರಿ ವಿಮರ್ಶಿಸಿ ಕೊಂಡಿದ್ದೇನೆ, ಬದಲಿಸಿಕೊಂಡಿದ್ದೇನೆ. ಎಷ್ಟೋ ಸಲ ನಾನು ಪ್ರಜ್ಞೆಯ ಮಟ್ಟದಲ್ಲಿ ಆಲೋಚಿಸಿದ್ದ ರೀತಿಯನ್ನು ಮೀರಿ ಕೃತಿಗಳು ಸ್ವರೂಪ ತಳೆದಿವೆ. ಅವುಗಳ ಹೊಸ ಬೆಳಕಿನಲ್ಲಿ ನನ್ನ ಬರವಣಿಗೆಯ ದಿಕ್ಕು ಯಾವುದು ಎಂಬುದನ್ನು ಪುನರ್ವಿಮರ್ಶಿಸಿ ಕೊಂಡಿರು ವದೂ ಉಂಟು. ಈ ಅರ್ಥದಲ್ಲಿ ನಾನೇಕೆ ಬರೆಯುತ್ತೇನೆ ಎಂಬ ಪ್ರಶ್ನೆಯ ಉತ್ತರವು ಸಮಗ್ರವಾಗಿ ನನಗೇ ಪೂರ್ತಿಯಾಗಿ ಅರಿವಿಗೆ ಬಂದಿಲ್ಲವೆಂದೂ ಹೇಳಬಹುದು." ('ನಾನೇಕೆ ಬರೆಯುತ್ತೇನೆ', ಪುಟ 1, 1980)

ಈ ನೆಲೆಯಲ್ಲಿ ತಮ್ಮ ಮೊಟ್ಟಮೊದಲ ಕೃತಿ ತಾವೇ ಘೋಷಿಸಿಕೊಂಡ 'ಧರ್ಮಶ್ರೀ' ಬಗ್ಗೆ ವಿಶ್ಲೇಷಿಸಿಕೊಳ್ಳುವ ಪರಿ ಇದು:

"ನನ್ನ ಮೊಟ್ಟಮೊದಲ ಕೃತಿ 'ಧರ್ಮಶ್ರೀ' ಯನ್ನು ಬರೆದಾಗ ಸಮಾಜದ ಹಲವು ಓರೆಕೋರೆಗಳನ್ನು ಸಾಹಿತ್ಯದಲ್ಲಿ ಹೊರಹಾಕಿ ಆ ಮೂಲಕ ತಿದ್ದಬೇಕೆಂಬ ಉದ್ದೇಶವಿತ್ತು. ಅದರಲ್ಲಿ ನಾನು ಹುಟ್ಟಿ ಬೆಳೆದ ಹಿಂದೂ ಸಮಾಜದ ನ್ಯೂನತೆಗಳನ್ನು ತೋರಿಸಲು ಹೊರಟೆ. ಬರೆದ ನಾಲ್ಕೈದು ವರ್ಷಗಳಲ್ಲಿಯೇ, ಅದನ್ನು ಪ್ರಕಟಿಸಿಯೂಬಿಟ್ಟಿದ್ದೆ. ಈ ರೀತಿಯ ಕೃತಿಯ ಮಿತಿಗಳು ನನಗೆ ಕಾಣತೊಡಗಿದವು. ಸಮಾಜ ಪರಿವರ್ತನೆ ಎಂಬ ಸಾಹಿತ್ಯೇತರ ಉದ್ದೇಶವು ತಲೆ ಎತ್ತಿರುವ ಭಾಗಗಳೆಲ್ಲ ಸಾಹಿತ್ಯಕವಾಗಿ ವಿಫಲಗೊಂಡು, ಈ ಉದ್ದೇಶವನ್ನು ಮೀರಿ ತಮಗೆ ತಾವೇ ಅಭಿವ್ಯಕ್ತವಾದ ಕೆಲವು ವಿವರ, ಸನ್ನಿವೇಶ ಮತ್ತು ಗೌಣ ಪಾತ್ರಗಳು ಜೀವಂತವಾಗಿರುವುದು ತಿಳಿಯಿತು. ಸಮಾಜವನ್ನು ಸಾಹಿತ್ಯದ ಮೂಲಕ ತಿದ್ದುವೆನೆಂಬ ಹುಚ್ಚಿನಿಂದ ನನ್ನನ್ನು ನಾನು ಬಿಡಿಸಿಕೊಂಡೆ. ನನ್ನ ಕಾದಂಬರಿಯನ್ನು ಓದಿ ಯಾರೂ ಬದಲಾಗಲಿಲ್ಲ, ಸಮಾಜ ತನ್ನ ಪಾಡಿಗೆ ತಾನು ಹೋಗುತ್ತಿದೆ

ಎಂಬ ಭ್ರಮನಿರಸನವೂ ಅಷ್ಟರಲ್ಲಿ ಆಗಿತ್ತು. ಸಮಾಜಪರಿವರ್ತನೆಗೆ
ಹತ್ತಾರು ಬೇರೆ ಬೇರೆ ಕಾರಣಗಳಿರುತ್ತವೆ. ಆರ್ಥಿಕ, ರಾಜಕೀಯ,
ಔದ್ಯೋಗಿಕ, ವೈಚಾರಿಕ ಹೀಗೆ ಹಲವು ಮುಖಗಳಲ್ಲಿ ಆಗುವ
ಬದಲಾವಣೆಗಳ ಪರಿಣಾಮವಾಗಿ ಮನುಷ್ಯ ಮನುಷ್ಯನ
ಸಂಬಂಧದ ಪರಿವರ್ತನೆಯಾಗುತ್ತದೆ. ಸದ್ಯದಲ್ಲಿ ಆಗುತ್ತಿರುವ
ಈ ಬದಲಾವಣೆಗಳನ್ನೂ ಅವುಗಳ ಮಾನವ ಸಂಬಂಧದಲ್ಲಿ
ಉಂಟುಮಾಡುವ ಪರಿವರ್ತನೆಯನ್ನೂ ಸಾಹಿತ್ಯ ಕೃತಿಯು
ಗುರುತಿಸಿ ಅಭಿವ್ಯಕ್ತಿಸಬಹುದು. ಅದನ್ನು ಓದಿದವರಿಗೆ ಸಮಸ್ಯೆಯ
ಒಂದು ಬಂಧದ ಅರಿವಾಗಬಹುದು. ಅವರ ಸಂವೇದನೆಯಲ್ಲಿ
ಪರಿವರ್ತನೆಯಾಗಬಹುದು. ಈ ದೃಷ್ಟಿಯಿಂದ ಸಮಾಜ
ಪರಿವರ್ತನೆಯಲ್ಲಿ ಸಾಹಿತ್ಯ ಕೃತಿಗಳ ಪಾತ್ರವು ಕಿಂಚಿತ್ತೂ
ಇಲ್ಲವೆನ್ನಲಾಗದಿದ್ದರೂ, ಮೇಲೆ ಹೇಳಿದ ಹಲವು ಮುಖಗಳ
ಬದಲಾವಣೆಗಳೊಡನೆ ಹೋಲಿಸಿದಾಗ ಪರಿವರ್ತನೆಯ
ಸಾಧನವಾಗಿ ಸಾಹಿತ್ಯಕ್ಕೆ ಅತಿಯಾದ ಮಹತ್ತ್ವವನ್ನು ಕೊಡಲು
ಸಾಧ್ಯವಿಲ್ಲ. ಕಡಿಮೆ ಪ್ರಮಾಣದ ವಿದ್ಯಾವಂತರಿರುವ ನಮ್ಮ
ಸಮಾಜದಲ್ಲಿ ಸಾಹಿತ್ಯ ಕೃತಿಗಳನ್ನು ಓದುವವರ ಪ್ರಮಾಣವೆಷ್ಟು?
ಹೀಗೆ ಓದುವವರು ಯಾವ ವರ್ಗದವರು? ಯಾವ
ಕಸುಬಿನವರು? ಸಾಹಿತ್ಯ ಕೃತಿಗಳಿಂದ ಸ್ಫೂರ್ತಿಪಡೆದು ಈ ಜನರು
ಏನಾದರೂ ಕ್ರಾಂತಿ ಮಾಡುತ್ತಾರೆ ಅಥವಾ ತಮ್ಮನ್ನು ತಾವು
ಬದಲಾಯಿಸಿಕೊಳ್ಳುತ್ತಾರೆ, ಎಂದು ನಂಬಿ ಸಾಹಿತಿಗಳು ಮಾತ್ರ
ಆತ್ಮತೃಪ್ತಿಪಟ್ಟುಕೊಳ್ಳಬಹುದು." (ಅದೇ, ಪುಟ 1–2).

ಮೇಲಿನ ಉದ್ಧರಣೆಯ ಮೂಲಕವೇ, ಭೈರಪ್ಪನವರು ತಮ್ಮ
ಕೃತಿಗಳನ್ನು ಸೃಜನಶೀಲ ಮಾಧ್ಯಮದ ಇತಿಮಿತಿಗಳನ್ನು, ಬರವಣಿಗೆಯ
ಸಾಧ್ಯತೆಯನ್ನು, ಮುಖ್ಯವಾಗಿ ಕನ್ನಡದಲ್ಲಿಯೇ ಮೊಟ್ಟಮೊದಲಿಗೆ
ಓದುಕ್ರಿಯೆಯ ಅಸ್ತಿತ್ವವನ್ನು ,ಈ ಎಲ್ಲ ಪ್ರಕ್ರಿಯೆಗಳ ನೆಲೆಗಟ್ಟಾದ ಭಾರತೀಯ
ಸಮಾಜದ ವಸ್ತುಸ್ಥಿತಿಯನ್ನು – ಕಣ್ಣಮುಂದಿರಿಸಿಕೊಂಡು ವಿವೇಚಿಸುತ್ತಿ

ದ್ದಾರೆ. ಪರಿವರ್ತನೆಯ ಸಾಧನವಾಗಿ ಸಾಹಿತ್ಯಕ್ಕೆ ಅತಿಯಾದ ಮಹತ್ತ್ವವನ್ನು ಕೊಡಲು ಸಾಧ್ಯವಿಲ್ಲ ಎಂದು ಭೈರಪ್ಪನವರು ಭಾವಿಸಿದ್ದರೂ, ಸಮಾಜದ ಪರಿವರ್ತನೆಗೆ ಹತ್ತಾರು ಬೇರೆ ಬೇರೆ ಕಾರಣಗಳಿರುತ್ತವೆ ಎನ್ನುವಾಗಲೇ, ಅದನ್ನು ಸೃಜನಶೀಲಪಾತಳಿಯ ತೆಕ್ಕೆಗೆ ತೆಗೆದುಕೊಳ್ಳಲು ಸಾಧ್ಯವಿಲ್ಲವೇ? ಎಂಬ ಅರಿವಿನ ಎಚ್ಚರವೂ ಮೂಡಿಸುತ್ತಿದ್ದಾರೆ. ಆ ಬಗೆಯ ಸಾಧನೆ ಕನ್ನಡದಲ್ಲಿಯೇ ಆಗಿರುವ ಬಗ್ಗೆ ಭೈರಪ್ಪ ಭೀಕರ ಮೌನ ವಹಿಸಿರುವುದು ನಿಗೂಢವಾಗಿದೆ.

ಮೇಲುನೋಟಕ್ಕೆ ಧರ್ಮ, ಧಾರ್ಮಿಕ–ಕೊನೆಗೆ ಸಾವಿನ ಜೊತೆಗೆ ಬೆಸೆದುಕೊಂಡಿದ್ದರೂ, ಜೀವನದ ಯಾವುದೇ ಪಾತಳಿಯನ್ನು ಕುರಿತು, ಜ್ಞಾನದಿಂದ ವಿಜ್ಞಾನದವರೆಗೆ, ಅಜ್ಞಾನದಿಂದ ಅಧ್ಯಾತ್ಮದವರೆಗೆ, ಕಾಮದಿಂದ ಮೋಕ್ಷಮೂಲವಾದ ಭಕ್ತಿಯವರೆಗೆ ಬಗೆದುನೋಡುವ ಎಲ್ಲ ಪಕಳೆಗಳೂ ತತ್ತ್ವಶಾಸ್ತ್ರದ ಅಥವಾ ತತ್ತ್ವಚಿಂತನೆಯ ತೆಕ್ಕೆಗೇ ಬರುತ್ತದೆ. ಅದಕ್ಕೆ ಭೈರಪ್ಪ ಅವರು ಮತಾಂತರ ಕುರಿತು ಬರೆದ ಕಾದಂಬರಿ 'ಧರ್ಮಶ್ರೀ'ಯೇ ಸಾಕ್ಷಿ. ಧರ್ಮ, ಸಾವುಗಳಷ್ಟೇ ಮತಾಂತರವನ್ನೂ ಪೌರಾಣಿಕ, ಐತಿಹಾಸಿಕ ಹಾಗೂ ಸಾಮಾಜಿಕ ಅಂದರೆ ವರ್ತಮಾನ–ಕಾಲಘಟ್ಟಗಳಲ್ಲಿ ಮತ್ತೆ ಮತ್ತೆ ತಾತ್ತ್ವಿಕ ಸಂಘರ್ಷಕ್ಕೆ ಗುರಿಮಾಡುತ್ತಾ ಬಂದಿರುವವರು, ಕನ್ನಡದಲ್ಲಿ ಮಾತ್ರವೇ ಅಲ್ಲ, ಭಾರತೀಯ ಸಾಹಿತ್ಯದಲ್ಲಿ ಭೈರಪ್ಪ ಒಬ್ಬರೇ. ಸೂಕ್ಷ್ಮ ಹಾಗೂ ಸಂವೇದನಾಶೀಲ ಬರಹಗಾರರಾದ ದೇಶಕುಲಕರ್ಣಿಯವರು ಈ ಸಂಬಂಧಿಸಿ ಆಡಿರುವ ಮಾತುಗಳು ಅಧ್ಯಯನಯೋಗ್ಯವಾದದ್ದು:

> "ಅ. ನ. ಕೃಷ್ಣರಾಯರ ಮೊದಲನೆಯ ಕಾದಂಬರಿ 'ಜೀವನಯಾತ್ರೆ'ಯ ವಸ್ತುವೂ ಮತಾಂತರ ಸಂಬಂಧವಾದುದೇ. ಇದೊಂದು ಕುತೂಹಲಕಾರಿ ವಿಷಯ. ಆದರೆ ಆ ಕಾದಂಬರಿಯ ವಿಷಯ ಸಾಂಸಾರಿಕವಾದುದು. ಭೈರಪ್ಪನವರ ಕಾದಂಬರಿಗಳಲ್ಲಿ ಸಂಸಾರಗಳು ಬಂದರೂ ಕಡೆಗೆ ವ್ಯಕ್ತಿಯೂ ಅವನ ತೊಳಲಾಟವೂ ಮುಖ್ಯವಾಗುವುದು ಗಮನಿಸಬೇಕಾದ ಅಂಶ". ('ಎಸ್. ಎಲ್. ಭೈರಪ್ಪ' ಪುಟ 33, 2006).

ಇಲ್ಲಿ ಕೇವಲ ಪಠ್ಯ ಅಥವಾ ಅಕಾಡಮಿಕ್ ವಿಮರ್ಶೆಯೊಂದೇ ಕೃತಿಯ ಅವಗಾಹನೆಗೆ, ಅರ್ಥೈಸುವಿಕೆಗೆ ಪೂರಕ ಎಂದು ನಂಬಬೇಕಿಲ್ಲ ಹಾಗೂ ಸ್ವೀಕರಿಸಬೇಕಾಗಿಲ್ಲ. ಅ.ನ.ಕೃ. ಅವರಾಗಲಿ, ಭೈರಪ್ಪನವರಾಗಲಿ, ಮಾಸ್ತಿಯವರಾಗಲಿ ತಾವು ಎತ್ತಿಕೊಂಡ ವಸ್ತು-ವಿಷಯ ಎಷ್ಟರ ಮಟ್ಟಿಗೆ ತಮ್ಮನ್ನು ತಾಕಿದೆ, ತಲ್ಲಣ ಉಂಟು ಮಾಡಿದೆ, ಹಿಡಿದು ಜಗ್ಗಿಸಿದೆ ಎನ್ನುವುದರ ಮೇಲೆ ಕೃತಿಯ ಸ್ವರೂಪ ನಿಂತಿರುತ್ತದೆ. ತಾನೇ ಮುಂದೆನಿಂತು ಮನೆಕಟ್ಟುವುದಕ್ಕೂ, ಇಂಜಿನಿಯರ್-ಕಂಟ್ರಾಕ್ಟರ್ ಕಟ್ಟಿಕೊಡುವುದಕ್ಕೂ ಇರುವ ಅಜ-ಗಜಾಂತರವೇ ಇಲ್ಲಿನದಾಗಿದೆ. ಅ.ನ.ಕೃ. ಅವರ ಕೃತಿಯ ಹಿನ್ನೆಲೆ ಇದಾಗಿತ್ತು :

> "ಸಾವಿರದ ಒಂಭೈನೂರ ಮೂವತ್ತನಾಲ್ಕರಲ್ಲಿ ನಾನು ಪಂಡಿತ ತಾರಾನಾಥರ 'ಪ್ರೇಮಾಯತನಾಶ್ರಮ' ಕ್ಕೆ ಹೋಗಬೇಕಾಯಿತು. ಅವರ ಸಂಗ, ಸಹವಾಸ ನನ್ನ ವಿದ್ಯಾ ಮತ್ತು ಕಲಾಭಿರುಚಿಗಳಿಗೆ ತುಂಬಾ ಸಹಾಯಕವಾದವು. ತಾರಾನಾಥರ ವಿಸ್ಮಯಕಾರಕ ಮಹತ್ ಪಾಂಡಿತ್ಯ, ಜ್ಞಾನ ಅಶ್ವತ್ಥ ವೃಕ್ಷದಂತಿತ್ತು. ವಿವಿಧ ವಿಷಯ ಗಳನ್ನು ಅವರು ಮಂಡಿಸುತ್ತಿದ್ದ ರೀತಿ, ಪ್ರತಿಭಾ ಸಂಪನ್ನವಾಗಿತ್ತು. ಒಂದು ದಿನ ತಾರಾನಾಥರು ನಡೆದಿದ್ದ ಒಂದು ದಾರುಣ ಪ್ರಕರಣವನ್ನು ನಿರೂಪಿಸಿ ಆ ವಸ್ತುವಿನ ಆಧಾರದ ಮೇಲೆ ನಾನೊಂದು ಕಾದಂಬರಿ ಬರೆಯಬೇಕೆಂದು ಅಪೇಕ್ಷಿಸಿದರು. ನಾನು ಊರಿಗೆ ಹಿಂತಿರುಗಿದ ಮೇಲೆ ಒಂದು ಕಾದಂಬರಿ ಬರೆದೆ, ಅದೇ 'ಜೀವನಯಾತ್ರೆ'. ('ಬರಹಗಾರನ ಬದುಕು' ಪುಟ 215, 1972)."

ಇದೇ ರೀತಿ ಹಿಂದೂ ಧರ್ಮದ ಇಂದಿನ ಸ್ಥಿತಿಯಲ್ಲಿ ಕಾಣುವ ಕುಂದುಕೊರತೆಗಳನ್ನು ಗುರುತಿಸಿ ಅದನ್ನು ಪರಿಷ್ಕರಿಸಲು ಹೊರಟು 'ಅಂತರಗಂಗೆ' ಹಾಗೂ 'ಧರ್ಮ ಸಂರಕ್ಷಣೆ' ಬರೆದ ಮಾಸ್ತಿ ವೆಂಕಟೇಶ ಅಯ್ಯಂಗಾರ್ ಅವರು 1928ರಲ್ಲಿಯೇ ಸಂಗೀತಗಾರ 'ಸುಬ್ಬಣ್ಣ' ಕುರಿತು ಒಂದು ನೀಳ್ಗತೆ ಬರೆದಿದ್ದಾರೆ. ಅದರ ಹಿನ್ನೆಲೆ ಕೂಡ ಅ.ನ.ಕೃ. ಕಾದಂಬರಿಯಂತಹುದೇ :

"ನನ್ನ ಪೂಜ್ಯ ಮಿತ್ರರಾದ ಶ್ರೀಮಾನ್ ನವರತ್ನ ರಾಮರಾಯರು ತಮ್ಮ ಪರಿಚಯದ ಒಬ್ಬ ವೃದ್ಧ ಗಾಯಕನ ಕಡೆಯ ದಿನಗಳನ್ನು ತಮ್ಮ ಸ್ನೇಹಿತರಿಗೆ ಒಮ್ಮೊಮ್ಮೆ ವರ್ಣಿಸಿ ಹೇಳುವುದುಂಟು. ಅವರು ಹೀಗೆ ನನಗೆ ವರ್ಣಿಸಿದ ವ್ಯಕ್ತಿಯೇ ಈ ಕತೆಯ ನಾಯಕನು. ರಾಮರಾಯರವರೇ ಆ ವೃದ್ಧನನ್ನು ಕುರಿತು ಕತೆಯೊಂದನ್ನು ಬರೆಯಬೇಕೆಂದು ಉದ್ದೇಶಿಸಿದ್ದರು. ಆದರೆ ನನಗೂ ಆ ವಸ್ತುವಿನ ಮೇಲೆ ಆಶೆ ಇದೆಯೆಂಬ ಯೋಚನೆಯಿಂದಲೂ, ಇತರ ಕಾರಣದಿಂದಲೂ ಅವರು ತಮ್ಮ ಆ ಉದ್ದೇಶವನ್ನು ಬಿಟ್ಟು ಆ ಗಾಯಕನನ್ನು ಕತೆಯಲ್ಲಿ ತೋರಿಸುವ ಕೆಲಸವನ್ನು ನನಗೆ ಕೊಟ್ಟರು. ಅವರು ಗುರುತು ಮಾಡಿಕೊಟ್ಟ ಜೀವನದ ಸಂಪೂರ್ಣ ಚಿತ್ರವೊಂದನ್ನು ಕಲ್ಪಿಸುವ ಪ್ರಯತ್ನದಲ್ಲಿ ಈ ಪುಸ್ತಕದ ಕತೆ ನಿರ್ಮಾಣವಾಯಿತು.". (ಮುನ್ನುಡಿ).

ಇಲ್ಲಿ ಓದುಗತನದಿಂದ ದಾಟಿದ ವಿಮರ್ಶಕ ಹಾಗೂ ಸಂಶೋಧಕರು ಗಮನಿಸಬೇಕಾದ ಚಿಂತನಾಂಶ ಒಂದು ಅಡಗಿದೆ. ಹಿಂದೂ ಮುಸ್ಲಿಂ ಐಕ್ಯತೆಗಾಗಿ 20ನೇ ಶತಮಾನದ ಪೂರ್ವಾರ್ಧದಲ್ಲಿಯೇ ಕಂಕಣ ಕಟ್ಟನಿಂತ, 'ಧರ್ಮ ಸಂಭವ' ಕೃತಿ ಹಾಗೂ ರಾಯಚೂರಿನ 'ಹಮದರ್ದ್' ಶಾಲೆಯ ರೂವಾರಿ ಪಂಡಿತ ತಾರಾನಾಥರೇ ಆ ವಸ್ತು ಕುರಿತು ಬರೆದಿದ್ದರೇ; ಕತೆಗಾರ ಹಾಗೂ 'ಕೆಲವು ನೆನಪುಗಳು' ಕೃತಿಯ ಗ್ರಾಮೀಣ ಲೋಕಾನುಭವದ ಜೀವಂತ ಕಣಜ ನವರತ್ನ ರಾಮರಾಯರೇ ತಾವು ಪ್ರತ್ಯಕ್ಷ ಕಂಡ 'ಸುಬ್ಬಣ್ಣ' ನನ್ನು ಕುರಿತು ಬರೆದಿದ್ದರೇ (ಕೆಲವು ನೆನಪುಗಳಲ್ಲಿ ಪ್ರಸ್ತಾಪಗೊಂಡಿದ್ದರೂ) ರಕ್ತ-ಮಾಂಸ, ಬುದ್ಧಿ-ಭಾವ ಎರಡೂ ಮೈಯೆತ್ತಿದಂತೆಯೇ ಇರುತ್ತಿತ್ತು. ಅಂತಹದ್ದು (ನವೋದಯ ಹಾಗೂ ಪ್ರಗತಿಶೀಲ ಚಳುವಳಿ ದಾಟಿ ಬಂದ) ನವ್ಯ ಚಳುವಳಿಯ ಪರಮ ವಿರೋಧಿ ಬರಹಗಾರ ಭೈರಪ್ಪ ಅವರು ಕೈಗೆತ್ತಿಕೊಂಡರು. ಅವರ ಜನಪ್ರಿಯತೆ ಹಾಗೂ ಕೃತಿಗಳ ತಾಜಾತನದ ಗುಟ್ಟು ಇಲ್ಲಿಯೇ ಅಡಗಿದೆ:

(1) " ಹುಬ್ಬಳ್ಳಿಗೆ ಹೋದ ಎರಡು ತಿಂಗಳಿನ ನಂತರ

ಅಲ್ಲಿಯ ಎಲ್ಲ ಕಾಲೇಜುಗಳ ಅಧ್ಯಾಪಕರುಗಳು ಸೇರಿದ್ದ ಒಂದು ಸಭೆಯಲ್ಲಿ ಒಂದು ಭಾಷಣ ಮಾಡಬೇಕಾದ ಪ್ರಸಂಗ ಬಂತು. ಅನಂತರ ಮೂರುಸಾವಿರ ಮಠದವರು ಏರ್ಪಡಿಸಿದ್ದ ಒಂದು ಕಾರ್ಯಕ್ರಮದಲ್ಲಿ ಹಿಂದೂ ಸಮಾಜವನ್ನು ಕುರಿತು ಭಾಷಣ ಮಾಡುವಂತೆ ಕೇಳಿದರು. ಅದಾದ ನಂತರ ಹುಬ್ಬಳ್ಳಿಯ ಆರ್ಯಸಮಾಜದ ಪರಿಚಯವಾಯಿತು. ಆರ್ಯಸಮಾಜ ಮತ್ತು ಮಹರ್ಷಿ ದಯಾನಂದ ಸರಸ್ವತಿಯವರ ಬಗೆಗೆ ಮೈಸೂರಿನಲ್ಲಿದ್ದಾಗಲೇ ತುಸು ತಿಳಿಯುವ ಅವಕಾಶವಾಗಿತ್ತು. ನಾನು ಊದುಬತ್ತಿ ವ್ಯಾಪಾರ ಮಾಡುತ್ತಿದ್ದ ಸುನಂದ ಅಗರಬತ್ತಿಯ ರಾಮಕೃಷ್ಣಪ್ಪನವರು ಆಗಲೂ ಮೈಸೂರಿನ ಆರ್ಯಸಮಾಜದ ಶ್ರದ್ಧಾವಂತ ಕಾರ್ಯಕರ್ತರು. ಅವರ ಮತ್ತು ಅವರ ಸ್ನೇಹಿತರಾದ ಆಗ ಅಮೆರಿಕನ್ ಸ್ಟೋರ್ಸ್ ಎಂಬ ಹೆಸರಿದ್ದ ಒಂದು ಸಣ್ಣ ಅಂಗಡಿಯ ಮಾಲೀಕರಾದ ರಾಮಶರಣರ ಸಂಪರ್ಕದಿಂದ ನಾನು ಲಾಲಾಲಜಪತರಾಯರ 'ಆರ್ಯಸಮಾಜ' ಎಂಬ ಪುಸ್ತಕವಲ್ಲದೆ ಆ ಚಳವಳಿ ಕುರಿತು ಇಂಗ್ಲಿಷಿನಲ್ಲಿ ಲಭ್ಯವಿದ್ದ ಬರಹಗಳನ್ನು ಓದಿದ್ದೆ. ಆಗ ವಿದೇಶೀ ಹಣದ ಬೆಂಬಲದಿಂದ ಕ್ರೈಸ್ತಮತ ಪ್ರಚಾರಕರು ಭಾರತದಲ್ಲಿ ಬಿರುಸಾಗಿ ಕೆಲಸ ಮಾಡುತ್ತಿದ್ದರು. ಆಸ್ಟ್ರೇಲಿಯಾದ ಒಬ್ಬ ಪ್ರಚಾರಕನು ಮೈಸೂರಿನ ಮೊಹಲ್ಲ ಮೊಹಲ್ಲಾಗಳ ಒಂದೊಂದು ಮನೆಯಲ್ಲಿ ಸುತ್ತಮುತ್ತಣ ಮುಗ್ಧ ಹೆಂಗಸರು ಮಕ್ಕಳುಗಳ ಸಭೆ ಸೇರಿಸಿ ತಾನು ಏಸುವಿನ ಕೃಪೆಯಿಂದ ಎಂಥ ರೋಗನ್ನಾದರೂ ಗುಣಪಡಿಸುವೆನೆಂದು ಪವಾಡದ ಕಾರ್ಯಕ್ರಮ ಮಾಡುತ್ತಿದ್ದ... ಹೀಗೆ ಮತಾಂತರಕ್ಕೆ ಜನಗಳ ಮನಸ್ಸನ್ನು ಅಣಿಗೊಳಿಸುತ್ತಿದ್ದ". ('ಭಿತ್ತಿ', ಪುಟ 397–8, 1996).

(2) "ಅದೇ ಸಂದರ್ಭದಲ್ಲಿ ನಾನು ಹುಬ್ಬಳ್ಳಿಯಲ್ಲಿ ಶಾಸ್ತ್ರೀಯ ಸಂಗೀತವನ್ನು ಕಲಿಯುತ್ತಿದ್ದೆ. ಮೈಸೂರಿನಲ್ಲಿ ಗಂಗೂಬಾಯಿ

ಹಾನಗಲ್ಲರ ಗಾಯನವನ್ನು ಒಮ್ಮೆ ಕೇಳಿದ್ದರಿಂದಲೇ ಸಂಗೀತಾನುಭವದ ಆಳ ವಿಸ್ತಾರಗಳು ಅರಿವಿಗೆ ಬಂದಿದ್ದವು.... ನಾನೇ ಯಾಕೆ ಸಂಗೀತ ಕಲಿಯಬಾರದು? ಎಂಬ ವಿಚಾರ ಬಂತು. ವೆಂಕಣ್ಣ ಮತ್ತು ಕಲಾವತಿ ಮಣ್ಣೂರ ಎಂಬ ನನ್ನ ವಿದ್ಯಾರ್ಥಿಗಳಾಗಿದ್ದ ಅಕ್ಕ ತಮ್ಮರು ಸಂಗೀತ ಕಲಿಯುತ್ತಿದ್ದಾರೆಂದು ನನಗೆ ಗೊತ್ತಿತ್ತು. ಅವರನ್ನು ವಿಚಾರಿಸಿ ಅವರ ಗುರುಗಳಾಗಿದ್ದ ಎಂ. ಎನ್. ಕಸ್ತೂರಿಯವರಲ್ಲಿ ನಾನೂ ಸೇರಿ ಪ್ರತಿಸಂಜೆ ಅವರ ತರಗತಿಗೆ ಹೋಗತೊಡಗಿದೆ. ಸಂಗೀತವನ್ನು ಕೇಳುವುದೇ ಬೇರೆ. ನಾನೇ ಕಲಿಯುವುದೇ ಬೇರೆ. ಹಾರ್ಮೋನಿಯಂನಲ್ಲಿ ನನ್ನ ಕರಿ ನಾಲ್ಕರ ಷಡ್ಜವನ್ನು ಹಿಡಿದು ಅದರಲ್ಲಿ ಸಮರಸವಾಗುವಂತೆ ಧ್ವನಿಗೂಡಿಸಿ ನಿಂತರೆ ಅದೆಂತಹ ಒಳಲೋಕದ ಸೃಷ್ಟಿಯಾಗುತ್ತಿತ್ತು!.... ಇದೇ ಸಂದರ್ಭದಲ್ಲಿ ನನ್ನ ಸಂಸ್ಕೃತದ ಗುರುವೂ ಕಾಲೇಜಿನಲ್ಲಿ ನನ್ನ ಸಹೋದ್ಯೋಗಿಯೂ ಆದ ಶ್ರೀನಿವಾಸ ತೋಪಖಾನೆ ಯವರೂ ಪಾಪಣ್ಣ ದೇಸಾಯಿ ಎಂಬ ಗುರುಗಳಿಂದ ಸಂಗೀತ ಕಲಿಯುತ್ತಿದ್ದರು. ಹಾರ್ಮೋನಿಯಂ ಒತ್ತಾಸೆಯಿಂದ ಕಲಿಯತೊಡಗುವವರಿಗೆ ಸ್ವರಶುದ್ಧಿ ಸಾಧಿಸುವುದಿಲ್ಲವೆಂಬುದು ದೇಸಾಯಿಯವರ ಅಭಿಮತ. ಅದರಂತೆ ಅವರು ತಂಬೂರಿಯ ಮೇಲೆಯೇ ಆರಂಭಿಸುತ್ತಿದ್ದರು. ನಾನು ತೋಪಖಾನೆಯವರ ಮನೆಗೆ ಹೋಗಿ ದೇಸಾಯಿಯವರು ತಂಬೂರಿಯ ಮೇಲೆ ಸಾ– ಪಾ– ಸಾ– ಮೊರೆಸುವುದನ್ನು ತಲ್ಲೀನನಾಗಿ ಕೇಳುತ್ತಾ ಕೂರುತ್ತಿದ್ದೆ. ಹೀಗೆ ಕೇಳಕೇಳುತ್ತಾ ನನ್ನ ಮನಸ್ಸಿನಲ್ಲಿ ಕೆಲವು ಪಾತ್ರಗಳು, ಸಮಸ್ಯೆಗಳು, ಸಾಂಸ್ಕೃತಿಕ ತಾಕಲಾಟಗಳು, ಆಕರ್ಷಣೆ ಮತ್ತು ಕರ್ತವ್ಯಗಳ ಸಂಘರ್ಷಗಳು ಮೂಡಿದವು. ಮುಂದೆ ಕೆಲವು ದಿನಗಳಲ್ಲಿ ಅವೇ ಒಂದರೊಳಗೊಂದು ಎರಕಗೊಂಡು ಒಂದು ಕಥೆಯ ರೂಪ ತಾಳಿತು. ಇದನ್ನು ಬರೆದರೆ ಒಂದು ಕಾದಂಬರಿಯಾಗುತ್ತದೆನ್ನಿಸಿತು. ಕೂತು ಬರೆದೂ ಬಿಟ್ಟೆ. ಅದೇ 'ಧರ್ಮಶ್ರೀ'." (ಅದೇ, ಪುಟ 399 – 400).

ಉದ್ಯೋಗ ಅರಸಿ ಅಥವಾ ಅನ್ನಕ್ಕಾಗಿ ಹುಬ್ಬಳ್ಳಿಗೆ ಭೈರಪ್ಪನವರು ಹೋದರೂ, ಅಲ್ಲಿನ ಸಾಂಸ್ಕೃತಿಕ ವಾತಾವರಣ–ಸ್ನೇಹಿತರನ್ನು ಹಚ್ಚಿಕೊಂಡಂತೆ ಕಾಣಬರಲಿಲ್ಲ. ಧಾರವಾಡ–ಹುಬ್ಬಳ್ಳಿ ಕನ್ನಡ ನಾಡಿನ ಸಾಂಸ್ಕೃತಿಕ ಕೇಂದ್ರ ಬಿಂದು ಕೂಡ. ಆದರೆ ಭೈರಪ್ಪನವರು ಕೇವಲ ಉದ್ಯೋಗ ಅರಸಿ ಹೊರಟವರಲ್ಲ. ತಮ್ಮ ಹಳ್ಳಿ ಸಂತೇಶಿವರದ ಕುಟುಂಬ ಜೀವನದ ಬರ್ಬರ ಅನುಭವ, ಮೈಸೂರಿನ ಅನಾಥಾಲಯದ ಜಾತಿ– ಅನ್ನ–ಶಿಕ್ಷಣದ ತೀವ್ರ ಸ್ವರೂಪದ ಬಿಸಿ, ಮಿಗಿಲಾಗಿ ತಾವು ಮನಸ್ಸಿಗೆ ಹಚ್ಚಿಕೊಂಡ ಮತಾಂತರ, ಧರ್ಮಾಂತರಗಳನ್ನು ಪ್ರತ್ಯಕ್ಷ ಎದುರಿಸಿ, ಕೆಲಸ ಕಳೆದುಕೊಳ್ಳುವ ಮಟ್ಟಿಗೆ ಚಳವಳಿಗೆ ಅಣಿಯಾದದ್ದು, ಇವಕ್ಕೆ ಪ್ರೇರಣೆ ತಂದುಕೊಟ್ಟದ್ದು ಒಂದು ಕಡೆ ಆರ್ಯಸಮಾಜ, ಇನ್ನೊಂದು ಕಡೆಗೆ ಸಂಗೀತ ಹಾಗೂ ಪ್ರಾರಂಭಕ್ಕೆ ಮುನ್ನಡೆಸಿದ ಆನಂದ ಕುಮಾರಸ್ವಾಮಿ. ಸಂಗೀತದ ಸ್ವಾನುಭವ–ತನ್ಮಯತೆ ಇಲ್ಲದಿದ್ದರೆ ಭೈರಪ್ಪ ಬರಹಗಾರ ನಾಗುತ್ತಿದ್ದರೋ ಚಳವಳಿಗಾರನಾಗುತ್ತಿದ್ದರೋ ಅಥವಾ ರಾಷ್ಟ್ರೀಯ ಸ್ವಯಂ ಸೇವಕರಾಗಿ ಜೀವನಯಾಪನೆ ತೆಗೆಯುತ್ತಿದ್ದರೋ ಹೇಳಬರುವುದಿಲ್ಲ. ಸಂಗೀತ, ಭೈರಪ್ಪನವರನ್ನು ಬರಹಗಾರನನ್ನಾಗಿ ಉಳಿಸಿಕೊಟ್ಟಿತು. ಆರ್ಯಸಮಾಜ, ಭೈರಪ್ಪನವರನ್ನು ಒಬ್ಬ ತತ್ತ್ವಶಾಸ್ತ್ರ ಜಿಜ್ಞಾಸುವಾಗಿ ರೂಪಿಸಿತು. ಕುಮಾರಸ್ವಾಮಿ, ಭೈರಪ್ಪನವರನ್ನು ರಾಷ್ಟ್ರೀಯವಾದಿ ಯಾಗಿಸಿದರು.

ಹೀಗಾಗಿ ಭೈರಪ್ಪ ಕೇವಲ ಬ್ರಾಹ್ಮಣನಾಗಿ ಉಳಿಯಲಿಲ್ಲ, ಬ್ರಾಹ್ಮಣ ಜಾತಿಪರವೂ ನಿಲ್ಲಲಿಲ್ಲ. ಅಂದಮೇಲೆ 'ಕೋಮುವಾದಿ' ಎನ್ನುವವರ ಪ್ರಶ್ನೆಯಲ್ಲ–ಜ್ಞಾನವನ್ನೇ ಅಳೆಯಬೇಕಾಗಿದೆ. ಅಂತಹವರ ಅರ್ಥವಿಲ್ಲದ ಹಾಗೂ ಅಜ್ಞಾನದ ಪರಮಾವಧಿ ಇದಲ್ಲದೆ ಬೇರೆಯಲ್ಲ. ನಿಜವಾಗಿ ಹೇಳುವುದಾದರೆ ಸಾಮಾಜಿಕ ನ್ಯಾಯದ ಹೆಸರಿನಲ್ಲಿ ಅವರೇ ಕೋಮುವಾದಿಗಳಾಗಿ ಕೋಮಾಸ್ಥಿತಿ ತಲುಪಿದ್ದಾರೆ. ಈವತ್ತಿನ ಸರಕಾರಿ ಪುರೋಹಿತಶಾಯಿಗಳಾಗಿ ಈ ಬುದ್ಧಿಜೀವಿಗಳು ವರ್ತಿಸುತ್ತಿದ್ದಾರೆ.

———————— ಎಸ್. ಎಲ್. ಭೈರಪ್ಪ ಇಷ್ಟೇ ————————

ಅಸ್ಪೃಶ್ಯತೆ ಬಗ್ಗೆ ಜೀವಮಾನವೆಲ್ಲಾ ಹೋರಾಡಿದ ಬಾಬಾಸಾಹೇಬ ಅಂಬೇಡ್ಕರ್ ಅವರು, ಈ ಅಮಾನವೀಯ ಪಿಡುಗು ಕೇವಲ ಹಿಂದೂಗಳಲ್ಲಿ ಮಾತ್ರವಲ್ಲ, ಮುಸ್ಲಿಮರಲ್ಲೂ, ಪಾರ್ಸಿಗಳಲ್ಲೂ ಮನೆಮಾಡಿರುವುದನ್ನು ತಮ್ಮ ಸ್ವಾನುಭವದ ಚಿತ್ರಣದಿಂದಲೇ ಕಟ್ಟಿಕೊಟ್ಟಿದ್ದಾರೆ :

"ಒಬ್ಬ ಗೆಳೆಯನ ಜೊತೆಗೆ ಈ ಬಗ್ಗೆ ಮಾತಾಡಿ ಅವನ ಸಲಹೆ ಪಡೆದುಕೊಂಡ ನಂತರ ನಾನು ಕ್ರಿಶ್ಚನ್ ಮಿತ್ರನ ಮನೆಗೆ ಹೋಗಲು ನಿರ್ಧರಿಸಿದೆ. ನನಗೆ ತನ್ನ ಮನೆಯಲ್ಲಿ ವಾಸಿಸಲು ಅವಕಾಶ ಮಾಡಿಕೊಡುವನೇ ಎಂದು ಕೇಳಲು ತೀರ್ಮಾನಿಸಿದೆ. ನಾನು ಈ ಪ್ರಶ್ನೆ ಅವನ ಮುಂದಿಟ್ಟಾಗ ಬಂದ ಉತ್ತರ : 'ನಾಳೆಯೆ ನನ್ನ ಹೆಂಡತಿ ಬರೋಡಾಕ್ಕೆ ಬರಲಿದ್ದಾಳೆ. ಅವಳ ಜೊತೆಗೆ ಸಮಾಲೋಚಿಸಿದ ನಂತರ ಸಾಧ್ಯಾಸಾಧ್ಯತೆಯ ಬಗ್ಗೆ ತಿಳಿಸುವೆ'. ಆನಂತರ ನನಗೆ ಗೊತ್ತಾದುದೇನೆಂದರೆ, ಅದು ಬಹು ಚಾಣುಕ್ಯ ಬುದ್ಧಿಯ ಚತುರ ಉತ್ತರವಾಗಿತ್ತು. ಅವನು ಮತ್ತು ಅವನ ಹೆಂಡತಿ ಮೂಲತಃ ಬ್ರಾಹ್ಮಣ ಜಾತಿಯವರಾಗಿದ್ದು ಕ್ರೈಸ್ತಧರ್ಮಕ್ಕೆ ಮತಾಂತರಗೊಂಡಿದ್ದರೂ ದೃಷ್ಟಿ ಧೋರಣೆಗಳಲ್ಲಿ ಗಂಡ ಮಾತ್ರ ಉದಾರವಾದಿಯಾಗಿ ಬೆಳೆದಿದ್ದನು. ಹೆಂಡತಿ ಅದೇ ಹಳೆಯ ಕಂದಾಚಾರದ ಗೊಡ್ಡು ಸಂಪ್ರದಾಯದ ಹುದುಲಲ್ಲಿ ಸಿಕ್ಕಿಬಿದ್ದಿದ್ದಳು. ಆದ್ದರಿಂದ ಒಬ್ಬ ಅಸ್ಪೃಶ್ಯನನ್ನು ತಮ್ಮ ಮನೆಯಲ್ಲಿಟ್ಟುಕೊಳ್ಳಲು ಅವಳು ಸುತಾರಾಮ್ ಸಿದ್ಧಳಿರಲಿಲ್ಲ. ಹೀಗಾಗಿ ನನ್ನ ಆಸೆಯ ಕೊನೆಯ ಜ್ಯೋತಿಯೂ ನಂದಿತು". (ಅಂಬೇಡ್ಕರ್ ಸ್ಮೃತಿ–ಸಂಸ್ಕೃತಿ, ಇಂಗ್ಲಿಷ್ : ನಾನಕ್ ಚಂದ್ ರತ್ತು, ಕನ್ನಡಕ್ಕೆ : ರಾಹು, ಪುಟ 27, 2015).

ಈ ದಿಕ್ಕು ದಿಶೆಯಲ್ಲಿ ಸಾಗಿದ ದಲಿತ ಅಂಬೇಡ್ಕರ್ ಅವರು; ಬುದ್ಧ, ಬೌದ್ಧಧರ್ಮದ ಗೂಡು ಸೇರಿದರು. ಬ್ರಾಹ್ಮಣರಿಂದ, ಹಿಂದೂಗಳಿಂದ ಅನಾಥರಾದ ಭೈರಪ್ಪನವರು ಸ್ವಾಮಿ ದಯಾನಂದ ಸರಸ್ವತಿಯವರ 'ಆರ್ಯಸಮಾಜ'ದ ಕಟ್ಟಡವನ್ನು ಪ್ರವೇಶಿಸಿದರು. ಇದು ಧಾರ್ಮಿಕ

ಮೂಲಭೂತವಾದಿಗಳಿಗೂ ದಲಿತ ಮೀಸಲಾತಿವಾದಿಗಳಿಗೂ ಅರ್ಥವಾಗದೇ ಇರುವುದರ ಹುನ್ನಾರ-ಅಪಾಯಕಾರಿಯಾದದ್ದು.

ಶಂಕರರಾವ್ ಅವರಂತೆ ಆರ್. ಎಸ್. ಎಸ್. ಆಗಲೊಲ್ಲದ 'ಧರ್ಮಶ್ರೀ' ಕಾದಂಬರಿಯ ನಾಯಕ ಸತ್ಯನಾರಾಯಣ, ಝೇವಿಯರ್ ಸತ್ಯದಾಸನಾಗಬೇಕಾದ ಪರಿಸ್ಥಿತಿ ಬಂದದ್ದೂ, ಹೆಜ್ಜೆ ಹೆಜ್ಜೆಗೆ ಪುಟಪುಟಕ್ಕೆ ಹಿಂದೂಧರ್ಮ-ಕ್ರೈಸ್ತಧರ್ಮಗಳ ಆಂತರಿಕ ಅಂತರಗಳನ್ನು ನಡವಳಿಕೆ ಗಳಿಂದ, ಪರಸ್ಪರ ವಾದವಿವಾದಗಳಿಂದ, ಕೊನೆಗೆ ಧರ್ಮ ಶಾಸ್ತ್ರಗಳು ತತ್ತ್ವಶಾಸ್ತ್ರಗಳ ಕೃತಿಗಳಿಂದ ಜಿಜ್ಞಾಸೆ ನಡೆಸಿ ಕೊನೆಗೂ ತಾನು ಆರ್.ಎಸ್.ಎಸ್. ಆಗಲಿ, ಹಿಂದೂ-ಬ್ರಾಹ್ಮಣನಾಗಲಿ ಆಗದೆ, ಅದೇ ಶಂಕರರಾವ್ ಮುಖೇಣ 'ಆರ್ಯಸಮಾಜ'ದ ಧರ್ಮ- ತತ್ತ್ವ - ಜೀವನ ಕ್ರಮವನ್ನು ಸ್ವೀಕರಿಸುವ ಪರಿಸ್ಥಿತಿಯನ್ನು ನಾವು ಕಾಣಬಹುದು. ಪ್ರಾರಂಭಕ್ಕೆ ದ್ವೇಷಿಸಿದ, ಅನಂತರ ಪ್ರೀತಿಸಿದ, ಕ್ರೈಸ್ತಧರ್ಮೀಯ ಲಿಲ್ಲಿಯನ್ನೇ ಬಾಳ ಸಂಗಾತಿಯಾಗಿ ಸ್ವೀಕರಿಸಿ 'ಧರ್ಮಶ್ರೀ' ನಾಮಕರಣವೋ ಮತಾಂತರವೋ ಗೊಳಿಸಿದ್ದು ಕಾಲದ-ಬದುಕಿನ-ಮನೋಧರ್ಮದ ವಾಸ್ತವ ಕಟುಸತ್ಯ.

ಪ್ರಾರಂಭಕ್ಕೆ ಕುಮಾರಸ್ವಾಮಿಯವರ ಹಿಂದೂದೃಷ್ಟಿಕೋನದ ಬಗ್ಗೆ (ಪುಟ 156) ಪುಟಗಟ್ಟಲೆ ಚರ್ಚಿಸಿದರೂ ಹಿಂದೂ ಸಮಾಜದ ಸ್ಥಿತಿ ಇದ್ದದ್ದು ಮಾತ್ರ ಹೀಗೇನೆ ಎಂಬುದನ್ನು 'ಧರ್ಮಶ್ರೀ' ಕಾದಂಬರಿ ಢಾಳಾಗಿ ಚಿತ್ರೀಕರಿಸುತ್ತದೆ :

"ತಾವೇ ಉತ್ತಮರೆಂದು ಬ್ರಾಹ್ಮಣರು ತಿಳಿದುಕೊಂಡಿದ್ದಾರೆ. ತಮ್ಮನ್ನು ಬಿಟ್ಟರೆ ಬೇರೆ ಉತ್ತಮರೇ ಇಲ್ಲವೆಂದು ಲಿಂಗಾಯತರ ಭಾವನೆ. ಇವರಿಬ್ಬರನ್ನೂ ಮೀರಿಸಿದ ಉತ್ತಮರು ತಾವೆಂದು ಬೇರೊಂದು ಪಂಗಡದವರ ಹೆಮ್ಮೆ. ಬ್ರಾಹ್ಮಣೇತರರು ಬ್ರಾಹ್ಮಣ ರೊಡನೆ ಸಹಪಂಕ್ತಿ ಭೋಜನ ಬಯಸುತ್ತಾರೆ. ಅದಕ್ಕಾಗಿ ವಾಗ್ವಾದವನ್ನೇ ನಡೆಸುತ್ತಾರೆ. ಆದರೆ ಹರಿಜನರಿಗೆ ತಮ್ಮೊಡನೆ ಸಹ ಪಂಕ್ತಿ ಭೋಜನ ಕೊಡಲು ಅವರೇ ಒಪ್ಪುವುದಿಲ್ಲ. ಇದು

ಹಿಂದೂ ಸಮಾಜದ ಸ್ಥಿತಿ. ನನಗೆ ಮುಂದೆ ಊಟ ಸೇರಲಿಲ್ಲ.".
(ಧರ್ಮಶ್ರೀ, ಪುಟ 169).

ಕೃತಿಯ ಉದ್ದಕ್ಕೂ ಕೇವಲ ಧರ್ಮ-ಮತ ಜಿಜ್ಞಾಸೆ ಮಾತ್ರವೇ ಅಲ್ಲ, ಪರಸ್ಪರ ಬಿಡಿಸಲಾರದಂತೆ ಜೀವನ-ಬದುಕಿನ ಸಂಘರ್ಷವನ್ನೂ ಚಿತ್ರಿಸುವ ಮೂಲಕ ಮಾನವೀಯ ಸೆಲೆ ಹೇಗೆ ಧರ್ಮ-ಮತಾಂತರ ಮೀರಿದ್ದು ಎಂಬುದನ್ನು ಭೈರಪ್ಪನವರು ಕಂಡಿರಿಸುತ್ತಾರೆ :

"ಹಾಗೆ ನೋಡಿದರೆ ಇತರ ಮತದವರು ಮುಟ್ಟಿದುದನ್ನು ತಿನ್ನಬಾರದೆಂಬ ಯಾವ ನಿಯಮವನ್ನೂ ನಾನು ಇಟ್ಟುಕೊಂಡಿರಲಿಲ್ಲ. ಹರಿಜನರ ಮನೆಯಲ್ಲಿ ಉಪಾಹಾರ ಮಾಡಿದ್ದೆ. ಆದರೆ ಕ್ರೈಸ್ತರ ಮನೆಯ ನೀರನ್ನೂ ಮುಟ್ಟಬಾರದೆನ್ನುವ ಮನೋಭಾವದ ಹಿಂದೆ ಒಂದು ವಿಧವಾದ ತಿರಸ್ಕಾರವು ನಿಂತಿತ್ತು. ಕ್ರೈಸ್ತ ಮಿಷನರಿಗಳ ದಾಳಿ, ಹಿಂದೂ ಧರ್ಮ, ಹಿಂದೂ ಸಮಾಜಗಳಿಗೆ ಅವರಿಂದ ಆಗಿರುವ ಕೆಡಕುಗಳ ಪ್ರಜ್ಞೆಯಿಂದ ಉಂಟಾದ ಪ್ರತೀಕಾರ ಭಾವವು ನನ್ನಲ್ಲಿ ಬೆರೆತಿತ್ತು. ಆದರೆ ಅದರಿಂದ ರಾಚಮ್ಮ ಮತ್ತು ಲಿಲ್ಲಿಯಂತಹ ಆತ್ಮೀಯರನ್ನು ಏಕೆ ದೂರ ಇಡಬೇಕು? ಅವರ ಸೇವೆಯನ್ನೂ ಸ್ನೇಹವನ್ನೂ ಸ್ವೀಕರಿಸುವ ನಾನು, ಅವರು ಮುಟ್ಟಿದ ವಸ್ತುವನ್ನು ಏಕೆ ತಿನ್ನಬಾರದು?" (ಅದೇ ಪುಟ 197).

ಆದರೂ ಕ್ರೈಸ್ತಧರ್ಮದ ಬಗ್ಗೆ ಝೇವಿಯರ್ ಸತ್ಯದಾಸ ಅಂತರಂಗದ ಹಿಂದೂ ಸತ್ಯನಾರಾಯಣನಿಗೆ ಇದ್ದ ಚಿತ್ರಣ ಯಾವಾಗಲೂ ಕುದಿಯುವಂತದ್ದೇ :

"ವಿವೇಕಾನಂದರು ಹೇಳುವಂತಹ ಸಂಸ್ಕೃತಿ ಹೋಗಲಿ. ಈ ಮನೆಯಲ್ಲಿ ತುಂಬಿರುವುದು ನನ್ನ ಸಂಸ್ಕಾರಕ್ಕೆ ಹೊರತಾದ ವಾತಾವರಣ. ಗೋಡೆಯ ಮೇಲೆ ಕಾಣುವ ಮೇರಿಯ ಪಟ. ಶಿಲುಬೆಗೆ ಏರಿಸುತ್ತಿರುವ ಕ್ರಿಸ್ತನ ಪಟ. ಮುಳ್ಳಿ ಸಿಂಬೆಯನ್ನಿಟ್ಟು ತಲೆಯಿಂದ ರಕ್ತ ಹನಿಯುತ್ತಿರುವಾಗ ಅವನ ಹೆಗಲ ಮೇಲೆ ಶಿಲುಬೆ ಹೊರಿಸಿ ಹಿಂದಿನಿಂದ ನೂಕುತ್ತಿರುವ ಪಟಗಳು. ಅಲ್ಲಿ

ಕಾಣುವುದು ಕ್ರೌರ್ಯ, ಅನಾಗರಿಕತೆ. ಅದನ್ನೆಲ್ಲ ಸಹಿಸಿದ ಕ್ರಿಸ್ತನು ಮಹಾತ್ಮನೆಂಬುದು ನಿಜ. ಆದರೆ ಈ ಚಿತ್ರಗಳನ್ನು ನೋಡಿದರೆ ಮನಸ್ಸಿನಲ್ಲಿ ಹುಟ್ಟುವುದು ಜಿಗುಪ್ಸೆ, ಜಿಹಾಸೆ; ಶಾಂತಿಯಲ್ಲ. ಅನಾಗರಿಕ ಜನಾಂಗವೊಂದು ಇತಿಹಾಸದ ಒಂದು ಮಟ್ಟದಲ್ಲಿ ಇದ್ದ ಸ್ಥಿತಿಯನ್ನು ಈ ಚಿತ್ರಗಳು ರೂಪಿಸುತ್ತವೆ. ದಿನ ಬೆಳಗ್ಗೆ ಎದ್ದರೆ ನಾವೇಕೆ ಇದನ್ನ ನೋಡಬೇಕು? ಆ ಜನದ ರಕ್ತ ಪರಂಪರೆಗೆ, ಆ ಪರಂಪರೆಯ ಸಂಸ್ಕಾರ ಹೊಂದಿದ ಜನರಿಗೆ ಈ ಚಿತ್ರದ ವಾತಾವರಣ ಹಿಡಿಸೀತು. ಭಾರತೀಯನಾದ ನನಗೆ ಅದು ಮೆಚ್ಚುಗೆ ಉಂಟುಮಾಡುವುದಿಲ್ಲ. ನನ್ನ ಸಂಸ್ಕಾರ, ಕಲ್ಪನೆ, ಮನೋಧರ್ಮಗಳೇ ಬೇರೆ. ಪ್ರಪಂಚದ ಆಸೆ ಕ್ಲೇಶಗಳಿಗೆ ಹೇಸಿ ದೂರ ಸರಿದರೂ, ನನ್ನ ದೇಶದ ಸೃಷ್ಟಿಯಾದ ಬುದ್ಧನ ಮುಖದಲ್ಲಿರುವುದು ನೋವಲ್ಲ, ಶಾಂತಿ. ಕೈಲಾಸದ ಪ್ರಶಾಂತತೆಯನ್ನೇ ಬಿಂಬಿಸುವ ಶಿವ, ಅನಂತ ವಾತ್ಸಲ್ಯವನ್ನು ಬೀರುವ ತಾಯಿ ಲಕ್ಷ್ಮಿ ಸರಸ್ವತಿಯರು, ಚಿರಶಾಂತಿಯ ಸಮಾಧಿಯಲ್ಲಿ ಮುಳುಗಿರುವ ಗೋಮಟೇಶ್ವರನ ವಿಗ್ರಹಗಳು ನನಗೆ ಸಲ್ಲುತ್ತವೆ. (ಅದೇ ಪುಟ 257–8).

ಕೇವಲ ತಮ್ಮ ಬಾಲ್ಯ, ವಿದ್ಯಾಭ್ಯಾಸ, ಉದ್ಯೋಗ, ಬರವಣಿಗೆಯ ಪ್ರಾರಂಭದ ಹಂತದಲ್ಲಿ ಮಾತ್ರವೇ ಅಲ್ಲ. 16–10–2008ರಲ್ಲಿ ಬರೆದ "ಇಂಥ ಘಟನೆ ಬೇರೆ ಯಾವ ದೇಶದಲ್ಲಿ ನಡೆದೀತು?" ಹಾಗೂ "ನಮ್ಮ ಸುಧಾರಕರೂ ಸ್ವಮತ ವಿಮರ್ಶಿಸಿ, ಪರಮತ ಹುಳುಕನ್ನು ತೋರಿಸಿದ್ದಾರೆ" ಎಂಬ ಲೇಖನಗಳಲ್ಲಿಯೂ (ಸಂದರ್ಭ : ಸಂವಾದ ಪುಟ 210 ರಿಂದ 241 ವರೆಗಿನ ಪುಟಗಳಲ್ಲಿ) ಇನ್ನೂ ವಿಸ್ತೃತವಾಗಿ ಮತಾಂತರ ಹಾಗೂ ಕ್ರೈಸ್ತ ಧರ್ಮದ ದಾಳಿಯನ್ನು ಸೋನಿಯಾ ಗಾಂಧಿಯವರೆಗೂ ಎಳೆದು ತಂದು ಭೈರಪ್ಪನವರು ಚರ್ಚಿಸಿದ್ದಾರೆ. ಚಿಂತಿಸಿದ್ದಾರೆ.

ಬೇಟೆಗಾರ ಮತಗಳು ಅಥವಾ ಮೂವರು ಪ್ರವಾದಿಮತಗಳ ಇತಿಮಿತಿ ಜೊತೆಗೆ, ಹಿಂದೂಧರ್ಮ ಕೂಡ ಅಷ್ಟೇ ಮಟ್ಟಿಗೆ ಪರಿವರ್ತನೆಗೊಳ್ಳಬೇಕು ಎಂದು ಬರವಣಿಗೆಯ ಉದ್ದಕ್ಕೂ – ಬದುಕಿನ ಉದ್ದಕ್ಕೂ ಭೈರಪ್ಪನವರು ಪ್ರತಿಪಾದಿಸುತ್ತಲೇ ಬಂದಿದ್ದಾರೆ. ಹೀಗಾಗಿ ಜನಪ್ರಿಯತೆಗೊಂಡಿರುವುದು ಭೈರಪ್ಪನವರೋ? ಭೈರಪ್ಪನವರ ಕಾದಂಬರಿಗಳೋ? ಅಥವಾ ಭೈರಪ್ಪನವರು ಕಾದಂಬರಿಗಳಲ್ಲಿ ಹಾಗೂ ವೈಚಾರಿಕವಾಗಿ ಮಂಡಿಸುತ್ತಿರುವ ವಿಚಾರಗಳೋ? ಎಂಬುದೇ ಈಗ ನಿರ್ಣಯವಾಗಬೇಕಾದ ವಿಷಯ. ಅದೇ ರೀತಿ ಅವರ ಬಗೆಗಿನ ಶತ್ರುತ್ವಕ್ಕೂ.

ಆಶ್ಚರ್ಯ ಎಂದರೆ ನಿಜದ ಪ್ರಗತಿಪರಧೋರಣೆಯುಳ್ಳ, ಅಪ್ಪಟ ಸೃಜನಶೀಲ ವಿಚಾರವಾದಿಯಾದ, ಮಾನವೀಯ ಮೌಲ್ಯಗಳ ಪ್ರತಿಪಾದಕ ರಾದ ಭೈರಪ್ಪನವರು ಸದ್ಯದ ಆವರಣದಲ್ಲಿ ಸಿಲುಕಿದ್ದಾರೆ. ದ್ವೇಷಿಸಬೇಕಾದವರು ಪ್ರೀತಿಸುತ್ತಿದ್ದಾರೆ, ಮೆಚ್ಚಬೇಕಾದವರು ಸತತವಾಗಿ ಚೆಚ್ಚುತ್ತಿದ್ದಾರೆ. ಸರಿಯಾದ ಓದು, ಅರ್ಥಗ್ರಹಿಕೆ, ಸಾರ್ವಜನಿಕ ಹಿತಾಸಕ್ತಿಗಳ ಗೊಂದಲದಿಂದ ಎಲ್ಲವೂ ಎಡವಟ್ಟಾಗಿ ಸಾಗುತ್ತಿದೆ. ಒಂದು ಕಾಲಕ್ಕೆ ಹೆನ್ರಿ ಡೇವಿಡ್ ಥೋರೋನ 'ವಾಲ್ಡನ್', ಗೊಡ್ಡು ತತ್ತ್ವಶಾಸ್ತ್ರೀಯ ಬರವಣಿಗೆ ಎಂದು ಅಪಪ್ರಚಾರ ಮಾಡಿದ್ದರು. ಆದರೆ ಕೊನೆಗೂ ರಷ್ಯಾ ದೇಶ ಮಾತ್ರವೇ ಅಲ್ಲ, ಕಮ್ಯುನಿಸ್ಟರು ಕೂಡ ತದನಂತರ ವೇದ–ಬೈಬಲ್– ಕುರಾನ್ ನಂತೆ 'ವಾಲ್ಡನ್' ನನ್ನು ಪರಿಗಣಿಸಿದ್ದಾರೆ. ಇಂದಲ್ಲ ನಾಳೆ, ಭೈರಪ್ಪ ಸಾಹಿತ್ಯ ಕೂಡ ನಿಜದ ಓದಿಗೆ ದಕ್ಕಿ, ಸಲ್ಲಬೇಕಾದ ಮೌಲ್ಯಮಾಪನ ಸಂದೀತು ಎಂದೇ ನನ್ನ ನಂಬುಗೆ.

* * *

3

ಭೈರಪ್ಪ V/S ಇಸ್ಲಾಂಧರ್ಮ

ಭೈರಪ್ಪ ಅವರು ಬರೆದ 'ಆವರಣ' (2007) ಕಾದಂಬರಿಯನ್ನು ಓದಿ ಮುಗಿಸಿದೆ. ಸಾಲದೆಂದು 'ಆವರಣ'ದ ಬಗ್ಗೆಯೇ ಬರೆದ ಎಲ್ಲ ಬಗೆಯ ಲೇಖಕರ–ಲೇಖನಗಳನ್ನೂ ಪರಿಶೀಲಿಸಿದೆ. ಇನ್ನೇನು ಲೇಖನ ಬರೆಯಲು ಪ್ರಾರಂಭಿಸಬೇಕು; 'ಅಗ್ನಿ' ವಾರಪತ್ರಿಕೆ (ಸಂಪುಟ 18, ಸಂಚಿಕೆ 33,4 ಜೂನ್ 2015) ಕೈಸೇರಿತು. ಒಮ್ಮೆ ತಿರುವಿ ಹಾಕುವುದು ಪದ್ಧತಿ. ಪುಟ 6ರಲ್ಲಿ 'ಮರುನಾಮಕರಣ ರಾಜಕೀಯ' ಎಂಬ, ಬಾಕ್ಸ್ ಕಟ್ಟಿದ ಸುದ್ದಿ ಕಾಣಿಸಿತು :

> "ಕರ್ನಾಟಕ ಏಕೀಕರಣದ ಪರಿಕಲ್ಪನೆಯನ್ನು ಕೊಟ್ಟವರೇ ಆಲೂರು ವೆಂಕಟರಾವ್‌ರವರು. ಅವರಂಥ ಮಹಾನ್ ಚೇತನಕ್ಕೆ ಅವಮಾನ ಮಾಡುವ ದುಸ್ಸಾಹಸಕ್ಕೆ ಕೈ ಹಾಕಿವೆ ಬಿಬಿಎಂಪಿ ಮತ್ತು ಸರ್ಕಾರ. ಬಿಬಿಎಂಪಿ ಮತ್ತು ಸರ್ಕಾರ ಕೇವಲ ಓಟ್ ಬ್ಯಾಂಕನ್ನು ಗಮನದಲ್ಲಿಟ್ಟುಕೊಂಡು ಕನ್ನಡವೆಂಬ ಹೆಮ್ಮರದ ಬುಡಕ್ಕೇ ಕೊಡಲಿ ಪೆಟ್ಟು ಹಾಕಲು ಹೊರಟಿರುವುದು ನಾಚಿಕೆಗೇಡಿನ ಸಂಗತಿ. ಬಿಬಿಎಂಪಿ ಆದಷ್ಟು ಬೇಗ ಈ 'ಮರುನಾಮಕರಣ ರಾಜಕೀಯ'ವನ್ನು ಬಿಟ್ಟು, ಮಾಡಬೇಕಾದ ತುರ್ತುಕೆಲಸವನ್ನು ಕೈಗೆತ್ತಿಕೊಳ್ಳುವುದು ಸರ್ಕಾರ ಹಾಗೂ ನಾಗರಿಕರ ಹಿತದೃಷ್ಟಿಯಿಂದ ಅತಿಮುಖ್ಯವಾದದ್ದು".

ತಕ್ಷಣ, ಭೈರಪ್ಪನವರ 'ಆವರಣ' ಕಾದಂಬರಿಯ ಸಾಲುಗಳು ನೆನಪಾದವು. ವೆಂಕಟೇಗೌಡರ ಮಗ, ಲಕ್ಷ್ಮೀ ಉರುಫ್ ರಜಿಯಾ ತಂದೆ ನರಸಿಂಹೇಗೌಡ, ಸತತವಾಗಿ 30 ವರ್ಷಗಳ ಕಾಲ, ಕುಣಿಗಲ್ ಬಳಿಯ

ನರಸಾಪುರದಲ್ಲಿಯೇ ಒಂಟಿಯಾಗಿದ್ದುಕೊಂಡು, ಅಧ್ಯಯನ ನಡೆಸಿ, ಬರೆದ ಟಿಪ್ಪಣಿಗಳಲ್ಲಿ ಒಂದು :

" ಮುಸ್ಲಿಂ ದೊರೆಗಳು ಖಾಲಿ ಬಯಲು ಜಾಗದಲ್ಲಿ ಕಟ್ಟಿ ತಮ್ಮ ಹೆಸರಿಟ್ಟುಕೊಂಡಿರುವ ಪಟ್ಟಣಗಳಿಗೆ ನನ್ನ ಆಕ್ಷೇಪವಿಲ್ಲ. ಇರುವ ಊರುಗಳ ಹೆಸರು ಬದಲಿಸುವುದು ಒಬ್ಬ ಜೀವಂತ ವ್ಯಕ್ತಿಯನ್ನು ಧರ್ಮಾಂತರಿಸುವಷ್ಟೇ ಹೀನಕೃತ್ಯ" (ಪುಟ 61).

ಮುಸ್ಲಿಂ ದೊರೆಗಳ ಹೀನ ಕೃತ್ಯದ ಮುಂದುವರಿಕೆಯಾಗಿರುವ ಬೆಂಗಳೂರು ಬಿಬಿಎಂಪಿ ಹಾಗೂ ಸರ್ಕಾರ, ಕೇವಲ ರಸ್ತೆಗೆ ಮಾತ್ರ ಈ ಗತಿ ಕಾಣಿಸಿದ್ದಾರೆ ಎನ್ನಿಸುತ್ತಿಲ್ಲ. ಸಾಮಾಜಿಕ, ಆರ್ಥಿಕ, ಶೈಕ್ಷಣಿಕ, ಸಾಂಸ್ಕೃತಿಕ ಲೋಕಗಳಿಗೂ ಈ ರೋಗವನ್ನು ಹರಡಿದ್ದಾರೆ. ಕೊನೆಗೆ ಇತಿಹಾಸಕ್ಕೂ ಲಗ್ಗೆಹಾಕಿ, ಹೊಸ ಬಗೆಯ ಅರ್ಥಾತ್ ವರ್ತಮಾನ ಒಳನೋಟದ ರಾಜಕೀಯದ ಬಣ್ಣವನ್ನು ಬಳಿಯುವ ಉಮೇದಿಗೆ, ಇನ್ನೊಂದು ಉದಾಹರಣೆ ಇಲ್ಲಿದೆ ನೋಡಿ : 'ರಾಷ್ಟ್ರಕವಿ' ಪ್ರಶಸ್ತಿಯನ್ನು ತಾತ್ಕಾಲಿಕವಾಗಿ ತನಗಾಗಿಯೇ ತಪ್ಪಿಸಿ ಮುಂದೂಡಿದ ವ್ಯಕ್ತಿಯೇ; ಬಿಜ್ಜಳ ಕೆಟ್ಟವನಲ್ಲ. ಬಸವಣ್ಣನನ್ನು ಗುರುತಿಸಿ ಕೆಲಸಕೊಟ್ಟು ಇಟ್ಟುಕೊಂಡವ, ಹೇಗೆ ಕೆಟ್ಟವನಾಗುತ್ತಾನೆ? ಬಸವಣ್ಣನಷ್ಟೇ ಬಿಜ್ಜಳನೂ ಮಹಾಪುರುಷ. ಈವರೆಗಿನ ಇತಿಹಾಸವೆಲ್ಲಾ ಸಂಘಪರಿವಾರದವರ ಸೃಷ್ಟಿ ಎಂಬಂತೆ ಅಹಿಂದ ಆಡಳಿತದ ವೈಖರಿಯನ್ನೇ ಬಿಚ್ಚಿಟ್ಟಿದ್ದಾರೆ. ಇದು ಹೀಗೇ ಸಾಗಿದರೆ, ಅಹಿಂದ (ಅಲ್ಪಸಂಖ್ಯಾತರು, ಹಿಂದುಳಿದವರು, ದಲಿತರು) ಬಿಟ್ಟು, ಬೇರೆ ಯಾರೂ ಈ ಕರ್ನಾಟಕದ ನೆಲದಲ್ಲಿ ಬಾಳಿ ಬದುಕುವಂತಿಲ್ಲ ಎಂಬ ಸುಗ್ರೀವಾಜ್ಞೆಯನ್ನು ಹೊರಡಿಸಿದರೂ ಪವಾಡವಿಲ್ಲ.

ಈ ಹಿನ್ನೆಲೆಯಲ್ಲಿ ಯಾವುದೇ ಒಂದು ಪುಸ್ತಕದ ಓದು, ಓದುವವರ ಮನಸ್ಸು, ಬುದ್ಧಿ, ಭಾವನೆಯನ್ನು ಸವಾಲಿಗೆ ಒಡ್ಡುತ್ತದೆ.

ಈ ಬಗೆಯ ಸಂಘರ್ಷವೇ ಇತಿಹಾಸ ಹಾಗೂ ವರ್ತಮಾನದ ಕೊಂಡಿಯಾಗಿ 'ಆವರಣ' ಕಾದಂಬರಿಯ ವಸ್ತು, ಪಾತ್ರಗಳು, ತಂತ್ರ, ಶೈಲಿಗೆ ಒಳಗಾಗಿದೆ ಎಂಬುದನ್ನು ಮೊದಲು ಅರ್ಥಮಾಡಿಕೊಳ್ಳಬೇಕಾಗಿದೆ.

ಮುಖ್ಯಪಾತ್ರಗಳಲ್ಲಿ ಒಂದಾದ ಲಕ್ಷ್ಮೀ ಉರುಫ್ ರಜಿಯಾ, ಪ್ರೀತಿಸಿ ಕೈಹಿಡಿದ ಗಂಡ ಅಮೀರ ಕುರೈಶಿ ಜೊತೆ, ಕೇಂದ್ರ ಸರ್ಕಾರದ ಹೆರಿಟೇಜ್ ಇಲಾಖೆಯವರ ಯೋಜನೆ ಅಡಿಯಲ್ಲಿ, ಪ್ರಮುಖ ಹೆರಿಟೇಜ್ ಸ್ಥಳಗಳ ಪಟ್ಟಿಯಲ್ಲಿ ಹಂಪೆಯನ್ನು ಚಿತ್ರೀಕರಿಸಲು ಬಂದಿರುತ್ತಾರೆ. ಸ್ಟೋರಿ, ಸ್ಕ್ರಿಪ್ಟ್, ಸ್ಕ್ರೀನ್‌ಪ್ಲೆ ರೈಟಿಂಗ್ – ಲಕ್ಷ್ಮೀರಜಿಯಾ ಬೇಗಂ ಕುರೈಶಿಯದು. ಅಲ್ಲಿಯವರೆಗೂ ಸರಿಯೆ. ಆದರೆ ಯಾವಾಗ ಲಕ್ಷ್ಮೀ, ಹಂಪಿಯ ಉಗ್ರನರಸಿಂಹ ಅಥವಾ ಲಕ್ಷ್ಮೀ ನರಸಿಂಹನನ್ನು ನೋಡಿದಳೋ (ಅಶೀಷ್ ನಂದಿಯವರ ಗ್ರಾಮ ಪರಿಕಲ್ಪನೆಯೋ ಎನ್ನುವಂತೆ) ಅಲ್ಲಿಂದ 'ಆವರಣ'ದ ಅನಾವರಣ ಪ್ರಾರಂಭಗೊಳ್ಳುತ್ತದೆ :

"ಉಗ್ರನರಸಿಂಹ ವಿಗ್ರಹ ನೋಡಿದೆವಲ್ಲ. ಉಗ್ರನರಸಿಂಹನೋ ಲಕ್ಷ್ಮೀನರಸಿಂಹನೋ ಈ ಭಗ್ನಸ್ಥಿತಿಯುಲ್ಲಿ ಸರಿಯಾಗಿ ಗೊತ್ತಾಗುವುದಿಲ್ಲ. ಎಂಥ ಸುಂದರ ಶಿಲ್ಪ! ಆ ಗಾತ್ರ, ಪ್ರಮಾಣ ಬದ್ಧತೆ, ಎದುರು ನಿಂತು ನೋಡುವಾಗ ಉಂಟಾಗುವ ಅಲೌಕಿಕಭಾವ! ಅದರ ಕೈಕಾಲುಗಳನ್ನು ಯಾರು ಒಡೆದು ನಾಶ ಮಾಡಿದರು? ವಿಜಯ ವಿಠಲ ದೇವಾಲಯವನ್ನು ಯಾರು ಒಡೆದು ಹಾಕಿದರು? ನರಸಿಂಹನಿಗೂ ಆ ಎತ್ತರದ ಒಂದು ಗುಡಿ ಇತ್ತು. ಅದಕ್ಕೆ ಮರದ ತುಂಡುಗಳನ್ನು ತುಂಬಿ ಬೆಂಕಿ ಹಚ್ಚಿ ಶಾಖದಲ್ಲಿ ಗುಡಿ ಮತ್ತು ವಿಗ್ರಹಗಳನ್ನು ಬಿರುಕು ಬಿಡಿಸಿದ ಮೇಲೆ ವಿಗ್ರಹದ ಕೈಕಾಲುಗಳನ್ನು ಕೊಚ್ಚಿ ಹಾಕಿದಾರೆ. ವಿಜಯ ವಿಠಲಕ್ಕೂ ಹಾಗೆಯೇ ಮರದ ತುಂಡುಗಳನ್ನು ತುಂಬಿ ಬೆಂಕಿ ಹೊತ್ತಿಸಿದ ನಂತರ ಎರಡನೆ ಹಂತದ ನಾಶ ಮಾಡಿದ್ದಾರೆ ಅನ್ನೋದು ಯಾರಿಗಾದರೂ ಸ್ಪಷ್ಟವಾಗುತ್ತೆ. ಯಾಕೆಂದರೆ ಸುಟ್ಟಕಲ್ಲಿನ ಕುರುಹುಗಳು ಇನ್ನೂ ಇವೆ. ಹೀಗೆಯೇ ಇತರ ದೇವಸ್ಥಾನಗಳು, ವಿಗ್ರಹಗಳು. ಇವುಗಳನ್ನೆಲ್ಲ ಯಾರು ಯಾವ ಕಾರಣಕ್ಕೆ ಧ್ವಂಸ ಮಾಡಿದರು ಅನ್ನೋದು ಹೇಳದೆ ಇದ್ದರೆ ವಿವರಣೆ ಅಪ್ರಾಮಾಣಿಕವಾಗುತ್ತೆ".

"ಜರೂರ್ ಹೇಳಬೇಕು. ಮಧ್ಯಕಾಲೀನ ಪಾಳೇಗಾರಿಕೆ ಹಾಗೂ ಪಾಳೇಗಾರಿಕೆಯ ಶಕ್ತಿಗಳು ಹಾಳು ಮಾಡಿದವು ಅನ್ನೊದು ಮನದಟ್ಟು ಮಾಡಬೇಕು. ನನ್ನದೇ ಒಂದು ಒಳನೋಟವಿದೆ. ಸಮಸ್ತ ಬುದ್ಧಿಜೀವಿಗಳೂ ಒಪ್ಪುವಂಥದ್ದು. ವಿಜಯನಗರವು ಆ ಕಾಲಕ್ಕೆ ಸರಿಸಾಟಿ ಇಲ್ಲದಂಥ ಐಶ್ವರ್ಯದ ಕೇಂದ್ರವಾಗಿದ್ದುದು ನಿಜ. ಮುತ್ತುರತ್ನಗಳನ್ನು ಬಳ್ಳಗಳಲ್ಲಿ ಅಳೆಯುತ್ತಿದ್ದ ವ್ಯಾಪಾರ ಕೇಂದ್ರವಾಗಿದ್ದುದೂ ನಿಜ. ಅಷ್ಟೊಂದು ಸಂಪತ್ತು ಒಂದೆಡೆ ಕೇಂದ್ರಿತವಾಗಿತ್ತು ಅಂದರೆ ಏನನ್ನು ತೋರಿಸುತ್ತೆ? ಶ್ರಮಿಕ ವರ್ಗದ ರಕ್ತಹೀರಿ ಬಂಡವಾಳಶಾಹಿಯು ಕೊಬ್ಬಿ ಬೆಳೆಸಿತು. ಸಂಪತ್ತಿನ ನ್ಯಾಯಯುತ ವಿತರಣೆಯಾಗುತ್ತಿರಲಿಲ್ಲ. ಶ್ರಮಿಕವರ್ಗವು ರೊಚ್ಚಿಗೆದ್ದು ಒಳಗೇ ವಿದ್ರೋಹ ಬಗೆದು ಶತ್ರು ರಾಜರನ್ನು ಗುಟ್ಟಿನಲ್ಲಿ ಆಹ್ವಾನಿಸಿತು. ಶತ್ರುಗಳು ದಂಡೆತ್ತಿ ಬಂದಾಗ ಅವರಿಗೆ ಸಹಕಾರ ನೀಡಿತು. ತಮಗೆ ತಕ್ಕ ಪ್ರತಿಫಲ ನೀಡದೆ ತಮ್ಮ ಧಾರ್ಮಿಕ ನಂಬಿಕೆಗಳನ್ನು ಕಲ್ಲಿನಲ್ಲಿ ವಿಗ್ರಹ ಮತ್ತು ದೇವಾಲಯಗಳ ರೂಪದಲ್ಲಿ ವಿಜೃಂಭಿಸಿಕೊಂಡದ್ದರ ವಿರುದ್ಧ ತಾವೇ ಮರದ ತುಂಡುಗಳನ್ನು ತುಂಬಿ ಬೆಂಕಿ ಇಟ್ಟು ಹೊತ್ತಿಸಿ ನಾಶಮಾಡಿ ಅನಂತರ ಚಿಮ್ಮಟಿಕೆಗಳಿಂದ ಬಡಿದು ಸೇಡು ತೀರಿಸಿಕೊಂಡಿತು. ಹೀಗೆ ಅರ್ಥೈಸಿದರೆ ಹೇಗೆ? ರಾಷ್ಟ್ರದ ಬುದ್ಧಿಜೀವಿಗಳೆಲ್ಲ ಸ್ವಾಗತಿಸುತ್ತಾರೆ". (ಪುಟ 16–17).

ಹೀಗೆ ಎರಡು ಆಲೋಚನೆಗಳು, ಎರಡು ವ್ಯಕ್ತಿತ್ವಗಳು ಮಾತ್ರವೇ ಅಲ್ಲ, ಎರಡು ಧರ್ಮೀಯರು – ಹೆಜ್ಜೆ ಹೆಜ್ಜೆಗೂ ಮುಖಾಮುಖಿ ಯಾಗುವುದನ್ನು 'ಆವರಣ' ದ ಪುಟಪುಟದಲ್ಲಿಯೂ ಕಾಣಬಹುದು. ಇದರಿಂದ ಎದುರಿಗೆ ಕಾಣುವುದು ಮಾತ್ರ ಸತ್ಯವೋ? ಹಾಗಾದರೆ ಅದಕ್ಕೆ ಇರುವ ನಿಜ ಇತಿಹಾಸದ ಗತಿ ಏನು? ಅಷ್ಟು ಮಾತ್ರವೇ ಅಲ್ಲ ಆ ಸತ್ಯ, ಆ ಇತಿಹಾಸ ಹೇರಿದ ವರ್ತಮಾನ ಬದುಕು ಹೇಗೆ? ಇದೇ 'ಆವರಣ' ಕಾದಂಬರಿಯ ತಿರುಳು.

ಇದ್ದ ಅಪ್ಪನನ್ನು, ಜಾತಿಯನ್ನು, ಧರ್ಮವನ್ನು ಧಿಕ್ಕರಿಸಿ; ಕಲೆಗಾಗಿ ಹಾಗೂ ಸಹಪಾಠಿಯಾಗಿ ಅಮೀರನನ್ನು ಕೈಹಿಡಿದು ಬಂದವಳು ಲಕ್ಷ್ಮೀ ಉರುಫ್ ರಜಿಯಾ :

"ಸಾರ್ವಜನಿಕವಾಗಿ ಭಾಷಣ, ಸೆಮಿನಾರುಗಳಲ್ಲಿ ಮಂಡನೆ, ಪತ್ರಿಕೆಗಳಲ್ಲಿ ಲೇಖನಗಳ ಮೂಲಕ ಸಾರತೊಡಗಿದೆ; ಹಿಂದೂವಿನಷ್ಟು ಹೃದಯಹೀನ ಧರ್ಮ ಬೇರೊಂದಿಲ್ಲ. ಸಾಮಾಜಿಕ ಕಾಳಜಿ ಇಲ್ಲದ, ಸಮಾನತೆಗೆ ಕಡುವೈರಿಯಾದ, ಶ್ರೇಣೀಕೃತ ಸಮಾಜದಿಂದ ಕೂಡಿದ, ಪ್ರಪಂಚದ ಇತಿಹಾಸದಲ್ಲಿ ಎಲ್ಲಿಯೂ ಇಲ್ಲದ ಕ್ರೌರ್ಯದಿಂದ ದಲಿತರನ್ನು ಸ್ತ್ರೀಯರನ್ನು ವಿಧವೆಯರನ್ನು ಶೋಷಿಸುವ ಬೇರೊಂದು ಧರ್ಮವಿಲ್ಲ. ಆದ್ದರಿಂದಲೇ ನಾನು ಅದನ್ನು ತ್ಯಜಿಸಿ ವಿಶಾಲ ತಳಹದಿಯ ಮಾನವಕುಲದ ಭ್ರಾತೃತ್ವದ ರಾಜ್ಯ ರಾಷ್ಟ್ರಗಳ ಗಡಿ ಇಲ್ಲದೆ ವಿಶ್ವವ್ಯಾಪ್ತಿಯಾಗಿ ಬೆಳೆದು ಬೆಳೆಯುತ್ತಿರುವ, ಆಧುನಿಕ ಸಮತಾ ವಾದದ ತಿರುಳನ್ನು ಸಾವಿರದ ನಾಲ್ಕುನೂರು ವರ್ಷಗಳಷ್ಟು ಹಿಂದೆಯೇ ಬೋಧಿಸಿದ ಧರ್ಮಕ್ಕೆ ಸೇರಿದೆ, ಎಂದು ಉದ್ಘೋಷಿಸತೊಡಗಿದೆ".

"ಪತ್ರಿಕೆಗಳು ನನ್ನ ಫೋಟೋವನ್ನು ಮುಖಪುಟದಲ್ಲಿ ಮುದ್ರಿಸಿ ಧೀಮಂತ ಮಹಿಳೆ ಎಂಬ ಬಿರುದುಕೊಟ್ಟವು. ಸೆಮಿನಾರುಗಳಲ್ಲಿ ನಾನು ಮಂಡಿಸುತ್ತಿದ್ದ ಲೇಖನಗಳನ್ನು ಎಲ್ಲ ಪತ್ರಿಕೆಗಳು ಇಡಿಇಡಿಯಾಗಿ ಮುದ್ರಿಸತೊಡಗಿದವು. ಯಾವ ಕ್ರಾಂತಿಕಾರಿ ಸಂಘಟನೆಯ ಕಾರ್ಯಕ್ರಮವಾಗಲಿ ಉದ್ಘಾಟನೆಗೆ ನಾನೇ ಬೇಕು. ನನ್ನನ್ನೊಬ್ಬರು ಹೀರೋಯಿನ್ ಮಾಡಿಬಿಟ್ಟರು. ಒದೆಯುವ ಪಾದಗಳಿಗೇ ಅಭಿಷೇಕ ಮಾಡಿ ಅಭಿಷೇಕದ ನೀರನ್ನು ಭಕ್ತಿಯಿಂದ ಕುಡಿಯುವ ಜನಗಳ ಧರ್ಮ ಇದು ಎಂಬ ತಿರಸ್ಕಾರ ನನ್ನಲ್ಲಿ ಬೆಳೆಯಿತು. ನಾನು ಹೊಸದಾಗಿ ಸೇರಿದ್ದ ಧರ್ಮದಲ್ಲಿ ತನ್ನ ಧರ್ಮದ ಯಾವುದೇ ಅಂಶದ ವಿರುದ್ಧ ಮಾತನಾಡುವ ಯಾರೇ ಇರಲಿ ಸಾಮಾಜಿಕವಾಗಿ ಸೆಟೆದು ನಿಂತು ಅವನಿಂದ

ಕ್ಷಮಾಯಾಚನೆ, ಅವನಿಗೆ ತಪ್ಪುದಂಡ ಅಥವಾ ಚೂರಿಯ ಶಿಕ್ಷೆ ಮಾಡುವ; ಹೊರಗಿನ ಯಾರಿಗೂ ತಮ್ಮ ಧರ್ಮದ ಯಾವುದೇ ಅಂಶದ ವಿರುದ್ಧ ಮಾತನಾಡುವ ಎದೆ ಇಲ್ಲದ ವಾತಾವರಣವನ್ನು ಸೃಷ್ಟಿಸಿರುವ ಗುಣವಿದೆ. ಇದು ಆತ್ಮಗೌರವದ ಧರ್ಮ, ಎಂದು ಇದರ ಬಗೆಗೆ ಅಭಿಮಾನ ಬೆಳೆಯಿತು. ಇದೇ ನನ್ನ ನಿಜವಾದ ಧರ್ಮ, ಸ್ವಧರ್ಮ, ಹುಟ್ಟಿನ ರಕ್ತದ ಧರ್ಮ ಎಂಬ ಕಟುಶ್ರದ್ಧೆ ಹುಟ್ಟಿತು. ಮನೆಯಲ್ಲಿದ್ದಾಗಲೇ ದಿನಕ್ಕೆ ಐದು ಸಲ ನಮಾಜ್ ಮಾಡತೊಡಗಿದೆ. ಅತ್ತೆಗೆ ನನ್ನ ಮೇಲೆ ಪ್ರೀತಿ ಹುಟ್ಟಿತು. ಮಾವನವರಿಗೆ ಸಂತೋಷವಾಯಿತು." (ಪುಟ 24–25).

ಈ ಪ್ರೀತಿ–ಪ್ರಣಯ–ದಾಂಪತ್ಯ ಎಷ್ಟು ಕಾಲ? ಕೇವಲ ಮೂರುವರ್ಷ. ಮೂರು ವರ್ಷವಾದರೂ ಅತ್ತೆ–ಮಾವನೊಂದಿಗೆ ಹೊಂದಾಣಿಕೆ ಸಾಧ್ಯವಾಗಲಿಲ್ಲ. ಕಾರಣ, ಮುಸ್ಲಿಂ ಕುಟುಂಬದಲ್ಲಿಯ ಧರ್ಮ ಹಾಗೂ ಸಂಪ್ರದಾಯಗಳನ್ನು ಚಾಚೂ ತಪ್ಪದೆ ಪಾಲಿಸಬೇಕಾದ ಪರಿಸ್ಥಿತಿ. ಅದರ ತನಿಖೆಗೇ ಮುಸ್ಲಿಮರಲ್ಲಿ ಬೇಹುಗಾರ ತಬ್ಲೀಘ್. ಕೊನೆಗೆ ಕುಟುಂಬಕ್ಕೆ ಬಹಿಷ್ಕಾರದ ಬೆದರಿಕೆ.

ಆ ಸಮಯಕ್ಕೆ ಅಪ್ಪ ನರಸಿಂಹೇಗೌಡರು ತೀರಿಕೊಂಡು, ಲಕ್ಷ್ಮೀ ಉರುಫ್ ರಜಿಯಾ ಬದುಕಿನಲ್ಲಿ ಬೇರೊಂದು ಮಜಲು ತೆರೆದುಕೊಳ್ಳುತ್ತದೆ.

ಆದರೆ ಮುಂದೆ ಅದೇ ಲಕ್ಷ್ಮೀ ಉರುಫ್ ರಜಿಯಾ ಹಾಗೂ ಅಮೀರನ ಮಗ ನಜೀರ್‌ನನ್ನು, ಪದ್ಮವಿಭೂಷಣ ಪ್ರೊ. ಎನ್.ಎಸ್.ಎನ್. ಶಾಸ್ತ್ರಿಯವರ ಮಗಳು ಅರುಣಾಶಾಸ್ತ್ರಿ ಉರುಫ್ ಸಲ್ಮಾ ಅವರು ಕೈ ಹಿಡಿದಾಗ ಎದುರಾದ ಹಾಗೂ ಅದಕ್ಕೆ ಇದ್ದ ಹಿನ್ನೆಲೆಯೇ ಬೇರೆ :

> "ಹುಡುಗ ಹುಡುಗಿ ಪ್ರೊಫೆಸರರ ಮನೆಯಲ್ಲಿ ನೋಡಿದರು. ಒಪ್ಪಿಯೂ ಬಿಟ್ಟರು. ಹುಡುಗಿಯದೇನೂ ಕರಾರು ಇರಲಿಲ್ಲ. ತನ್ನ ಹೆಂಡತಿಯಾಗುವವಳು ಮೊದಲು ಮುಸ್ಲಿಂ ಆಗಿ ಮುಸ್ಲಿಂ ಸಂಪ್ರದಾಯದಂತೆ ಮದುವೆ ನಡೆಯಬೇಕು. ಅನಂತರ ಮನೆಯಲ್ಲಿ ತನ್ನ ಖಾಸಗಿ ಜೀವನದಲ್ಲಿ ಕೂಡ ಮುಸ್ಲಿಂ ನಂಬಿಕೆಯಂತೆ ನಡೆಯಬೇಕು ಎಂಬ ಹುಡುಗನ ಕರಾರನ್ನು ಹುಡುಗಿ ಮರು

ಮಾತಿಲ್ಲದೆ ಒಪ್ಪಿಕೊಂಡಳು. ಅದಕ್ಕೆ ವಿರೋಧ ಬಂದದ್ದು ಅವಳ ತಾಯಿಯಿಂದ. ಏಸುವನ್ನು ತೊರೆದರೆ ಉರಿಯುವ ನರಕವೇ ಗತಿ ಅನ್ನೂದ ಮರೆತಿದ್ದೀಯ? ಎಂಬ ತಾಯಿಯ ಮಾತಿಗೆ 'ಒಬ್ಬ ಪ್ರವಾದಿಯನ್ನು ಬಿಟ್ಟು ಇನ್ನೊಬ್ಬ ಪ್ರವಾದಿಗೆ ಶರಣಾಗುತ್ತಿದೀನಿ. ಆ ಪ್ರವಾದಿ ಶಿಕ್ಷಿಸುಕ್ಕೆ ಬಂದರೆ ಈ ಪ್ರವಾದಿ ಕಾಪಾಡುತಾರೆ. ನಿನ್ನ ಏಸುವಿಗಿಂತ ಮುಹಮ್ಮದ (ಸ)ರು ಹೆಚ್ಚು ಬಲಾಢ್ಯರು. ಅವರು ಎಷ್ಟು ಯುದ್ಧಗಳನ್ನ ಗೆದ್ದು ತಮ್ಮ ಮತವನ್ನ ವಿಸ್ತರಿಸಿದ್ದಾರೆ. ಈ ಕೆನ್ನೆಗೆ ಹೊಡೆದರೆ ಆ ಕೆನ್ನೆ ತೋರಿಸು ಎನ್ನುವ ಏಸುವಿಗೆ ಹೊಡೆಯುವ ತ್ರಾಣವೂ ಇಲ್ಲ, ಹೊಡೆಯುವುದರಿಂದ ರಕ್ಷಿಸುವ ತ್ರಾಣವೂ ಇಲ್ಲ' ಎಂದು ಬಿಟ್ಟಳು. ಮಗಳ ಬಾಯಿಂದ ಈ ಮಾತು ಬರುತ್ತದೆಂಬ ಕಲ್ಪನೆ ಬರುವುದೂ ತಾಯಿಗೆ ಸಾಧ್ಯವಿರಲಿಲ್ಲ." (ಪುಟ 157).

ಅಷ್ಟು ಹೊತ್ತಿಗಾಗಲೇ, ನಜೀರ್ ಅಜ್ಜ ಗಾಂಧಿವಾದಿ ನರಸಿಂಹೇಗೌಡರು ಬದುಕಿರಲಿಲ್ಲ. ಅಪ್ಪ ಅಮೀರನ ತಾಯಿತಂದೆ ಬದುಕಿದ್ದರೋ ಇಲ್ಲವೋ? ಅಮೀರನ 2ನೇ ಹೆಂಡತಿ ಬೇಗಂ ಬಂದಿದ್ದಳೋ ಇಲ್ಲವೋ? ಆದರೆ ಅಮೀರ್ ಹಾಗೂ ಲಕ್ಷ್ಮೀ ರಜಿಯಾ ಅವರಿಗೆ ಸ್ಫೂರ್ತಿಯ ಕೇಂದ್ರ-ಹೋರಾಟದ ಮಾರ್ಗದರ್ಶಕರಾಗಿದ್ದ ಪ್ರೊಫೆಸರ್ ಶಾಸ್ತ್ರಿ ದಂಪತಿಗಳು ಇದ್ದರು. ಸದಾ ಅಪ್ಪಿ-ತಬ್ಬಿ-ಮುತ್ತಿಕ್ಕುತಿದ್ದವರೇ ಬೀಗರೂ ಆದರು. ಹೀಗಾಗಿ ಭೈರಪ್ಪನವರ 'ಆವರಣ'ದಲ್ಲಿ ಹಿಂದೂ, ಮುಸ್ಲಿಂ, ಕ್ರೈಸ್ತರ ಬಾಂಧವ್ಯ ಬೆಸೆಯಿತು.

ಏನಾದರೇನು, ಲಕ್ಷ್ಮೀ ರಜಿಯಾ ಜೀವನದಲ್ಲಿ ಮಾತ್ರ ಬೇರೊಂದು ತಿರುವೇ ಉಂಟಾಯಿತು :

"ನನ್ನದೇ ತಪ್ಪಿರಬಹುದು. ಹೆಂಡತಿಯಾದವಳು ಗಂಡನ ಬಟ್ಟೆ ಒಗೆದು ಅಥವಾ ಒಗೆಸಿ ಇಸ್ತ್ರಿ ಮಾಡಿ ಅಥವಾ ಮಾಡಿಸಿ ಅಡಿಗೆ ಮಾಡಿ ಅಥವಾ ಮಾಡಿಸಿ. ಅವನ ಕಾಮವನ್ನು ತಣಿಸಿ. ಇಲ್ಲಿ ತಣಿಸಿಸಿ ಎಂಬುದಕ್ಕೆ ಅವಕಾಶವಿಲ್ಲ. ಅವಕಾಶ ಕೊಡಲು ಯಾವ

ಹೆಂಡತಿಯ ಮನಸ್ಸು ಒಪ್ಪುತ್ತದೆ? ಇವೆಲ್ಲ ಏಕಮುಖೀ ಕರ್ತವ್ಯವೆಂದೇಕೆ ಭಾವಿಸಬೇಕು? ಇಬ್ಬರೂ ದುಡಿಯುವ ಈ ಕಾಲದಲ್ಲಿ ಅವನೂ ಅಡಿಗೆ ಮಾಡಬೇಕು, ಒಟ್ಟೆ ಒಗೆಯಬೇಕು, ಎಂದು ನೌಕರಿ ಮಾಡುವ ಹೆಂಗಸರು ಒತ್ತಾಯಿಸುತ್ತಿರುವುದು ನನಗೆ ಗೊತ್ತಿಲ್ಲದೆ ಇಲ್ಲ. ಇವೆಲ್ಲ ಹೋಗಲಿ.... ಆದರೆ ಅಮೀರನ ಹಟದ ಕಾರಣ ಅದಲ್ಲ. ಅಲ್ಲದೆ, ಗಂಡನನ್ನು ತಣಿಸುವ ಕರ್ತವ್ಯ ಪಾಲನೆಗೆಂದೇ ಹೋಗಿಬರುವ ಕಲ್ಪನೆಯೇ ನನ್ನಲ್ಲಿ ಅಸಹ್ಯ ಹುಟ್ಟಿಸಿದೆ. ಹೀಗಾಗಿ ಹೋದರೂ ಮಿಲನದ ಮಾಧುರ್ಯ ಹಿಂಗಿ ಬಿಟ್ಟಿದೆ. ಅವನ ಹಟದ ಕಾರಣ: ಹಂಪಿಯ ಸಾಕ್ಷ್ಯಚಿತ್ರಕ್ಕೆ ನಾನು ಹಿನ್ನೆಲೆಯ ಸಾಹಿತ್ಯ ರಚಿಸಲಿಲ್ಲ. ಅಷ್ಟು ಮಾತ್ರವಲ್ಲ. ರಾಮಮೂರ್ತಿ ಕೈಲಿ ಹಿನ್ನೆಲೆಯ ಸಾಹಿತ್ಯ ಬರೆಸಿ ತಯಾರಿಸಿದ್ದ ಚಿತ್ರದ ಬಗೆಗೆ ನಾನು ಸ್ಪಷ್ಟವಾಗಿ ನನ್ನ ಅಭಿಪ್ರಾಯ ಬರೆದು ತಿಳಿಸಿದ್ದುದು; 'ಇತರ ಎಷ್ಟೋ ಬುದ್ಧಿಜೀವಿ ಕಲಾವಿದರು ಮಾಡುವಂತೆ ನಿನ್ನ ಚಿತ್ರವೂ Suppressioveri, Suggestion falsi, ಸತ್ಯವನ್ನು ಮುಚ್ಚುವ, ಅಸತ್ಯವನ್ನು ಸೂಚಿಸುವ ಹೀನ ಕೃತಿಯಾಗಿದೆ. ಹಂಪಿಯ ವಿಗ್ರಹಗಳನ್ನು, ದೇವಾಲಯಗಳನ್ನು ನಾಶಮಾಡಿದವರು ಈ ದೇಶದಲ್ಲಿ ಮಾತ್ರವಲ್ಲ ಆಫ್‌ಘಾನಿಸ್ತಾನ, ಅರೇಬಿಯಾ, ತುರ್ಕಿ, ಇರಾಕ್, ಇರಾನ್, ಈಜಿಪ್ತ್ ಮೊದಲಾಗಿ ಇತರ ದೇಶಗಳಲ್ಲಿ ಮಾಡಿದಂತೆ ಭಾರತದಲ್ಲಿಯೂ ಮಾಡಿದ ಸಹಸ್ರ ಸಹಸ್ರ ಕೃತ್ಯಗಳಲ್ಲಿ ಇದೊಂದು ಎಂಬ ಸತ್ಯವನ್ನು ನೀನು ತೇಲಿಸಿ ಮುಚ್ಚಿ ರಾಜಕೀಯ ಪ್ರಭುಗಳಿಗೆ... ಚಿತ್ರ ಮಾಡಿದ್ದೀಯೆ. ಈ ಚಿತ್ರಕ್ಕೆ ನೀನು ಹೇಳಿದಂತೆ ಚಿತ್ರಕಥೆ, ಹಿನ್ನೆಲೆಯ ವ್ಯಾಖ್ಯಾನ ಬರೆಯುವುದು ಸತ್ಯದ ವ್ಯಭಿಚಾರ ಅಂತ ನಾನು ಒಪ್ಪಲಿಲ್ಲ. ನೀನು ಅದನ್ನು ರಾಮಮೂರ್ತಿಯ ಕೈಲಿ ಬರೆಸಿದ್ದೀಯ. ಆಯಿತು. ನಿನಗೆ ಸರ್ಕಾರದಿಂದ ಕೈ ತುಂಬ ಹಣ ಸಿಕ್ಕಿತು. ಇನ್ನೂ ನಾಲ್ಕಾರು ಅಸೈನ್‌ಮೆಂಟುಗಳು ದೊರೆತಾವು." (ಪುಟ 99).

ಒಂದು ಕಡೆ ಕೌಟುಂಬಿಕ ಕಿರುಕುಳ, ಇನ್ನೊಂದು ಕಡೆ ಧಿಕ್ಕರಿಸಿ ಬಂದ ಧರ್ಮದ ತಂದೆಯ ಸಾವು, ಮತ್ತೊಂದು ಕಡೆ ಇತಿಹಾಸವನ್ನು ತಿರುಚಿ, ಸುಳ್ಳನ್ನು ಕಲೆ–ಮಾಧ್ಯಮದ ಮೂಲಕ ಬಿಂಬಿಸಬೇಕಾದ ಹೀನಸ್ಥಿತಿಗಳಿಂದ ಜರ್ಜರಿತಳಾದ ಲಕ್ಷ್ಮೀ ರಜಿಯಾ, ಸತ್ಯಶೋಧನೆಗಾಗಿ ತಂದೆ ನಿಲ್ಲಿಸಿದ್ದ ಅಧ್ಯಯನ ಮುಂದುವರೆಸಿ ಮಧ್ಯಕಾಲೀನ ಭಾರತದ ಇತಿಹಾಸದ ಕಥನವನ್ನು ಪುನರ್‌ರೂಪಿಸಲು ಸಿದ್ಧವಾಗುತ್ತಾಳೆ. ಇತಿಹಾಸ ಹಾಗೂ ಸತ್ಯ, ಕಲೆ ಮತ್ತು ಸಾಹಿತ್ಯಗಳ ನಿಜಸ್ವರೂಪವನ್ನು ಸೃಷ್ಟಿಸಲು ಆ ಮೂಲಕ ತದೇಕಚಿತ್ತದಿಂದ ತೊಡಗಿಸಿಕೊಳ್ಳುತ್ತಾಳೆ.

ಶೂದ್ರ ಜನಾಂಗಕ್ಕೆ ಸೇರಿದ ಹೆಣ್ಣು, ಹೆಣ್ಣು ಮಾತ್ರವೇ ಅಲ್ಲ ಮುಸ್ಲಿಂ ಗಂಡನನ್ನು ಕೈ ಹಿಡಿದವಳು, ಬರಡಾಗದೆ ಗಂಡು ಮಗುವನ್ನು ಹೆತ್ತವಳು, ಹಿಂದೂ ತಂದೆಯ ರಕ್ತದಿಂದ ಹರಿದು ಬಂದ ಇತಿಹಾಸಪ್ರಜ್ಞೆ ಹಾಗೂ ಕಲಾವಿದೆಯಾದವಳು ಲಕ್ಷ್ಮೀ ರಜಿಯಾ. ತಂದೆಯ 30 ವರ್ಷದ ಅಧ್ಯಯನ ಟಿಪ್ಪಣಿ ಜೊತೆಗೆ ಮಧ್ಯಕಾಲೀನ ಮುಸ್ಲಿಂ ರಾಜರು ಆಳಿದ ಸ್ಥಳಗಳನ್ನು ಇಂಚಿಂಚೂ ಕಣ್ ತುಂಬಾ ನೋಡಿದವಳು. ಎಲ್ಲಾ ಒಟ್ಟಾಗಿ ಬರವಣಿಗೆಗೆ ಧ್ಯಾನಸ್ತಸ್ಥಿತಿಯಿಂದ ಮಗ್ನಳಾದಳು. ನಿಜದ ಪಕಳೆಗಳು ತೆರೆಯುತ್ತಾ ಹೋದವು :

"ಹೌದು, ಕೋಪಕ್ಕೆ ಕಾರಣವಾದ ನನ್ನ ಈ ಸ್ಥಿತಿ. ನಾನೊಬ್ಬ ಗುಲಾಮ. ಯುದ್ಧದಲ್ಲಿ ಸೆರೆಸಿಕ್ಕಿ ಜೀವ ಉಳಿಸಿಕೊಳ್ಳಲು ಧರ್ಮಾಂತಗೊಂಡು, ಧರ್ಮಾಂತರಗೊಂಡರೂ ಗುಲಾಮನಾಗಿ ಬದುಕುತ್ತಿರುವ, ಗುಲಾಮ ಮಾತ್ರವಲ್ಲ, ಮುಂದಿನದನ್ನು ನನಗೆ ನಾನೇ ಹೇಳಿಕೊಳ್ಳಲು ನಾಚಿಕೆಯಾಗುವ ಸ್ಥಿತಿಯ, ನನ್ನನ್ನು ಈ ಸ್ಥಿತಿಗೆ ತಂದದ್ದು ನನ್ನ ಪೂರ್ವ ಧರ್ಮವಲ್ಲವೇ? ಆ ಧರ್ಮದಲ್ಲಿ ಕಸುವಿದ್ದರೆ ಅದು ಸೋಲುತ್ತಿತ್ತು ಯಾಕೆ? ಹಾಜಿ ಹಮ್‌ದುಲ್ಲಾಹ್ ಅವರು ಧರ್ಮದ ವಿಷಯವಾಗಿ ಚರ್ಚೆ ಮಾಡುವಾಗ ಎಂದೂ ತಾಳ್ಮೆ ತಪ್ಪುವುದಿಲ್ಲ. 'ಖ್ವಾಜಾ ಜಹಾನ್, ಇಸ್ಲಾಂ ಧರ್ಮವು ಹೊರಗಿನಿಂದ ಬಂತು ನಿಜ. ಹಜ್ಜಜ್, ಘಸ್ನಿ, ಘೋರಿ, ಮಾಮ್ಲುಕ್,

ಖಿಲ್ಜಿ, ತುಘಲಕ್, ಸಯ್ಯದ್, ಲೋದಿ, ಮುಘಲ್ – ಹೀಗೆ ಯಾರು ನುಗ್ಗಿದರೂ ನಿಮ್ಮ ಹಿಂದೂಗಳು ಸೋತರು ಯಾಕೆ? ನಿಮ್ಮ ಅಂದರೆ ನಿನ್ನ ಅಲ್ಲ. ಯಾಕೆಂದರೆ ನೀನು ಈಗ ನಮ್ಮವನೇ. ಇಷ್ಟೊಂದು ವಿಶಾಲವಾದ ದೇಶದಲ್ಲಿ, ಎಷ್ಟೊಂದು ವಿಶಾಲವಾದ ಜನಬಲ ಧನಬಲ ಸೇನಾಬಲದೊಡನೆ ಇಸ್ಲಾಮನ್ನು ಎದುರಿಸಿ ಕೊನೆಗೆ ಒಂದೊಂದಾಗಿ ಇಸ್ಲಾಮಿಗೆ ಸೋತು ಸೆರೆಸಿಕ್ಕಿ ಸಾವಿರಗಟ್ಟಲೆ ಲಕ್ಷಗಟ್ಟಳೆ ಕಗ್ಗೊಲೆಯಾದ ಕಾರಣವೇನು? ಅಷ್ಟಷ್ಟು ಎತ್ತರದ ಕಲ್ಲಿನ ದೇವಸ್ಥಾನಗಳನ್ನು, ಸಾವಿರ ಸಾವಿರ ವಿಗ್ರಹಗಳನ್ನು ಕೊಚ್ಚಿಸಿಕೊಂಡ ಕಾರಣವೇನು? ಅವರ ಧರ್ಮವು ಅದು ಧರ್ಮವೇ ಅಲ್ಲ. ಅವರು ಸುಳ್ಳು ನಂಬಿಕೆ ಆಚಾರಗಳ ಮೇಲೆ, ಅಜ್ಞಾನದ ಮೇಲೆ ಬದುಕುತ್ತಿದ್ದರು. ಸೂರ್ಯ ಹುಟ್ಟಿದ ತಕ್ಷಣ ಕತ್ತಲು ಕರಗುವಂತೆ ಅವರ ಸಮಸ್ತ ಬಲಗಳೂ, ದೇವ ದೇವಾಲಯಗಳೂ ಕೊಚ್ಚಿಸಿಕೊಂಡವು. ಅವರ ಪಂಡಿತರೇ, ತಲೆಯ ಮೇಲೆ ಪಿಳ್ಳೆ ಜುಟ್ಟು ಬಿಟ್ಟುಕೊಂಡು ಹಣೆಯ ಮೇಲೆ ಕೆಂಪು ಹಳದಿ ಪಟ್ಟೆ ಬಳಿದುಕೊಂಡಿರುವ ಉಲೇಮಾಗಳು ಹೇಳುತ್ತಾರಂತೆ. ಸತ್ಯವೇ ಕೊನೆಗೆ ಗೆಲ್ಲುತ್ತದೆ ಅಂತ. ಏನದರ ವಾಕ್ಯ ಮೂಲ ಭಾಷೆಯಲ್ಲಿ?' ನಾನು ಸತ್ಯಮೇವ ಜಯತೇ ನಾನೃತಂ ಎಂದು ಹೊಂದಿಸಿದೆ. 'ಏನು? ಕಾಫಿರ್ ವಾಕ್ಯ. ಕಾಫಿರರಿಗೆ ಮಾತ್ರ ಉಚ್ಚರಿಸಲು ಸಾಧ್ಯ. ಇರಲಿ. ಸತ್ಯವೊಂದೇ ಗೆಲ್ಲುತ್ತದೆ ಅನ್ನುವುದು ಸತ್ಯವಾದ ಮಾತು. ಸತ್ಯವಾದದ್ದರಿಂದಲೇ ಇಸ್ಲಾಂ ಈ ವಿಶಾಲ ಹಿಂದೂಸ್ತಾನವನ್ನು ಗೆದ್ದು ಆಳುತ್ತಿದೆ. ಈಗ ಮನದಟ್ಟಾಯಿತೇ?' ಎಂದು ಬೆಳ್ಳಿಯಂತೆ ಹೊಳೆಯುವ ತಮ್ಮ ಉದ್ದನೆಯ ಗಡ್ಡವನ್ನು ನೀವಿಕೊಂಡರು." (ಪುಟ 74).

ಹೌದು. ದೇವಗಡದ ಮಹಾರಾಜಾ ಜಗವೀರಸಿಂಹರ ಮಗ ರಾಜಕುಮಾರ ಹಿಜಡಾ ಖ್ವಾಜಾ ಜಹಾನ್‌ಗೆ, ಹಾಜಿ ಹವಲ್‌ದುಲ್ಲಾಹ್ ಬೋಧಿಸಿದ ಭಗವದ್ಗೀತೆ ಇದು. ಬಹುಶಃ ಕುಣಿಗಲ್ ನರಸಾಪುರದ

ಹಿಂದೂ ನರಸಿಂಹೇಗೌಡರು ಟಿಪ್ಪಣಿ ಮಾಡಿಕೊಂಡಿರಬೇಕು. ಅರ್ಧ ಹಿಂದೂ ಅರ್ಧ ಮುಸ್ಲಿಂ ಆದ ಲಕ್ಷ್ಮೀ ರಜಿಯಾ ಅವರು ಅದನ್ನು ದಾಖಲಿಸುತ್ತಿರಬೇಕು. ಇವರೆಲ್ಲರನ್ನೂ ಸೃಷ್ಟಿಸಿದ ಎಸ್.ಎಲ್.ಭೈರಪ್ಪನವರು ಕೇವಲ ಮುಸ್ಲಿಂ ವಿರೋಧಿಯಾಗಿ, ಹಿಂದೂವಾದಿಯಾಗಿ ಸುಖವಾಗಿ ನೆಮ್ಮದಿಯಾಗಿ ನಿರಾಳವಾಗಿ ಬಾಳುತ್ತಿರುವ ಭಾರತೀಯರಿಗೆ ವಿಷಬಿತ್ತುತ್ತಿರಬೇಕು. ಸದ್ಯ 43 ಅವೃತ್ತಿಗಳನ್ನು ಕೇವಲ ಸಂಘಪರಿವಾರ ದವರೇ ಈ ಹಿಂದೂಗಳ ಗುಣಗಾನವನ್ನು ಕೊಂಡಾಡುತ್ತಿರಬೇಕು– ಇಂತಹ ವಿಮರ್ಶೆ, ಸಮೀಕ್ಷೆ, ವಿಶ್ಲೇಷಣೆ ಕೆಲವೇ ಕೆಲವು ಸಿನಿಕ ಪ್ರಜ್ಞಾವಂತರಿಗಲ್ಲದೆ ಅಥವಾ ವಿಚಾರ ಪ್ರಜ್ಞಾವಂತ ಸಿನಿಕರಿಗಲ್ಲದೆ ಬೇರೆಯವರಿಗೆ ಸಾಧ್ಯವೇ ಇಲ್ಲ.

ಇದೆಲ್ಲಕ್ಕೂ ಕಾರಣ, ಅಕ್ಷರ ದಂದುಗದ ಮೂಲಕ ಆಳುವವರಿಗೆ ಮಾರಿಕೊಂಡವರೇ ಇವರೆಲ್ಲ ಎಂಬುದೇ ಆಗಿದೆ. ಈ ಅರಿವನ್ನು ಬರಹಗಾರ್ತಿ ಲಕ್ಷ್ಮೀ ರಜಿಯಾ ಅವರಿಗೆ ವಾರಣಾಸಿಯಲ್ಲಿ ಬಿಸ್ವನಾಥ ಸರ್ಮಾ ಎಂಬ ರಿಕ್ಷಾವಾಲ ಮನದಟ್ಟು ಮಾಡಿಕೊಡುತ್ತಾನೆ. ಅವನೊಬ್ಬ ಬ್ರಾಹ್ಮಣ ಕೂಲಿ, ತನ್ನ ಜಾತಿ, ಜನಾಂಗದ ಬಗ್ಗೆ ಮಾತ್ರ ಬಾಯಿಬಿಡಬಲ್ಲವ:

> “ಮಾತಾಜಿ, ಅಲ್ಲಾ... ಅಂದು ನಿಲ್ಲಿಸಿದಿರಲ್ಲ. ಬಡತನವನ್ನಪ್ಪಿ ಬದುಕಬೇಕು. ಅನ್ನೂದೇ ಬ್ರಾಹ್ಮಣ ಜಾತಿಯ ಧರ್ಮ ಅಲ್ಲವೆ? ಮೊದಲಿನಿಂದ ಕಾಡಿನಲ್ಲಿ ಪರ್ಣಕುಟಿ ಕಟ್ಟಿಕೊಂಡು ವಿದ್ಯೆ ಕಲಿತು ವಿದ್ಯಾದಾನ ಮಾಡಿಕೊಂಡಿದ್ದ ಜಾತಿಯಲ್ಲವೇ ಇದು? ಈ ಜಾತಿಯನ್ನ ನಾಶ ಮಾಡಿದರೆ ಮಾತ್ರ ಹಿಂದೂಗಳನ್ನ ಸಂಪೂರ್ಣ ವಾಗಿ ಮುಸಲ್ಮಾನರಾಗಿ ಪರಿವರ್ತಿಸಬಹುದು ಅಂತ ನವಾಬರು, ಸುಲ್ತಾನರು, ಸುಬೇದಾರರು, ಬಾದಶಾಹರು ನಮ್ಮನ್ನು ಸೆರೆ ಹಿಡಿಸಿದರು. ಇಕ್ಕಳದಲ್ಲಿ ಬಾಯಿ ಅಗಲಿಸಿ ಅದರೊಳಕ್ಕೆ ಕ್ಯಾಕರಿಸಿ ಉಗಿದು ಜಾತಿ ಕೆಡಿಸಿದರು. ಕತ್ತಿಯಿಂದ ಕುತ್ತಿಗೆ ಕತ್ತರಿಸಿ ಕೊಂದರು. ನಮ್ಮ ಪೂರ್ವಿಕರು ಹಳ್ಳಿಗಳಿಗೆ ಓಡಿಹೋಗಿ ಪುರಾಣ ಪುಣ್ಯಕಥೆ ಪ್ರವಚನ ಮಾಡಿ ನಮ್ಮ ಧರ್ಮ ಉಳಿಸಿದೆವು. ಅಂಗ್ರೇಜಿಗಳು

ಬಂದಮೇಲೆ ಈ ಜಾತಿಯನ್ನು ಮುರಿದರೆ ಹಿಂದೂಸ್ತಾನೀಯರನ್ನ ಕಿರಿಸ್ತಾನ ಮಾಡಬೌದು ಅಂತ ಹಿಕಮತ್ತು ಮಾಡಿದರು. ಅಂಗ್ರೇಜಿಗಳು ಹೋದಮೇಲೆ ಹಿಂದೂಸ್ತಾನೀ ರಾಜಕಾರಣಿಗಳೇ ನಮ್ಮ ಮೇಲೆ ದ್ವೇಷದ ಉರಿ ಹಚ್ಚುತ್ತಾ ಓಟು ಕಮಾಯಿಸ್ತಿದಾರೆ.' ಎಂದು ಬಾಯಿಯ ತಂಬುಲವು ತುಳುಕುವಂತೆ ನಕ್ಕ." (ಪುಟ 181).

ಅಮೆರಿಕದಲ್ಲಿ ಪೆಟ್ರೋ ಕೆಮಿಕಲ್ ಎಂಜಿನಿಯರಿಂಗ್‌ನಲ್ಲಿ ಎಂ.ಎಸ್. ಮಾಡಿ ಸೌದಿಯಲ್ಲಿ ಉದ್ಯೋಗದಲ್ಲಿರುವ ಮಗ ನಜೀರ್, ಮೊದಲ ಬಾರಿಗೆ ಅಜ್ಜನ ಹಳ್ಳಿಗೆ ಬಂದು, ಔರಂಗಜೇಬನಂತೆ ನಮಾಜ್ ಮಾಡಿ, ತಾಯಿಮುಂದೆ ಬಾಯಿ ತೆರೆಯವುದು : "ಬಹುದೇವ ತೋಪಾಸನೆಯನ್ನು ನೀವು ಬಿಟ್ಟಿಲ್ಲ ಅಂತ ಸ್ಪಷ್ಟವಾಗುತ್ತೆ ನಿಮ್ಮ ಮಾತಿನಿಂದ. ಅಜ್ಞಾನದಿಂದ ಮೇಲೆದ್ದು ಬರಕೂಡದು ಅಂತ ಹಟ ಮಾಡೋರಿಗೆ ಏನು ಮಾಡಬೌದು?' ಅಲ್ಲಾಹನನ್ನು ಬಿಟ್ಟು ಅನ್ಯ ದೇವರಿಲ್ಲವೆಂಬ ಕಟ್ಟರ್ ಹಟ ಹಿಡಿದಿರುವ ಏಕದೇವೋಪಾಸಕರು ಬೇರೆ ದೇವರನ್ನು ನಂಬುವವರ ವಿಷಯದಲ್ಲಿ ಏನೆನ್ನುತ್ತಾರೆಂಬುದನ್ನೇ ತಾನು ಕಳೆದ ನಾಲ್ಕು ವರ್ಷಗಳಿಂದ ಅಧ್ಯಯನ ಮಾಡುತ್ತಿದ್ದೇನೆ ಎಂಬ ನೆನಪಾಯಿತು." (ಪುಟ 139–140).

ರಿಕ್ಷಾವಾಲ ಆಗಲಿ ಎಂ.ಎಸ್. ಪದವೀಧರನಾಗಲಿ, ಹಿಂದೂ–ಮುಸ್ಲಿಂ ಆಗಲಿ ತಮ್ಮ ತಮ್ಮ ಜಾತಿ–ವೃತ್ತಿ–ಧರ್ಮಗಳ ಮೂಲನೆಲೆಗೆ ಇಳಿದಾಗ ಕಾಣುವ ಸತ್ಯವೇ ಬೇರೆ. ಏಕದೇವೋಪಾಸನೆ–ಬಹು ದೇವೋಪಾಸನೆಯ ಅಡಿಗಲ್ಲಮೇಲೆ ನಿಂತ ಧರ್ಮ, ಧರ್ಮವನ್ನು ಮೀರಿದ್ದು ಅಧ್ಯಾತ್ಮಿಕತೆ ಬಯಸುವದೇ ಪರಿವರ್ತನೆಯನ್ನು, ಅಹಂಕಾರ ವನ್ನಲ್ಲ, ಧರ್ಮಾಂಧತೆಯನ್ನಲ್ಲ.

"ಮನುಷ್ಯ ಸಂತ, ಸಾಧು, ಪ್ರವಾದಿ, ಋಷಿ. ಯಾವ ವೇಷಧಾರಿಯಾಗಿದ್ದರೂ ತನ್ನ ಕೆಲಸಕ್ಕೆ ದೈವವಾಣಿಯ ಸಮರ್ಥನೆ ಹೇಳುವುದು ತನ್ನ ಜವಾಬ್ದಾರಿಯನ್ನು ತಪ್ಪಿಸಿಕೊಂಡಂತೆ. ಒಬ್ಬ

ವ್ಯಕ್ತಿ ಅಥವಾ ಜನಾಂಗ ತನ್ನ ನೈತಿಕ ಮಟ್ಟಕ್ಕೆ ಅನುಗುಣವಾದ ದೈವವನ್ನು ಸೃಷ್ಟಿಸುತ್ತೆ ಅಂತ ನಾನು ಮೊದಲೇ ಹೇಳಿದೆನಲ್ಲ. ತಾನು ಹೇಳಿದ ದೇವರನ್ನೇ ಬೇರೆ ಎಲ್ಲರೂ ನಂಬಿ ಉಪಾಸಿಸಬೇಕು ಅನ್ನುವುದು ಮಹಾ ಅಹಂಕಾರದ ಧೋರಣೆಯಲ್ಲವೇ? ಏಕದೇವೋಪಾಸನೆ ಅಂದರೆ ನಾನು ಹೇಳುವ ದೇವರನ್ನು ಎಲ್ಲರೂ ಒಪ್ಪಬೇಕು ಅಂತಲೇ ಒಳ ಅರ್ಥ. ಬೇರೆಯವರು ಹೇಳುವ ದೇವರನ್ನು ನಾನು ಒಪ್ಪಿ ನನ್ನದನ್ನು ಬಿಡುತ್ತೀನಿ ಅಂತ ಇಂಥವರು ಎಂದಾದರೂ ಒಪ್ಪಿಯಾರೆ? ದೇವರಿಲ್ಲ ಅನ್ನುವವರನ್ನೂ ಇವರು ಪ್ರೀತಿಯಿಂದ ಕಾಣಬಲ್ಲರೆ? ಅಧ್ಯಾತ್ಮದಲ್ಲಿ ದೇವರು ಅನ್ನುವುದು ಮುಖ್ಯವಲ್ಲವೇ ಅಲ್ಲ. ದೇವರನ್ನು ನಂಬದವನೂ ಅಧ್ಯಾತ್ಮಿಯಾಗಬಲ್ಲ. ಮೂಲಭೂತವಾಗಿ ಬೇಕಾದದ್ದು ದಯೆ, ಕಾಯಾ ವಾಚಾ ಮನಸಾ ಅಹಿಂಸೆ, ಬ್ರಹ್ಮಚರ್ಯೆ ಏಕೆಂದರೆ ಕಾಮವನ್ನು ಗೆಲ್ಲದವನು ಹಿಂಸೆಯನ್ನು ಗೆಲ್ಲಲಾರ." (ಪುಟ 205).

ಇದು 21ನೇ ಶತಮಾನದ ಪ್ರಶ್ನೆಯಲ್ಲ. ಮಧ್ಯಕಾಲೀನ ಭಾರತದ ಸಮಸ್ಯೆ ಕೂಡ. ಈವತ್ತಿನ ಉಲ್ಬಣಸ್ಥಿತಿಗೆ ಬೀಜವಾಪನೆಯಾದದ್ದು ಮುಸ್ಲಿಂ ದೊರೆಗಳಿಂದ. ಆದರೆ ಈ ಇಸ್ಲಾಂ–ಮುಸ್ಲಿಂ ಸ್ಥಿತ್ಯಂತದಲ್ಲಿ ವಿಗ್ರಹಾರಾಧನೆ ನಾಶ ಪ್ರಕ್ರಿಯೆ ಕೂಡ ಬಹಳ ಮಹತ್ವದ ಸಂಗತಿ. ಹೀಗಾಗಿ ಇದು ಕೇವಲ ಭಾರತದ ಗುಡಿ–ಗೋಪುರಗಳಿಗೆ ಸಂಬಂಧಿಸಿದ್ದು ಮಾತ್ರವೇ ಅಲ್ಲ, ಮೂಲಭೂತವಾಗಿಯೇ ಇರುವ ಗುಣ ಇದು :

"ಇದೇ ಸಂದರ್ಭದಲ್ಲಿ ನಾನು ಕೇಳಿದೆ : 'ಪರಮಾತ್ಮನನ್ನು ಯಾರು ಯಾವ ರೂಪದಲ್ಲಿ ಪೂಜಿಸಿದರೂ ಒಂದೇ ಅಂತ ಕಾಫಿರರು ಹೇಳ್ತಾರೆ. ವಿಗ್ರಹಾರಾಧನೆ ಮಹಾಹೀನ ಕೆಲಸ, ದೈವ ದ್ರೋಹದ ಕೆಲಸ ಅಂತ ಸುಜ್ಞಾನಿಗಳು ಹೇಳಿ ಮಂದಿರಗಳನ್ನು ನಾಶ ಮಾಡ್ತಿದಾರೆ. ಇದು ಪೂಜ್ಯ ಪ್ರವಾದಿಗಳೇ (ಸ) ಹೇಳಿದ ಮಾತೆ?".

"ಹೇಳಿದ ಮಾತು ಮಾತ್ರವಲ್ಲ. ತಾವೇ ಮಾಡಿತೋರಿಸಿದ ಕೆಲಸ. ಅಲ್‌ಮಾಲಿಕ್, ಬಾಲ್, ಎಲ್, ಅಲ್-ಲತ್, ಮನಾತ್, ಅಲ್-ಉರ್ಝಾ, ಶಮ್ಸ್, ಧು, ಶ್-ಶರಾ, ಅಲ್-ಘುರೈಯಾ, ಖುರ್ಝಾ, ವಾದ್, ಠುಡಾ, ಜಡ್, ಮನಾಫ್, ಯಗೂತ್, ಇವರದ್ದೆಲ್ಲ ವಿಗ್ರಹಗಳಿದ್ದವು. ಗುಡಿಗಳಿದ್ದವು. ಅವುಗಳನ್ನೆಲ್ಲ ಸುಟ್ಟು ನಾಶಮಾಡಿ ಮಟ್ಟ ಹಾಕಿ ಅಲ್-ಲಾಹ್ ಒಬ್ಬನನ್ನೇ ಪ್ರತಿಷ್ಠಾಪಿಸಿದ ಪ್ರವಾದಿಗಳ (ಸ) ಪರಂಪರೆಯನ್ನು ಹಿಂದೂಸ್ತಾನದಲ್ಲಿ ಎಲ್ಲ ನವಾಬ, ಸುಲ್ತಾನ, ಶೇಕ, ಬಾದಶಾಹರೂ ಮುಂದುವರೆಸಿ ಈಗ ಔರಂಗಜೇಬ ಬಾದಶಾಹರು ಕಟ್ಟುನಿಟ್ಟಿನಿಂದ ಕಾರ್ಯಗತಗೊಳಿಸುತ್ತಿದ್ದಾರೆ. ತಿಳಿದುಕೋ." (ಪುಟ 208).

ಹೀಗೆಯೇ ಜಾತಿ, ಧರ್ಮ, ಅಧ್ಯಾತ್ಮ ನೆಲೆಗಳನ್ನು ದಾಟಿದಾಗ ಹೆಣ್ಣು-ಗಂಡು ಎಂಬ ಲಿಂಗಭೇದವೂ ಅಳಿದು ನಿಲ್ಲುವ ಸೃಷ್ಟಿರಚನೆ ನಮ್ಮ ಮುಂದೆ :

"ನಿನ್ನ ಧರ್ಮದ ಹೆಂಗಸರಿಗೆ ಮುಕ್ತವಾಗಿ ಆಧುನಿಕ ವಿದ್ಯೆಯನ್ನು ಕೊಟ್ಟರೆ ಅವರೂ ಇಂಥ ಪ್ರಶ್ನೆಗಳನ್ನೆತ್ತುತ್ತಾರೆ. ಜೀವಶಾಸ್ತ್ರದ ದೃಷ್ಟಿಯಿಂದ ಸಂತಾನೋತ್ಪತ್ತಿಗೆ ಹೆಣ್ಣು ಗಂಡೆಂಬ ವ್ಯತ್ಯಾಸ ಅತ್ಯಗತ್ಯವೇ? ಅಗತ್ಯವಿದ್ದಲ್ಲಿ ಯಾರದು ಗೌಣ ಯಾರದು ಪ್ರಧಾನ ಪಾತ್ರ ಎಂಬಂಥ ಪ್ರಶ್ನೆಗಳನ್ನೆತ್ತುತ್ತಾರೆ. ಆಗ ದೇವರು ಹೆಣ್ಣಾಗಿರಬೇಕೋ ಗಂಡಾಗಿರಬೇಕೋ ಎನ್ನುವ ಪ್ರಶ್ನೆಗೆ ಬೇರೆಯೇ ಆದ ಉತ್ತರ ಹೊರಬೀಳುತ್ತೆ. ನಿನಗೆ ಗೊತ್ತಿದೆಯೆ, ಕಳೆದ ಐದು ವರ್ಷದಿಂದ ನಾನು ಓದಿದೆನಲ್ಲ, ಅದರಲ್ಲಿ ವೇದಾಂತವೂ ಒಂದು ಅಂಶ, ಅದರ ಪ್ರಕಾರ ಪರಮ ತತ್ತ್ವವಾದ ಬ್ರಹ್ಮವು ಹೆಣ್ಣೂ ಅಲ್ಲ ಗಂಡೂ ಅಲ್ಲ. ಅದನ್ನು ಅದು ಅನ್ನುವ ಲಿಂಗಾತೀತ ಶಬ್ದದಿಂದ ಸಂಕೇತಿಸುತ್ತಾರೆ. ಈಶ್ವರ ಅನ್ನುವುದು ಕೂಡ ಆ 'ಅದರ' ಆಯಾಮವೇ. ಆದರೆ ಜಗತ್ತು ಸೃಷ್ಟಿಯಾಗುವುದು ಆ ಅದರೊಳಗಿರುವ ಶಕ್ತಿಯಿಂದ. ಶಕ್ತಿಯು ಹೆಂಗಸು. ಜಗತ್ತಿನ ಸೃಷ್ಟಿ,

ಕಾಲ ದೇಶಗಳ ಮೂಲಕ ನಿರ್ವಹಣೆಗಳೆಲ್ಲ ಅವಳ ಕಾರ್ಯ. ನಾವು ಪೂಜಿಸಬೇಕಾದದ್ದು, ಮೊರೆ ಇಡಬೇಕಾದದು ಅವಳನ್ನು. ಅಂದರೆ ದೇವರು ಅನ್ನುವುದು ಹೆಣ್ಣು. ದೇವರ ಆಚೆಗಿನದು ಲಿಂಗಾತೀತ. ಭಾಷೆಯ, ಸಂಜ್ಞೆಯ, ಭಾವನೆಯ ಮೂಲಕ ನಾವು ಸಲ್ಲಿಸುವ ಪ್ರಾರ್ಥನೆ ಪೂಜೆಗಳೆಲ್ಲ ಸ್ತ್ರೀ ಸ್ವರೂಪದ ದೇವತೆಗೆ. ಗಂಡು ಅಂತ ಕರೆಯುಲ್ಪಡುವ ಸೇವಕ ಜೇನು ಹುಳಗಳಂತೆ. ಜಿಜ್ಞಾಸೆಯ ಅಧ್ಯಾತ್ಮದ ಮಟ್ಟಕ್ಕೆ ಬಂದರೆ ಪ್ರತಿಯೊಬ್ಬ ಸ್ತ್ರೀವಾದಿಯೂ ಹೀಗೆ ವೇದಾಂತಿಯಾಗುತ್ತಾಳೆ. ಅಲ್ಲದೆ ಗಂಡು ಹೆಣ್ಣೆಂಬ ಶರೀರ ವ್ಯತ್ಯಾಸವು ಕೇವಲ ಪ್ರಕೃತಿಯ ಮಟ್ಟದ್ದು; ಆತ್ಮದ ಮಟ್ಟಕ್ಕೆ ಬಂದರೆ ಲಿಂಗಭೇದವಿಲ್ಲ ಅಂತಲೂ ನಂಬುತ್ತೆ ವೇದಾಂತ. ಇಂಥ ವೇದಾಂತವನ್ನ ಒಪ್ಪುಕ್ಕೆ ನಿನ್ನ ಧರ್ಮೀಯರು ಬಿಡ್ತಾರೆಯೇ? ಬಿಡ್ತಾರೆಯೆ ಹೇಳು." (ಪುಟ 243–244).

ಹೀಗೆ ಜಾತಿ ಕಳಚಿ, ಧರ್ಮ ಕಳಚಿ ಅಧ್ಯಾತ್ಮ ದಾಟಿ, ಗಂಡು ಹೆಣ್ಣು ಭೇದ ಕೂಡಾ ಅಳಿಸುವ ದಾರ್ಶನಿಕ ಕಾದಂಬರಿ 'ಆವರಣ' ದಲ್ಲಿ ಬರುವ ಎರಡು ಮಾನವೀಯ ಚಿತ್ರಣಗಳನ್ನು ಕಣ್ ತುಂಬಾ ಕಾಣಬೇಕಾದ್ದು ಓದುಗರ ಧರ್ಮ :

"(1) ದೇವಗಡದ ಮಹಾರಾಜಾ ಜಗವೀರಸಿಂಹರ ಮಗ ಯುವರಾಜ ಹಿಜಡಾ ಖ್ವಾಜಾಜಹಾನ್, ಆಕಸ್ಮಿಕವಾಗಿ ತನ್ನ ಹೆಂಡತಿ ಶ್ಯಾಮಲೆಯನ್ನು ತನ್ನಂತಹ ಸ್ಥಿತಿಯಲ್ಲೇ ಕಾಣುತ್ತಾನೆ. ಕ್ರಮೇಣ ಭೇಟಿಯಲ್ಲಿ ತಿಳಿಯುತ್ತದೆ. ತನ್ನಿಂದ ಒಬ್ಬ ಮಗ ನಾಗಿರುತ್ತಾನೆ. ಆಮೇಲೆ ಆಕೆಯೂ ಮುಸ್ಲಿಮರಿಂದ ಅತ್ಯಾಚಾರಕ್ಕೆ ಒಳಗಾಗಿ ಇಬ್ಬರು ಮಕ್ಕಳಾಗಿರುತ್ತಾರೆ. ಕೊನೆಗೆ ಆ ನರಕ ಹಿಂಸೆಯಿಂದ ಓಡಿಹೋಗಲು – ಸ್ವಾತಂತ್ರ್ಯ ಹೋರಾಟದಲ್ಲಿ ಸಾಯಲೂ ಸಿದ್ಧವಾದಾಗ ತಾವಿಬ್ಬರೂ ಮಕ್ಕಳುಮೂವರನ್ನು ಕರೆದುಕೊಂಡು ಹೋಗುವ ಸನ್ನಿವೇಶ.

(2) ಖೋಜಾ ಮಾಡಿ ಮೊಯಿನುದ್ದೀನರ ಜನಾನಕ್ಕೆ ಖ್ವಾಜಾ ಜಹಾನ್‌ನನ್ನು ಸೇರಿಸಿದಮೇಲೆ, ಫಾರ್ಸಿ ಅರಬೀ ತುರ್ಕಿ ಭಾಷೆ ಗಳನ್ನು ಕಲಿಯಬೇಕಾದ ಅನಿವಾರ್ಯತೆ ಬರುತ್ತದೆ. ಹೀಗಾಗಿ ಹಮ್ ದುಲ್ಲಾಹ್ ಕುಫಿಯವರ ಬಳಿ ಜಹಾನ್‌ನನ್ನು ಕಳಿಸುತ್ತಾರೆ. ಮೊದಮೊದಲಿಗೆ ಕುಫಿಯವರ ನಡವಳಿಕೆ ಅಸಹ್ಯ ಬರಿಸಿದ್ದು ಉಂಟು. ಯಾಕಿಷ್ಟು ತನ್ನ ಮೇಲೆ ಅವರಿಗೆ ಕನಿಕರ, ಮಮಕಾರ ಎಂದು ತಿಳಿಯಲು ಒಂದು ತಿಂಗಳಾಗಬೇಕಾಗುತ್ತದೆ. "ಅವರಿಗೊಬ್ಬ ಮಗನಿದ್ದನಂತೆ.....' ಎಂದೂ ಎಚ್ಚರಿಸಿದರು.". (ಪುಟ 109–110).

ಹೀಗೆ ಕೇವಲ ಕರ್ನಾಟಕ ಮಾತ್ರವೇ ಅಲ್ಲ, ಭಾರತದ ಮಧ್ಯಕಾಲೀನ ಮುಸ್ಲಿಮರ ಆಡಳಿತದಲ್ಲಿ, ಸಾಮಾಜಿಕ ರಾಜಕೀಯ ಧಾರ್ಮಿಕ ನೆಲೆಗಳಲ್ಲಿ ಉಂಟಾದ ಅಮಾನವೀಯ – ರಾಕ್ಷಸೀ ಚಿತ್ರಣವನ್ನು ಇತಿಹಾಸ ಹಾಗೂ ವರ್ತಮಾನಕ್ಕೆ ಬೆಸೆದು ಜನಜೀವನದ ಮೇಲೆ ಬೀರುವ ಪರಿಣಾಮವನ್ನು ವಸ್ತುನಿಷ್ಠವಾಗಿ 'ಆವರಣ'ದಲ್ಲಿ ಚಿತ್ರಿಸಲಾಗಿದೆ. ಆಮೂಲಕ ಕಾದಂಬರಿ ಪ್ರಕಾರವನ್ನೂ ವಸ್ತು–ವಿಷಯಕ್ಕೆ ಅನುಗುಣವಾಗಿ ಭಿನ್ನ ಸ್ವರೂಪಕ್ಕೆ ಮಾರ್ಪಡಿಸುವ ಪ್ರಯೋಗ ಕೂಡ ಇದರಲ್ಲಿ ಕಂಡುಬರುತ್ತದೆ. ಅಗಾಧವಾದ ಲೋಕಾನುಭವ, ಅಧ್ಯಯನಶೀಲತೆ, ಕಲಾತ್ಮಕತೆ, ದಾರ್ಶನಿಕತೆಗಳಿಂದ ಕೃತಿಗೆ ಹೊಸ ಆಯಾಮ ಮೂಡಿದೆ. ಅಕಾಡಮಿಕ್ ವಿಮರ್ಶ ಬಾವಿಯಲ್ಲಿಯೇ ಮಂಡೂಕಗಳು ಸಾಗರದ ಭೈರವಕ್ಕೆ ಮೂಕವಿಸ್ಮಿತವಾಗಿ ಈಜಲಾರದೆ, ನೆಗೆಯಲಾರದೆ, ಒದ್ದಾಡುತ್ತಿವೆ. ಓದುಗಲೋಕ 'ಸಾರ್ಥ', 'ಆವರಣ'ದ ನಂತರದ ಭಾರತೀಯ ಸ್ವಾತಂತ್ರ್ಯದ ನಿಜಚಿತ್ರಣವನ್ನು ಭೈರಪ್ಪನವರು ಕೈಗೆತ್ತಿಕೊಂಡಾರೆಯೇ ಎಂದು ಎದುರು ನೋಡುತ್ತಿದೆ.

* * *

4

ಭೈರಪ್ಪ V/S ಬ್ರಾಹ್ಮಣರು

ಮೇಲುನೋಟಕ್ಕೆ ಹಿಂದೂಧರ್ಮ, ಬ್ರಾಹ್ಮಣರ ಪಂಗಡ, ಬ್ರಾಹ್ಮಣ್ಯ–ಗಳ ಪಾವಿತ್ರ್ಯ ಹಾಗೂ ಮೌಲ್ಯಗಳ ಸಂಘರ್ಷ ಯಾವೆಲ್ಲ ಅವಸ್ಥಾಂತರ ಗಳನ್ನು ಪಡೆಯಿತು ಎಂಬ ವಸ್ತುವನ್ನೇ ಆಧರಿಸಿ, ಏಕಕಾಲಕ್ಕೆ ಕನ್ನಡದಲ್ಲಿ ಇಬ್ಬರು ಸೃಜನಶೀಲ ಬರಹಗಾರರ ಕಾದಂಬರಿಗಳು ಪ್ರಕಟವಾದವು. ಒಂದು, 17–4–62 ರಿಂದ 18–5–62ರ ನಡುವಣ ಒಂದು ತಿಂಗಳಿನಲ್ಲಿ ಬರೆದು 1965ರಲ್ಲಿ ಪ್ರಕಟವಾದ ಎಸ್.ಎಲ್. ಭೈರಪ್ಪ ಅವರ 'ವಂಶವೃಕ್ಷ'. ಇನ್ನೊಂದು 28–4–1965 ರಲ್ಲಿ ಬರೆದು ಮುಗಿಸಿ 1966ರಲ್ಲಿ ಪ್ರಕಟವಾದ ಯು.ಆರ್.ಅನಂತಮೂರ್ತಿ ಅವರ 'ಸಂಸ್ಕಾರ', ಇಬ್ಬರೂ ತಮ್ಮ ತಮ್ಮ ಪಿ.ಎಚ್.ಡಿ., ಗಾಗಿ ಅಧ್ಯಯನ ಮಾಡುವಾಗಲೇ ಕಾದಂಬರಿ ಬರೆದರೂ, ಭೈರಪ್ಪನವರು ಬರೆದದ್ದು, ತಮ್ಮ ಶ್ರೀಮತಿಯವರ ಊರು ನೊಣವಿನಕೆರೆ ಯಲ್ಲಿ, ಅವರ "ಮನೆಯ ಹಿತ್ತಲಿನ ಎರಡು ಕೊಂಡಮಾವಿನ ಮರಗಳಿಗೆ ಹಬ್ಬಿದ್ದ ದಟ್ಟ ಮಲ್ಲಿಗೆ ಬಳ್ಳಿಯ ನಡುವೆ ನೆರಳಿಗೆ ಒಂದು ತೆಂಗಿನ ಸೋಗೆಯ ಚಪ್ಪರ ಹಾಕಿಸಿಕೊಂಡು ಒಂದು ಆರಾಮಕುರ್ಚಿಯ ಮೇಲೆ" (ಭಿತ್ತಿ, ಪುಟ 438, 1996). ಇನ್ನು ಅನಂತಮೂರ್ತಿಯವರು ಬರೆದದ್ದು, ಇಂಗ್ಲೆಂಡಿನ ಕೈಗಾರಿಕಾ ನಗರ–ರೆಡ್‌ಬ್ರಿಕ್ ಯೂನಿವರ್ಸಿಟಿ ಎನಿಸಿದ್ದ ಬರ್ಮಿಂಗ್ ಹ್ಯಾಮ್‌ನ ಬಾಡಿಗೆ ಮನೆಯಲ್ಲಿ.

ಅದಕ್ಕೂ ಮೊದಲು, ಮೈಸೂರಿನಲ್ಲಿರುವಾಗ, ಸ್ನೇಹಿತರಾಗಿರುವಾಗ ಪರಸ್ಪರ ಇಂಥ ವಸ್ತು–ವಿಷಯ ಕುರಿತೇ ಬರೆಯಬೇಕು ಎಂದು ಇಬ್ಬರೂ

ಮಾತಾಡಿಕೊಂಡಿದ್ದರೋ? ಇಲ್ಲದಿದ್ದರೆ ಬ್ರಾಹ್ಮಣ ಧರ್ಮ ಕುರಿತು ಬರೆದಂತೆ, ಮುಂದೆ ಜಾತಿ ಸಮಸ್ಯೆ ಕುರಿತು ಇಬ್ಬರೂ ಏಕಕಾಲಕ್ಕೇ ಬರೆದರು. ಭೈರಪ್ಪನವರೇ 'ಭಿತ್ತಿ' ಯಲ್ಲಿ (536ನೇ ಪುಟ) ಬರೆಯುತ್ತಾರೆ: 'ಎರಡು ಕಾಕತಾಳೀಯಗಳೂ ಆದವು'. ಭೈರಪ್ಪನವರೇ ಎರಡೂ ಕೃತಿಗಳ ಬಗ್ಗೆ ಹೀಗೆ ದಾಖಲಿಸಿದ್ದಾರೆ :

> "ಸಂಸ್ಕಾರ'ವು ಪರಂಪರಾಗತ ಮೌಲ್ಯಗಳನ್ನು ತಿರಸ್ಕರಿಸುವ ಮತ್ತು ಫ್ರೆಂಚ್ ಅಸ್ತಿತ್ವವಾದಕ್ಕೆ ಬದ್ಧವಾದ ಕೃತಿ. 'ವಂಶವೃಕ್ಷ'ವು ಸನಾತನ ಮೌಲ್ಯಗಳನ್ನು ಎತ್ತಿಹಿಡಿಯುವ ಕೃತಿ ಎಂದು ಕೆಲವರು ವ್ಯಾಖ್ಯಾನಿಸಿದರೆ ಅವರ ಹುಟ್ಟು ತಿಳಿದು ಶ್ರೋತ್ರಿಯರ ನಂಬಿಕೆಯೇ ಬುಡಮೇಲಾಗುವುದರಿಂದ ಅದು ಪರಂಪರೆಯ ವಿರೋಧಿ ನಿಲುವಿನದು ಎಂದು ವ್ಯಾಖ್ಯಾನಿಸುವವರೂ ಇದ್ದಾರೆ; ತಮ್ಮ ಹುಟ್ಟು ಹೀಗಾದರೂ ವೈಯಕ್ತಿಕವಾಗಿ ಅವರು ಕುಸಿಯದಿರುವುದ ರಿಂದ ಮನುಷ್ಯನ ಹುಟ್ಟು ಮುಖ್ಯವಲ್ಲ, ಜೀವನವನ್ನೆದುರಿಸುವ ಶ್ರದ್ಧೆ ಮತ್ತು ಮೌಲ್ಯಗಳು ಮುಖ್ಯ ಎಂಬ ವ್ಯಾಖ್ಯೆಯನ್ನೂ ಹಲವರು ಮಾಡಿದ್ದಾರೆ. (ಅದೇ ಕೃತಿ, ಪುಟ ಕೂಡಾ).

'ವಂಶವೃಕ್ಷ' ಕುರಿತು ಅನಂತಮೂರ್ತಿಯವರು, 'ಸಂಸ್ಕಾರ' ಕುರಿತು ಭೈರಪ್ಪನವರು ಸಾಕಷ್ಟು ಮಾತಾಡಿದ್ದಾರೆ ಹಾಗೂ ಬರೆದಿದ್ದಾರೆ. ಈ ಇಬ್ಬರು ಬರಹಗಾರರ ಈ ಕೃತಿಗಳನ್ನೇ ಕುರಿತು ಪ್ರತ್ಯೇಕವಾಗಿ ಹಾಗೂ ತೌಲನಿಕವಾಗಿ ಕೂಡಾ ಕನ್ನಡ ವಿಮರ್ಶಕರು ಸಾಕಷ್ಟು ಬರೆದಿದ್ದಾರೆ. ಆ ಎಲ್ಲವನ್ನು ಓದಿದ್ದರು, ಗಮನಿಸಿದ್ದರು; ನನ್ನ ಉದ್ದೇಶ ಅವುಗಳನ್ನು ಕುರಿತು ಚರ್ಚಿಸುವುದೂ ಅಲ್ಲ, ವಿಶ್ಲೇಷಿಸುವುದೂ ಅಲ್ಲ. ಸರಿಸುಮಾರು 50 ವರ್ಷಗಳೇ ಆಗುತ್ತ ಬಂದ ಆ ಕೃತಿಗಳ ವಸ್ತು, ಅದರಲ್ಲಿಯೂ 'ವಂಶವೃಕ್ಷ' ಆಧರಿಸಿ, ಹೊಸ ಓದು ಹಾಗೂ ಹೊಸ ವಿಚಾರದತ್ತ, ನಾನೂ ಆಲೋಚಿಸುವ ಮತ್ತು ಓದುಗರೂ ಆ ದಿಕ್ಕಿನಲ್ಲಿ ಪುನರ್ ಪರಿಶೀಲಿಸುವ ಅವಶ್ಯಕತೆ ಇದೆ ಎಂದು ನಂಬಿದ್ದೇನೆ. ರಾಷ್ಟ್ರ ಮತ್ತು ರಾಜ್ಯ ಸ್ವಾತಂತ್ರ್ಯಹೀನವಾಗಿರುವಾಗ; ಬ್ರಾಹ್ಮಣರಿಗೆ, ಬ್ರಾಹ್ಮಣ ಬರಹಗಾರರಿಗೆ

ಧರ್ಮದ ಪಾವಿತ್ರ್ಯ ಹಾಗೂ ನೈತಿಕ ಮೌಲ್ಯಗಳ ಪ್ರಶ್ನೆ ಎದುರಾಗಿದ್ದು ಏಕೆ?

ಅನಂತಮೂರ್ತಿಯವರ 'ಸಂಸ್ಕಾರ' ಮಾಧ್ವ ಬ್ರಾಹ್ಮಣರನ್ನು ಆಧರಿಸಿದ್ದು. ಆದರೂ ಏಕಮಾತ್ರ ಸ್ಮಾರ್ತಬ್ರಾಹ್ಮಣ ದುರ್ಗಾಭಟ್ಟನೂ ಗುಂಪಿನಲ್ಲಿ (ಅಗ್ರಹಾರದಲ್ಲಿ) ಇದ್ದಾನೆ. ಇನ್ನು ನಾಯಕ ಎನ್ನಬಹುದಾದ ಪ್ರಾಣೇಶಾಚಾರ್ಯ ಮಾಧ್ವ ಬ್ರಾಹ್ಮಣರೆ. ಖಳನಾಯಕ, ಆಧುನಿಕ ವಿಮರ್ಶ ಪರಿಭಾಷೆಯಲ್ಲಿ ದುಷ್ಟ ಪಾತ್ರ, ನಾರಣಪ್ಪ ಅರೆ ಅಥವಾ ಅಬ್ರಾಹ್ಮಣ ಮಾಧ್ವ. ಇನ್ನು ನಾಯಕಿ, ಶೂದ್ರಳೂ, ಸೂಳೆಯೂ ಆದ ಚಂದ್ರಿ. ಬೆನ್ ಬಿಡದ ಮಾಲೇರ ಪುಟ್ಟ. ದುರ್ಗಾಭಟ್ಟ ಕಿಡಿ ಹಾರಿಸಿದ್ದು ಹೀಗೆ :

> "ಛಿ ಛಿ ಛಿ , ದುಡುಕಬೇಡಿ ಆಚಾರ್ಯರೇ. ಶೂದ್ರಳೊಬ್ಬಳನ್ನು ಸೂಳೆಯೂಗಿಟ್ಟುಕೊಂಡಾಕ್ಷಣ ಬ್ರಾಹ್ಮಣ್ಯ ನಾಶವಾಗಲ್ಲ. ಉತ್ತರ ದಿಂದ ಈ ಕಡೆ ಬಂದ ನಮ್ಮ ಪೂರ್ವಿಕರು-ಬೇಕಾದರೆ ಪ್ರಾಣೇಶಾಚಾರ್ಯರನ್ನು ಕೇಳಿ- ದ್ರಾವಿಡ ಹೆಂಗಸರ ಸಹವಾಸ ಮಾಡಿದರೆಂದು ಇತಿಹಾಸದ ಪ್ರತೀತಿ. ನಾನು ಗೇಲಿಗೆ ಅನ್ನುತ್ತಿದ್ದೇನೆಂದಲ್ಲ-ಹಾಗೆ ನೋಡುತ್ತ ಹೋದರೆ ದಕ್ಷಿಣ-ಕನ್ನಡ ಜಿಲ್ಲೆಗೆ ಹೋಗಿ ಬರುವ ಲೌಕಿಕರು ಬಸರೂರು ಸೂಳೆಯರ...."

(ಸಂಸ್ಕಾರ, ಪುಟ 14, 2ನೇ ಮುದ್ರಣ 1970).

'ವಂಶವೃಕ್ಷ' ಸ್ಮಾರ್ತ ಬ್ರಾಹ್ಮಣರನ್ನು ಆಧರಿಸಿದ್ದು. 'ಕಾಶ್ಯಪ ಗೋತ್ರೋತ್ಪನ್ನಃ... ಋಕ್ ಶಾಖಾಧ್ಯಾಯೀ ಶ್ರೀ ಶ್ರೀನಿವಾಸ ಶ್ರೋತ್ರಿಯೋಽಹಂ'. ಇನ್ನು ಮನೆಯಲ್ಲಿರುವ ಧರ್ಮಪತ್ನಿ ಭಾಗೀರತಿ, ಚೀನಿ; ಮೈಸೂರಿನ ಸದಾಶಿವರಾಯ, ನಾಗಲಕ್ಷ್ಮೀ; ರಾಜಾರಾಯ, ಕಾತ್ಯಾಯನಿ, ಎಲ್ಲರ ಮಗ ಪೃಥ್ವಿ – ಹೀಗೆ ಎಲ್ಲರೂ ಸ್ಮಾರ್ತರೆ. ಶ್ರೀಮತಿ ಕರುಣಾರತ್ನೆ ಸದಾಶಿವರಾಯರು ಸಿಂಹಳದವರು, ಅಂತೆಯೇ ಶ್ರೋತ್ರಿಯರ ಮನೆಯಲ್ಲಿಯೇ ಇರುವ ಆಳು ಮಾಚನ ಮಗಳು ಲಕ್ಷ್ಮೀ, ನೀಲಗಿರಿ ಸೀಮೆಯ ತಾಯಿಯ ಹೊಟ್ಟೆಯಲ್ಲಿ ಹುಟ್ಟಿದವಳು– ಈ ಇಬ್ಬರು ಜಾತ್ಯಾತೀತರು. ಇವರಲ್ಲದೆ ಸದಾಶಿವರಾಯ-ಕರುಣಾರತ್ನೆ ಮನೆ

ಯಲ್ಲಿರುವ, 50 ವರ್ಷದ, ಅಡಿಗೆ ಮಾಡುವ ಕಸುಬಿನವನೂ ಅಲ್ಲದ, ರಾಗಪ್ಪ – ಮಾಧ್ವಬ್ರಾಹ್ಮಣ. ಬನ್ನಂಜೆ ಗೋವಿಂದಾಚಾರ್ಯರ ಒಂದು ಟಿಪ್ಪಣಿ ಈ ಸಂಬಂಧಿಸಿ : 'ಇವನು ಮಾಧ್ವ ಬ್ರಾಹ್ಮಣನಾಗಿಯೂ ಅಡಿಗೆ ಮಾಡಲು ಬರುವುದಿಲ್ಲ ಎಂದರೆ ಎಂಥ ಆಶ್ಚರ್ಯ!' ಭೈರಪ್ಪನವರು ರಾಗಪ್ಪನನ್ನು (ಬನ್ನಂಜೆ ದಾಖಲಿಸಿರುವಂತೆ ರಾಘಪ್ಪ–ಅಲ್ಲ) ಮಾಧ್ವಬ್ರಾಹ್ಮಣನನ್ನಾಗಿಸಿರುವುದು, ಬನ್ನಂಜೆಯವರು (ಎಲ್ಲ) ಮಾಧ್ವಬ್ರಾಹ್ಮಣರೂ ಅಡಿಗೆ ಮಾಡಲು ಬರುವವರು ಎಂದಿರುವುದು – ಸಂಶೋಧನೆಗೆ ಆಹಾರವೆನಿಸುತ್ತಿದೆ. (ಸಹ ಸ್ಪಂದನ, ಸಂಪಾದಕರು : ಮಾಧವ ಕುಲಕರ್ಣಿ, ಮ. ಗೋವಿಂದರಾವ್, ಪುಟ 271, 1978)

ಮಾಧ್ವ (ದ್ವೈತ) ಬ್ರಾಹ್ಮಣರ 'ಸಂಸ್ಕಾರ' ಒಳಗೊಂಡ ಕಥೆ ಅಗ್ರಹಾರವನ್ನೆಲ್ಲಾ ಒಳಮಾಡಿಕೊಳ್ಳುತ್ತದೆ. ಸ್ಮಾರ್ತ (ಅದ್ವೈತ) ಬ್ರಾಹ್ಮಣರ 'ವಂಶವೃಕ್ಷ' ಸಾವು–ಶ್ರಾದ್ಧ–ದಾನಗಳಲ್ಲಿ ಇತರರನ್ನು ಬರಮಾಡಿಕೊಂಡರೂ, ಕೌಟುಂಬಿಕ ನೆಲೆಯಲ್ಲಿಯೇ ಸಂಚರಿಸುತ್ತದೆ.

ಧರ್ಮವೇ–ಸನಾತನ ಧರ್ಮವೇ ಮೂರ್ತಿವೆತ್ತಿದ ಶ್ರೀನಿವಾಸ ಶ್ರೋತ್ರಿ ಅವರ ಧರ್ಮ–ಪತ್ನಿ ಭಾಗೀರತಮ್ಮ, ಅಸಮದಾಂಪತ್ಯದ ಫಲವಾಗಿ, ಗಂಡನ ಹಾಸಿಗೆಯಿಂದ ಜೀವಮಾನ ಪರ್ಯಂತ ದೂರವಾಗಿಯೇ ಇರಬೇಕಾಗಿತ್ತು. ಆಪರೇಷನ್ ಮಾಡಿದ್ದರಿಂದಲೇ ಅವರು ಉಳಿದದ್ದು. ಆದರೆ ತಮ್ಮ ಆರೋಗ್ಯ, ತಮ್ಮ ಮನಃ ಕೋರಿಕೆಗಳಿಗಿಂತ, ಪತಿದೇವರ ಯೌವನ–ಆರೋಗ್ಯವೇ ಮುಖ್ಯವಾಗಿ, ತಂದೆ ಲಾಯರ್ ಹಾಗೂ ಸಂಸ್ಕೃತ ಬಲ್ಲ, ಸ್ವಲ್ಪ ಮಟ್ಟಿಗಾದರೂ ಶಾಸ್ತ್ರಾಧ್ಯಯನ ಮಾಡಿದ ಶ್ರೀಕಂಠಯ್ಯನವರನ್ನು ಕರೆಸಿ, ಸ್ವಂತ ತಂಗಿ ಕಾವೇರಿಯನ್ನೇ ಎರಡನೇ ಹೆಂಡತಿಯಾಗಿ ಸ್ವೀಕರಿಸಲು ಪ್ರಚೋದಿಸಿದರು. ಅದಕ್ಕೂ ಒಪ್ಪದ ಶ್ರೋತ್ರಿಯುವರು 'ಪುನಃ ಮದುವೆಯಾಗೋದು ಅಧರ್ಮ' ಎಂದು ಬಿಟ್ಟರು. (ವಂಶವೃಕ್ಷ, ಪುಟ 190, 5ನೇ ಮುದ್ರಣ).

ಆಗ "ಗಂಡನೊಡನೆ ನಾಲ್ಕು ವರ್ಷ ಸಂಸಾರ ಮಾಡಿರುವ ಅನುಭವಿ" (ಪುಟ 192) ಲಕ್ಷ್ಮೀಯನ್ನು ಉಪಪತ್ನಿಯಾಗಿ ಇರಲು

ಹೆದರಿಸಿ – ಕಣ್ ನೀರು ಹಾಕಿ ಒಪ್ಪಿಸುತ್ತಾಳೆ. ಭಾಗೀರತಮ್ಮನ ವಂಶ–
ವೃಕ್ಷದಲ್ಲಿ, ಉಪಪತ್ನಿಯರನ್ನು ಇಟ್ಟುಕೊಳ್ಳುವುದು ಹೊಸದೇನೂ ಅಲ್ಲ,
ತ್ಯಾಜ್ಯವೂ ಅಲ್ಲ :

"ಅವಳ ತಂದೆ, ತಾತ, ಚಿಕ್ಕಪ್ಪ, ಎಲ್ಲರೂ ಶಕ್ತ್ಯಾನುಸಾರ
ಹೊರಸಂಸಾರ ನಡೆಸಿದವರೇ. ತಂದೆಗೆ ಈಗಲೂ ಹೊರ
ಸಂಸಾರಗಳಿವೆ. ಆದರೂ ಅವಳ ತಾಯಿ ಮನೆಯಲ್ಲಿ ಮಕ್ಕಳೊಡನೆ
ಸುಖವಾಗಿಯೇ ಇದ್ದಾರೆ." (ಪುಟ ಅದೇ).

ಶ್ರೀಕಂಠಯ್ಯ–ಮಾವನ, ಭಾಗೀರತಿ–ಪತ್ನಿಯ ವಂಶ–ವೃಕ್ಷ
ನಂಜನಗೂಡಿನ ಧರ್ಮಪುರುಷ ಶ್ರೀನಿವಾಸ ಶ್ರೋತ್ರಿಯವರಿಗೆ ಗೊತ್ತಿತ್ತೋ
ಇಲ್ಲವೋ ! ಆದರೆ ಮನೆಯಲ್ಲಿರುವ, ಮನೆಯ–ಬದುಕಿನ ಭಾಗವೇ
ಆದ ಮಾಚನ ಮಗಳು ಲಕ್ಷ್ಮೀಗೆ ಶ್ರೋತ್ರಿಯವರ ಧರ್ಮೋಪದೇಶವಾದದ್ದು
ಮಾತ್ರ ಹೀಗೆ :

"ಲಕ್ಷ್ಮೀ, ಮನುಷ್ಯ ಕೆಳಗೆ ಬೀಳೋದು ಸುಲಭ ಮೇಲೆ
ಏಳೋದು ಕಷ್ಟ. ಅವರವರ ಕರ್ಮಾನುಸಾರ ಪ್ರತಿಯೊಬ್ಬರೂ
ಅನುಭವಿಸಬೇಕು. ಸಂಸಾರ ಸೌಖ್ಯವೂ ಅಷ್ಟೆ. ಹೆಂಡತಿ ಇದ್ದೂ
ನಾನು ಹೀಗಿರಬೇಕು ಅಂತ ಧರ್ಮದ ಸಂಕಲ್ಪವಿದೆ. ಗಂಡನನ್ನು
ಕಳೆದುಕೊಂಡ ನೀನು ಹೀಗಿರಬೇಕು ಅಂತ ಅದೇ ಧರ್ಮ
ಸಂಕಲ್ಪ ಮಾಡಿದೆ. ನಿನಗಾಗಲೇ ಇಪ್ಪತ್ತಮೂರು ಅಥವಾ
ಇಪ್ಪತ್ತನಾಲ್ಕು ವರ್ಷ. ನನಗೆ ಇಪ್ಪತ್ತೆಂಟು ತುಂಬಿತು. ಇನ್ನೆಲ್ಲ
ಹದಿನೈದು ಇಪ್ಪತ್ತು ವರ್ಷದ ಸುಖಕ್ಕೆ ನಾವು ಕೆಳಗೆ ಬಿದ್ದರೆ
ಇಬ್ಬರ ಧರ್ಮವೂ ಚ್ಯುತಿಯಾಗುತ್ತೆ. ಮನಸ್ಸಿಗೆ ಕಷ್ಟವಾದರೂ
ಅದನ್ನ ತಡಕೋಬೇಕು. ಯಾರೇ ಧರ್ಮವನ್ನು ಉಲ್ಲಂಘಿಸಿದರೂ
ಅವರ ಏಳು ತಲೆಯ ಪಿತೃಗಳು ರೌರವ ನರಕಕ್ಕೆ ಬೀಳ್ತಾರೆ
ಅಂತ ನೀನೂ ಕೇಳಿದ್ದೀಯಲ್ಲ. ನಮ್ಮಿಂದ ನಮ್ಮ ಪಿತೃಗಳಿಗೆ
ಹಾಗಾಗೋದು ಬೇಡ ಅಲ್ಲವೆ ?" (ಅದೇ, ಪುಟ 204).

———————— ಎಸ್. ಎಲ್. ಭೈರಪ್ಪ ಇಷ್ಟೇ ————————

ಅದೇ ಜಾತ್ಯಾತೀತ ಲಕ್ಷ್ಮಿಗೆ ಆ ಮನೆಯ 73 ವರ್ಷಗಳ ಹಿಂದಿನ ವಂಶ–ವೃಕ್ಷದ ಕತೆ ಗೊತ್ತಿದೆ. ಗೊತ್ತಿರುವಷ್ಟನ್ನೇ, ಶ್ರೀನಿವಾಸ ಶ್ರೋತ್ರಿಯವರ ತಂದೆ ನಂಜುಂಡ ಶ್ರೋತ್ರಿಯವರ ಶ್ರಾದ್ಧದ ಹಿಂದಿನ ರಾತ್ರಿ ಹೇಳಲೇಬೇಕಾದ ಪ್ರಸಂಗವೊಂದು ಸಂಭವಿಸಿತು. ಶ್ರಾದ್ಧಕ್ಕೆ ಸಂಬಂಧಿಸಿದ ಪ್ರಶ್ನೆಯೊಂದಕ್ಕೆ 'ಗೋಭಿಲಸ್ಮೃತಿ' ಹುಡುಕಿಕೊಂಡು ದೊಡ್ಡಪೆಟಾರಿ ತೆಗೆದಾಗ, ಜೀರ್ಣಕಾಗದ– ಮೋಡಿ ಅಕ್ಷರಗಳ ಕಾಗದ ಒಂದು ಶ್ರೋತ್ರಿಯರಿಗೆ ಸಿಕ್ಕಿತು :

"ಶ್ರೀ ॥ ನಂಜುಂಡನಿಗೆ ಕಿಟ್ಟಪ್ಪನ ನಮಸ್ಕಾರಗಳು. ಅದಾಗಿ ಈವರೆಗೆ ಉಭಯ ಕುಶಲೋಪರಿ ಸಾಂಪ್ರತ. ಹದಿನೈದು ವರ್ಷಗಳಾದ ಮೇಲೆ ನಾನೇ ನಿನಗೆ ಈ ಕಾಗದವನ್ನು ಬರೆಯಬೇಕೆಂತ ಮನಸ್ಸು ಬಂತು. ತುಂಬ ದುಃಖದಿಂದ ಈ ಕಾಗದ ಬರೆಯಬೇಕಾಗಿದೆ. ತಮ್ಮನಿಗೇ ಮೋಸ ಮಾಡಿದ ನೀಚ ನೀನು. ಎಷ್ಟೋ ಜನರಿಗೂ ಮೋಸ ಮಾಡಿದೀಯಾ. ಆದರೆ ತಮ್ಮನ ಮೇಲಿನ ದ್ವೇಷಸಾಧನೆಗಾಗಿ ನೀನು ಮೋಸದಿಂದ ದಕ್ಕು ಹಾಕಿಕೊಂಡ ಆಸ್ತಿಯು ತಮ್ಮನಿಗೆ ಎಲ್ಲಿ ಸೇರುತ್ತೋ ಅನ್ನುವ ದ್ವೇಷದಿಂದ ನೀವಿಬ್ಬರೂ ಇಂಥ ಕೆಲಸ ಮಾಡಬಾರದಾಗಿತ್ತು. ಹರಿಕಥೆ ಶ್ಯಾಮದಾಸನ ಕತೆ ನಮ್ಮೆಲ್ಲರಿಗೂ ತಿಳಿಯಿತು. ಪರಮ ಪಾವನವಾದ ಶ್ರೋತ್ರಿಯ ವಂಶದ ಹಿಂದಿನ ಏಳು ತಲೆಯ ಪಿತೃಗಳು ನಿನ್ನ ಕೆಲಸದಿಂದ ನರಕಕ್ಕೆ ಹೋಗುವ ಹಾಗೆ ಆಗಿದೆ. ನಿನ್ನ ಆಸ್ತಿಯನ್ನು ನಾಯಿ ನರಿ ತಿಂದು ಹೋಗಿದ್ದರೂ ನಾನಾಗಲಿ ನನ್ನ ಮಕ್ಕಳಾಗಲಿ ಅದಕ್ಕೆ ಆಶೆಪಡುತ್ತಿರಲಿಲ್ಲ. ನಿಮ್ಮ ಪಾಪಪುಣ್ಯಗಳನ್ನು ದೇವರು ನೋಡಿಕೊಳ್ಳಬೇಕು. ಇಂತೀ ನಮಸ್ಕಾರಗಳು. ಕಿಟ್ಟಪ್ಪ, ಎಡತೊರೆ ಮುಕ್ಕಾಂ." (ಅದೇ, ಪುಟ 398–399).

ಭಾಗೀರತಮ್ಮ ಒಂದು ಕಡೆ ಹೆದರಿಸಿ– ಕಣ್ಣೀರಿಟ್ಟು ಲಕ್ಷ್ಮಿಯನ್ನು ಶ್ರೋತ್ರಿಯರ ಹಾಸಿಗೆಗೆ ದಬ್ಬಿದಳು. 'ಶೀನಪ್ಪ ಸತ್ರೆ ನಾನು ಜೀವಸಹಿತ

ಇರ್ತೀನಾ?' (ಅದೇ, ಪುಟ 193) ಎಂದೇ, ಎರಡು ದೇಹ ಒಂದೇ ಆತ್ಮ ಎಂದು ಬದುಕಿದ್ದ ಜೀವಕ್ಕೆ, 'ಪರಮಪಾವನವಾದ, ಶ್ರೋತ್ರಿಯ ವಂಶದ ಹಿಂದಿನ ಏಳು ತಲೆಯ ಪಿತೃಗಳು ನರಕಕ್ಕೆ ಹೋಗುವ ಅಲ್ಲ, ಹೋದ ಕಥೆಯನ್ನು 73ನೇ ವಯಸ್ಸಿನಲ್ಲಿ ಹೇಳಿ-ಆಗಬೇಕಾದ್ದು ಏನು?

ಧರ್ಮವೇ ಪವಿತ್ರ, ಧರ್ಮವೇ ಮೌಲ್ಯ, ಧರ್ಮವೇ ಜೀವನ ಎಂದೆನ್ನುವವರ ಮುಂದೇ, ಕಣ್ಣಮುಂದೇ ಈಜಲು ಅಲ್ಲ, ಸ್ನಾನಕ್ಕೆ ಹೋಗಿ ಮಗ ನಂಜುಂಡ ಶ್ರೋತ್ರಿ, ವಿದ್ವಾಂಸ ಸದಾಶಿವರಾಯ, ತಮ್ಮ ಧರ್ಮಪತ್ನಿ ಭಾಗೀರತಿ, ಸೊಸೆ ಕಾತ್ಯಾಯನಿ- ಹೀಗೆ ಒಬ್ಬೊಬ್ಬರೇ ಗೃಹಸ್ಥ - ಧರ್ಮದ ಸುಳಿಯಲ್ಲಿ ಸಿಲುಕಿ, ನರಳಿ, ಪ್ರಾಣ ಬಿಡಬೇಕಾಯಿತು.

ಧರ್ಮದ ಹಿಂದು ಮುಂದು ಗೊತ್ತಿಲ್ಲದ ಮನೆ ಆಳು ಮಾಚನ ಮಗಳು ಲಕ್ಷ್ಮಿ, ಜ್ಞಾನವೇ ಮಕ್ಕಳು ಎಂದು ತಿಳಿದು ಜೀವ ತೇದು ತನ್ನ ರಾಷ್ಟ್ರಕ್ಕೆ ಹಿಂದಿರುಗಿದ ಕರುಣಾರತ್ನೆ, ಪ್ರಕೃತಿ-ಪುರುಷ ಸಂಮಿಲನದಲ್ಲಿ ಆಪರೇಷನ್ ಮಾಡಿಸಿಕೊಂಡು ಪ್ರೀತಿ-ಪ್ರೇಮ-ವಿಧವಾವಿವಾಹವನ್ನು ಎತ್ತಿಹಿಡಿದ ರಾಜಾರಾಯ, ಶ್ರೀರಾಮನನ್ನೇ ನಂಬಿದ ನಾಗಲಕ್ಷ್ಮಿ, ನಿಜವಾಗಿಯೂ ಶ್ರೋತ್ರೀಯರ ವಂಶದ-ವೃಕ್ಷ ವೃದ್ಧಿ, ತಾತನ ಮಾತೇ ಧರ್ಮಶಾಸನದಂತೆ ಬದುಕಿನ ಚೀನಿ (ಚಿರಂಜೀವಿ ಶ್ರೀನಿವಾಸ)- ಇವರೇ ಮುಂದಿನ ವಾರಸುದಾರರಾದರು.

ಆದರೆ, ವಂಶವೃಕ್ಷವನ್ನೇ ದೃಢವಾಗಿ ನಂಬಿದ, ಜೀವಮಾನ ಪರ್ಯಂತ ಧರ್ಮ ಒಂದೇ ಪವಿತ್ರ, ಧರ್ಮಶಾಸ್ತ್ರಗಳ ನೀತಿನಿಯಮಗಳೇ ಬದುಕಿನ ಮೌಲ್ಯಗಳು ಎಂದು ಕುಟುಂಬಕ್ಕೆ ಮಾದರಿಯಾಗಿದ್ದ ಭವ್ಯವ್ಯಕ್ತಿತ್ವದ ಶ್ರೀನಿವಾಸ ಶ್ರೋತ್ರಿಯವರಿಗೆ "ಕೊನೆಗೂ ದುಡುಕಿಬಿಟ್ಟೆ" (ಅದೇ, ಪುಟ 457) ಎಂಬ ದಿವ್ಯದರ್ಶನವಾಗಿ ಸಂನ್ಯಾಸ ಸ್ವೀಕಾರಕ್ಕಾಗಿ ಹರಿದ್ವಾರದತ್ತ ಕಾಲು ತೆಗೆದರು. ಆ ಮೂಲಕ ಬ್ರಾಹ್ಮಣ-ಬ್ರಾಹ್ಮಣ್ಯ-ಬ್ರಾಹ್ಮಣಿಕೆಗೆ ತಿಲಾಂಜಲಿ ನೀಡಿದರು.

ನಂಜನಗೂಡು, ಮೈಸೂರು, ಬೆಂಗಳೂರು, ದೂರದ ಸಿಂಹಳವನ್ನು ಒಳಗೊಂಡರು, ಒಂದು ಬ್ರಾಹ್ಮಣ ಕುಟುಂಬದ ಕಥೆ ಇದು. ಯುದ್ಧ

ಕಾಲದಲ್ಲಿ ಹಾಗೂ ಸದಾಶಿವರಾಯ–ಕರುಣಾರತ್ನೆಯರ 'ಭಾರತದ ಸಾಂಸ್ಕೃತಿಕ ಇತಿಹಾಸ' ದ ಸಂಪುಟ ಸ್ವೀಕರಿಸಲು ಬದುಕಿರದ ದೊಡ್ಡ ಮಹಾರಾಜರ ನೆನಪಿನ ಅಡಿಯಲ್ಲಿ ಬ್ರಾಹ್ಮಣರ ವಂಶ–ವೃಕ್ಷದ ಶೋಧನೆ ಹೀಗೆ ನಡೆದಿದೆ. ಕಾದಂಬರಿಯ 73 ವರ್ಷ ಹಾಗೂ ಅನಂತರದ 50 ವರ್ಷಗಳ ಇತಿಹಾಸ ಹಾಗೂ ವರ್ತಮಾನದಲ್ಲಿ ನಿಂತು, ತಲೆಮಾರುಗಳ ತುಲನೆ ಮಾಡಿ ಬ್ರಾಹ್ಮಣತ್ವದ ಬದುಕು ರೂಪುಗೊಳ್ಳಬೇಕಾಗಿದೆ. ತಮ್ಮ ಕೃತಿಗಳನ್ನು ಕುರಿತು ಭೈರಪ್ಪನವರೇ ಆಡಿರುವ ಮಾತು ಬೆಳಕಿನ ಕಿಂಡಿಯಾಗಿದೆ :

> "ನನ್ನ ಕೆಲವು ಕಾದಂಬರಿಗಳು ವ್ಯಕ್ತಿಕೇಂದ್ರಿತ ಅನ್ನಿಸಿದರೂ ಆ ಪಾತ್ರಗಳ ಸೋಲು ಗೆಲುವು ಅವರೊಬ್ಬರದೇ ಅಲ್ಲ. ಅವರು ಬದುಕುತ್ತಿರುವ ಸಾಮಾಜಿಕ, ರಾಜಕೀಯ ವ್ಯವಸ್ಥೆಯದು. ಆದ್ದರಿಂದ ಈಗಲೂ ಅವಕ್ಕೆ ಸಾಮಾಜಿಕ ಆಯಾಮ ಇದ್ದೇ ಇದೆ." (ಸಂದರ್ಭ : ಸಂವಾದ, ಪುಟ 186, 2011).

* * *

5

ಭೈರಪ್ಪ V/S ಹಿಂದುಳಿದವರು

21ನೇ ಶತಮಾನಕ್ಕೆ ಕಾಲಿಟ್ಟಿರುವ ಈ ದೇಶ ಈ ನಾಡು, ಇನ್ನೂ ಹಿಂದುಳಿದ ವರ್ಗ–ಜಾತಿ–ಜನಾಂಗ ಎಂದೇ ಹಣೆಪಟ್ಟಿ ಹಚ್ಚಬೇಕೇ ಎಂಬ ಅಳುಕಿನಿಂದ, ಅವುಗಳನ್ನು ಕೈಬಿಡಲಾಗಿದೆ. ಅದರ ಬದಲಿಗೆ ಈಗಿನ ಆಳುವವರು, ಪಟ್ಟಭದ್ರರು, ಆಳುವವರ ಆಧುನಿಕ ಪುರೋಹಿತರು ನವ–ನವೀನ ಶಬ್ದಪುಂಜಗಳಿಂದ ಇತರರನ್ನು ಗುರುತಿಸುತ್ತಿದ್ದಾರೆ. ಅದಕ್ಕೆ ತುತ್ತಾದವರೇ ಬರಹಗಾರ ಭೈರಪ್ಪ. ಅನ್ನಭಾಗ್ಯದ ಬಗ್ಗೆ ತಮ್ಮ ನೇರ–ನಿಷ್ಠುರ ಅಭಿಪ್ರಾಯವನ್ನು ಹೊರಗೆಡವಿದ ತಪ್ಪಿಗೆ, ಮುಖ್ಯಮಂತ್ರಿ–ಸಮಾಜಕಲ್ಯಾಣ ಸಚಿವ – ಪುಸ್ತಕ ಪ್ರಾಧಿಕಾರದ ಅಧ್ಯಕ್ಷ ಒಕ್ಕೊರಲಿನಿಂದ ಭೈರಪ್ಪನವರಿಗೆ ಬಡಜನತೆಯ ಹಸಿವು ಏನು ಗೊತ್ತು, ಹಳ್ಳಿಗಳನ್ನು ಒಮ್ಮೆಯಾದರೂ ಸುತ್ತಿಬರಲಿ, ಕೋಮುವಾದಿ–ಇತ್ಯಾದಿ ಅಜ್ಞಾನದ ಪರಮಾವಧಿ ಹೇಳಿಕೆಗಳನ್ನು ಮಾಧ್ಯಮಗಳಲ್ಲಿ ನೀಡಿ, ಶತ್ರುವನ್ನು ಸಂಹರಿಸಿದ ಆನಂದದಿಂದ ಬೀಗಿದರು. ಇಂಥ ರಾಜಕಾರಣಿಗಳು ಜನ್ಮದಲ್ಲಿಯಾದರೂ ಭೈರಪ್ಪನವರ ಬಗ್ಗೆ ತಿಳಿಯುವ ಕನಿಷ್ಠ ಆಸಕ್ತಿ ವಹಿಸಬಲ್ಲರೇ? ಹೋಗಲಿ, ಹಿಂದುಳಿದ ಜನರನ್ನೇ ಕೃತಿಯ ಕೇಂದ್ರವಾಗಿಸಿ ರಚಿಸಿದ 'ತಬ್ಬಲಿಯು ನೀನಾದೆ ಮಗನೆ' (1968) ಕಾದಂಬರಿಯನ್ನಾದರೂ ಓದಿದರೆ, 47 ವರ್ಷಗಳ ಹಿಂದೆಯೇ ಭೈರಪ್ಪ ಪಟ್ಟ ಒಳಗುದಿ ಏನು ಎಂಬುದಾದರೂ ಅರಿವಾದೀತು.

ವಿಮರ್ಶಕ ದೇಶಕುಲಕರ್ಣಿಯವರು ಗುರುತಿಸಿದಂತೆ, ಭೈರಪ್ಪನವರ ಕಾದಂಬರಿಗಳಲ್ಲಿಯೇ ಮಾರುದ್ದ ಹೆಸರು ಇರುವುದು ಈ ಕೃತಿಗೇ. ಮೂರು

ಪದಗಳಲ್ಲಿ ಯಾವುದೇ ಒಂದು ಇಟ್ಟಿದ್ದರೂ, ಅರ್ಥ ಅಲ್ಲ ಅಪಾರ್ಥವೇ ಬರುವುದರಿಂದ, ವ್ಯಂಗ್ಯ ಹಾಗೂ ವಿಷಾದ ಎರಡೂ ಮಡುಗಟ್ಟಿರುವ ಭಾವ, ಆ ಶೀರ್ಷಿಕೆಯಲ್ಲಿ ತುಂಬಿರುವುದರಿಂದ, ಅತ್ಯಂತ ಸೂಕ್ತ ಆಯ್ಕೆಯೇ ಆಗಿದೆ. ಇಷ್ಟಕ್ಕೂ ಆ ಮೆಚ್ಚುಗೆ (ಕ್ರೆಡಿಟ್ ಎಂಬ ಅರ್ಥದಲ್ಲಿ), ಈಗಾಗಲೇ ನಾಡಿನಾದ್ಯಂತ ಜನ ಸಾಮಾನ್ಯರ ಬಾಯಿಯಲ್ಲಿ ನಿಂತ, ಅನಾಮಧೇಯ ಕವಿಗೇ ಸಲ್ಲಬೇಕು. ಬಾಲ ಮುರಳೀಕೃಷ್ಣ ಅವರು ಅನ್ನುವಂತೆ, ಪುಸ್ತಕದಲ್ಲಿದ್ದ ರಾಗಕ್ಕೆ ಜೀವ ತುಂಬುವ ಕೆಲಸ ಮಾಡುವುದೇ ಅಪ್ಪಟ ಕಲಾವಿದನ ಹೆಗ್ಗಳಿಕೆ. ಭೈರಪ್ಪ ಆ ಕೆಲಸ ಮಾಡಿದ್ದಾರೆ. ಆ ಕವಿತೆಗೆ :

> "ಕಾಳಿಂಗಗೌಡ ಜಾತಿಯಲ್ಲಿ ಗೊಲ್ಲರವನು. ಅವನು ಹೇಳುವ ಪ್ರಕಾರ ಅವನೊಬ್ಬನೇ ಗೊಲ್ಲರ ಜಾತಿಯವನಲ್ಲ, ಪ್ರತಿಯೊಬ್ಬ ಗಂಡಸೂ ಗೊಲ್ಲಗೌಡನೇ, ಪ್ರತಿಯೊಬ್ಬ ಹೆಂಗಸೂ ಗೊಲ್ಲತಿಯೇ, ಗೋ ಪೂಜೆ ಮಾಡುವವಳೇ ಗೊಲ್ಲತಿ; ಗೋಪಾಲನೆ ಮಾಡುವವನೇ ಗೊಲ್ಲ. ಮಹಾ ಮಹಾ ಋಷಿ ಮುನಿಗಳೆಲ್ಲರೂ ಗೋಪಾಲನೆ ಮಾಡುತ್ತಿದ್ದರು. ಋಷಿ ಪತ್ನಿಯರು ಗೋ ಪೂಜೆ ಮಾಡುತ್ತಿದ್ದರು. ಅವರು ಗೊಲ್ಲರಲ್ಲವೇನು? ಗಂಗಡಿಕಾರ, ದಾಸಗೌಡ, ನೊಣಬ, ಬಣಜಿಗ, ಹಾರುವ – ಮೊದಲಾದ ಒಳಪಂಗಡಗಳು ನೂರೆಂಟಿರಬಹುದು. ಆದರೆ ಇವೆಲ್ಲ ಗೊಲ್ಲರೊಳಗಿನ ಪಂಗಡಗಳೇ. ನಾಮವನ್ನು ಎಳೆದುಕೊಳ್ಳಲಿ, ಬೂದಿಯನ್ನು ಧರಿಸಿಕೊಳ್ಳಲಿ, ಗೋ ಪೂಜೆ ಮಾಡದವನಾರು?" (ತಬ್ಬಲಿಯು, ಪುಟ 10).

ಕೃತಿಯ ಒಳಗಿನ ಅಂಶವೇ ಅಲ್ಲದೆ, ಕೃತಿ ಹೊರಗೂ ಕೃತಿಕಾರನ ಅಭಿಪ್ರಾಯ 'ವಾಚಕರಿಗೆ ಒಂದು ಮಾತು' ಎಂಬಲ್ಲಿ ದಾಖಲಾಗಿದೆ. ಕೃತಿಯ ಭೌಗೋಳಿಕ ಕ್ಷೇತ್ರ ಕೇವಲ ಕರ್ನಾಟ ಮಾತ್ರವೇ ಆಗಿರಬೇಕಿಲ್ಲ, ಭಾರತ ಎಂದು ಬದಲಾಯಿಸಿಕೊಂಡರೂ ನಡೆದೀತು ಎಂದು. ಕಳೆದ 50 ವರ್ಷದ ವಿಶ್ವದ ವಿಜ್ಞಾನದ ಬೆಳವಣಿಗೆ ಹಾಗೂ ಔದ್ಯೋಗಿಕ ಬದುಕಿನ ವೇಗ ನೋಡಿದರೆ, 'ತಬ್ಬಲಿಯು ನೀನಾದೆ ಮಗನೆ' ಎಂಬ ನುಡಿಗಟ್ಟು,

ವಿಶ್ವದ ಯಾವುದೇ ಜೀವಸಂಕುಲಕ್ಕೂ ಅನ್ವಯಿಸಬಹುದು ಎಂಬುದೇ ಆಗಿದೆ.

"ಸಹಕಾರಿ ಕ್ಷೇತ್ರದಲ್ಲಿ ನಡೆಯುತ್ತಿರುವ ಅಮುಲ್ ಸಂಸ್ಥೆಯು ಇಡೀ ಕೈಡಾ ಜಿಲ್ಲೆಯ ರೈತರ ಆರ್ಥಿಕ ಸ್ಥಿತಿಯಲ್ಲಿ ಉತ್ಕ್ರಾಂತಿ ಮಾಡಿತ್ತಲ್ಲದೆ ಮುಂಬಯಿ, ಅಹಮದಾಬಾದು ಮೊದಲಾದ ಮಹಾನಗರಗಳಿಗೆ ಹಾಲು ಸರಬರಾಜು ಮಾಡುತ್ತಿತ್ತು; ಹಾಲಿನ ಪುಡಿ, ಮಕ್ಕಳ ಹಾಲಿನ ಆಹಾರ, ಚೀಸ್ ಮೊದಲಾದವುಗಳಲ್ಲಿ ಅಖಿಲ ಭಾರತ ಮಾರುಕಟ್ಟೆಯಲ್ಲಿ ಅಗ್ರಸ್ಥಾನ ಗಳಿಸಿತ್ತು. ಹೀಗೆ ಹಾಲಿನ ಪ್ರವಾಹವನ್ನೇ ಹರಿಸುತ್ತಿರುವ ಸಂಸ್ಥೆಯನ್ನು ನೋಡುವ ಆಶೆ ನನಗೆ ಆಯಿತು. ಫ್ಯಾಕ್ಟರಿಗೆ ಹೋಗಿ ಶುದ್ಧೀಕರಿಸುವ ಶೈತ್ಯೀಕರಿಸುವ ಹಾಲಿನ ವಸ್ತುಗಳನ್ನು ತಯಾರಿಸುವ ವಿಭಾಗಗಳನ್ನೆಲ್ಲ ನೋಡಿದೆ. ಇದಕ್ಕೆ ಹಾಲನ್ನು ಉತ್ಪಾದಿಸಿ ಸರಬರಾಜು ಮಾಡುವ ಹಳ್ಳಿಗಳನ್ನು ನೋಡುವ ಆಶೆಯಾಯಿತು. ಅಷ್ಟರಲ್ಲಿ ಗುಜರಾತಿನ ಕೆಲವು ಹಳ್ಳಿಗಳನ್ನು ನೋಡಿದ್ದೆ. ನನ್ನ ವಿದ್ಯಾರ್ಥಿಗಳ, ಸ್ನೇಹಿತರ ಊರುಗಳಿಗೆ ರಜೆಯಲ್ಲಿ ಹೋಗಿ ನಾಲ್ಕಾರು ದಿನ ಇರುವುದು, ಅಲ್ಲಿಯ ಜನಜೀವನ, ಅರ್ಥಿಕ ಸ್ಥಿತಿಗತಿಗಳು, ಜನರ ಸ್ವಭಾವಗಳನ್ನು ತಿಳಿಯುವುದು ನನ್ನ ಸಹಜ ಕುತೂಹಲವಾಗಿತ್ತು. ಸಾಹಿತ್ಯವನ್ನೇ ನನ್ನ ಜೀವನದ ಗುರಿಯಾಗಿ ಸ್ವೀಕರಿಸಿದ ಮೇಲೆ ಇದನ್ನು ಹೆಚ್ಚುಮಾಡಿದೆ. ಮದುವೆ ಶ್ರಾದ್ಧ ದೀಪಾವಳಿ ವೊದಲಾದ ಸಮಾರಂಭಗಳಿಗೂ ಹೋಗಿ ಬೆರೆಯತೊಡಗಿದೆ. ಆದರೆ ಹಾಲು ಉತ್ಪಾದನೆಯ ವೈಜ್ಞಾನಿಕ ವಿಧಾನವನ್ನು ನಿಕಟವಾಗಿ ಕಂಡು ಅಭ್ಯಸಿಸಿರಲಿಲ್ಲ. ಅಮುಲ್ (ಆನಂದ ಮಿಲ್ಕ್ ಯೂನಿಯನ್ ಲಿಮಿಟೆಡ್) ಸಹಕಾರಿ ಸಂಸ್ಥೆಯಲ್ಲಿ ಕನ್ನಡಿಗರಾದ ಡಾ॥ ಕೊಡಗಲಿ ಎಂಬ ಪಶುವೈದ್ಯರಿದ್ದರು. ಇಡೀ ಸಂಸ್ಥೆಯಲ್ಲಿ ಒಟ್ಟು ಐದು ಜನ ಪಶುವೈದ್ಯರಿದ್ದರು. ಅವರಿಗೆ ತಲಾ ಒಬ್ಬ ಸಹಾಯಕರು. ಔಷಧಿ

ಮತ್ತು ಚಿಕಿತ್ಸಾ ಉಪಕರಣಗಳಿಂದ ಸುಸಜ್ಜಿತವಾದ ಒಂದೊಂದು ಜೀಪ್. ಪ್ರತಿ ದಿನಾ ನಾಲ್ಕು ಜೀಪ್‌ಗಳು ತಮಗೆ ನಿಗದಿತವಾದ ಮಾರ್ಗದಲ್ಲಿ ನಿಗದಿತವಾದ ಹಳ್ಳಿಗಳನ್ನು ತಲುಪಿ ಪ್ರತಿಯೊಂದು ಊರಿನಲ್ಲಿಯೂ ಕಾಹಿಲೆಯಾಗಿರುವ ಎಮ್ಮೆಗಳನ್ನು ಪರೀಕ್ಷಿಸಿ ಔಷಧಿ ಕೊಡುವುದು, ಕೃತಕ ಗರ್ಭಾದಾನ ಮೊದಲಾದ ಶುಶ್ರೂಷೆಗಳನ್ನು ಮಾಡುತ್ತಿದ್ದವು. ಹೀಗೆ ಎರಡು ದಿನಕ್ಕೊಮ್ಮೆ ಇಡೀ ಜಿಲ್ಲೆಯ ಪ್ರತಿಯೊಂದು ಊರಿಗೂ ಮನೆಯ ಬಾಗಿಲಿಗೆ ಡೈರಿಯ ಉಚಿತ ಪಶುವೈದ್ಯ ಸೇವೆ ಲಭ್ಯವಾಗುತ್ತಿತ್ತು. ತಮ್ಮ ಎಮ್ಮೆಗಳಿಗೆ ಕಾಹಿಲೆಯಾಗಿರುವವರು ಊರ ಮುಂದಿರುವ ಡೈರಿಯ ಕಛೇರಿಗೆ ಹೆಸರು ಕೊಟ್ಟಿದ್ದರಾಯಿತು. ಜೀಪು ಮನೆಗೆ ಬರುತ್ತದೆ. ಕೊಡಗಲಿಯವರ ಜೀಪಿನಲ್ಲಿ ನಾನು ಹಲವು ಸಲ ಹೋಗಿ ಒಂದೊಂದು ದಿನವೂ ಸುಮಾರು ನಲವತ್ತು ಐವತ್ತು ಹಳ್ಳಿಗಳನ್ನು ನೋಡಿ ಬಂದೆ. ಹಾಗೆಯೇ ಹಾಲು ಕೂಡಿಸಿ ತರುವ ವ್ಯಾನ್‌ಗಳಲ್ಲೂ ಕೆಲವು ಸಲ ಹೋಗಿದ್ದೆ. ರೈತರಿಗೆ ಲಾಭದಾಯಕವಾಗುವ ರೀತಿಯಲ್ಲಿ ಎಮ್ಮೆಗಳು ಹಾಲು ಹಿಂಡುವ ವಿಧಾನಗಳನ್ನು ಪಶುವೈದ್ಯಜ್ಞಾನವು ಅಳವಡಿಸಿಕೊಡುತ್ತಿತ್ತು. ಉದಾಹರಣೆಗೆ ಒಂದು ಎಮ್ಮೆ ಕರು ಹಾಕಿದರೆ ಏಳೆಂಟು ತಿಂಗಳು ಹೆಚ್ಚು ಹಾಲು ಕೊಡುತ್ತದೆ. ಅನಂತರ ಇಳುವರಿ ಕಡಿಮೆಯಾಗಿ ನಿಂತು ಹೋಗುತ್ತದೆ. ಮತ್ತೆ ಗರ್ಭಕಟ್ಟಿದರೆ ಹೊಟ್ಟೆಯಲ್ಲಿ ಕರು ಬೆಳೆದು ಹುಟ್ಟುವ ತನಕ ತಾಯಿಯು ಹಾಲು ಹಿಂಡುವುದಿಲ್ಲ. ಈ ಅನುಪಯುಕ್ತ ಅವಧಿಯನ್ನು ಕಿರಿಗೊಳಿಸಿದರೆ ಉತ್ಪಾದಕತೆ ಹೆಚ್ಚಾಗುತ್ತದಲ್ಲವೆ? ಕರುವಿಗೆ ನಾಲ್ಕು ತಿಂಗಳಾಗಿ ತಾಯಿಯು ಅಧಿಕ ಪ್ರಮಾಣದ ಹಾಲು ಹಿಂಡುತ್ತಿರುವಾಗಲೇ ಅದಕ್ಕೆ ಗರ್ಭಧಾರಣೆ ಮಾಡಿಸಿಬಿಟ್ಟರೆ ಅದು ಹಿಂಡುವ ಹಾಲಿನ ಪ್ರಮಾಣ ದಲ್ಲಿ ಯಾವ ವ್ಯತ್ಯಾಸವೂ ಆಗುವುದಿಲ್ಲ. ಒಳಗೆ ಕರುವೂ ಬೆಳೆಯುತ್ತಿರುತ್ತದೆ. ಈ ಹೆರಿಗೆಯ ಹಾಲು ಕೊನೆಗೊಂಡ ಎರಡು

ತಿಂಗಳಿನಲ್ಲಿ ಇನ್ನೊಂದು ಕರುಹುಟ್ಟಿ ಅದರ ಹಾಲು ಶುರುವಾಗುತ್ತದೆ. ಇದಕ್ಕೆ ನಾಲ್ಕನೆ ತಿಂಗಳು ನಡೆಯುತ್ತಿರುವಾಗ ಮುಂದಿನ ಗರ್ಭಧಾರಣೆ ಮಾಡಿಸಿಬಿಟ್ಟರೆ.... ಗರ್ಭಧಾರಣೆ ಎಂದರೆ ಕೃತಕ ಗರ್ಭಧಾರಣೆ. ಗಂಡು ಪ್ರಾಣಿಯು ಈ ಹೆಣ್ಣಿನೊಡನೆ ಸೇರಿ ಪರಸ್ಪರ ಪಡೆಯುವ ಸುಖ ಸಂತೋಷಗಳ ಭಾವನೆಗಳ ಮುಲಾಜಿಲ್ಲದೆ ವೈದ್ಯನು ತನ್ನ ವೈಜ್ಞಾನಿಕ ಉಪಕರಣದಿಂದ ಅದರ ಗರ್ಭಾಶಯಕ್ಕೆ ನೇರವಾಗಿ ಸಿಂಪಡಿಸುವ ಸುರಕ್ಷಿತ ವೀರ್ಯಾದಾನ. ನಾನು ಅದನ್ನೂ ನೋಡಿದೆ. ವೈದ್ಯರು ಕೈಗೆ ಧರಿಸುವ ರಬ್ಬರ್ ಕೈಚೀಲ ಧರಿಸಿ ಅವರು ಹೇಳಿದಂತೆ ಕೈಹಾಕಿ ಗರ್ಭಕೋಶ ಮೊದಲಾದ ಭಾಗಗಳನ್ನೂ ಸ್ಪರ್ಶಿಸಿ ತಿಳಿದೆ." (ಭಿತ್ತಿ, ಪುಟ 464 ರಿಂದ 466ವರೆಗೆ, 1996).

ಕುರುಬ ಜನಾಂಗದ ಮುಖ್ಯಮಂತ್ರಿ, ದಲಿತ ಜನಾಂಗದ ಸಮಾಜ ಕಲ್ಯಾಣ ಸಚಿವ, ಗೊಲ್ಲಜನಾಂಗದ ಪುಸ್ತಕ ಪ್ರಾಧಿಕಾರ ಅಧ್ಯಕ್ಷರು – ಭೈರಪ್ಪನವರ ಪುಸ್ತಕಗಳನ್ನು ನಿಜಕ್ಕೂ ತೆರೆದು ನೋಡುತ್ತಾರೆಯೋ ಇಲ್ಲವೋ ಎಂಬ ಆತಂಕದಿಂದ ಸ್ವಲ್ಪ ಹೆಚ್ಚು ಎನ್ನಿಸುವಷ್ಟೇ ಉಲ್ಲೇಖ ಮಾಡಿದ್ದೇನೆ, ಕ್ಷಮಿಸಬೇಕು. ಇಷ್ಟಕ್ಕೂ ಮಿಕ್ಕ ಸಾಲು, ಪುಟಗಳನ್ನೂ ಉಲ್ಲೇಖಿಸುವ ಮನಸ್ಸು ಆಗುತ್ತದೆ. ಆದರೆ ಪತ್ರಿಕೆಯ ಪುಟಮಿತಿಯಿಂದ ಹಿಂಜರಿದಿದ್ದೇನೆ. ದಿನಕ್ಕೆ ನಲವತ್ತು ಐವತ್ತು ಹಳ್ಳಿಗಳನ್ನು ಅದೂ ಗುಜರಾತಿನ ರಾಜ್ಯದಲ್ಲಿ ಭೈರಪ್ಪ ಸುತ್ತುವುದೇನು! ಹಾಲು, ಎಮ್ಮೆ, ಗರ್ಭಾಧಾರಣೆ, ವೀರ್ಯ ಇತ್ಯಾದಿ ವೈಜ್ಞಾನಿಕ ಪ್ರಯೋಗಶೀಲ ವಿಚಾರಗಳನ್ನು ಈ ಸಾಹಿತಿ–ತತ್ತ್ವಶಾಸ್ತ್ರದ ಪ್ರಾಧ್ಯಾಪಕ ಬರೆಯುವುದೇನು ! ಹೋಗಲಿ, ಕೋಮುವಾದಿ ಬ್ರಾಹ್ಮಣ ಬರಹಗಾರ ಭೈರಪ್ಪ, ರಬ್ಬರ್ ಕೈಚೀಲ ಧರಿಸಿ ಗರ್ಭಕೋಶ ಮೊದಲಾದ ಭಾಗಗಳನ್ನು ಸ್ಪರ್ಶಿಸಿ ತಿಳಿದುಕೊಳ್ಳುವುದೇನು! ಸದ್ಯ ಕರ್ನಾಟಕದಲ್ಲಿ ಮಾಡಲಿಲ್ಲವಲ್ಲ ಎಂದೋ, ಇನ್ನೂ ಸೇವೆಯಲ್ಲಿದ್ದರೆ ಆ ಡಾ॥ ಕೊಡಗಲಿಯವರನ್ನು ತಕ್ಷಣದಿಂದಲೇ ಕಿತ್ತು ಹಾಕಿ ಎಂದೋ, ಅಥವಾ ಭೈರಪ್ಪ ಅವರನ್ನು ಬಿ.ಜೆ.ಪಿ. ಗೂ ಮುಂಚೆಯೇ ಹಾಲು

ಉತ್ಪಾದನಾ ಘಟಕಕ್ಕೆ ಅಧ್ಯಕ್ಷರನ್ನಾಗಿ ಮಾಡುವುದೇ ಸೂಕ್ತ ಎಂದೋ - ಏನಾದರೂ ನಿರ್ಣಯ ಕೈ ಕೊಂಡಾರು ಈ ರಾಜಕಾರಣಿಗಳು.

ಅದಾವುದೂ ಇಲ್ಲಿ ಮುಖ್ಯವಲ್ಲ. ಭೈರಪ್ಪನವರನ್ನು ಓದಲು ಇಂತಹ ಅನುದಿನದ ಕ್ರಿಮಿಕೀಟಗಳ ಹಾವಳಿಯಿಂದ ತಪ್ಪಿಸಿಕೊಂಡು, ನೇರವಾಗಿ ಕೃತಿಗೇ ಪತ್ಯಕ್ಕೇ ಮುಖಾಮುಖಿಯಾದರೆ, ಸಮಾಜದ-ಕಾಲದ-ಬದುಕಿನ ನಿಜಸತ್ಯಗಳು ಕಣ್ಣಿಗೆ ರಾಚುತ್ತವೆ.

ಸ್ವಾತಂತ್ರ್ಯಪೂರ್ವದಿಂದ, ಸ್ವಾತಂತ್ರ್ಯಾನಂತರದ ಕಾಲದವರೆಗೂ, ಒಂದು ಕುಟುಂಬ, ಒಂದು ಹಳ್ಳಿ ಏನೆಲ್ಲಾ ಅವಸ್ಥಾಂತರಗಳನ್ನು ಹೊಂದಿತು ಎಂಬುದು ಇಲ್ಲಿ ಮುಖ್ಯ. ಗೋವು, ಭೂಮಿ, ಊರ ಜನರ ನಡಾವಳಿ, ಆರ್ಥಿಕ ಪರಿಸ್ಥಿತಿ, ಎರಡೂ ಕಾಲಘಟ್ಟಗಳ ಅಧಿಕಾರದ ಅಡೆತಡೆಗಳೂ, ಕೇವಲ ಹಿಂದೂ ಧರ್ಮೀಯರ ಆಚಾರ ವಿಚಾರಗಳು ಮಾತ್ರವೇ ಅಲ್ಲ, ಸ್ವದೇಶೀಯ ಮುಸ್ಲಿಮರ, ವಿದೇಶೀಯ ವಿದ್ಯಾವಂತ ಕೃಷಿತಜ್ಞೆಯವರೆಗಿನ ಆಗುಹೋಗುಗಳನ್ನೂ ವಸ್ತು ನಿಷ್ಠವಾಗಿ ಕಾದಂಬರಿಯಲ್ಲಿ ಕಾಣಬಹುದು.

ಕಾಳಿಂಗಜ್ಜ, ನರಸಪ್ಪ ಜೋಯಿಸರನ್ನು ಚೆಣ್ಣಯ್ಯ ಗೌಡರನ್ನು ಕರೆದುಕೊಂಡು ಶೇಕ್‌ದಾರರನ್ನು ನೋಡಲು ಹೋದ ಪರಿಸ್ಥಿತಿಗೂ; ಕೆ. ಕಾಳಿಂಗ ಬಿ.ಎಸ್.ಸಿ., ಎಂ.ಎಸ್.(ಅಗ್ರಿ) ಓಹಿಯೋ, ಡಿ.ಎ.ಎಚ್. (ಯು.ಎಸ್.ಎ.) ಮೊದಲ ಸಾರಿ ಡೆಪ್ಯುಟಿ ಕಮಿಶನರ್ ಸಂದರ್ಶನಕ್ಕೆ ಹೋದಾಗಲು, ಆನಂತರ ಅಮೆರಿಕಾದ ಮಹಿಳೆ ಹಿಲ್ಡಾ ಅವರ ಜೊತೆಗೆ ಹೋಗಿಬಂದು ಮಾಡುವಾಗಲೂ ಕಂಡ- ಕಾಣಿಸಿದ ಮರ್ಯಾದೆ ಏನು, ಎಂಥಾದ್ದು ಎಂಬುದು ಕಾದಂಬರಿಯಲ್ಲಿ ಅದ್ಭುತವಾಗಿ ಚಿತ್ರೀಕರಣಗೊಂಡಿದೆ. ಹೀಗಾಗಿ ಹಿಂದುಳಿದವರು ಎಂಬ ಭಾವನೆ-ಧೋರಣೆ ಹೇಗೆ ಶಿಕ್ಷಣ, ಉಡುಪು, ದೇಹದ ಬಣ್ಣಗಳಿಂದಲೂ ಸ್ಥಿತ್ಯಂತರಗೊಳ್ಳುವುದನ್ನು ಕಾದಂಬರಿಕಾರ ಸೂಕ್ಷ್ಮಾತಿ ಸೂಕ್ಷ್ಮವಾಗಿ ಮನಗಾಣಿಸುತ್ತಾರೆ.

ಶಿಕ್ಷಕ, ದೇವಸ್ಥಾನದ ಅರ್ಚಕ, ಸಂಸ್ಕೃತ ವಿದ್ವಾಂಸ ವೆಂಕಟರಮಣ ಶ್ರೀಮತಿ ಹಿಲ್ಡಾ ಕಾಳಿಂಗ ಅವರನ್ನು ಮುಖಕ್ಕೆ ರಾಚಿದಂತೆ ಕೇಳಿದ ಪ್ರಶ್ನೆ:

"ಅಂದರೆ ಹಿಂದೂಸ್ತಾನದ ಉದ್ಧಾರಕ್ಕಾಗಿಯೇ ನೀವು ಇಲ್ಲಿಗೆ ಬಂದಿರಾ?"

"ನಾನು ಹಾಗೆ ಹೇಳುವುದಿಲ್ಲ, ಆದರೂ ಸಂಪ್ರದಾಯ, ಅಂಧತನ, ಅವೈಜ್ಞಾನಿಕತೆಗಳು ತುಂಬಿರುವ ಈ ದೇಶದಲ್ಲಿ ಕಾಳಿಂಗರಂತಹ ಕ್ರಿಯಾಶಕ್ತಿಯ ಪ್ರಯೋಗಶಾಲಿಗಳಿಗೆ ತಕ್ಕ ಸಂಗಾತಿ ಎಲ್ಲಿ ದೊರೆಯಬೇಕು? ಈ ಮಾತನ್ನು ಅವರೇ ಅಮೆರಿಕೆಯಲ್ಲಿ ನನ್ನ ಕೈಲಿ ಆಡುತ್ತಿದ್ದದು ಮಾತ್ರವಲ್ಲ, ನಾನು ಇಲ್ಲಿಗೆ ಬಂದ ಮೇಲೂ ಹೇಳುತ್ತಿರುತ್ತಾರೆ. ನಮ್ಮ ಫಾರ್ಮ್ ಎಲ್ಲೆಲ್ಲಿಯೂ ಮಾದರಿಯಾಗಿದೆ ಅಂತ ಈ ಸರ್ಕಾರದ ವ್ಯವಸಾಯ ಇಲಾಖೆಯ ಅಧಿಕಾರಿಗಳೇ ಹೇಳುತ್ತಾರೆ. ದಿನಕ್ರಮೇಣ ಇತರ ಬೇಸಾಯಗಾರರು ನಮ್ಮನ್ನು ಅನುಕರಿಸಿ ತಮ್ಮ ವ್ಯವಸಾಯ ಕ್ರಮವನ್ನು ಸುಧಾರಿಸಿಕೊಳ್ಳುತ್ತಾರೆ. ನೀವು ಕೇಳಿದ್ದುದಕ್ಕೆ ಹೇಳಿದೆ. ಹುಟ್ಟಿದ ದೇಶ, ಜನಾಂಗ, ತಂದೆ ತಾಯಿಗಳನ್ನು ಬಿಟ್ಟು ಪರದೇಶಕ್ಕೆ ಬಂದರೂ ಹಿಂದುಳಿದ ಒಂದು ದೇಶದ ಜನರ ಉದ್ಧಾರವು ಕಿಂಚಿತ್ತಾದರೂ, ಪರ್ಯಾಯವಾಗಿಯಾದರೂ ನನ್ನಿಂದ ಆಗುತ್ತದೆಯಲ್ಲ ಅನ್ನುವ ಒಂದು ಸಮಾಧಾನವಿದೆ. ನಿಮ್ಮ ಸ್ನೇಹಿತರು ನನ್ನನ್ನು ಬಯಸಿದುದಕ್ಕೆ, ನಾನು ಅವರನ್ನು ಮದುವೆಯಾಗಲು ಒಪ್ಪಿದುದಕ್ಕೆ, ಈ ಒಂದು ಮಹೋನ್ನತ ಧ್ಯೇಯದ ಮುಖವೂ ಇದೆ." (ತಬ್ಬಲಿಯು, ಪುಟ 239).

ಆದರೆ ತನ್ನದಲ್ಲದ ತಾನು ನಂಬಿದ ತನ್ನವರು ಎಂಬುವವರೇ ಇಲ್ಲದ ಪರಿಸರದಲ್ಲಿ ಮಹೋನ್ನತ ಧ್ಯೇಯದ ಸಾಧನೆ ಕೈಮೀರಿದ್ದಾಗಿ ಹೋಗುತ್ತದೆ. ಹೆಣ್ಣು ಎಂದಾಗಲಿ, ಕ್ರೈಸ್ತೀಯಳು ಎಂದಾಗಲಿ ಭೇದವೆಣಿಸದೆ, ಅತ್ಯುನ್ನತ ಕ್ರಿಯಾಶಕ್ತಿಯ ಮಾದರಿಪಾತ್ರವಾಗಿ ಹಿಲ್ಡಾಳನ್ನು ನಾವು ಕಾದಂಬರಿಯಲ್ಲಿ ಕಾಣಬಹುದು. ಹೀಗಿದ್ದೂ ಹಿಲ್ಡಾ ದಾರಿ ಹಿಲ್ಡಾಗೆ, ವೆಂಕಟರಮಣನ ದಾರಿ ವೆಂಕಟರಮಣನಿಗೆ, ಕಾಳಿಂಗನ ದಾರಿ ಕಾಳಿಂಗನಿಗೆ. ಆದರೂ ಅನುದಿನ, ಅನುಕ್ಷಣ ಒಬ್ಬರನ್ನೊಬ್ಬರು ಹತ್ತಿರ ವಾಗುತ್ತ, ದೂರವಾಗುತ್ತ ಬದುಕು ನಡೆಸಬೇಕಾದ ಸ್ಥಿತಿ ಎಲ್ಲರದೂ

ಕೂಡ. ಒಂಟಿತನ–ತಬ್ಬಲಿತನ ಕೊಲ್ಲುವ ಕುರಿ, ಕೋಣ, ಹಸುಗಳದು ಮಾತ್ರವೇ ಅಲ್ಲ, ತಮ್ಮ ಪಾಡೂ ಕೂಡ.

"ಇಡೀ ದೇಶದ ಜನರಿಂದ, ಎಂದರೆ ಕನಿಷ್ಠ ಪಕ್ಷಕ್ಕೆ ಇಪ್ಪತ್ತು ಕೋಟಿ ಜನರಿಂದಲಾದರೂ 'ಗೋಹತ್ಯವನ್ನು ನಿಷೇಧಿಸಿ' ಎಂದು ಸಹಿಯನ್ನು ಸಂಗ್ರಹಿಸಿ, ಅದೆಲ್ಲವನ್ನೂ ಮುಂದಿನ ಸಲದ ಗೋಕುಲಾಷ್ಟಮಿಯ ದಿನ ದೆಹಲಿಯಲ್ಲಿ ಮೆರವಣಿಗೆಯಲ್ಲಿ ಒಯ್ದು ರಾಷ್ಟ್ರಾಧ್ಯಕ್ಷರಿಗೆ ಒಪ್ಪಿಸಬೇಕೆಂದು ನಿರ್ಣಯಿಸಿದ್ದೇವೆ. ಈ ಕ್ರಮದಿಂದ ಸರ್ಕಾರವು ಗೋಹತ್ಯೆಯನ್ನು ನಿಷೇಧಿಸದಿದ್ದರೆ ಮುಂದೆ ಉಗ್ರವಾದ ಚಳವಳಿಯನ್ನು ಪ್ರಾರಂಭಿಸುತ್ತೇವೆ. ಸದ್ಯದಲ್ಲಿ ನಮ್ಮ ಸ್ವಯಂ ಸೇವಕರು ನಿಮ್ಮ ಮನೆಗಳಿಗೆ ಬರುತ್ತಾರೆ. ಆಗ ಅವರು ತರುವ ಪುಸ್ತಕಗಳಲ್ಲಿ ನೀವೂ ನಿಮ್ಮ ಮನೆಯವರೂ ಸಹಿ ಮಾಡುವುದೇ ಅಲ್ಲದೆ ನಿಮ್ಮ ಕೇರಿಯ, ಗ್ರಾಮದ, ಸುತ್ತಣ ಹಳ್ಳಿಗಳ ಪ್ರತಿಯೊಬ್ಬ ವಯಸ್ಕರಿಂದಲೂ ಸಹಿ ಮಾಡಿಸಿ ಕೊಡಬೇಕಾಗಿ ಪ್ರಾರ್ಥಿಸುತ್ತೇನೆ." (ತಬ್ಬಲಿಯು, ಪುಟ 306).

ಇದು ವೆಂಕಟರಮಣನ– ರಾಷ್ಟ್ರೀಯ ಸ್ವಯಂ ಸೇವಕ ಸಂಘದ ಹೆಜ್ಜೆಯಾದರೆ, ಕಾಳಿಂಗನ – ಗೊಲ್ಲಕಾಳಿಂಗಗೌಡನ ಸ್ಥಿತಿಯೇ ಬೇರೆಯಾಗಿತ್ತು :

"ಏನು ಮಾಡುವುದಕ್ಕೂ ತಿಳಿಯದೆ ಕಾಳಿಂಗ ನಿಂತಲ್ಲಿಯೇ ನಿಂತಿದ್ದ. ವಧಿಸಲ್ಪಡಲು ಬರುತ್ತಿದ್ದ ದನಗಳು ಬಂದು ಅವನ ಸುತ್ತಲೂ ತುಂಬಿಕೊಳ್ಳುತ್ತಿದ್ದವು. ಅವನು ಬಗ್ಗಿ ಬಗ್ಗಿ ಅವುಗಳ ಮುಪ್ಪಿನ ಮೊಲೆಗಳನ್ನು ನೋಡುತ್ತಿದ್ದ. ನಿಶ್ಶಕ್ತವಾದ ಎತ್ತುಗಳ ಹೆಗಲನ್ನು ಪರೀಕ್ಷಿಸುತ್ತಿದ್ದ. ಅವನಿಗೆ ಇದ್ದಕ್ಕಿದ್ದ ಹಾಗೆಯೇ ತನ್ನ ಮಗುವಿನ ನೆನಪಾಯಿತು. ಜೊತೆಗೇ ತನ್ನ ತಾಯಿಯ ನೆನಪೂ ಬಂದಿತು. ಅವ್ವ ಸಾಯಬಾರದಾಗಿತ್ತು ಎಂದು ಅವನು ಮನಸ್ಸಿನಲ್ಲಿಯೇ ಎಂದುಕೊಂಡ. ಅವಳನ್ನು ನಾನೇ ಸಾಯಿಸಿದೆ ಅಂತ ಊರಿನೋರೆಲ್ಲ ಅನ್ನುವುದು ನಿಜ ಎಂದು ತನ್ನಲ್ಲಿ ತಾನು

ಹೇಳಿಕೊಂಡ. ಅವ್ವ ಹೊರಟುಹೋದಳು. ಹಿಲ್ಡಾ ತನ್ನ ದೇಶಕ್ಕೆ ಹೊರಟು ಹೋಗುತ್ತಾಳೆಯೋ ಅಥವಾ ನನ್ನ ಶ್ರದ್ಧೆಯನ್ನು ಗೌರವಿಸಿಕೊಂಡು ಇರುತ್ತಾಳೆಯೋ? – ಎಂಬ ಯೋಚನೆ ಬಂದಿತು.... ಸುತ್ತಲೂ ಸೇರಿದ ದನಗಳಲ್ಲಿ ಮುಂಭಾಗದವುಗಳನ್ನು ಎಳೆದುಕೊಂಡು ವಧಾಂಗಣದ ಒಳಕ್ಕೆ ಹೋಗುತ್ತಿದ್ದರು. ಅವುಗಳಲ್ಲಿ ಯಾವುದಾದರೂ ತನ್ನ ದನಗಳಿರಬಹುದೇ ಎಂದು ಯೋಚಿಸಿ ಅವನು ಹತ್ತಿರ ಹೋಗಿ ನೋಡಿದ. ಪ್ರತಿಯೊಂದು ದನದ ಮುಖವೂ ತನ್ನ ದನಗಳ ಮುಖದಂತೆಯೇ ಕಾಣುತ್ತಿತ್ತು. ತಮ್ಮ ಮರಣದ ಪೂರ್ವಪ್ರಜ್ಞೆಯಿಂದಲೋ ಏನೋ ಅವುಗಳು ವಧಾಂಗಣದ ಒಳಕ್ಕೆ ಹೋಗದೆ ಮೊಂಡು ಬೀಳುತ್ತಿದ್ದವು. ಕಾಳಿಂಗ ಅವುಗಳಲ್ಲಿ ಒಂದರ ಮುಖವನ್ನು ದೃಷ್ಟಿಸಿ ನೋಡಿದ. ತಾನು ಸಾಯುವ ದಿನ ಗೋದಾನ ಮಾಡಿದಾಗ ಕಂಬಳಿಯ ಮೇಲೆ ಮಲಗಿದ್ದ ತನ್ನ ಅವ್ವನ ಮುಖದ ಕಳೆಯೂ ಹೀಗೆಯೇ ಇದ್ದಂತೆ ಅವನ ನೆನಪಿನಲ್ಲಿ ಬಂತು. ಇವುಗಳಲ್ಲಿ ತನ್ನದೆಂದು ಪ್ರತ್ಯೇಕಿಸಿ ಹುಡುಕುವುದು ಕುರುಡು ದೃಷ್ಟಿ. ವಧಾಂಗಣಕ್ಕೆ ಹೋಗಲು ಸೇರಿರುವ ಈ ಸಾವಿರಾರು ದನಗಳೂ ತನ್ನವೇ ಎಂದು ಮನಸ್ಸು ನುಡಿಯಿತು. ಅವನ ಕೈ ಪ್ಯಾಂಟಿನ ಜೇಬಿಗೆ ಹೋಯಿತು. ಆ ಎಲ್ಲ ಮುದಿ ಹಸು ಎತ್ತುಗಳನ್ನೂ ಸಾಕುವ ಚೈತನ್ಯ ತನಗಿಲ್ಲವೆಂಬ ಅರಿವಾಗಿ ಅವನು ಕೈಯನ್ನು ಹೊರಕ್ಕೆ ತೆಗೆದುಕೊಂಡ. ತನ್ನ ತಾಯಿ ಸತ್ತ ದಿನ ಹಿಡಿದಿದ್ದ ನಿರ್ವೀರ್ಯವು ಈಗ ಅವನ ಕೈಕಾಲುಗಳನ್ನು ಆವರಿಸಿತು."" (ತಬ್ಬಲಿಯು, ಪುಟ 407 ರಿಂದ 9).

ಗೋವು ಎಂದರೆ ವೆಂಕಟರಮಣ–ರಾಷ್ಟ್ರೀಯ ಸ್ವಯಂ ಸೇವಕ ಸಂಘದವರಿಗೆ ವಿಶ್ವದ ಪ್ರತೀಕವೇ ಅದು. ಒಂದೊಂದು ಹಸುವೂ ಒಂದೊಂದು ದೇವತೆಯೇ ಆಗಿತ್ತು. ಅದೇ ಹಿಲ್ಡಾಗೆ "ನೀವು ಹೇಳುವ ಕಲ್ಪನೆ ಚೆನ್ನಾಗಿದೆ. ಹಸುವನ್ನು ನಾವು ವಿಶ್ವದ ಪ್ರತೀಕವೆಂದು ಭಾವಿಸಿದರೆ

ಅದರ ಅಂಗಾಂಗಗಳೂ ನಿಮ್ಮ ಪುರಾಣದಲ್ಲಿ ಹೇಳುವ ದೇವದೇವತೆಗಳನ್ನು ಪ್ರತಿನಿಧಿಸುತ್ತವೆ. ಆದರೆ ಆ ಪ್ರತೀಕವು ಗೋವೇ ಯಾಕಾಗಬೇಕು? ಉದಾಹರಣೆಗೆ, ನಾಯಿ ಅಥವಾ ಎಮ್ಮೆ ಏಕೆ ಆಗಬಾರದು?" (ಪುಟ 271) ಹೀಗೆ ಕೆರಳಿಸಲು, ಬಗ್ಗುಬಡಿಯಲು ಕಾರಣವಾದ ಘಟನೆಗಳು, ವ್ಯಕ್ತಿ ಯಾರು – ಅದರಿಂದಾದ ಪರಿಣಾಮ ಏನು ಎಂಬುದೂಢಾಳಾಗಿ ಮೂಡಿದೆ.

ಹೀಗೆ ವ್ಯಕ್ತಿಜನೀನ ಹಾಗೂ ವಿಶ್ವಜನೀನ ಆಲೋಚನೆ ಮತ್ತು ಬದುಕಿಗೆ ಸಾಮಾಜಿಕವಾಗಿ ಹಾಗೂ ಸಾಂಸ್ಕೃತಿಕವಾಗಿ ಎಚ್ಚರಗೊಳಿಸುವ ಜವಾಬ್ದಾರಿ ಹೊತ್ತವರು ಭೈರಪ್ಪನವರು. ಆ ಮೂಲಕ ಹಿಂದುಳಿದವರು ಯಾರು? ಮುಂದುವರೆದವರು ಯಾರು? ಎಂಬ ನಾಗರೀಕ ಪ್ರಜ್ಞೆ ಅಂತರಂಗದಲ್ಲಿ ಕಾಡುವಂತೆ ತಾತ್ತ್ವಿಕ ಜಿಜ್ಞಾಸೆಯನ್ನು ಸದಾ ಕಾಪಾಡಿದವರೂ ಭೈರಪ್ಪನವರೇ. ಅಷ್ಟೇ ಅಲ್ಲ, ಸ್ವತಃ ಭೈರಪ್ಪನವರಿಗೇ ತಮ್ಮ ಕೃತಿ, ತಮ್ಮ ನಿಲುವು ಈವತ್ತಿಗೂ ಜೀವಂತ ಎಂದೇ ಹೇಳುತ್ತಿದ್ದಾರೆ:

> "ನಾನು 'ತಬ್ಬಲಿಯು ನೀನಾದೆ ಮಗನೆ' ಕಾದಂಬರಿಯನ್ನು ಬರೆದು ನಲವತ್ತೈದು ವರ್ಷಗಳಾದವು. ಯಾವುದೇ ಚಳವಳಿಯ ಅಥವಾ ಕ್ರಿಯಾತ್ಮಕ ಗುರಿಯನ್ನಿಟ್ಟುಕೊಂಡು ನಾನು ಅದನ್ನು ಬರೆಯಲಿಲ್ಲ. ಸೃಷ್ಟಿಶೀಲ ಸಾಹಿತ್ಯವನ್ನು ಅಂಥ ಗುರಿ ಇಟ್ಟುಕೊಂಡು ಬರೆಯ ಹೊರಡುವುದು ದಿಕ್ಕುಗೆಟ್ಟ ಮಾರ್ಗವೆಂದು ನಾನು ಆಗಲೂ ನಂಬಿದ್ದೆ. ಈಗಲೂ ನಂಬಿದ್ದೇನೆ. ಸಾವಿರಾರು ವರ್ಷಗಳಿಂದ ಗೋವನ್ನು ಪುಣ್ಯಕೋಟಿ ಎಂದು ಭಾವಿಸಿ ಪೂಜಿಸುವ ಸಂಸ್ಕೃತಿಯ ಈ ದೇಶದಲ್ಲಿ ಅದೊಂದು ಕೇವಲ ಆರ್ಥಿಕವಾಗಿ ಉಪಯುಕ್ತವಾದ ಪ್ರಾಣಿ ಎಂಬ ದೃಷ್ಟಿ ಬಂದಾಗ ಉಂಟಾದ ಸಂವೇದನೆಯ ತಲ್ಲಣವನ್ನು ಚಿತ್ರಿಸುವದಷ್ಟೇ ನನ್ನ ಉದ್ದೇಶವಾಗಿತ್ತು." (ಸಂದರ್ಭ ; ಸಂವಾದ, ಪುಟ 131, 2011).

* * *

6

ಭೈರಪ್ಪ V/S ದಲಿತರು

1973ರಲ್ಲಿ ಪ್ರಕಟವಾದ, ಭೈರಪ್ಪನವರ 'ದಾಟು' ಕಾದಂಬರಿ, ಭಾರತೀಯ ಜನ-ಜೀವನದಲ್ಲಿ ಸಾವಿರಾರು ವರ್ಷಗಳಿಂದ ತುಂಬಿ ಹರಿಯುತ್ತಿರುವ 'ಜಾತಿ' ಆಧಾರಿತವಾದ ಸಮಸ್ಯೆಯನ್ನೇ ಸುಮಾರು 600 ಪುಟಗಳಲ್ಲಿ ಕಡೆದಿಟ್ಟಂತಹುವುದು. ವಿಚಿತ್ರವೆಂದರೆ; ಪುಸ್ತಕದ ಪ್ರಾರಂಭದ ಟೆಕ್ನಿಕಲ್ (ಪ್ರಿಲಿಮಿನರಿ) ಪುಟಗಳನ್ನು ಕೊನೆಗೆ ಹಾಕಿರುವುದು ನನಗೆ ತಿಳಿದಂತೆ ಈ ಪುಸ್ತಕ ಒಂದೇ. ಯಾಕೆ ಹೀಗೆ? !

ಹಾಗೆ ನೋಡಿದರೆ; 1973, ಕನ್ನಡ ರಾಜ್ಯದ ಇತಿಹಾಸದಲ್ಲಿ ಮಹತ್ವದ ವರ್ಷ. ಅರಸರ ಒಡ್ಡೋಲಗದ, ಪ್ರತಿಮಾ ರೂಪವಾದ ಮೈಸೂರು, ಸಮಗ್ರ ಕನ್ನಡಿಗರ ಹೋರಾಟದ ಸಂಕೇತವಾದ 'ಕರ್ನಾಟಕ' ಎಂಬ ಸಾರ್ಥಕ ನಾಮವನ್ನು ಪಡೆದುಕೊಂಡ ವರ್ಷ. ಹಾಗೂ 70ರ ದಶಕ; ರಾಜಕೀಯವಾಗಿ ಸಾಮಾಜಿಕವಾಗಿ, ಸಾಂಸ್ಕೃತಿಕವಾಗಿ ಹಲವು ಹೋರಾಟಗಳಿಗೆ ಸಂಘಟಿತಗೊಂಡ ದಶಕ. ಅಷ್ಟೇ ಏಕೆ, 1970ರ ವರ್ಷ ಮತ್ತು 70ರ ದಶಕ ಒಳಗೊಂಡಂತೆಯೇ 20ನೇ ಶತಮಾನವೇ ಧಾರ್ಮಿಕ ಕ್ಷೇತ್ರದಿಂದ ವಿಜ್ಞಾನದವರೆಗೂ ಹಲವು ಜನಪರ-ಚಳುವಳಿಗಳಿಗೆ ನಾಂದಿ ಪಲುಕಿದ ಯುಗ.

20ನೇ ಶತಮಾನದಲ್ಲಿ ನವೋದಯ ಸಾಹಿತ್ಯ, ಸಾಂಸ್ಕೃತಿಕವಾಗಿ ಎಷ್ಟು ಮುಖ್ಯವೋ ಜಸ್ಟೀಸ್ ಪಾರ್ಟಿ ಕೂಡ ಸಾಮಾಜಿಕವಾಗಿ ಅಷ್ಟೇ ಮುಖ್ಯ. ಸಾಹಿತ್ಯಕವಾಗಿ ಕನ್ನಡ ಸಾಹಿತ್ಯ ಪರಿಷತ್ತು ತಲೆಎತ್ತಿದ್ದು ಎಷ್ಟು

ಅಗತ್ಯವಾದದ್ದೋ ಶೈಕ್ಷಣಿಕವಾಗಿ ಮೈಸೂರು ವಿಶ್ವವಿದ್ಯಾನಿಲಯ ಆವಿರ್ಭವಿಸಿದ್ದು ಕೂಡ ಅಷ್ಟೇ ಅನಿವಾರ್ಯ. ಅಂತೆಯೇ 70ರ ದಶಕ ದಲ್ಲಿಯೇ ದಲಿತ ಸಂಘರ್ಷ ಸಮಿತಿ, ಜಾತಿ ವಿನಾಶ ಚಳುವಳಿ, ಜೆಪಿ ಚಳುವಳಿ, ರೈತ ಚಳುವಳಿ, ಸಾಹಿತ್ಯ ಕಲಾವಿದರ ಒಕ್ಕೂಟ, ಬಂಡಾಯ ಸಾಹಿತ್ಯ ಸಂಘಟನೆ – ಹುಟ್ಟಿದ್ದು ಕೂಡ ಗಣನಾರ್ಹ. ಹೀಗಾಗಿ ಡಿ.ಆರ್. ನಾಗರಾಜ್ ಆಶಿಸುವಂತೆ (ಊರುಕೇರಿ, ಸಿದ್ದಲಿಂಗಯ್ಯ, ಪುಟ 131, 1996), 20ನೇ ಶತಮಾನ ಬಡವರ ಯುಗವೂ ಅಲ್ಲ, ಬಡತನದ ಯುಗವೂ ಅಲ್ಲ; ಶ್ರೀಸಾಮಾನ್ಯರ ಅಸ್ತಿತ್ವದ ಯುಗ. ಸ್ವಾತಂತ್ರ್ಯ, ಏಕೀಕರಣ, ಭಾಷೆ, ನೆಲ, ಜಲ, ಸಂಪನ್ಮೂಲಗಳ ಕ್ರೋಢೀಕರಣಕ್ಕಾಗಿ ಮೈಕೊಡವಿ ಎದ್ದ ಜನಸಾಮಾನ್ಯರ ಯುಗ. ಅದರಲ್ಲಿಯೂ ಜಾತೀಯತೆಯ ಜಾಗೃತಿ ಮೂಡಿ; ತಮ್ಮ ಜನಾಂಗದ ಏಳಿಗೆಗಾಗಿ, ತಮ್ಮ ಬದುಕಿನ ಅಸ್ತಿತ್ವಕ್ಕಾಗಿ, ಸಂವಿಧಾನಬದ್ಧ ಹಕ್ಕಿಗಾಗಿ ಮೈ–ಮನಸ್ಸು ಒಂದಾದ ಯುಗ.

ಕನ್ನಡ ಸಾಹಿತ್ಯ ಈ ಎಲ್ಲಕ್ಕೂ ಹೊರತಾಗಲಿಲ್ಲ. 1973ರಲ್ಲಿಯೇ ಪ್ರಕಟವಾದ ಕೃತಿಗಳು, ಅವುಗಳ ವಸ್ತು ವಿಷಯ, ಅವುಗಳ ಬರಹಗಾರರು– ಯಾವ ಪ್ರಮಾಣದಲ್ಲಿ ಪ್ರತಿಸ್ಪಂದಿಸಿದರು ಎಂಬುದು ತುಂಬಾ ಗಂಭೀರವಾದ ಸಂಗತಿ : ಭೈರಪ್ಪನವರ 'ದಾಟು' ಕಾದಂಬರಿ, ಅನಂತಮೂರ್ತಿಯವರ 'ಭಾರತೀಪುರ' ಕಾದಂಬರಿ, ಲಂಕೇಶರ 'ಸಂಕ್ರಾಂತಿ' ನಾಟಕ, ಪೂರ್ಣಚಂದ್ರ ತೇಜಸ್ವಿಯವರ 'ಅಬಚೂರಿನ ಪೋಸ್ಟಾಫೀಸು' ಕತೆಗಳು, ದೇವನೂರು ಮಹಾದೇವರ 'ದ್ಯಾವನೂರು' ಕತೆಗಳು.

ಆಗಿನ್ನೂ ದೇವನೂರು ಹಾಗೂ ದಲಿತ ಸಂಘರ್ಷ ಸಮಿತಿ ಇತ್ಯಾದಿಗಳು ಸಾಂಸ್ಕೃತಿಕವಾಗಿ, ಸಾಮಾಜಿಕವಾಗಿ ಢಾಳಾಗಿ ಕಾಣಿಸಿಕೊಳ್ಳದೇ ಇದ್ದರೂ ನವ್ಯ ಸಾಹಿತ್ಯ ಚಳುವಳಿಯಲ್ಲಿ ಶೂದ್ರ ಹಾಗೂ ಹಿಂದುಳಿದ ಜನಾಂಗದ ಪ್ರತಿಭೆಗಳು ತಲೆ ಎತ್ತಿ ನಿಂತಿದ್ದವು. ಆ ಕಾಲದ ಆ ಬರವಣಿಗೆ ಬಗ್ಗೆ ಮಹತ್ತ್ವದ ವಿಮರ್ಶಕರಾದ ರಾಜೀವ ತಾರಾನಾಥರು ದಾಖಲಿಸಿದ ಮಾತುಗಳು ಈವತ್ತಿಗೂ ಅಧ್ಯಯನ ಯೋಗ್ಯವಾದವು :

> "ಸಾಮಾನ್ಯವಾಗಿ ಹೇಳಬಹುದಾದರೆ 'ಸಂಸ್ಕಾರ' ಕಾದಂಬರಿಯ ಅನುಭವ ಕನ್ನಡವಾಗಿದ್ದರೂ ಅದು ಪಡೆದಿರುವ

ಸಂಸ್ಕಾರ ಮತ್ತು ಅದಕ್ಕೆ ಬಂದಿರುವ ಅರ್ಥದ ಮೊನೆ ಇವು ಪ್ರಮುಖವಾಗಿ ಪಾಶ್ಚಾತ್ಯ ದೇಶಗಳ ಸಮಕಾಲೀನ ಸಂಸ್ಕೃತಿಯ ಮೂಲಕ ಬಂದವುಗಳಾಗಿವೆ.... 'ಸಂಸ್ಕಾರ'ದ ಬಗ್ಗೆ ಹೇಳಿದ ಮಾತುಗಳನ್ನೇ ಅನಂತಮೂರ್ತಿಯವರ ಉಳಿದ ಕತೆಗಳ ಬಗ್ಗೆ, ಲಂಕೇಶರ ಸಣ್ಣಕತೆಗಳು (ವಿಶೇಷವಾಗಿ 'ಗೊಮ್ಮಟ'), ಶಾಂತಿನಾಥ ದೇಸಾಯಿಯವರ 'ಕ್ಷಿತಿಜ', ಕಾರ್ನಾಡರ 'ಯಯಾತಿ' ಮತ್ತು 'ತುಘಲಕ', ತೇಜಸ್ವಿಯವರ 'ಸ್ವರೂಪ' ಮತ್ತು 'ಯಮಳ ಪ್ರಶ್ನೆ' ಈ ಕೃತಿಗಳ ಬಗ್ಗೆಯೂ ಹೇಳಬಹುದು. ಈ ಕೃತಿಗಳು ಕನ್ನಡ ಸಾಹಿತ್ಯಕ್ಕೆ ಒಂದು ಬಿಗಿತವನ್ನೂ ನವ್ಯತೆಯ ಅರ್ಥಪೂರ್ಣತೆಯನ್ನು ತಂದುಕೊಟ್ಟಿವೆ. ಈ ಕೃತಿಗಳ ಅನುಭವ ಮಾತ್ರ ಅವು ಹುಟ್ಟಿನಿಂದ ಸಾಂಸ್ಕೃತಿಕ ಪರಿಸರದಲ್ಲಿ ಅಷ್ಟು ಶಕ್ತಿಯುತವಾಗಿ ಕೆಲಸ ಮಾಡದೆ ತಮಗೆ ಬಹಳ ದೂರವಾದ ಸಾಂಸ್ಕೃತಿಕ ಸಂದರ್ಭದಲ್ಲಿ ಪ್ರಾಮಾಣಿಕತೆಯನ್ನು ಪಡೆಯುತ್ತವೆ." (ಸಂಸ್ಕಾರ ಸಮೀಕ್ಷೆ, ಸಂ: ಬಿ. ಗಂಗಾಧರಮೂರ್ತಿ, ಪುಟ 107–108, 1970).

ಇಷ್ಟಾಗಿ ನವ್ಯ ಸಾಹಿತ್ಯ ಬಿಟ್ಟು ಹೊರಬಂದು, ಕನ್ನಡ ಸಾಹಿತ್ಯದ ಮುಂದಿನ ಹೆಜ್ಜೆಯನ್ನು ಅಷ್ಟಾಗಿ ಗಮನಿಸದ ರಾಜೀವ ತಾರಾನಾಥರು, ಭೈರಪ್ಪನವರ ಆವರೆಗಿನ ಸಾಹಿತ್ಯ ಕುರಿತು ಮೌನವಹಿಸಿದ್ದರ ರಹಸ್ಯ ಈಗಲಾದರೂ ಬಯಲಾಗಬೇಕಿದೆ. ಆ ದೃಷ್ಟಿಯಿಂದ, ಒಂದು ಕಾಲಕ್ಕೆ ಕನ್ನಡದ ಕಮ್ಯುನಿಸ್ಟ್–ಮಾರ್ಕ್ಸಿಸ್ಟ್ ವಿಮರ್ಶಕ ಎಂದೇ ಸುಪ್ರಸಿದ್ಧರಾದ ಜಿ. ರಾಜಶೇಖರ ಅವರು, ಪುಸ್ತಕ ಕುರಿತು ಆಡಿರುವ ಮಾತುಗಳು ಚಿನ್ನದಂತಹವು :

"ಪುಸ್ತಕವೊಂದು ಹೆಚ್ಚೆಂದರೆ ಒಂದು ಧೋರಣೆಯನ್ನು ಪ್ರಕಟಿಸುತ್ತದೆ. ಅದು ತಪ್ಪೂ ಇರಬಹುದು; ಸರಿಯೂ ಇರಬಹುದು. ಸರಿತಪ್ಪುಗಳು ಬೆರೆತದ್ದು ಆಗಿರಬಹುದು. ಆಯಿತು. ಆ ಧೋರಣೆ ಪೂರ್ತಿ ತಪ್ಪು ಎಂದೇ ಇಟ್ಟುಕೊಳ್ಳುವ. ಸರಿಯಾದ ಅಭಿಪ್ರಾಯ

ಗಳನ್ನೇ ಹೊಂದಿರತಕ್ಕದ್ದು, ಸರಿಯಾದ ಧೋರಣೆಯ ಪುಸ್ತಕಗಳು ಮಾತ್ರ ಪ್ರಕಟವಾಗತಕ್ಕದ್ದು ಎಂಬ ನಿಯಮವೇನಾದರೂ ಇದೆಯೆ? ಪ್ರಜಾಪ್ರಭುತ್ವದಲ್ಲಿ ಅಂತಹದ್ದು ಸಾಧ್ಯವಿಲ್ಲ. ಸರಿಯಾದ ಅಭಿಪ್ರಾಯ, ಸರಿಯಾದ ಧೋರಣೆ, ಸರಿಯಾದ ಪುಸ್ತಕ ಇವೆಲ್ಲ ಇರುವುದು ಸರ್ವಾಧಿಕಾರದ ವ್ಯವಸ್ಥೆಗಳಲ್ಲಿ ಮಾತ್ರ. ಆದರೆ ತಮ್ಮ ಭಾರಕ್ಕೆ ತಾವೇ ಕುಸಿಯುವುದು ಆ ವ್ಯವಸ್ಥೆಗಳ ಜಾಯಮಾನ." (ಶೂದ್ರ, ತಿಂಗಳ ಪತ್ರಿಕೆ, ಸಂಪುಟ 23, ಸಂಚಿಕೆ 6–7, ಪುಟ 51, ಡಿಸೆಂಬರ್ 95– ಜನವರಿ 96).

ಇಷ್ಟು ವಿಶಾಲವಾದ ಹೃದಯ–ವಿನೂತವಾದ ಒಳನೋಟದಿಂದ ಬರೆದಿರುವುದು, ಕೇವಲ ಕೆ. ವಿ. ಸುಬ್ಬಣ್ಣ ಅವರ ಬಗ್ಗೆ ಮಾತ್ರ, ಅವರ ಅಕ್ಷರ ಪ್ರಕಾಶನದ ಬಗ್ಗೆ ಮಾತ್ರ, ಅವರ ನೀನಾಸಂ ಸಂಸ್ಥೆ ಬಗ್ಗೆ ಮಾತ್ರ ಎಂದು ಮಾರುತ್ತರ ದಾಖಲಿಸಲೂಬಹುದು. ಏನು ಮಾಡುವುದು, ರಾಜ ಶೇಖರರು ಕನ್ನಡಿಗರು, ಕನ್ನಡ ಸಾಂಸ್ಕೃತಿಕ ಲೋಕ ಕುರಿತೇ ಬರೆದಿದ್ದಾರೆ, ಅದರಲ್ಲಿ ನಿಜಕ್ಕೂ ಸತ್ತ್ವವಿದೆ ಎಂದೇ ನಂಬುವುದಾದರೆ, ಭೈರಪ್ಪನವರ 'ಆವರಣ'ದ ನೆಪದಲ್ಲಿ ಆಡಿರುವ ಮಾತುಗಳನ್ನು ('ಆವರಣ' ಎಂಬ ವಿ–ಕೃತಿ, ವಿಮರ್ಶಾ ಸಂಕಲನ, ಸಂ: ಗೌರಿ–ಲಂಕೇಶ್, ಪುಟ 30 ರಿಂದ 40, 2007) ಮಗದೊಮ್ಮೆ ಪರಿಶೀಲಿಸಬೇಕು :

"ಭೈರಪ್ಪನವರು ಮನಸಾರೆ ದ್ವೇಷಿಸುವ ವಿಚಾರಗಳ ವಿರುದ್ಧ ಹೊರಡಿಸಲಾದ ಒಂದು ಸುದೀರ್ಘ ಕರಪತ್ರದಂತಿದ್ದ ಅದರಲ್ಲಿ ಪಾತ್ರಗಳನ್ನೂ, ಘಟನೆಗಳನ್ನೂ ಅಳವಡಿಸಿಕೊಂಡು ಅದನ್ನೊಂದು ಕಥಾನಕವನ್ನಾಗಿ ರೂಪಿಸುವ ಅವರ ಹಾಸ್ಯಾಸ್ಪದ ತಂತ್ರ ಕೂಡ ಕನ್ನಡದ ಮಟ್ಟಿಗೆ ಒಂದು ದಾಖಲೆಯೇ ಸರಿ."

"ರಾಷ್ಟ್ರ, ಧರ್ಮ, ಸಂಸ್ಕೃತಿ ಮುಂತಾದವುಗಳ ಕುರಿತ ಭೈರಪ್ಪನವರ ವಿಚಾರಗಳಲ್ಲಿ ಅವರ ಸ್ವಂತದ್ದು ಏನೂ ಇಲ್ಲ. ಅವೆಲ್ಲವೂ ಆರ್.ಎಸ್.ಎಸ್. ಸಿದ್ಧಾಂತದಲ್ಲೇ ಸೇರಿ ಹೋಗಿರು ವಂತಹವು. ಆರ್.ಎಸ್.ಎಸ್.ನ ರಾಷ್ಟ್ರೀಯತೆಯ ಪರಿಕಲ್ಪನೆ

ಯಾದರೋ, ನೂರಕ್ಕೆನೂರು, 19ನೆಯ ಶತಮಾನದಲ್ಲಿ ಯುರೋಪ್‌ನಲ್ಲಿ ತಲೆಎತ್ತಿದ್ದ ರಾಷ್ಟ್ರೀಯತೆಯ ನಕಲು. ಈ ಅರ್ಥದಲ್ಲಿ ಭೈರಪ್ಪನವರದ್ದು ಸಾತ್ವಿಕ ಸಿಟ್ಟಲ್ಲ; ಅದು ಐರೋಪ್ಯ ಸಾಮ್ರಾಜ್ಯಶಾಹಿಯಿಂದ 'ಬೀಜ ಒಡೆಸಿಕೊಂಡ' ಓರ್ವ ಹಿಂದೂತ್ವವಾದಿಯ ಸಿಟ್ಟು."

"ಆದರೆ ವಾಸ್ತವವಾಗಿ 'ಆವರಣ' ಅತ್ತ ಕಾದಂಬರಿಯೂ ಅಲ್ಲದ ಇತ್ತ ಇತಿಹಾಸವೂ ಅಲ್ಲದ ಹೇಸರಗತ್ತೆ!"

ಈ ಬಗೆಯ ಸಾಂಸ್ಕೃತಿಕ ರಾಜಕಾರಣದಿಂದ ಓದು ಮತ್ತು ವಿಮರ್ಶೆ ಯಾವ ದಿಕ್ಕಿಗೆ ಚಲಿಸುತ್ತಿದೆ; ಅದರಿಂದ ಸಂವಾದ, ವಾಗ್ವಾದ, ಅಭಿಪ್ರಾಯಗಳು ಶಾಶ್ವತ ದ್ವೇಷ-ಅಸೂಯೆಗೆ ಪಕ್ಕಾದರೆ, ಪಾರ್ಟಿ ರಾಜಕಾರಣಿಗಳಿಗಿಂತ ಹಾರ್ಟ್ಲೆರಾಜಕಾರಣಿಗಳು ಎಷ್ಟು ಅಪಾಯ ಎಂಬುದು ಇದರಿಂದ ಸ್ಪಷ್ಟವಾಗುತ್ತದೆ. ಆದರೂ ಭೈರಪ್ಪನವರು ಇಂಥವರ ಬಗ್ಗೆಯೂ (ಅವರು **'ಅವಕ್ಕೆ'** ಎಂಬ ಶಬ್ದವನ್ನು ಯಾವುದೇ ಸಂದರ್ಭದಲ್ಲಿ ಬಳಸಿದರು), 1975ರಲ್ಲಿ 'ದಾಟು' ಕಾದಂಬರಿಗೆ ಕೇಂದ್ರ ಸಾಹಿತ್ಯ ಅಕಾಡೆಮಿಯ ಪ್ರಶಸ್ತಿ ಸ್ವೀಕಾರ ಭಾಷಣದ ಕೊನೆಗೆ ಹೀಗಂದಿದ್ದಾರೆ :

"ನನ್ನ ಪಂಡಿತ ಹಾಗೂ ಪಾಮರ ವಾಚಕವೃಂದದ ವಿಷಯದಲ್ಲಿ ನಾನು ಅದೃಷ್ಟವಂತ. ವಿರುದ್ಧಾಭಿಪ್ರಾಯಗಳು ಇಲ್ಲವೆಂದಲ್ಲ- ಪ್ರಬಲವಾಗಿವೆ, ಸತತವಾಗಿಯೂ ಇವೆ. ಆತ್ಮಸಂತೃಪ್ತಿಯಲ್ಲಿ ಮುಳುಗಿ ಹೋಗುವುದರಿಂದ ನನ್ನನ್ನು ಪಾರು ಮಾಡುತ್ತಿರುವುದಕ್ಕಾಗಿ, ಮೇಲ್ಮೆಗಳಿಸುವುದಷ್ಟೇ ಅಲ್ಲದೆ ಮುಂದೆ ಸಾಗುತ್ತಿರಲು ಅಥವಾ, ನನ್ನ ಕಾದಂಬರಿ 'ದಾಟು'ವಿನ ಪರಿಭಾಷೆಯಲ್ಲಿ, ನಿಂತಲ್ಲೆ ನಿಂತು ಬಿಡದೆ ದಾಟಿ ಹೋಗಲು ಪ್ರಚೋದಿಸುತ್ತಿರುವುದಕ್ಕಾಗಿ ನಾನು **ಅವಕ್ಕೆ** ಕೃತಜ್ಞನಾಗಿದ್ದೇನೆ." (ನಾನೇಕೆ ಬರೆಯುತ್ತೇನೆ? ಪುಟ 19, 1980).

ನನ್ನ ತಿಳುವಳಿಕೆಗೆ, ಭೈರಪ್ಪನವರ ಈವರೆಗಿನ ಕಾದಂಬರಿಗಳಲ್ಲಿ ಕ್ರಿಯಾಪದವನ್ನೇ, ಶೀರ್ಷಿಕೆಯಾಗಿ ಇಟ್ಟುಕೊಂಡಿರುವುದು 'ದಾಟು'

ಕಾದಂಬರಿಗೆ ಮಾತ್ರವೇ. ವ್ಯಕ್ತಿ ತನಗೆ ತಾನು ದಾಟುವುದು ಬೇರೆ, ದಾಟು ಎಂಬುದು ಅಲ್ಲಿ ದಾಟುವಿಕೆ. ಆದರೆ ಇಲ್ಲಿ ದಾಟು – ಎಂದು ಯಾರೋ ಆದೇಶಿಸುತ್ತಿದ್ದಾರೆ, ಪ್ರಚೋದಿಸುತ್ತಿದ್ದಾರೆ, ಪ್ರೇರಣೆ ನೀಡುತ್ತಿದ್ದಾರೆ. ಯಾವುದನ್ನು ದಾಟ ಬೇಕು? ಯಾರು ದಾಟಬೇಕು? ಯಾಕೆ ದಾಟಬೇಕು? ದಾಟಿದ ಮೇಲೆ ಅದು ಬದಲಾವಣೆ ಅಥವಾ ಪರಿವರ್ತನೆ ಆದೀತು. ಮೊದಲು ಆಗಬೇಕಾದ್ದು ದಾಟುವ ಕ್ರಿಯೆ.

ಭೈರಪ್ಪನವರೇನೋ ಜೀವನದ ಒಂದು ಮುಖವಾದ ಜಾತಿ ಬಗ್ಗೆ ಬರೆದು ಮುಗಿಸಿದ ಮೇಲೆ, ಸಮಸ್ಯೆಯು ಈಗ ನನ್ನನ್ನು ಕಾಡುವುದಿಲ್ಲ, ಇತ್ತೀಚೆಗೆ ಸಾವು ತನ್ನನ್ನು ತುಂಬಿದೆ ಎಂದು ಒಂದು ಕಡೆ ಬರೆದುಕೊಂಡಿದ್ದಾರೆ.

ತಮ್ಮನ್ನು ಈ ಜಾತಿ ಗಾಢವಾಗಿ –ಸಮಸ್ಯೆಯಾಗಿ ಭೈರಪ್ಪನವರನ್ನು ಕಾಡಲು ಕಾರಣವೇನು ಎಂಬುದನ್ನು ಸುದೀರ್ಘವಾಗಿ ತಮ್ಮ 'ಭಿತ್ತಿ' ಆತ್ಮವೃತ್ತಾಂತದಲ್ಲಿ (ಪುಟ 501, 1996) ಹೀಗೆ ಬರೆದಿದ್ದಾರೆ :

> "ಎನ್.ಸಿ.ಇ.ಆರ್.ಟಿ.ಯ ಕೆಲಸದ ಮೇಲೆ ನಾನು ಇಡೀ ರಾಷ್ಟ್ರವನ್ನು ಸುತ್ತಬೇಕಾಗಿತ್ತು. ಬೇರೆ ಬೇರೆ ಕಡೆಗಳಿಗೆ ಹೋಗಿ ಶಿಕ್ಷಣ ಮೀಮಾಂಸೆಯ ಯಾವುದಾದರೊಂದು ಸಮಸ್ಯೆಯನ್ನು ಕುರಿತು ಉಪನ್ಯಾಸಗಳನ್ನು ಮಾಡಬೇಕಿತ್ತು. ಬೇರೆ ಬೇರೆ ವಿಶ್ವವಿದ್ಯಾಲಯಗಳಲ್ಲಿ ಸೆಮಿನಾರುಗಳನ್ನು ನಿರ್ದೇಶಿಸಬೇಕಿತ್ತು. ಅವೆಲ್ಲ ಎನ್.ಸಿ.ಇ.ಆರ್.ಟಿ.ಯ ಕಾರ್ಯಕ್ರಮಗಳು. ಸ್ಥಳೀಯ ವ್ಯವಸ್ಥೆಯನ್ನು ಸ್ಥಳೀಯರು ಮಾಡುತ್ತಿದ್ದರು. ಹೀಗಾಗಿ ಸಂಸ್ಥೆಯ ಖರ್ಚಿನಲ್ಲಿ ಲಕ್ನೋ, ಬನಾರಸ್, ಕಲ್ಕತ್ತಾ, ಶಾಂತಿನಿಕೇತನ, ಭುವನೇಶ್ವರ, ಮದರಾಸು, ಅಣ್ಣಾಮಲೈನಗರ, ಬೆಂಗಳೂರು, ಹೈದರಾಬಾದು, ಬೊಂಬಾಯಿ, ಅಜಮೇರ್, ಉದಯಪುರ, ಜಯಪುರ ಮೊದಲಾದ ಊರುಗಳಿಗೆ ಹೋಗುವುದು, ಕಾರ್ಯಕ್ರಮಕ್ಕೆ ಮೊದಲೆರಡು ದಿನ, ಅನಂತರ ಎರಡು ದಿನ, ಕಾರ್ಯಕ್ರಮದ ದಿನಗಳ ಸಂಜೆ, ಊರುಗಳನ್ನು ನೋಡುವುದು,

ಹತ್ತಿರದ ಊರುಗಳನ್ನು ತಿರುಗುವುದು ನನ್ನ ಹವ್ಯಾಸವಾಗಿತ್ತು. ಸ್ಥಳೀಯ ವ್ಯವಸ್ಥಾಪಕರು ಬೇಕಾದ ವ್ಯವಸ್ಥೆಯನ್ನೂ ಮಾಡಿಕೊಡು ತ್ತಿದ್ದರು. ಹೋದ ಊರುಗಳ ಹತ್ತಿರದ ನಾಲ್ಕು ಹಳ್ಳಿಗಳನ್ನು ನೋಡುವುದನ್ನೂ ಅಲ್ಲಿ ಒಂದೆರಡು ದಿನ, ಇರುವುದನ್ನೂ ನಾನು ಅಪೇಕ್ಷಿಸುತ್ತಿದ್ದೆ. ಬಹು ಕಡೆಗಳಲ್ಲಿ ಅವರು ಅವನ್ನೂ ವ್ಯವಸ್ಥೆ ಮಾಡುತ್ತಿದ್ದರು. ಹೀಗಾಗಿ ದಿಲ್ಲಿಗೆ ಹೋದದ್ದು ಮಾತ್ರವಲ್ಲ, ಈ ಸಂಸ್ಥೆಯನ್ನು ಸೇರಿದುದೂ ನನ್ನ ಅನುಭವವನ್ನು ವಿಸ್ತರಿಸಿಕೊಳ್ಳುವ ದೃಷ್ಟಿಯಿಂದ ಒಂದು ವರವಾಗಿ ಪರಿಣಮಿಸಿತು. ವರ್ಷಕ್ಕೆ ನಾಲ್ಕಾರು ಬಾರಿ ಭಾರತದ ಈ ಕೊನೆಯಿಂದ ಆ ಕೊನೆಯವರೆಗೆ ರೈಲಿನಲ್ಲಿ ಕೂತು ಪ್ರಯಾಣ ಮಾಡುತ್ತಾ ನಡುವೆ ಸಿಕ್ಕುವ ಮುಖ್ಯ ಊರುಗಳಲ್ಲಿ ಇಳಿದು ನೋಡುವುದರಿಂದ ಭಾರತದ ವೈವಿಧ್ಯ, ಏಕತೆ, ವೈಶಾಲ್ಯಗಳು ಭಾವಬುದ್ಧಿಗಳನ್ನು ಹೊಕ್ಕು ಬೇರು ಬಿಡತೊಡಗಿದವು. ಹೀಗೆ ಉತ್ತರ ಭಾರತದ ಹಳ್ಳಿಗಳು, ಅವುಗಳ ಜಾತಿ ಆಧಾರಿತ ಸಮಾಜ ರಚನೆ, ನಗರದ ಜನಗಳ ಆಚಾರ ವಿಚಾರ ಹೆಸರುಗಳಲ್ಲಿ ಕೂಡ ಸಹಜವೆಂಬಂತೆ ಹಾಸುಹೊಕ್ಕಾಗಿರುವ ಜಾತಿ ಶ್ರೇಣಿಗಳನ್ನು ನೋಡುವಾಗ, 'ದಾಟು' ಕಾದಂಬರಿಯ ವಸ್ತು ಮನಸ್ಸಿನಲ್ಲಿ ಹೊಳೆಯಿತು."

ಬರೆಯಲು ದಿಲ್ಲಿ, ದಿಲ್ಲಿಯ ಉದ್ಯೋಗ, ಉದ್ಯೋಗದಿಂದ ಅಖಂಡ ಭಾರತವನ್ನು ಸಮೀಪದಿಂದ ನೋಡುವ ಅವಕಾಶ ಒದಗಿಬಂದರೂ, ಈಗಾಗಲೇ 'ಧರ್ಮಶ್ರೀ' ಕಾದಂಬರಿಯಲ್ಲಿಯೂ ಜಾತಿ ಸಮಸ್ಯೆಯ ಹೊಳಹು ಮೂಡಿದ್ದರೂ, ಭೈರಪ್ಪನವರಿಗೆ ಜಾತಿ ಸಮಸ್ಯೆ ಹುಟ್ಟಿದಾಗಿನಿಂದ ಗೊತ್ತಿರುವಂಥಾದ್ದೆ. ಹಳ್ಳಿಯಲ್ಲಿ, ವಿದ್ಯಾರ್ಥಿ ಜೀವನದಲ್ಲಿ ಉದ್ದಕ್ಕೂ ಅನುಭವಿಸಿರುವಂಥಾದ್ದೆ. ಹುಬ್ಬಳ್ಳಿಯಲ್ಲಿ ಉದ್ಯೋಗದಲ್ಲಿದ್ದಾಗ ಅದರ ಬಿಸಿಕೂಡ ಚೆನ್ನಾಗಿಯೇ ತಾಕಿತ್ತು ಕೂಡ. ಆದರೇನು, ಬರೆಯಬೇಕು ಎಂಬ ಒತ್ತಡ ಬಂದಿದ್ದು 70ರ ದಶಕದಲ್ಲಿ :

"ಹಾಗೆಂದು ಸಾವಿರಾರು ವರ್ಷಗಳಿಂದ ಆಚರಣೆಯಲ್ಲಿದ್ದ ಪದ್ಧತಿಗಳು ಒಂದೇ ದಿನದಲ್ಲಿ ಬದಲಾಯಿಸಿವೆ, ಹೊಸ

ಸಂವಿಧಾನದ ಆಶಯಗಳು ಆರು ದಶಕಗಳ ಅವಧಿಯಲ್ಲಿ ಪೂರ್ತಿಯಾಗಿ ಈಡೇರಿವೆ ಎಂದು ನಾನು ಹೇಳುತ್ತಿಲ್ಲ. ನಲವತ್ತು ವರ್ಷದ ಹಿಂದೆ ಬರೆದ 'ದಾಟು' ಕಾದಂಬರಿಯಲ್ಲಿ ಹರಿಜನರನ್ನು ಇತರ ಮೇಲು ಜಾತಿಗಳು, ಅದರಲ್ಲೂ ಪ್ರಬಲ ಜಾತಿಗಳು ಗ್ರಾಮಾಂತರ ಪ್ರದೇಶದಲ್ಲಿ ಹೇಗೆ ತುಳಿಯುತ್ತಿವೆ. (ತುಳಿಯುತ್ತಿದ್ದವು) ಎಂಬುದನ್ನು ನಾನು ಚಿತ್ರಿಸಿದ್ದೇನೆ." (ಸಂದರ್ಭ : ಸಂವಾದ, ಪುಟ 229, 2011).

ಇದರಿಂದ ಕಾದಂಬರಿಯು ತಿರುಮಲಾಪುರ ಎಂಬುದು ಕರ್ನಾಟಕದ ಒಂದು ಹಳ್ಳಿ ಮಾತ್ರವೇ ಅಲ್ಲ, ಭಾರತದ ಹಳ್ಳಿಗಳ ಕೇಂದ್ರ ಕೂಡ. ಈವರೆಗೆ 'ದಾಟು' ಕಾದಂಬರಿ ಬಗ್ಗೆ ಬರೆದಿರುವ ಎಲ್ಲ ವಿಮರ್ಶಕರೂ ಗಮನಿಸದೇ ಹೋದ ಸೂಕ್ಷ್ಮ ಅಂಶ : ಕಾದಂಬರಿಯೊಳಗೆ ಮೂರು ಜಾತಿಯ ಮೂರು ಕುಟುಂಬಗಳು ನಮಗೆ ಎದುರಾಗುತ್ತವೆ. ಸ್ಮಾರ್ತ ಬ್ರಾಹ್ಮಣ–ಪೂಜಾರಿ ವೆಂಕಟರಮಣಯ್ಯ ಅವರ ಮಕ್ಕಳು ವೆಂಕಟೇಶ–ಸತ್ಯಭಾಮಾ. ಎರಡನೆಯದು, ಪಟೇಲ್ ದೊಡ್ಡ ತಿರುಮಲೇಶ ಗೌಡ, ಅವರ ಮಗ ಉಪಮಂತ್ರಿ ಮೇಲಗಿರಿಗೌಡ ಅವರ ಮಗ ಶ್ರೀನಿವಾಸ. ಮೂರನೆಯದು ಮಾದಿಗರ ಎಂಎಲ್ಎ ಬೆಟ್ಟಯ್ಯ ಅವರ ಮಕ್ಕಳು ಮೋಹನದಾಸ ಹಾಗೂ ಮೀರಾ. ಸ್ವಾತಂತ್ರ್ಯಪೂರ್ವದಲ್ಲಿ ಬೆಟ್ಟಯ್ಯ ಮೀಸೆ ಬಿಟ್ಟ ತಪ್ಪಿಗೆ ಊರು ಬಿಟ್ಟು ಹೋಗಬೇಕಾಗಿತ್ತು. ಸ್ವಾತಂತ್ರ್ಯಾನಂತರ ಮೀಸೆಗೇ ಬ್ರಾಹ್ಮಣರ ವೆಂಕಟೇಶ ಜಜ್ಜಿ, ತುಟಿಹರಿಸಿದ್ದ. ಆದರೆ ಮೇಲಗಿರಿಗೌಡರ ಬೀಗರು ಮಂಡ್ಯದ ಎಂಎಲ್ಎ ಕೆಂಪಣ್ಣನವರ ಮನೆಯಲ್ಲಿ ಅಡಿಗೆ ಮಾಡುವವರು ಬ್ರಾಹ್ಮಣರೆ. ಮಾದಿಗರ ಮೋಹನದಾಸನ ಅಂಗಡಿಯಲ್ಲಿ ಕೆಲಸಕ್ಕೆ ಇರುವವರು ಬ್ರಾಹ್ಮಣರು ಹಾಗೂ ಗೌಡ ಜನಾಂಗದವರು. ಇನ್ನು ಸಾಕ್ಷಾತ್ ದೇವಸ್ಥಾನದ ಪೂಜಾರಿ ವೆಂಕಟರಮಣಯ್ಯ, ಮಾದಿಗರ ಮಾತಂಗಿಯನ್ನೇ ಕಾಮತೃಷೆಗಾಗಿ ಸಾಕಿಕೊಂಡಿದ್ದರು. ಅಲ್ಲಿಗೆ ಸಮಸ್ಯೆ ಇರುವುದು ಪರಸ್ಪರ ಜಾತಿಗಳಲ್ಲಿ ಸಂಬಂಧ ಮೂಡುವ ಸಂಗತಿಯಲ್ಲಿ. ಅದರಲ್ಲೂ 'ದಾಟು' ಕಾದಂಬರಿಯ

ಕಾಲಕ್ಕೆ, ಬ್ರಾಹ್ಮಣರ ಸತ್ಯಭಾಮ-ಒಕ್ಕಲಿಗರ ಶ್ರೀನಿವಾಸ, ಒಕ್ಕಲಿಗರ ಶ್ರೀನಿವಾಸ-ಮಾದಿಗರ ಮೀರ ಕೊನೆಗೆ ಬ್ರಾಹ್ಮಣರ ವೆಂಕಟರಮಣಯ್ಯ-ಮಾದಿಗರ ಮಾತಂಗಿ-ಮದುವೆಯಾಗಲು ಜಾತಿ-ಅಂತಸ್ತು ಅಡ್ಡವಾಯಿತು.

ಯಾರೂ ದಾಟಲೇ ಇಲ್ಲ. ದಾಟಲು ಸಮಾಜದ-ಜನಾಂಗದ-ಕುಟುಂಬದ ಕೊನೆಗೆ ವೈಯಕ್ತಿಕ ಸಮಸ್ಯೆಗಳೇ ಅಡ್ಡವಾದವು. ಸತ್ಯಭಾಮಾ ಇನ್ನೇನು ಶ್ರೀನಿವಾಸನನ್ನು ಕೈಹಿಡಿಯಬಹುದಿತ್ತು. ಮೇಲಗಿರಿಗೌಡರ ರಾಜಕೀಯ – ವಂಶ ಮರ್ಯಾದೆ ಅಡ್ಡವಾಯಿತು. ಅಷ್ಟು ಹೊತ್ತಿಗಾಗಲೇ ಮಾತಂಗಿ ಸಂಬಂಧವಿದ್ದ ಪೂಜಾರಿ ವೆಂಕಟರಮಣಯ್ಯನಿಗೆ ತನ್ನ ಹಳ್ಳಿಯ ಸ್ವಬಾಂಧವರ ಕುಹಕ-ಕುಚೇಷ್ಟೆ ಅಡ್ಡಬಂದಿತು. ಇನ್ನು ಮಾದಿಗರ ಮೀರಾ ಒಕ್ಕಲಿಗರ ಶ್ರೀನಿವಾಸ ಒಂದಾಗಬೇಕು, ಕುತಂತ್ರಿ ಬ್ರಾಹ್ಮಣರ ವೆಂಕಟೇಶ ಹಬ್ಬಿಸಿದ ವದಂತಿ ಒಬ್ಬರಿಗೆ ಸಾವು ಇನ್ನೊಬ್ಬರಿಗೆ ಹುಚ್ಚು ಹಿಡಿಸಿತು.

ಎಲ್ಲೋ ಒಂದು ಆಶಾಕಿರಣ. ಸತ್ಯಭಾಮಾ ಮೋಹನದಾಸ ಕುಟುಂಬಸ್ತರಾಗಬಹುದೇನೋ ಎಂದು. ಎರಡು ಬಾರಿ ಸತ್ಯಾ ಎಂದು ಮೋಹನದಾಸ ಕರೆದಾಗ, ಮೋಹನದಾಸನ ಮಾದಿಗ-ತನವನ್ನು ಒಪ್ಪಿ ಒಂದು ಹೆಜ್ಜೆ ಮುಂದೆ ಇಡೋಣ ಎಂದರೆ ಒಂದು ರೀತಿ ಅವನ ಉಗ್ರಗಾಮಿತನ, ಇತಿಹಾಸದ ಎಂಎ ಮಾಡಿದ ಬ್ರಾಹ್ಮಣರ ಹೆಣ್ಣು ಮಗಳು ಸತ್ಯಭಾಮಾಗೆ ಸರಿಬರಲಿಲ್ಲ. ಬ್ರಾಹ್ಮಣತ್ವವನ್ನೂ ಉಳಿಸಿಕೊಂಡು ಶೂದ್ರತ್ವದ ಕಡೆಗೆ ಮಾತ್ರ ಹೆಜ್ಜೆ ಇಡಬಲ್ಲವಳಾದಳೇ ಹೊರತು, ಪೂರ್ಣ ದಾಟಲಾಗಲಿಲ್ಲ.

ಗಾಂಧೀಜಿ ಆಶ್ರಮಕ್ಕೆ ಹೋಗಿಬಂದ ಉಪಮಂತ್ರಿ ಮೇಲಗಿರಿಗೌಡ, ಎಂಎಲ್ಎ ಬೆಟ್ಟಯ್ಯ ಶಾಂತಿ ಮಂತ್ರದಲ್ಲಿಯೇ ಕಾಲಕಳೆದರೇ ಹೊರತು, ತಾವೂ ದಾಟಲಿಲ್ಲ. ಯಾರೂ ದಾಟಲು ಬಿಡಲಿಲ್ಲ. ಮೋಹನದಾಸ ಕೇವಲ ಅಂಬೇಡ್ಕರರ ಪುಸ್ತಕಗಳನ್ನು ತಂದು ಬೀರುವಿನಲ್ಲಿ ಇಟ್ಟು ಕೊಂಡಿದ್ದನೇ ಹೊರತು, ಅವನ ಕ್ರಾಂತಿ-ಎಲ್ಲಾ ಹಳ್ಳಿಯನ್ನು ನಾಶ ಮಾಡುವ ಕಡೆಗೆ ಮುಳುಗಿಹೋಗಿತ್ತು. ಬಾಬಾ ಸಾಹೇಬ ಅಂಬೇಡ್ಕರರ ದೃಷ್ಟಿ ಮತ್ತು ವಿಚಾರಗಳು, ಗ್ರಾಮವ್ಯವಸ್ಥೆ ಹೋಗಬೇಕೆಂದೇ ಹೊರತು,

ಗ್ರಾಮ ನಾಶ ಅಲ್ಲ. ದೇವಸ್ಥಾನಕ್ಕೆ ನುಗ್ಗುವ, ಸಾರ್ವಜನಿಕ ಸ್ಥಳಗಳಲ್ಲಿ ನೀರು ಮುಟ್ಟುವ – ಕ್ರಿಯೆಗಳೆಲ್ಲಾ ಕೇವಲ ಸಮಾನತೆಗಾಗಿಯೇ ಹೊರತು, ಸ್ವಾವಲಂಬನೆ ಸ್ವಾಭಿಮಾನ ಸುಶಿಕ್ಷಕತ್ವಗಳೇ ಅವರ ಬದುಕಿನ – ಹೋರಾಟದ ದಿಕ್ಕು-ದಿಸೆ ಆಗಿದ್ದವು. ಆದರೆ ಮೋಹನದಾಸನ ಪ್ರೀತಿ-ಪ್ರೇಮ ಕೇವಲ ಸತ್ಯಭಾಮಾಳನ್ನು ಪ್ರಾಣದಿಂದ ಉಳಿಸುವುದು ಆಗಿತ್ತೇ ಹೊರತು, ಕೂಡಿ ಬಾಳುವುದಾಗಿರಲಿಲ್ಲ.

ಸತ್ಯಭಾಮಾ, ಗಾಂಧೀಜಿ–ಅಂಬೇಡ್ಕರ್ ಅವರನ್ನು ಓದಿಕೊಂಡಿದ್ದಳೋ? ಆದರೆ ಮೋಹನದಾಸನಿಗೆ ವೈಚಾರಿಕವಾಗಿ ಬೆಂಬಲ ಕೊಟ್ಟವಳು, 'ಬಲವೇ ಗೌರವ' ಎಂಬ ಹಸ್ತಪ್ರತಿ ಸಿದ್ಧಪಡಿಸಿಕೊಟ್ಟವಳು. ಪುಟ 116, ಮಾತ್ರ, ಮಾಜಿ ಪ್ರಣಯಿ ಶ್ರೀನಿವಾಸನಿಗೆ ನೋಡಲು ಸಿಗುತ್ತದೆ:

> "ಬಲಪ್ರಯೋಗವಿಲ್ಲದೆ, ಸಂಘಟಿತ ಶಕ್ತಿಯಿಲ್ಲದೆ ನಿಮ್ನವರ್ಗದವರು ಉಳಿದವರ ಸರಿಸಮನಾಗಲು ಸಾಧ್ಯವೇ ಇಲ್ಲ. ಆದರೆ ಬಲಪ್ರಯೋಗವು ಪುಂಡತನವಾಗಬಾರದು. ಸಂಘಟಿತ ಚಟುವಟಿಕೆಯಾಗಬೇಕು. ಅಸೆಂಬ್ಲಿಯಲ್ಲಿ, ಚುನಾವಣೆಯಲ್ಲಿ. ವ್ಯಾಪಾರೋದ್ಯಮದಲ್ಲಿ, ದೇವಾಲಯ ಮೊದಲಾದ ಧಾರ್ಮಿಕ ಸಂಸ್ಥೆಗಳಲ್ಲಿ ತಮ್ಮ ಪಾಲನ್ನು ದೊರಕಿಸಲು ಸತತವಾಗಿ ಚಳವಳಿ ಹೂಡಬೇಕು. ಚಳವಳಿಯ ಪರಿಕ್ರಮದಲ್ಲಿ ಇತರ ಜಾತಿಯವರು ಗುಂಡಾಗಿರಿ ಮಾಡಬಹುದು. ಅದನ್ನು ತಡೆದು ಪ್ರತಿರೋಧಿಸುವ ಗುಂಡಾಗಿರಿಯೂ ನಿಮ್ನವರ್ಗದವರಲ್ಲಿರಬೇಕು. ಶಕ್ತಿ, ಶಕ್ತಿ ಸಂಚಯ ಮತ್ತು ಅದನ್ನು ವಿವೇಚನೆಯಿಂದ ಉಪಯೋಗಿಸುವ ಗುಣಗಳಿದ್ದರೆ ನಮ್ಮ ತಲೆಮಾರಿನಲ್ಲೆ ನಾವು ಗೌರವದಿಂದ ಬಾಳಬಹುದು..."
> (ದಾಟು, ಪುಟ 448).

ಆವತ್ತಿಗಲ್ಲ, ಈವತ್ತಿಗೂ ಕನ್ನಡಿಗರಿಗೆ –ಕನ್ನಡ ಸಾಹಿತ್ಯಕ್ಕೆ ಬೆಳಗಾವಿ ದೇವರಾಯ ಇಂಗಳೆಯವರು ಗೊತ್ತೇ ಇಲ್ಲವೋ? ಬಾಬಾ ಸಾಹೇಬರನ್ನು ಮೊದಲು ಕರ್ನಾಟಕಕ್ಕೆ ಕರೆಸಿದ್ದು ಇಂಗಳೆಯುವರೇ. ಅವರು ಬದುಕಿದ್ದಾಗಲೇ ನಾಟಕ ಬರೆದು, ಅಂಬೇಡ್ಕರ್ ಪಾತ್ರ ಕೂಡ ತಂದವರೂ

ಇಂಗಳೆಯವರೇ. ಆದರೆ ಅದು ನವೋದಯ ಕಾಲದ ಮಾತು. ನವೋದಯ, ಪ್ರಗತಿಶೀಲ, ಸಮನ್ವಯ, ನವ್ಯ ದಾಟಿದರೂ ಬಾಬಾಸಾಹೇಬ ಅಂಬೇಡ್ಕರರ ಪ್ರಸ್ತಾಪ ಸಾಹಿತ್ಯದಲ್ಲಿ ಆಗಿರುವುದು ನನಗೆ ತಿಳಿದಂತೆ ಭೈರಪ್ಪನವರ 'ದಾಟು' ಕಾದಂಬರಿಯಲ್ಲಿಯೇ. 'ದಾಟು' ಬರುವ ಕಾಲಕ್ಕೆ ಭಾರತೀಪುರ, ಸಂಕ್ರಾಂತಿ, ಅಬಚೂರಿನ ಪೋಸ್ಟಾಫೀಸು ಬಂದರೂ ಅಲ್ಲಿಯೂ ಜಾತಿ, ಹರಿಜನ, ಗ್ರಾಮೀಣ ಸಮಸ್ಯೆಗಳು ಚಿತ್ರಣಗೊಂಡರೂ ಗಾಂಧಿ–ಲೋಹಿಯಾ ಬಿಟ್ಟು ಬೇರಿಲ್ಲ. ಸಾಕ್ಷಾತ್ 'ದ್ಯಾವನೂರು' ಕತೆಗಳಲ್ಲಿಯೂ ವಸ್ತು, ಭಾಷೆ, ಶೈಲಿ ಇದ್ದರೂ ನವ್ಯ ಸಾಹಿತಿಗಳ – ಸಾಹಿತ್ಯದ ಚೌಕಟ್ಟು ದಾಟಿಲ್ಲ. ಕವಿ ಸಿದ್ದಲಿಂಗಯ್ಯ ಬಂದದ್ದು 1975ಕ್ಕೆ, 'ಹೊಲೆ ಮಾದಿಗರ ಹಾಡು' ಮೂಲಕ. 'ಇಕ್ರಲಾ ವದೀರ್ಲಾ ಈ ನನ್ ಮಕ್ಕಳ ಚರ್ಮ ಎಬ್ರಲಾ' ಎಂಬ ದಲಿತರ ಎದೆಗೂಡಿನ ತಮ್ಮಟೆ ಶಬ್ದ ಕೇಳುವ 3 ವರ್ಷ ಮುಂಚೆಯೇ ಮಾದಿಗರ ಮೋಹನದಾಸ 'ಗಲಾಟೆಯಾಗಬೇಕು, ಒದೀಬೇಕು, ಸೊಂಟ ಮುರೀಬೇಕು ಆಗ ಸುಧಾರಣೆಯಾಗುತ್ತೆ' ಎಂದುಕೊಂಡೇ ತಿರುಮಲಾಪುರದ ಕೆರೆಗೆ ಸಿಡಿಮದ್ದು ಇಟ್ಟು ತಾನೂ ಆತ್ಮಾಹುತಿಗೊಂಡವನು.

ಅದರ ಫಲಿತ : ಯಾರೆಲ್ಲರನ್ನೂ ಬ್ರಾಹ್ಮಣರನ್ನಾಗಿ ಮಾಡ ಹೊರಟ, ಸತ್ಯಭಾಮಾ ಕೊನೆಗೂ ಭ್ರಮನಿರಸಗೊಂಡು, ಜನಿವಾರವನ್ನು ಕಿತ್ತು ಪ್ರವಾಹದಲ್ಲಿ ತೇಲಿಬಿಟ್ಟವಳು. ಮೋಹನದಾಸನ ಮೇಲಿನ ಮೋಹವೇ? ಮೋಹನದಾಸನ ಕ್ರಾಂತಿಯ ಮೇಲಿನ ವ್ಯಾಮೋಹವೇ? ದೇವರು–ಧರ್ಮ–ಬ್ರಾಹ್ಮಣ ಸಂಸ್ಕಾರಗಳ ಮೇಲಿನ ಸೇಡು–ತಿರಸ್ಕಾರವೇ? :

"ನಾನು ಎಲ್ಲ ಕಾದಂಬರಿಗಳಲ್ಲೂ ಪ್ರಾಚೀನ ಸಾಂಸ್ಕೃತಿಕ ಮೌಲ್ಯಗಳನ್ನು ಎತ್ತಿಹಿಡಿದಿಲ್ಲ. ಅಂತಹ ಬದ್ಧತೆ ಇದ್ದಿದ್ದರೆ 'ಪರ್ವ' ವನ್ನು ಬರೆಯುತ್ತಿರಲಿಲ್ಲ. ಆದರೆ ಭಾರತೀಯ ಜನಜೀವನವನ್ನು ವಿವರವಾಗಿ ನೋಡಿದ್ದೇನೆ. ಅದರ ಆಧಾರ ಮತ್ತು ಹಿನ್ನೆಲೆಗಳನ್ನು ಐತಿಹಾಸಿಕವಾಗಿ ತಿಳಿಯುವ ಪ್ರಯತ್ನ ಮಾಡುತ್ತೇನೆ. ನನ್ನ ಕಾದಂಬರಿಯ ಒಂದು ಸನ್ನಿವೇಶ ಅಥವಾ ಪಾತ್ರವು

ಯಾವುದಾದರೂ ಸಾಂಸ್ಕೃತಿಕ ಸಂಘರ್ಷಕ್ಕೆ ಸಿಕ್ಕಿದಾಗ ಆ ಸನ್ನಿವೇಶವನ್ನು ಐತಿಹಾಸಿಕ ಮೂಲದ ದೃಷ್ಟಿಯಿಂದ ನೋಡುವ ವ್ಯಾಪಕ ಅಧ್ಯಯನ ಮಾಡುತ್ತೇನೆ. ತಿಳಿದ ವಿದ್ವಾಂಸರೊಡನೆ ಚರ್ಚಿಸುತ್ತೇನೆ. ಪರಂಪರೆಯನ್ನು ಪ್ರಾಮಾಣಿಕವಾಗಿ ತಿಳಿಯದೆ ತಿರಸ್ಕರಿಸುವ ಉಡಾಫೆಯಲ್ಲಿ ನನಗೆ ನಂಬಿಕೆ ಇಲ್ಲ. 'ದಾಟು' ಕಾದಂಬರಿಯಲ್ಲೂ ಇಂತಹ ದೃಷ್ಟಿಯಿದೆ. ವೇದಕಾಲದ ಮುಕ್ತ ಮತ್ತು ಸರ್ವರಿಗೂ ಸಮಾನ ಧಾರ್ಮಿಕ ಅವಕಾಶವಿರುವ ಪದ್ಧತಿಯನ್ನು ದಯಾನಂದ ಸರಸ್ವತಿಯವರು ನೂರು ವರ್ಷ ಮೊದಲೇ ಆರಂಭಿಸಿದರು. ಈಗಲೂ ಆರ್ಯಸಮಾಜದವರು ಜಾತಿ ಮತ್ತು ಲಿಂಗಭೇದಗಳನ್ನು ಒಪ್ಪುವುದಿಲ್ಲ..." (ಭೈರಪ್ಪಾಭಿನಂದನಾ, ಸಂ: ಕೊಂಡಜ್ಜಿ ಕೆ. ವೆಂಕಟೇಶ್, ಸಂದರ್ಶಕರು : ಎಂ. ಎಚ್. ಕೃಷ್ಣಯ್ಯ, ಪುಟ 281, ದ್ವಿತೀಯ ಮತ್ತು ವಿಸ್ತೃತ ಮುದ್ರಣ : 2005).

5ರೂ. ಗತಿಇಲ್ಲದೆ, ಹಳ್ಳಿಯ ಹೆಸರಾದ ಭೈರಪ್ಪ ಎಂದೇ ಉಳಿಸಿಕೊಂಡು, ತಮ್ಮ ಕಾದಂಬರಿಯ ಶ್ರೀನಿವಾಸ–ಮೋಹನದಾಸರ ಮರುನಾಮಕರಣಕ್ಕೆ ಪೌರೋಹಿತ್ಯ ವಹಿಸಿದ ಬರಹಗಾರ, ಬದುಕಿನಲ್ಲಿ ನಂಬಿರುವುದು : ಸ್ವಾಮಿ ದಯಾನಂದ ಸರಸ್ವತಿಯವರ 'ಆರ್ಯ ಸಮಾಜ'ದ ತತ್ತ್ವ–ಸಿದ್ಧಾಂತ–ಜೀವನ ವಿಧಾನವನ್ನೇ. ಆದರೆ 'ದಾಟು'ವಿನ ಟಿ.ವಿ. (ತಿರುಮಲಾಪುರ ವೆಂಕಟರಮಣಯ್ಯ) ಸತ್ಯಭಾಮಾ, ತಾನೂ ಜನಿವಾರ ಕಿತ್ತು ಬೆಟ್ಟಯ್ಯನವರ ಮಗಳು ಮೀರಾ ಕೂಡ ಜನಿವಾರ ಕಿತ್ತು ಸರ್ವತಂತ್ರ ಸ್ವತಂತ್ರರಾಗುವ ಮೂಲಕವೇ ಕಾದಂಬರಿಕಾರನನ್ನೂ ದಾಟಿಸಿದರಾ ಎಂಬ ಅಸಾಹಿತ್ಯಕ ಅನುಮಾನ ನನ್ನದು. ಕಾದಂಬರಿಯಲ್ಲಿ ಸೋಲುವುದಲ್ಲ ಗೆದ್ದದ್ದು ಯಾರು? ಕಾದಂಬರಿಕಾರನ? ಪಾತ್ರಗಳ? ಅಥವಾ ಜಾತೀಯತೆಯ ?

ಕಾದಂಬರಿಕಾರ ಭೈರಪ್ಪ ಎಲ್ಲ ಪಾತ್ರಗಳನ್ನೂ ಕೀಲುಗೊಂಬೆಯಂತೆ ಆಡಿಸಲು ಹೊರಟಿದ್ದಾರೆ, ಇನ್ನೂ ಬಗೆಹರಿಯದ ಜಾತಿ ಸಮಸ್ಯೆಯನ್ನು

1973ರಲ್ಲಿಯೇ ಜನಿವಾರ ಕಿತ್ತಷ್ಟೇ ಸುಲಭವಾಗಿ ಕಿತ್ತು ಬಿಸಾಡಬಹುದಿತ್ತು. ಶ್ರೀನಿವಾಸನಿಗೆ ಒಬ್ಬಳಲ್ಲ ಅಂತ ಇಬ್ಬರನ್ನು ಮದುವೆ ಮಾಡಿಸಬಹುದಿತ್ತು. ತುಮಕೂರಿನಲ್ಲೇನು ತಿರುಮಲಾಪುರದಲ್ಲಿಯೇ ಶೂ ಅಂಗಡಿಯೇನು ಹೋಟೆಲ್ ಅನ್ನೇ ಮೋಹನದಾಸನಿಂದ ಇಡಿಸಬಹುದಿತ್ತು. ಮಾತಂಗಿಯ ಮಗ ಹೊನ್ನೂರನನ್ನು ಪ್ರವಾಹದಲ್ಲಿ ಕೊಚ್ಚಿಹೋಗುವಂತೆ ಮಾಡಬಹುದಿತ್ತು. ಆಗ ಭೈರಪ್ಪ ಅತ್ಯಂತ ಪ್ರತಿಗಾಮಿಯಲ್ಲ, ಪ್ರಗತಿಪರ–ದಲಿತಪರ ಎಂದು ಮೆರೆಯಬಹುದಿತ್ತು, ಮೆರೆಸಿಕೊಳ್ಳಬಹುದಿತ್ತು. ನಿಜ, ಕಾದಂಬರಿ ಸೋತಿದೆ, ಎನ್ನುವುದಾದರೆ ಯಾಕಾಗಿ ? ಈ ದೇಶದಲ್ಲಿ ಇನ್ನೂ–ಈಗಲೂ ಜಾತೀಯತೆಯನ್ನು ಕಿತ್ತು ಹಾಕಲಾಗದಿದ್ದುದಕ್ಕಾಗಿ :

> "ವೇದದ ಕಾಲದಲ್ಲಿ ಜಾತಿ ಇರಲಿಲ್ಲ. ಜಾತಿ ಪದ್ಧತಿಯು ಕಸುಬಿನಿಂದಾಗಿ ಇಷ್ಟು ಬಿಗಿಯಾಗಿ ಹೋಗಿದೆಯಷ್ಟೆ. ನಮ್ಮ ಕಸುಬುದಾರರು ಎಂದು ಹೆಣ್ಣನ್ನು ಕೊಡುವುದು ಹಾಗೂ ತರುವುದು ಮಾಡಿದ್ದರಿಂದ ಜಾತಿ ಆಗಿಹೋಗಿದೆ. ಕಸುಬುಗಳೆಷ್ಟಿವೆಯೋ ಅಷ್ಟು ಜಾತಿಗಳು ಬಂದಿವೆ. ಆದರೆ, ಕೆಲವರು ಜಾತಿಯನ್ನು ಮನು ಸೃಷ್ಟಿಮಾಡಿದ ಎನ್ನುತ್ತಾರೆ. ಇದು ವಾಸ್ತವವಲ್ಲ. ಅಂದಿದ್ದ ವ್ಯವಸ್ಥೆಯ ಬಗ್ಗೆ ಮನು ಬರೆದಿದ್ದಾನಷ್ಟೆ. ಇದರಲ್ಲಿ ಬೇಕಾದ್ದನ್ನು ಇಟ್ಕೋಬೇಕು. ಬೇಡವಾದ್ದನ್ನು ಬಿಡಬೇಕು. ಇಂದು, ಯಾವ ಜಾತಿಯವರೂ ಕೂಡ ಒಂದೇ ಕಸುಬು ಅವಲಂಬಿಸಿಲ್ಲ. ಎಲ್ಲ ಉದ್ಯೋಗದಲ್ಲಿಯೂ ತೊಡಗಿದ್ದಾರೆ. ನಿಧಾನವಾಗಿ ಜಾತಿ ಹೋಗುತ್ತಿದೆ." (ಭೈರಪ್ಪ, ವಿಜಯ ಕರ್ನಾಟಕ, 9 ಮಾರ್ಚ್ 2015, ಪುಟ 6).

ಆ ಎಲ್ಲದರ ಸೂಚನೆಯೂ 'ದಾಟು'ವಿನಲ್ಲಿಯೇ ಇದೆ. ಕಾಯಬೇಕು. ಅಲ್ಲಿಯವರೆಗೂ "ಧಿಯೋ ಯೋನಃ ಪ್ರಚೋದಯಾತ್" ಎಂಬ ಮಂತ್ರವೇ ನಮಗೆಲ್ಲರಿಗೂ ಗತಿ.

* * *

7

ಭೈರಪ್ಪ V/S ವೇದಿಕೆಗಳು

84 ವರ್ಷಗಳ ಸಂತೇಶಿವರ ಲಿಂಗಣ್ಣಯ್ಯ ಭೈರಪ್ಪ ಎಂಬ ಹಿರಿಯ ಜೀವಕ್ಕು, 54 ವರ್ಷಗಳ ಸಾಹಿತಿ ಎಸ್. ಎಲ್. ಭೈರಪ್ಪನವರಿಗೂ ಇರುವ ಅಗಾಧ ಅನುಭವದ ನಡುವೆಯೇ; ಈ ಸಭೆ ಸಮಾರಂಭ ವಿಚಾರಸಂಕಿರಣ ಉತ್ಸವ ಸಮ್ಮೇಳನ ಎಂಬ ಚಿತ್ರ-ವಿಚಿತ್ರ ವೇದಿಕೆಗಳಿಗೂ ಬಿಡಿಸಲಾಗದ ನಂಟಸ್ತಿಕೆ. ಮೇಲುನೋಟಕ್ಕೆ ತಾತ್ತ್ವಿಕ ವಿಚಾರಗಳ ಸಂಘರ್ಷ ಎಂಬಂತೆ ಬಿಂಬಿತಗೊಂಡರು, ಹಿನ್ನೆಲೆಗೆ ವ್ಯಕ್ತಿ, ವ್ಯಕ್ತಿತ್ವ, ಮೌಲ್ಯಗಳ ಒಲವು ನಿಲವುಗಳು ಕೂಡ ವೇದಿಕೆಗಳಾಗಿಯೇ ಕೆಲಸ ಮಾಡುತ್ತ ಬಂದಿವೆ. ಇದರಿಂದ ಆ ಕಾಲದ, ಸಮಾಜದ, ಜ್ಞಾನಶಾಖೆಯ ನೈಜಸ್ಥಿತಿಕೂಡ ಬಯಲುಗೊಳ್ಳುತ್ತದೆ. ಇದರ ಅರಿವು ತತ್ತ್ವಶಾಸ್ತ್ರದ ಭೈರಪ್ಪನವರಿಗೆ ಇಲ್ಲಾ ಎಂದೇನಲ್ಲ : ಅವರ 'ಭಿತ್ತಿ' (1996), 'ನಾನೇಕೆ ಬರೆಯುತ್ತೇನೆ' (1980) ಹಾಗೂ 'ಸಂದರ್ಭ : ಸಂವಾದ' (2011) – ಕೃತಿಗಳಲ್ಲಿ ಸ್ಪಷ್ಟವಾಗಿ, ಖಚಿತವಾಗಿ, ನಿರ್ಭಿಡೆಯಿಂದ ಎಲ್ಲ ಸಂಗತಿಗಳನ್ನು ಪಕಳೆಪಕಳೆಯಾಗಿ ಬಿಚ್ಚಿಟ್ಟಿದ್ದಾರೆ, ಹಾಗೂ ಎದುರಿಸಿದ್ದಾರೆ. ಅವೆಲ್ಲವನ್ನು ಮುಂದಿಟ್ಟುಕೊಂಡೇ, ಕೆಲವಕ್ಕೆ ಪ್ರತ್ಯಕ್ಷ ಹಾಗೂ ಪರೋಕ್ಷ ಸಾಕ್ಷಿಯಾಗಿ ಇರುವ ನನ್ನಂಥವರು, ಈಗ ಗಂಭೀರ ಅಧ್ಯಯನ ಕೈಗೊಳ್ಳಬೇಕಾದ ಉಮೇದು ಎದುರಾಗಿದೆ. ಏಕೆಂದರೆ, ಈವತ್ತಿನ ಉಲ್ಬಣಸ್ಥಿತಿಗೆ ನಿನ್ನಿನ ಸಂಚು – ಎಡವಟ್ಟುಗಳೇ ಕಾರಣ ಎಂಬ ಸಮಾಜಶಾಸ್ತ್ರ-ಮನಶ್ಶಾಸ್ತ್ರದ ಪ್ರಾಥಮಿಕ ಪಾಠಗಳು ನಮ್ಮನ್ನು ಎಚ್ಚರಿಸುತ್ತಿವೆ.

ಈ ನಾಟಕಕ್ಕೆ ಖಳನಾಯಕನೋ ಎಂಬಂತೆ ಮೊದಲು ರಂಗದ ಮೇಲೆ ಕಾಣಿಸಿಕೊಳ್ಳುವವರು, ಕನ್ನಡದ ಕೀರ್ತಿ ಅನ್ನಿಸಿಕೊಂಡ, 'ನಡೆದು ಬಂದ ದಾರಿ'ಯ 'ಯುಗಧರ್ಮ ಹಾಗೂ ಸಾಹಿತ್ಯದರ್ಶನ'ದ ನಿರ್ಮಾತೃ ಕೆ.ಡಿ.ಕುರ್ತಕೋಟಿ. ಬಹುಶಃ ಈವರೆಗಿನ ಭೈರಪ್ಪನವರ ಕೃತಿಗಳಲ್ಲಿಯೇ ಏಕೈಕ 'ಮುನ್ನುಡಿ' ಬರೆದವರೂ ಈ ಕೆ.ಡಿ.ಯವರೆ. ಹೆಸರಿನಷ್ಟೇ ಸ್ವಾರಸ್ಯವಾದ 'ದೂರ ಸರಿದರು' (1962) ಎಂಬ ಕೃತಿಯೇ ಅದು.

ನನ್ನ ತಿಳವಳಿಕೆ ಸರಿಯಿದ್ದರೆ, 1966ರಲ್ಲಿ ಪ್ರಕಟವಾದ ಭೈರಪ್ಪನವರ 'ವಂಶವೃಕ್ಷ' ಕಾದಂಬರಿ ಬಗ್ಗೆ ಮೊದಲು ವಿಚಾರಗೋಷ್ಠಿ ಏರ್ಪಡಿಸಿದ್ದು ಉಡುಪಿಯಲ್ಲಿ. ಅದರ ಅಧ್ಯಕ್ಷತೆ ವಹಿಸಿದ್ದವರು ದ. ರಾ. ಬೇಂದ್ರೆಯವರು. ಗುಜರಾತಿನಿಂದ ಬಂದಿದ್ದ ಕುರ್ತಕೋಟಿಯವರು – ಇದರಲ್ಲಿ ನೂರು ದೋಷವಿದೆ ಎಂದು ಸಾರಿದರು. ಅದಕ್ಕೆ ಅಧ್ಯಕ್ಷರಾದ ಬೇಂದ್ರೆಯವರು ಸ್ಥಳದಲ್ಲಿಯೇ ಹೀಗೆ ಉತ್ತರಿಸಿದರು :

> " ಇದರಲ್ಲಿ ನೂರು ದೋಷವಿದೆ ಅಂತ ಕೀರ್ತಿ ಹೇಳುತ್ತಾರೆ. ಇದ್ದೀತು. ಒಂದು ಕಾದಂಬರಿಯನ್ನು ಕುರಿತು ಗೋಷ್ಠಿಯ ಅಧ್ಯಕ್ಷತೆ ವಹಿಸಲು ನಾನು ಇನ್ನೂರು ಮೈಲಿಯಿಂದ ಬಂದಿದೀನಿ. ಕುರ್ತಕೋಟಿ ಎಂಟನೂರು ಮೈಲಿಯಿಂದ ಬಂದಿದಾರೆ. ಇಡೀ ದಕ್ಷಿಣ ಕನ್ನಡ ಜಿಲ್ಲೆಯ ವಿದ್ವಾಂಸರೆಲ್ಲ ಸೇರಿದಾರೆ. ಶ್ರೋತೃಗಳು ಕಿಕ್ಕಿರಿದಿದ್ದಾರೆ. ಇಷ್ಟು ಜನರನ್ನು ಇಷ್ಟು ದೂರದಿಂದ ಕರೆಸಿ ಕೊಂಡಿರುವ ಈ ಕೃತಿಯ ಶಕ್ತಿಮೂಲವನ್ನು ಗುರುತಿಸುವುದು ವಿಮರ್ಶೆಯ ಗುರಿಯಾಗಬೇಕು. ಅನಂತರ ದೋಷಾನ್ವೇಷಣೆ."

ಇಡೀ ಭೈರಪ್ಪ ವಿರುದ್ಧ ನಿರಂತರ ಸಮರಸಾರಿರುವ ಪಾತ್ರಧಾರಿಗಳಿಗೆ ಮೊಟ್ಟಮೊದಲು ಕೆಂಪು ನಿಶಾನೆಯನ್ನು ತೋರಿದವರು ದ.ರಾ. ಬೇಂದ್ರೆಯವರು. ಹೇಗೆ ಸಾಕ್ಷಾತ್ ಗುರುಗಳು ಶ್ರೇಯೋಭಿವೃದ್ಧಿಕಾರಕರು ಆದ ಜಿ. ಎಸ್. ಶಿವರುದ್ರಪ್ಪ ಅವರ ವಿರುದ್ಧವೇ ತಿರುಗಿಬಿದ್ದ ಕೇಂದ್ರ ಸಾಹಿತ್ಯ ಅಕಾಡೆಮಿ ಪ್ರಶಸ್ತಿ ವಿಜೇತ 'ಉತ್ತರಾರ್ಧ'ದ ಜಿ. ಎಚ್. ನಾಯಕರಂತೆ, ತಮ್ಮ ವ್ಯಾಖ್ಯಾನಕಾರ ಕೀರ್ತಿನಾಥ ಕುರ್ತಕೋಟಿಯವರಿಗೆ

50 ವರ್ಷಗಳ ಹಿಂದೆಯೇ ಬಹಿರಂಗವಾಗಿ ಸಾಹಿತ್ಯ ವಿಮರ್ಶ ಸೂತ್ರವನ್ನು ಬೇಂದ್ರೆಯವರು ಬೋಧಿಸಿದ್ದರು. ಆದರೆ ಸದಾ ತಂಬಲು ಜಗಿದು ಉಗಿಯುವ ಗರುಡ ಮೂಗಿನ ಕುರ್ತಕೋಟಿಯವರಿಗೆ, ಭೈರಪ್ಪನವರ ಮೇಲೆ ಇದ್ದದ್ದು ಗುಜರಾತು ಮೂಲದ ದ್ವೇಷವೆ : ಸಂಗೀತದ ಬಗ್ಗೆ ಕೆ.ಡಿ. ಅವರಿಗಿದ್ದ ಅಜ್ಞಾನ ಹಾಗೂ ಹಠಟೆಯ ಚಪಲಗಳ ನಡುವೆ ಸಿಲುಕಿ ಭೈರಪ್ಪ ನಲುಗಿದ್ದು ಎಂಬುದನ್ನು ಕನ್ನಡದ ಸಹೃದಯ ಹಾಗೂ ಜ್ಞಾನವಂತರಿಗೆ ಆಶ್ಚರ್ಯವಾಗಬಹುದೇನೋ. ಆದರೆ ಇದು ವೈಯಕ್ತಿಕ ಮಟ್ಟಕ್ಕೆ ನಿಲ್ಲಬೇಕಿತ್ತು. ಮನೋಹರ ಗ್ರಂಥ ಮಾಲೆಯ ಸಾಹಿತ್ಯ ಸಲಹೆಗಾರರೂ ಅಟ್ಟದ ಆಜೀವ ಸದಸ್ಯರೂ ಆಗಿದ್ದ ಕುರ್ತಕೋಟಿಯವರ ಪ್ರತ್ಯಭಿಜ್ಞಾನ, ತದನಂತರದ ವೇದಿಕೆಗಳಲ್ಲೆಲ್ಲಾ ಮಸೆಮಸೆದು ಸೇಡು ತೀರಿಸಿಕೊಳ್ಳುವ ಹುನ್ನಾರಕ್ಕೆ ತಲಪಿತು ಎಂಬುದಕ್ಕೆ ಇನ್ನೊಂದು ಸಾಕ್ಷಿ,'ಪರ್ವ' (1979) ಬಂದಮೇಲೆ, ಬೆಂಗಳೂರಿನಲ್ಲಿ ನಡೆದ ವಿಚಾರಗೋಷ್ಠಿ :

> "ಕುರ್ತಕೋಟಿ ತಮ್ಮ ಸರದಿ ಬಂದಾಗ, 'ಇದು ಪಾಶ್ಚಿಮಾತ್ಯರಿಂದ ಪಡೆದ ಕಾದಂಬರಿ ಫಾರಂನಿಂದ ನಮ್ಮ ಪುರಾಣದ ಮೇಲೆ ನಿಯೋಗ ಮಾಡಿಸಿ ಸೃಷ್ಟಿಸಿದ ಕೃತಿ' ಎಂದು ಆರಂಭಿಸಿದ ಮೊದಲ ವಾಕ್ಯದ ಧ್ವನಿಯಲ್ಲೇ ರೋಷ ಒಡೆದು ಕಾಣುತ್ತಿತ್ತು. ಅದು ಬರೀ ಸಾಹಿತ್ಯದ ಭಿನ್ನಾಭಿಪ್ರಾಯವಲ್ಲ, ಸಾಹಿತ್ಯಿಕ ಭಿನ್ನಾಭಿಪ್ರಾಯದಲ್ಲಿ ರೋಷಕ್ಕೆ ಆಸ್ಪದವಿರುವುದಿಲ್ಲ" – ಎಂದು ಭೈರಪ್ಪನವರೇ ಸ್ವತಃ ಉಲ್ಲೇಖಿಸಿದ್ದಾರೆ; ಇಡೀ ಚರ್ಚೆ ಹಾಗೂ ಭಾಷಣಗಳ ಟೇಪು ವಿಜಯಾ ಒದಗಿಸಿದ್ದನ್ನು ಕೇಳಿ ದಾಖಲಿಸಿದ್ದಾರೆ. (ಇದು, ಇದೇ ಭೈರಪ್ಪ !)

ಹೀಗೆ ಕುರ್ತಕೋಟಿಯವರಿಂದಲೇ ಈ ಲೇಖನ ಪ್ರಾರಂಭ ಮಾಡಿರುವುದಕ್ಕೆ ಪ್ರಬಲ ಕಾರಣ : ರಂ. ಶ್ರೀ. ಮುಗಳಿಯವರ 'ಕನ್ನಡ ಸಾಹಿತ್ಯ ಚರಿತ್ರೆ' ನಿಂತಲ್ಲಿಂದ ಮುಂದುವರೆಸಿದ ಕೀರ್ತಿ ಇವರದೇ. ಅಲ್ಲದೆ ಆ ಕಾಲದ ವಿಮರ್ಶಕರ ಪಡೆಯ ಮೇಲೂ ಕುರ್ತಕೋಟಿ ಪ್ರಭಾವ

ಯಾವ ಮಟ್ಟದ್ದು ಎಂಬುದಕ್ಕೆ ಜಿ. ಎಸ್. ನಾಯಕರು ಹೊರತಂದ ಸಾಗರದ ಅಕ್ಷರ ಪ್ರಕಾಶನದವರು ಪ್ರಕಟಿಸಿದ 'ಸಮಕಾಲೀನ' (1973) ವಿಮರ್ಶ ಸಂಕಲನದ 'ನನ್ನ ಮಾತು'ವನ್ನು ಮತ್ತೊಮ್ಮೆ ತೆಗೆದು ನೋಡಬೇಕು:

> "ಶ್ರೀ ಕೆ. ಡಿ. ಕುರ್ತಕೋಟಿಯವರು 'ನಡೆದು ಬಂದ ದಾರಿ'ಯ ವಿಮರ್ಶೆಯಲ್ಲಿ ತಮ್ಮ ಅಭಿಪ್ರಾಯಗಳನ್ನು ಮುಂದಿಡುವಾಗ ತೋರಿದ ನೈತಿಕ ಧೈರ್ಯ ನಾನು ಬರೆವಣಿಗೆಯನ್ನು ಪ್ರಾರಂಭಿಸುವುದಕ್ಕಿಂತ ಮೊದಲೇ ನನಗೆ ವಿಮರ್ಶೆಯಲ್ಲಿರಬೇಕಾದ ಆದರ್ಶಗುಣಗಳಲ್ಲೊಂದಾಗಿ ಕಂಡಿತ್ತು."

ನಾಯಕರಿಗೇನೋ ವಿಮರ್ಶೆಗೆ ಬೇಕಾದ ನೈತಿಕ ಧೈರ್ಯ-ಆದರ್ಶಗುಣ ಎಂಬುದನ್ನು ಯಾರೂ ಯಾವ ಕಾಲಕ್ಕೂ ಒಪ್ಪಬಹುದಾದ ಮಾತು; ಆದರೆ ಅದು ಕುರ್ತಕೋಟಿಯವರಲ್ಲಿ ಇತ್ತೇ ಎಂಬುದೇ ಮೂಲಭೂತ ಪ್ರಶ್ನೆ ಹಾಗೂ ಸಮಸ್ಯೆ. ಇದು ಕೇವಲ ಕುರ್ತಕೋಟಿ-ನಾಯಕ ಮುಂದುವರೆದು ಭೈರಪ್ಪನವರಂಥ ವೈಯಕ್ತಿಕ ಸಂಬಂಧಗಳನ್ನು ಕುರಿತೇ ಆಗಿಬಿಟ್ಟಿದ್ದರೆ ಹಾಗೂ ಮಹತ್ವದ ಸಂಗತಿ ಎಂದರೆ ಮುಂದಿನ ಕನ್ನಡ ವಿಮರ್ಶ ಪ್ರಜ್ಞೆ ಈ ದಿಕ್ಕಿನಲ್ಲೇ ಸಾಗಿದ್ದರೆ–ಈವತ್ತಿನ ತಲೆಮಾರಿನ ವಿಮರ್ಶ ಅಧೋಗತಿಗೆ ಕಾರಣ ಏನು –ಯಾರು ಎಂಬುದು ಕನ್ನಡಿಯಷ್ಟೇ ಸ್ಪಷ್ಟವಾಗಿದೆಯೇ; ಆ ಬಗ್ಗೆಯೇ ಚಿಂತಿಸಬೇಕಾಗಿದೆಯಷ್ಟೆ.

ದಶಕಗಳ ಕಾಲ ಉದ್ಯೋಗ ನಿಮಿತ್ತ ರಾಜ್ಯದಿಂದ ಅಂದರೆ ಕನ್ನಡ ಭಾಷೆ, ಕರ್ನಾಟಕ ನೆಲ, ಕನ್ನಡ ಜನಗಳಿಂದ ದೂರವಿದ್ದ ಭೈರಪ್ಪ ಅವರಿಗೆ, ಸಂಗೀತದಷ್ಟೇ ಋಣಾನುಬಂಧ, ಕನ್ನಡದಲ್ಲಿ ಬರೆಯಬೇಕು ಎಂಬ ಬಯಕೆ. ಒಂದು ಪಕ್ಷ ಕನ್ನಡ ಬಿಟ್ಟು ಬೇರೆ ಬೇರೆ ಭಾಷೆಯಲ್ಲಿ ಬರೆದಿದ್ದರೆ, ಕಾದಂಬರಿ ಬಿಟ್ಟು ತತ್ತ್ವಶಾಸ್ತ್ರ ಗ್ರಂಥಗಳನ್ನೇ ಬರೆದಿದ್ದರೆ – ಯಾವತ್ತೋ ನೊಬೆಲ್ ಬಹುಮಾನ ಕನ್ನಡಿಗನೊಬ್ಬನಿಗೆ ದಕ್ಕುತ್ತಿತ್ತು ಎಂಬ ಕೊರಗು ನನ್ನದು. ಶ್ರೀರಂಗರು ಭಗವದ್ಗೀತೆ ಬಗ್ಗೆ ಬರೆದ ಕೃತಿಗೆ ರಾಶಿಯವರು

ಬರೆದ ಮುನ್ನುಡಿ ಹಾಗೂ ಕನ್ನಡಿಗನೇ ಆದ ಹಾಸನದ ರಾಜಾರಾಯರನ್ನು ಮನಸ್ಸಿನಲ್ಲಿ ಇಟ್ಟುಕೊಂಡು ಈ ವಿಷಯ ಪ್ರಸ್ತಾಪಿಸುತ್ತಿದ್ದೇನೆ.

1971ರ ಹೊತ್ತಿಗೆ "ಕರ್ನಾಟಕದ ಯಾವುದೇ ಮೂಲೆಯ ಯಾವುದಾದರೂ ಹಳ್ಳಿಗೆ ಬಂದು ನೆಲೆಸಿದರೆ ಸಾಕು; ಅದಕ್ಕಾಗಿ ನೌಕರಿಯನ್ನೂ ಬಿಟ್ಟು ಬಂದೇನು ಎಂದು ಹಪಗುಟ್ಟುತ್ತಿದ ಜೀವಕ್ಕೆ ಸಾಕಷ್ಟು ವಿರಾಮ ರಜೆಗಳುಳ್ಳ ಅಧ್ಯಾಪಕನ ನೌಕರಿಯಲ್ಲಿ ಹಿಂದಿರುಗಿದುದು ದೊಡ್ಡ ನೆಮ್ಮದಿಯನ್ನು ತಂದಿತು."– ಎಂದೇನೋ ಭೈರಪ್ಪನವರು ಭ್ರಮಿಸಿ, ತಮ್ಮ ನೆಲಕ್ಕೆ ವಾಪಸ್ಸು ಬಂದರು. ಆದರೆ ತಾವು ಹಿಂದೆ ಬದುಕಿದ್ದ ಮೈಸೂರು ಮೈಸೂರೇ ಆಗಿರಲಿಲ್ಲ. ಅಷ್ಟೇ ಅಲ್ಲ, ತಾವು ಯಾವ ಕ್ಷೇತ್ರದಲ್ಲಿ ದುಡಿಯಬೇಕು ಎಂದು ಕನಸು ಕಂಡು ಬಂದಿದ್ದರೋ, ಆ ಸಾಹಿತ್ಯ ಕ್ಷೇತ್ರ ನವ್ಯ ಸಾಹಿತಿಗಳು – ಚಳುವಳಿ ಎಂಬ ವಿಚಿತ್ರ ಜಾಲದಲ್ಲಿ ಸಿಕ್ಕಿಹಾಕಿಕೊಂಡಿತ್ತು. ಸಾಗರದಿಂದ ಪ್ರಕಟವಾಗುತ್ತಿದ್ದ ಅಕ್ಷರ ಪ್ರಕಾಶನದ 'ಸಾಕ್ಷಿ' ಪತ್ರಿಕೆಯು ಆ ಜಾಲದ ಮುಖವಾಣಿಯಾಗಿತ್ತು. ಎಂ. ಗೋಪಾಲಕೃಷ್ಣ ಅಡಿಗರ ಜೊತೆ ಯು.ಆರ್.ಅನಂತಮೂರ್ತಿಯವರು ಈ ಜಾಲದ ಜಾದೂಗಾರರಾಗಿದ್ದರು. ಇದೆಲ್ಲದರ ಬಿಸಿ–ಬಿಸಿಯನ್ನು, ತಮ್ಮ ಆತ್ಮವೃತ್ತಾಂತದಲ್ಲಿ ಬಿಡಿಸಿಟ್ಟಿದ್ದಾರೆ. ಭೈರಪ್ಪನವರ ಮಾತಿನಲ್ಲಿಯೇ ಈ ತುಣುಕು ಓದಿ :

> "ವಾಸ್ತವವಾಗಿ ಈ ಆರೋಪಗಳ ಜನಕರು ಅನಂತಮೂರ್ತಿಯವರು. ಭೈರಪ್ಪನವರದು ರಂಜಿಸಿ ವಂಚಿಸುವ ಕಲೆ. ಪುಟ್ಟಣ್ಣನ ಸಿನಿಮಾದಂತಹ ಬರವಣಿಗೆ. ಇವರದು ಪೂರ್ವನಿಶ್ಚಿತ ವಿಚಾರಗಳನ್ನು ಪ್ರತಿಪಾದಿಸಲೆಂದು ಬರೆಯುವ ವಿಧಾನ, ಇವರೊಬ್ಬ ರಂಜಕ ಕಥೆಗಾರರು, ಕಥೆಗಿಂತ ಹೆಚ್ಚಿನದು ಇವರ ಕಾದಂಬರಿಗಳಲ್ಲಿಲ್ಲ, ಇವರೊಬ್ಬ ಜನಪ್ರಿಯ, ಆದ್ದರಿಂದ ಕಲಾಗುಣವಿಲ್ಲದ ಲೇಖಕರು–ಹೀಗೆ ಹೊಸ ಹೊಸ ಪ್ರತಿ ಏಟುಗಳನ್ನು ಗಾಳಿಗೆ ಬಿಡುತ್ತಲೇ ಹೋದರು. ಅವರ ಅನುಯಾಯಿಗಳು ಅದನ್ನು ವಿಸ್ತರಿಸಿ ಊದುತ್ತಲೇ ನಡೆದರು."

ಒಂದು ಕಡೆ ತಮ್ಮ ಬದುಕಿನ ಹಿನ್ನೆಲೆ, ಇನ್ನೊಂದು ಕಡೆ ಕೌಟುಂಬಿಕ ಪರಿಸ್ಥಿತಿ, ಮತ್ತೊಂದು ಕಡೆ ಸಂಗೀತ-ಸಾಹಿತ್ಯದ ಗೀಳು. ಈ ಎಲ್ಲದರ ಮೇಲೆ ಶತ್ರುಗಳ ಕಾರ್‌ಮೋಡ. ಅದೇ ವೇಳೆಗೆ ದೇಶದಲ್ಲಿ ತುರ್ತುಪರಿಸ್ಥಿತಿ ಜಾರಿ. ಶಿವಮೊಗ್ಗದಲ್ಲಿ 49ನೇ ಅಖಿಲ ಭಾರತ ಕನ್ನಡ ಸಾಹಿತ್ಯ ಸಮ್ಮೇಳನ, 12 ಡಿಸೆಂಬರ್ 1976. 'ನಾನೇಕೆ ಬರೆಯುತ್ತೇನೆ' ಎಂಬ ಗೋಷ್ಠಿ-ಅಧ್ಯಕ್ಷತೆ ಎಸ್.ಎಲ್. ಭೈರಪ್ಪ, ನಿರ್ವಹಣೆ ಸಾಗರದ ಅಕ್ಷರ ಪ್ರಕಾಶನದ ಮುಂದೆ ಮ್ಯಾಗ್ಸೆಸೆ ಪ್ರಶಸ್ತಿ ಪಡೆದ ಕೆ.ವಿ. ಸುಬ್ಬಣ್ಣ. ಗೋಷ್ಠಿಯ ಭಾಷಣಕಾರರು : ರಂ. ಶ್ರೀ. ಮುಗಳಿ, ಜಿ.ಎಸ್. ಶಿವರುದ್ರಪ್ಪ, ಸುಮತೀಂದ್ರ ನಾಡಿಗ, ಯಶವಂತ ಚಿತ್ತಾಲ, ಗೀತಾ ಕುಲಕರ್ಣಿ. ಅಧ್ಯಕ್ಷ ಭಾಷಣ ಸರಿಯೇ ಸರಿ. ಅದಕ್ಕಿಂತ ಮಿಗಿಲಾದದ್ದು ಭೈರಪ್ಪ-ಸುಬ್ಬಣ್ಣ ಅವರ, ಜಟಾಪಟಿಯನ್ನು ಯಾರಾದರೂ ಸೆರೆಹಿಡಿದಿದ್ದಾರೋ ಏನೋ, ಭೈರಪ್ಪನವರ 'ನಾನೇಕೆ ಬರೆಯುತ್ತೇನೆ' ಪುಸ್ತಕವನ್ನು ಓದಬೇಕು. ಅಲ್ಲಿನ ಕೊನೆಯ ಪ್ಯಾರಾ ಗಮನಿಸಿದರೆ, ಇಡೀ ಚಿತ್ರಣ ಕಣ್‌ಕಟ್ಟಬಹುದು, ಮಿಗಿಲಾಗಿ ಈ ಸಮ್ಮೇಳನ, ವೇದಿಕೆಗಳು ಹೇಗೆ-ರೂಪು ತಾಳುತ್ತವೆ, ಅದರ ವ್ಯಾಪ್ತಿ-ಜಾಲ ಎಂಥಾದ್ದು, ನಾಳಿನ ಜನಾಂಗದ ಮೇಲೆ ಆಗುವ ಪರಿಣಾಮ ಏನು ಎಂಬುದರ ಸಂಕೇತ ಎಂದು ನಾನು ಭಾವಿಸುತ್ತೇನೆ:

> "ಸುಬ್ಬಣ್ಣನವರು ತಾಂಬೂಲ ತುಂಬಿದ ಬಾಯಿಯಿಂದ ನಿಷ್ಣಾತ ನಗೆಯನ್ನು ಝಳುಪಿಸಿ, 'ಆಯಿತು ಮತ್ತೆ ಮಾತನಾಡೋಣ' ಎಂದು ಸರಸರನೆ ಹೊರಟುಹೋದರು. ವಾಸ್ತವವಾಗಿ ಅವರ ಮುಖ್ಯೋದ್ದೇಶವು ತುರ್ತುಸ್ಥಿತಿಯ, ಸೆನ್ಸಾರಿನ ವಿರುದ್ಧ ಸಾಹಿತಿಗಳು ಭಾವನೆಯನ್ನು ವ್ಯಕ್ತಪಡಿಸುವಂತೆ ಮಾಡುವುದಾಗಿತ್ತೋ ಅಥವಾ ತಾವು ಹೀರೋ ಆಗಿ ಕಾಣಿಸಿಕೊಳ್ಳುವುದೋ ಎಂಬ ನನ್ನ ಅನುಮಾನವು ಪರಿಹಾರವಾಗಲಿಲ್ಲ."

ಹೀಗೆ, ಕುರ್ತಕೋಟಿಯವರು 'ಮನೋಹರ ಗ್ರಂಥಮಾಲೆ'ಯ ಅಟ್ಟವನ್ನೇ ವೇದಿಕೆ ಮಾಡಿಕೊಂಡರೆ, ಅಡಿಗ-ಅನಂತಮೂರ್ತಿ-ಸುಬ್ಬಣ್ಣ

ಪರಿವಾರ 'ಸಾಕ್ಷಿ' ಹಾಗೂ ಅಕ್ಷರ ಪ್ರಕಾಶನಗಳನ್ನು ತಮ್ಮ ಅಡ್ಡೆಮಾಡಿಕೊಂಡು; ಭೈರಪ್ಪ ಅವರನ್ನು ವೈಯಕ್ತಿಕವಾಗಿಯೂ ಅವರ ಕೃತಿಗಳನ್ನು ಸಾಹಿತ್ಯಕವಾಗಿಯೂ ಕೀಳುಗರೆಯುವ-ವಿಷಪ್ರಾಶನವನ್ನು ಇಕ್ಕಿ, ಕ್ರಮೇಣ ನಾಶ ಪಡಿಸುವ ತಂತ್ರ-ಜಾಲ-ವ್ಯೂಹಗಳನ್ನು ಹೆಣೆದುಬಿಟ್ಟರು. ಮುಂದಿನ ದುರಂತಕ್ಕೆಲ್ಲಾ ಈ ಮೂಲಕ ನಾಂದಿ ಹಾಡಿದರು.

ಇದು ಕೇವಲ ಹತ್ತೊ ಇಪ್ಪತ್ತೊ ಮುವ್ವತ್ತೊ ವರ್ಷಗಳ ಮಾನವ ಬಲಿಪಶುವಿನ ಸಾಂಸ್ಕೃತಿಕ ಯಜ್ಞವಲ್ಲ. ಸರಿಸುಮಾರು 4–5 ದಶಕಗಳ ಬೇಟೆಯೇ ಆಗಿಹೋಯಿತು. ತಮ್ಮಿಂದ ಆಗದೇ ಇದ್ದದ್ದನ್ನು ತಮ್ಮ ಶಿಷ್ಯರು, ಆರಾಧಕರು, ಅಭಿಮಾನಿಗಳಿಗೆ ಕಂಡ ಕಂಡ ವಿಚಾರಗೋಷ್ಠಿ-ಸಮ್ಮೇಳನ-ವೇದಿಕೆಗಳಲ್ಲಿ, ಬರವಣಿಗೆಗಳಲ್ಲಿ, ಕೊನೆಗೆ ಬೀದಿಗೇ ಇಳಿದು, ಸಾಲದು ಎಂದು ಮೈಸೂರಿನ ಭೈರಪ್ಪ ಅವರ ಮನೆಗೇ ತಿಂಗಳುಗಟ್ಟಲೆ ಕಲ್ಲು ಹೊಡೆಸುವ ಮೂಲಕ ತಮ್ಮ ಹತಾಶೆ-ಆಕ್ರೋಶ-ಅಮಾನವೀಯತೆ ಮೆರೆದರು. ಕೆಲವರು ತೀರಿಕೊಂಡಿದ್ದಾರೆ. ಇನ್ನು ಕೆಲವರು ಆ ಸಾಲಿನಲ್ಲಿದ್ದಾರೆ. ವಿಮರ್ಶೆಗೆ ಮೀರಿ, ಕಾರ್ಯಚಟುವಟಿಕೆಗಳಿಗೂ ತೊಡಗಿ, ಬರಹಗಾರನೊಬ್ಬನ ಕುಟುಂಬದ ಮಾನಸಿಕ ನೆಮ್ಮದಿಗೂ ಭಂಗತರುವ ಈ ಭೀಭತ್ಸ ಸ್ಥಿತಿ ಯಾವ ರಾಜಕಾರಣಿ-ರೌಡಿ-ಭ್ರಷ್ಟ ಅಧಿಕಾರಿಗೂ ಈವರೆಗೆ ಪ್ರಜಾಪ್ರಭುತ್ವದಲ್ಲಿ ನಡೆದದ್ದು ಇಲ್ಲ. ಕೊನೆ ಕೊನೆಗೆ ಹೆಸರು-ಕೀರ್ತಿ-ಪ್ರಶಸ್ತಿ ಇತ್ಯಾದಿ ಇರಲಿ; ಅಭಿವ್ಯಕ್ತಿ ಸ್ವಾತಂತ್ರ್ಯಕ್ಕೂ ಬದುಕಲು ಅನ್ನ ಸಂಪಾದಿಸಲ್ಲಿಕ್ಕೂ ಕಂಟಕರಾದದ್ದು ಸಾಮಾನ್ಯ ವಿಷಯ ಏನಲ್ಲ.

1973ರಲ್ಲಿ ಕೇಂದ್ರ ಸಾಹಿತ್ಯ ಅಕಾಡಮಿ ಕೆ.ಆರ್. ಶ್ರೀನಿವಾಸ್ ಅಯ್ಯಂಗಾರ್ ಅವರು ಸಂಪಾದಿಸಿದ ಸ್ವಾತಂತ್ರ್ಯೋತ್ತರ ಭಾರತೀಯ ಸಾಹಿತ್ಯ ಸಂಕಲನಕ್ಕೆ ಕನ್ನಡ ಸಾಹಿತ್ಯ ಕುರಿತು ಬರೆದವರು ಜಿ.ಎಚ್. ನಾಯಕರು. ಗೋಪಾಲಕೃಷ್ಣ ಅಡಿಗರಿಂದ ಗಿರೀಶ ಕಾರ್ನಾಡರವರೆಗೆ ಪುಟಗಟ್ಟಲೆ ಬರೆದು, ಕಟ್ಟ ಕಡೆಯಲಿ "ಎಸ್.ಎಲ್. ಭೈರಪ್ಪನವರು ಪ್ರಗತಿಶೀಲ ಗುಂಪಿಗಾಗಲಿ ಅಥವಾ ಈ ಮೇಲೆ ಹೆಸರಿಸಿರುವ ಇನ್ನಾವುದೇ

ಸಾಹಿತ್ಯ ಮಾರ್ಗದ ಪಟ್ಟಿಗಾಗಲಿ ಸ್ಪಷ್ಟವಾಗಿ ಸೇರಿಸಬಹುದಾದವರಲ್ಲವಾದರೂ ಹೇರಳವಾಗಿ ಕಾದಂಬರಿಗಳನ್ನು ಬರೆದಿರುವವರಲ್ಲೊಬ್ಬರು ಎಂಬುದನ್ನು ಇಲ್ಲಿ ನೆನೆಯಬಹುದಾಗಿದೆ." ಎಂದು ಇತಿಶ್ರೀ ಹಾಡಿದ್ದಾರೆ.

ಅಂದರೆ 1961 ರಿಂದ 1973ರವರೆಗೆ 12 ವರ್ಷಗಳಲ್ಲಿ ಭೈರಪ್ಪನವರು ಬರೆದದ್ದು ಕೇವಲ 11 ಕಾದಂಬರಿಗಳು ಮಾತ್ರ. ಆ 11 ಕಾದಂಬರಿಗಳೇ ನಾಯಕರ ಪಾಲಿಗೆ ಹೇರಳವಾಗಿ ಎಂಬ ಶಬ್ದ ವಿಮರ್ಶೆಗೆ ಗುರಿಯಾದದ್ದು ನಂಬಲಿಕ್ಕೂ ಅಸಾಧ್ಯ. ಆಗಿನ ಕಾಲಕ್ಕೆ ಇನ್ನೂ ಎಳೆಯ ತಲೆಮಾರಿನವರಾದ ತಿರುಮಲೇಶ್, ಶ್ರೀಕೃಷ್ಣ ಆಲನಹಳ್ಳಿ, ಲಕ್ಷ್ಮಣರಾವ್, ಸೂ. ರಮಾಕಾಂತ ಇವರು ನಾಯಕರ ಪಾಲಿಗೆ ಮುಖ್ಯರು; ಮಾತ್ರವೇ ಅಲ್ಲ, ಮಹತ್ವದವರೂ ಕೂಡ. ಅನ್ನುವಾಗ ಭೈರಪ್ಪ–ಯಾವುದೇ ಸಾಹಿತ್ಯ ಮಾರ್ಗದ ಪಟ್ಟಿಗೆ ಸೇರದ–ಹೇರಳವಾಗಿ ಕಾದಂಬರಿ ಬರೆದದ್ದೇ ವಿಮರ್ಶೆ, ಅದೂ ಕನ್ನಡದಿಂದ ಬೇರೆ ಬೇರೆ ಭಾಷೆಗಳಿಗೆ ಹೋಗುವ ಸಮೀಕ್ಷಾಲೇಖನ ಇದು ಎಂದಾಗ– ಆವತ್ತಿನ ನವ್ಯದವರ ಭರಾಟೆ ಹೇಗಿತ್ತು ಎಂಬುದನ್ನು ಊಹಿಸಬಹುದು. ಕುರ್ತಕೋಟಿ, ಅನಂತಮೂರ್ತಿ, ತೆರೆಯಮರೆಯಲ್ಲಿ ಗೋಪಾಲಕೃಷ್ಣ ಅಡಿಗ – ಕೆ.ವಿ. ಸುಬ್ಬಣ್ಣ ಅವರ ಕಪಿಮುಷ್ಟಿ ಏನೆಲ್ಲ ಕೆಲಸ ಮಾಡಿದೆ ಎಂಬುದನ್ನು, ಅದರಿಂದ ಹಿಂಸಾಕ್ರೀಡೆ(ರತಿ)ಯನ್ನು ಅನುಭವಿಸಿದವರೇ ಬಲ್ಲರು. ಅದರ ಮುಂದುವರಿದ ರೂಪಕ್ಕೆ ಒಂದೆರಡು ಉದಾಹರಣೆ ಇಲ್ಲಿವೆ ನೋಡಿ.

1986ರಲ್ಲಿ ನ್ಯಾಷನಲ್ ಬುಕ್ ಟ್ರಸ್ಟ್‌ನವರು ದೆಹಲಿ ಸಮೀಪದ ಸೂರಜ್‌ಕುಂಡದಲ್ಲಿ ವಿಚಾರ ಸಂಕಿರಣದ ಏರ್ಪಾಡಾಗಿತ್ತು. ಭಾರತದ ಪ್ರತಿಯೊಂದು ಭಾಷೆಯಿಂದಲೂ ಇಬ್ಬರು ಅಥವಾ ಮೂವರು ಪ್ರತಿನಿಧಿಗಳನ್ನು ಆಹ್ವಾನಿಸಿದ್ದರು. ಕನ್ನಡದಿಂದ ಧಾರವಾಡದಲ್ಲಿ ಇಂಗ್ಲಿಷ್ ರೀಡರ್ ಆಗಿರುವ ನವ್ಯ ವಿಮರ್ಶಕ ಗಿರಡ್ಡಿ ಗೋವಿಂದರಾಜ ಕೂಡ ಅದರಲ್ಲಿ ಒಬ್ಬರು. ಅವರು ಆರಂಭದಲ್ಲೇ ಸಮಯಾಭಾವದಿಂದ ನನ್ನ ಲೇಖನ ಅಪೂರ್ಣವಾಗಿದೆ ಎಂದು ಪೀಠಿಕೆ ಹಾಕಿ, ಭಾಗವಹಿಸಿದ್ದ ಎಚ್.ಎಸ್. ಪಾರ್ವತಿ ಹಾಗೂ ಎಸ್.ಎಲ್. ಭೈರಪ್ಪನವರೇ ಕೇಳರಿಯದ

ಹೆಸರುಗಳನ್ನು ಪಟ್ಟಿಮಾಡುತ್ತ ಹೋದರಂತೆ. ಆಮೇಲೆ ಪಾರ್ವತಿಯವರು 'ಪರ್ವ' ಬಗ್ಗೆ ಪ್ರಸ್ತಾಪಿಸಲಾಗಿ, ಅಲ್ಲಿ ಬಂದಿದ್ದ ಭಾರತದ ಇತರ ಭಾಷೆಯ ಬರಹಗಾರರೆಲ್ಲ ಒಕ್ಕೊರಲಿನಿಂದ ಅದು ಕನ್ನಡದ ಕೃತಿಮಾತ್ರವಲ್ಲ, ತಮ್ಮ ತಮ್ಮ ಭಾಷೆಯ ಕೃತಿ ಎಂದು ಸ್ಥಾಪಿಸಿದರಂತೆ.

ಇದೇ 'ಪರ್ವ' ಕೃತಿ ಕುರಿತೆ ಇನ್ನೊಂದು ಘಟನೆ : 1984ರಲ್ಲಿ ಕೇಂದ್ರ ಸಾಹಿತ್ಯ ಅಕಾಡೆಮಿ, ಭಾರತದ ಎಲ್ಲ ಭಾಷೆಗಳಲ್ಲೂ ಒಂದೊಂದು ಆಧುನಿಕ ಕ್ಲಾಸಿಕ್ ಎಂದು ಪರಿಗಣಿಸಲ್ಪಡಬಹುದಾದ ಸಾಹಿತ್ಯ ಕೃತಿಯನ್ನು ಇಂಗ್ಲಿಷಿಗೆ ಅನುವಾದಿಸಿ ಪ್ರಕಟಿಸುವ ಯೋಜನೆಗೆ, ಮಿಕ್ಕ ಎಲ್ಲರೂ 'ಪರ್ವ' ಒಂದನ್ನೇ ಎತ್ತಿ ಹಿಡಿದಾಗ, ತಾಂತ್ರಿಕ ಕಾರಣ ನೀಡಿ ತಡೆ ಒಡ್ಡಿದವರು– ಕೆ.ಡಿ. ಕುರ್ತಕೋಟಿ ಹಾಗೂ ಯು.ಅರ್. ಅನಂತಮೂರ್ತಿ. ಆದರೆ ಅವರ ಕುತಂತ್ರ ಫಲಿಸಲಿಲ್ಲ ಎಂಬುದು ಬೇರೆ ಮಾತು.

ಇವೆಲ್ಲಕ್ಕೂ ಸದರಿ ಭೈರಪ್ಪನವರದು ಜೀವನ ಸಂದೇಶ ಇದು :

> "ಸಾಹಿತಿಯು ಸೂಕ್ಷ್ಮ ಸಂವೇದನೆಯ ವ್ಯಕ್ತಿ, ನಿಜ ಆದರೆ ದುರ್ಬಲ ವ್ಯಕ್ತಿಯು ಗಟ್ಟಿ ಸಾಹಿತ್ಯವನ್ನು ಸೃಷ್ಟಿಸಲಾರ. ಅಲ್ಲದೆ ನನ್ನ ವಿಷಯದಲ್ಲಿ ಹೀಗೆ ನಡೆದುಕೊಂಡವರು ನವ್ಯ ವಿಮರ್ಶಕರು ಮಾತ್ರ. ಎಲ್ಲ ವಿಮರ್ಶಕರೂ ಅಲ್ಲ. ಆದರೆ ಬೇರೆ ವಿಮರ್ಶಕರನ್ನು ಬೆದರಿಸಿ ಬಾಯಿ ಕಟ್ಟಿಸುವಂಥ ಜಾಲವನ್ನು ನವ್ಯರು ಕಟ್ಟಿದ್ದುದರಿಂದ ಒಂದು ತೆರವಾದ ಮತ ಪ್ರಚಾರಕ ಹರೋತ್ಸಾಹದಿಂದ ಹೆಚ್ಚಾಗಿ ಅವರೇ ವಿಮರ್ಶೆ ಬರೆಯುತ್ತಿದ್ದುದರಿಂದ ವಿಮರ್ಶಕರೆಂದರೆ ನವ್ಯ ವಿಮರ್ಶಕರು ಎಂಬಂತಹ ಸಮೀಕರಣ ಆಗ ಕೆಲವು ಕಾಲ ಪ್ರಚಲಿತವಾಗಿತ್ತು."

ನಿಜ. ಆಗ ಕೆಲವು ಕಾಲ ಪ್ರಚಲಿತವಾಗಿದ್ದರೂ ಅವರಲ್ಲಿಯೂ ಈಗ ಎರಡು ಹೋಳಾಗಿರುವಂತೆ ಕಾಣುತ್ತಿದೆ. ಒಂದು ಗುಂಪು, ಕಳೆದ ಸಾರಿ ಧಾರವಾಡದ ಸಾಹಿತ್ಯ ಸಂಭ್ರಮಕ್ಕೆ ಭೈರಪ್ಪನವರನ್ನು ಆಹ್ವಾನಿಸಿ, ಹಿಂದೆ ಏನೇನೂ ನಡೆದೇ ಇಲ್ಲ, ಮುಂದಿನದಕ್ಕೆ ನಾವು ಹೊಣೆ ಅಲ್ಲ, ಸದ್ಯ ತಾವೇ ಹೀರೋಗಳು ಎನ್ನುವುದನ್ನು ತೋರಿಸಿಕೊಳ್ಳಲು ಹೊರಟಿತು.

ಅದರಲ್ಲಿ ಒಬ್ಬ ಚಲನಚಿತ್ರ ಸಾಹಿತಿ, ಸಭೆಗೆ ಭೈರಪ್ಪ ಬಂದದ್ದು ಸಾಕ್ಷಾತ್ ಭಗವಂತ ಬಂದಂತೆ ಎಂಬ ಉದ್ಗಾರ ತೆಗೆದೇಬಿಟ್ಟರು. ಸಾಕ್ಷಾತ್ ಜ್ಞಾನಪೀಠ ಪ್ರಶಸ್ತಿ ವಿಜೇತರು ಕೈಕುಲುಕಿ ಮಂದಾರವಿಂದ ಪ್ರದರ್ಶಿಸಿದ್ದು, ಸಮೂಹ ಮಾಧ್ಯಮಗಳಲ್ಲಿ ಬಿಂಬಿತವಾಗಿತ್ತು. ಇಡೀ ಸಭೆ ಸ್ತಂಭೀಭೂತವಾಗಿಬಿಟ್ಟಿತಂತೆ.

ಇಂಥ ಅಕ್ರಮಸಂತಾನಗಳ ಹೀನಯಾನ, ಮಹಾಯಾನ, ವಜ್ರಯಾನಗಳ–ಮಹಾಗಾಥೆಯನ್ನು ಮುಂದಿನ ದಿಗಂಬರ, ಶ್ವೇತಾಂಬರ, ಯಾಪನೀಯ–ಶಾಖೆಗಳ ಅವಾಂತರ – ಅವಸ್ಥಾಂತರಗಳನ್ನು ಮುಂದೆಮುಂದೆ ಎದುರುಗೊಳ್ಳೋಣ.

* * *

8

ಭೈರಪ್ಪ V/S ರಾಜಕೀಯ

ರಾಜಕೀಯ ಅನ್ನಿ, ರಾಜಕೀಯ ಅಥವಾ ರಾಜ್ಯಶಾಸ್ತ್ರ ಅನ್ನಿ, ರಾಜಕೀಯ ಒಲವು ಅನ್ನಿ, ಕೊನೆಗೆ ರಾಜಕೀಯ ಧೋರಣೆ ಅನ್ನಿ – ಅಂತೂ ರಾಜಕೀಯ ಬಿಟ್ಟು ಭಾಷೆಯಿಲ್ಲ. ಅಷ್ಟೇಕೆ ರಾಜಕೀಯ ಬಿಟ್ಟು ಬದುಕೂ ಇಲ್ಲ. ಭಾಷೆ ಬಾರದ ಮೂಕರು ಇರಬಹುದು. 'ತಬ್ಬಲಿಯು ನೀನಾದೆ ಮಗನೆ' ಕಾದಂಬರಿಯಲ್ಲಿ ತಾಯವ್ವಳಂತೆ. ತಾಯವ್ವಳನ್ನು ಮೂಕಿಯಾಗಿಯೇ ಏಕೆ ಕಾಣಿಸಬೇಕಾಯಿತು ಎಂಬುದಕ್ಕೆ ಕಾದಂಬರಿ ಓದಿದರೆ ಗೊತ್ತಾಗುತ್ತದೆ ಎಂದು ಭೈರಪ್ಪನವರೇ ಬರೆದಿದ್ದಾರೆ. ಮೂಕಿ ಯಾದರೇನು, ಜೀವನ ವ್ಯಾಪಾರದಲ್ಲಿ ಅವಳೂ ಪಾತ್ರವಹಿಸಲೇ ಬೇಕಾಗಿತ್ತು. ಅಷ್ಟೇ ಅಲ್ಲ, ಅವಳ ಬದಿ 'ರಾಜಕೀಯ' ಅವಳದೇ ಆಗಿತ್ತು. ಇಷ್ಟಾಗಿ 'ತಬ್ಬಲಿಯು ...' ಕಾದಂಬರಿ, ರಾಜಕೀಯ ಕಾದಂಬರಿಯೇ ಎಂದರೆ, ಮೇಲುನೋಟಕ್ಕೆ ಉಹು ಅನ್ನಬಹುದು. ಅದೇ ರೀತಿ, ಭೈರಪ್ಪನವರ 'ತಂತು', ಬೃಹತ್ ಕಾದಂಬರಿ ರಾಜಕೀಯ ಕಾದಂಬರಿ ಅಲ್ಲವೇ ಅಂದರೆ, ರಾಜಕೀಯವನ್ನೂ ದೊಡ್ಡಪ್ರಮಾಣದಲ್ಲಿ ಒಳಗೊಂಡಿದೆ ಎಂದೇ, ಪ್ರತ್ಯೇಕ ಚರ್ಚಿಸಬೇಕು.

ಭಾಷೆ ಇಲ್ಲದೆ ಸಾಹಿತ್ಯವಿಲ್ಲ. ಜಾನಪದವೂ ಸಾಹಿತ್ಯವೆ. ಹೀಗಾಗಿ ಭಾಷೆ, ಸಾಹಿತ್ಯ, ಜಾನಪದ (ಅಥವಾ ಜನಪದ ಅನ್ನೋಣ) – ತನ್ನದೇ ಆದ ಪ್ರಾದೇಶಿಕತೆ, ಆ ಮೂಲಕ ಅಲ್ಲಿನ ಜನಪದದ ಸೊಗಡು, ಬನಿ ಒಳಗೊಂಡಿರಲೇ ಬೇಕು. ಭಾಷೆಗೆ ಅಥವಾ ಅದನ್ನು ಬದುಕಿನಲ್ಲಿ

ಬಳಸಿಕೊಳ್ಳುವ ಜನಕ್ಕೆ, ಒಂದು ನಾದ, ಲಯ ಇದ್ದೇ ಇರುತ್ತದೆ. ಸಹಜವಾಗಿ ನಾದ, ಲಯದೊಂದಿಗೆ ಆ ಕಾಲದ ಜನ–ಜೀವನದ ರೀತಿ ನೀತಿಗಳು, ಆ ಮೂಲಕ ಪರಸ್ಪರ ವ್ಯಕ್ತಿಗಳ, ಕುಟುಂಬದ, ಸಮಾಜದ ರಾಜಕೀಯತ್ವ ಒಳಗೊಂಡೇ ಇರುತ್ತದೆ. ಆದರೆ ವಿಜ್ಞಾನ ಇತ್ಯಾದಿ ಜ್ಞಾನಕ್ಷೇತ್ರಗಳಲ್ಲಿ ಶುದ್ಧ ವಿಜ್ಞಾನ–ಸಾಮಾನ್ಯ ವಿಜ್ಞಾನ ಎನ್ನುವಂತೆ, ರಾಜಕೀಯ ಕ್ಷೇತ್ರವೂ ಶುದ್ಧ ಹಾಗೂ ಸಾಮಾನ್ಯ ಎಂಬ ಭೇದ ಒಳಗೊಂಡೇ ಇರುತ್ತದೆ. ಮುಂದುವರೆದು, ಪ್ರತ್ಯಕ್ಷ ರಾಜಕೀಯ – ಅದನ್ನೇ ನಾವೀಗ ರಾಜಕೀಯ ರಂಗ ಎಂದು ಕರೆಯುವುದು; ಹಾಗೂ ಪರೋಕ್ಷ ರಾಜಕೀಯ – ಅಂದರೆ ರಾಜಕೀಯ ಪ್ರಜ್ಞೆ–ತಿಳುವಳಿಕೆ ಎನ್ನುವುದು.

ಎಷ್ಟು ವಿವರಣೆ ಕೊಡಬೇಕಾದ ಅಥವಾ ಬಿಡಿಸಿ ನೋಡಬೇಕಾದ ಪ್ರಸಂಗ ಬಂದಿರುವುದು ಬರಹಗಾರ ಭೈರಪ್ಪನವರ ರಾಜಕೀಯ ಪ್ರಜ್ಞೆ–ನಿಲುವುಗಳನ್ನು ಅರಿತುಕೊಳ್ಳಲು ಸಾಧ್ಯವೋ ಎಂಬ ಕಾರಣಕ್ಕಾಗಿ. ಎಲ್ಲ ಕೃತಿಯಗಳಲ್ಲೂ ಅದು ಪೌರಾಣಿಕ–ಐತಿಹಾಸಿಕ–ಸಾಮಾಜಿಕ ಕಾದಂಬರಿಗಳಲ್ಲೂ ರಾಜಕೀಯ ಪ್ರಜ್ಞೆ ಹಿಂದೋಮುಂದೋ ಕೆಲಸ ಮಾಡುತ್ತಿರುವುದರಿಂದಲೇ, ಅವರು ದೊಡ್ಡ ಬರಹಗಾರರು ಆಗಿರುವುದು. ಜನಪ್ರಿಯ ಎನ್ನುವ ಹಣೆಪಟ್ಟಿ ಹಚ್ಚುವವರು ಗಂಭೀರವಾಗಿ ವಿಚಾರ ಮಾಡಬೇಕಾದುದು ಅ.ನ.ಕೃ. ಅವರೂ ಜನಪ್ರಿಯರೇ, ಎನ್. ನರಹಿಂಹಯ್ಯ ಅವರೂ ಜನಪ್ರಿಯರೇ. ಪ್ರಾಣಿಗಳಲ್ಲಿ ಮನುಷ್ಯ ಪ್ರಾಣಿ ಮಾತ್ರವೇ ರಾಜಕಾರಣಿ ಎಂದಂತೆ. ರಾಜಕೀಯ ರಂಗವನ್ನು, ರಾಜಕಾರಣಿಯನ್ನು ಜನಪ್ರಿಯತೆಯ ಹೊರಗೂ ಸಮಾಜದಲ್ಲಿ ಅದ್ದಿ ತೆಗೆಯಬೇಕಾದ ಜವಾಬ್ದಾರಿ ಇಬ್ಬರ ಮೇಲೂ ಇದೆ. ಕಲೆಯಲ್ಲಿ ದ್ರಷ್ಟಾರ ಎನ್ನುವಂತೆ, ರಾಜಕೀಯ ರಂಗದಲ್ಲಿ ಮುತ್ಸದ್ದಿ ಎನ್ನಬಹುದಾದವರು. ಭೈರಪ್ಪ ಅಂತಹ ಸಾಹಿತ್ಯದ್ರಷ್ಟಾರರು. ಹಾಗಾಗಿಯೇ ರಾಜಕೀಯ ರಂಗ, ರಾಜಕಾರಣಿಗಳನ್ನು ತಮ್ಮ ಭಿತ್ತಿಯಲ್ಲಿ ಅಭಿನಯಿಸಲು, ಆ ಮೂಲಕ ಜೀವನವನ್ನು,

ಸಮಾಜವನ್ನು ಕಡೆದಿಡಲು ಪ್ರಯತ್ನಿಸಿದ್ದಾರೆ. ಅಂತಹ ಪ್ರಯತ್ನವೇ 'ಮತದಾನ' ಕಾದಂಬರಿ.

ಪ್ರಕಟವಾದದ್ದು ಮೊದಲೇ ಆದರು (1965), ಬರೆದದ್ದು 'ವಂಶವೃಕ್ಷ' ಆದಮೇಲೆಯೇ (1962). ಅಲ್ಲದೆ, ತಮ್ಮ ಆತ್ಮಕಥೆಯಲ್ಲಿ "ಒಂದು ಬದಲಾವಣೆ ಎಂಬಂತೆ 'ಮತದಾನ' ಕಾದಂಬರಿಯನ್ನು ಬರೆದಿದ್ದೆ. (ಭಿತ್ತಿ, ಪುಟ 443, 1996) ಅದೂ ಸಾಲದೆಂದು (ಮುಂದೆ ಪುಟ 464ರಲ್ಲಿ) ಹೀಗೆ ಬರೆದುಕೊಂಡಿದ್ದಾರೆ :

> "ಕಾದಂಬರಿ ಲೇಖನವನ್ನೇ ನನ್ನ ಜೀವನದ ಗುರಿಯಾಗಿ ಸ್ವೀಕರಿಸಿ ನಡೆಯತೊಡಗಿದಮೇಲೆ ನನಗೆ 'ವಂಶವೃಕ್ಷ'ಕ್ಕಿಂತ ಭಿನ್ನವಾದ, ಅದರ ವಿರುದ್ಧ ದಿಕ್ಕಿನ, ಮೌಲ್ಯ ಆದರ್ಶ ಮೊದಲಾದ ಯುಗ ಸಂಘರ್ಷಗಳು ಎದ್ದು ಕಾಣುವ ಆಯಾಮವಿಲ್ಲದ, ಒಗರು ಜೀವನವನ್ನು ಚಿತ್ರಿಸುವ ಒಂದು ಕಾದಂಬರಿಯುನ್ನು ಬರೆಯಬೇಕೆನ್ನಿಸಿತು. 'ವಂಶವೃಕ್ಷ'ದಿಂದ ಬಿಡಿಸಿಕೊಳ್ಳುವ ತವಕ ಉಂಟಾಯಿತು. ಆಗಿನ್ನೂ 'ವಂಶವೃಕ್ಷ' ಪ್ರಕಟವಾಗಿರಲಿಲ್ಲ. ಓದುಗರು ಮತ್ತು ಪ್ರಜ್ಞಾವಂತ ಜನರು ಅದನ್ನು ಹೇಗೆ ಸ್ವೀಕರಿಸುತ್ತಾರೆಂಬುದು ಗೊತ್ತಿರಲಿಲ್ಲ. ಆದರೆ ನನ್ನ ಮಟ್ಟಿಗೆ ಅದರ ಗುಣಲಕ್ಷಣಗಳು ಸ್ಪಷ್ಟವಾಗಿದ್ದವು. ಅದರಿಂದ ಬಿಡಿಸಿಕೊಳ್ಳದಿದ್ದರೆ ನಾನು ಬೆಳೆಯವುದಿಲ್ಲ ಎನ್ನಿಸಿತು. ಆ ಮನೋಭಾವದಲ್ಲಿದ್ದಾಗ 'ಮತದಾನ' ಕಾದಂಬರಿಯನ್ನು ಬರೆದೆ. ಅದು ಅಂತಹ ಮಹತ್ತ್ವವಾದ ಕೃತಿಯಲ್ಲ ಎಂಬುದು ಬರೆದು ಮುಗಿಸಿದಾಗಲೇ ನನಗೆ ಗೊತ್ತಾಯಿತು. ಆದರೆ ನನ್ನ ಲೇಖನಿಯು ಸ್ವಾತಂತ್ರ್ಯ ಸಂಪಾದಿಸಿಕೊಂಡಿದೆ ಎಂಬ ತೃಪ್ತಿ ಸಿಕ್ಕಿತು".

ಒಂದು ಮಹತ್ತ್ವಾಕಾಂಕ್ಷೆಯ ಕಾದಂಬರಿಯಿಂದ ಬಿಡುಗಡೆ ಬಯಸಿ, ಆಯಾಮವಿಲ್ಲದ-ಒಗರು ಜೀವನವನ್ನು ಚಿತ್ರಿಸುವ ಒಂದು ಕಾದಂಬರಿ ಬರೆಯಬೇಕೆನ್ನಿಸಿತು-ಆದರೆ ಅದು ಅಂತಹ ಮಹತ್ತ್ವದ ಕೃತಿಯಲ್ಲ ಎಂದು ಸಾಕ್ಷಾತ್ ಕೃತಿಜನಕನೇ ಸಾರಿ ಹೇಳಿಯಾಯಿತು.

ಅದನ್ನೇ ಅನುಸರಿಸಿಯೋ ಅಥವಾ ತಮ್ಮದೇ ನಿಲುವಿನಿಂದಲೋ, ಭೈರಪ್ಪ ಸಾಹಿತ್ಯದಲ್ಲಿ 'ಮತದಾನ' ಎಂಬ ಮಗುವಿಗೆ ಅನ್ನ ಇಕ್ಕದೇ ಹೋದರು ಕನ್ನಡದ ವಿಮರ್ಶಕರು.

ಪ್ರಧಾನ ಗುರುದತ್ತ ಅವರೇ ಸಂಪಾದಕರಾಗಿ, ಬೆಂಗಳೂರಿನ ನವಕರ್ನಾಟಕ ಪ್ರಕಾಶನದವರು ಕೇಂದ್ರ ಸಾಹಿತ್ಯ ಅಕಾಡೆಮಿ ಪ್ರಶಸ್ತಿ ಪುರಸ್ಕೃತ ಕನ್ನಡ ಲೇಖಕರ ಬದುಕು–ಬರೆಹ ಮಾಲಿಕೆಯಲ್ಲಿ, ದೇಶ ಕುಲಕರ್ಣಿಯವರ 'ಎಸ್.ಎಲ್. ಭೈರಪ್ಪ' ಎಂಬ ಪುಸ್ತಕ ಪ್ರಕಟವಾಗಿದೆ (2006). ಅದರಲ್ಲಿ 'ಮತದಾನ' ಕುರಿತು ಎರಡು ಪುಟ (36–37) ಬರೆದಿದ್ದಾರೆ. ಆ ಎರಡು ಪುಟಗಳಿಗೆ 4 ಸಾಲಿನ ಟಿಪ್ಪಣಿ ಕೊಟ್ಟಿದ್ದಾರೆ :

> "ಕಾದಂಬರಿಯ ಕತೆ ನಡೆದ ಕಾಲ ಕರ್ನಾಟಕ ಏಕೀಕರಣದ ಪರ ಮತ್ತು ವಿರುದ್ಧ ವಾದ ವಿವಾದಗಳು ಹುಟ್ಟಿದ ಮತ್ತು ತದನಂತರದ ಕೆಲವು ವರ್ಷಗಳು. ಜಾತಿ ಶಕ್ತಿಯೂ ಇದರಲ್ಲಿ ಸೇರಿ ಏಕೀಕರಣದ ಸಂಸ್ಕೃತಿಯು ಕಳೆದು ಹೋದ ಚಿತ್ರವೂ ಈ ಕಾದಂಬರಿಯಲ್ಲಿದೆ. ಅದು ರಾಜಕೀಯವಾಯಿತೇ ಹೊರತು ಸಾಂಸ್ಕೃತಿಕವಾಗಲಿಲ್ಲ."

ಸಾಂಸ್ಕೃತಿಕವಾಗಲಿಲ್ಲ ರಾಜಕೀಯವಾಯಿತು. ಅದಕ್ಕೆ ಜಾತಿಶಕ್ತಿಯು ಸೇರಿದ್ದೇ ಕಾರಣ. ಹೀಗೆ ರಾಜಕೀಯವಾಗಲು, ಜಾತಿಶಕ್ತಿ ಸೇರಲು, ಕರ್ನಾಟಕದ ಏಕೀಕರಣ ಸಂದರ್ಭವೇ ಇದಕ್ಕೆ ತಳಹದಿಯಾಯಿತು. ಇಂತಹ ಇತಿಹಾಸದ ದುರಂತವನ್ನು ಎಷ್ಟು ಸಾಧ್ಯವೋ ಅಷ್ಟು ಸೂಕ್ಷ್ಮವಾಗಿ ಚಿತ್ರಿಸಲು, ತೆಗೆದುಕೊಂಡ ರಿಸ್ಕ್ ಅನ್ನು, ಸ್ವತಃ ಕಾದಂಬರಿಕಾರರು ಹಿಂಜರಿದರು, ಗುರುತಿಸಲು ವಿಮರ್ಶಕರು ಹಿಂದೆಗೆದರು. ದೇಶಕುಲಕರ್ಣಿ ಯವರು ಅಡಿ ಟಿಪ್ಪಣಿಯಲ್ಲಿ ನೀಡಿದ ಅಥವಾ ಎತ್ತಿದ ವಿಚಾರಗಳನ್ನೇ ಮುಖ್ಯ–ಪಠ್ಯದಲ್ಲಿಯೂ ಚರ್ಚಿಸಿದ್ದರೆ, ಭೈರಪ್ಪ ಸಾಹಿತ್ಯಕ್ಕೆ ನ್ಯಾಯ ಸಲ್ಲಿಸಬಹುದಿತ್ತು. 50 ವರ್ಷಗಳಿಂದ ನೆನೆಗುದಿಗೆ ಬಿದ್ದಿರುವ ರಾಜಕೀಯ, ಜಾತಿ, ಏಕೀಕರಣ ಕುರಿತ ದುರಂತಕ್ಕೆ ಶಾಂತಿ ಕೋರಬಹುದಿತ್ತು. ಕೇವಲ 9 ವರ್ಷಗಳಷ್ಟು ಸಮೀಪದ ಹತ್ತಿ ಉರಿವ ಇತಿಹಾಸದ ಬೆಂಕಿಗೆ, ಅಷ್ಟು

ಸುಲಭದಲ್ಲಿ ಪತ್ರಿಕಾಸುದ್ದಿಯಂತೆ ತುಪ್ಪ ಸುರಿದು, ನಿಟ್ಟುಸಿರು ಬಿಡುವ ಸಮಯ ಸಾಹಿತ್ಯ ಅದಾಗಿರಲಿಲ್ಲ. ಅದಕ್ಕಾಗಿಯೇ ಕಾದಂಬರಿಕಾರ ತಮ್ಮ 'ಮುನ್ನುಡಿ'ಯಲ್ಲಿ :

"ಸಮಕಾಲೀನ ಸಾರ್ವಜನಿಕ ಜೀವನವನ್ನು ವಸ್ತುವನ್ನಾಗಿ ಮಾಡಿಕೊಂಡು ಬರೆಯುವಾಗ ಲೇಖಕನು ವಾಸ್ತವತೆಯನ್ನು ಎಲ್ಲಿಯತನಕ ಅನುಸರಿಸಬಹುದೆಂಬುದು ಆಳವಾಗಿ ಯೋಚಿಸಬೇಕಾದ ಪ್ರಶ್ನೆ.... 'ಇಂತಹ ಘಟನೆಗಳು ನಡೆಯುವುದು ಅಸಂಭವವೇನಲ್ಲ' – ಎಂಬ ಅರ್ಥದಲ್ಲಾದರೆ ಇದು ಸಮಾಜದ ಒಂದು ಮುಖದ ವಾಸ್ತವಿಕ ಚಿತ್ರಣವೇ."

ಕಾದಂಬರಿಕಾರನಿಗೆ ಕೃತಿ ಮಹತ್ತ್ವದಲ್ಲ ಅನ್ನಿಸಿರಬಹುದು. ವಿಮರ್ಶಕರಿಗೆ ಕಾದಂಬರಿಕಾರನ ಕೃತಿ ಶ್ರೇಣಿಯಲ್ಲಿ ಮುಖ್ಯವೇ ಅಲ್ಲದಿರಬಹುದು. ಆದರೆ ಈ ನಾಡಿನ, ಕಾದಂಬರಿಕಾರ ಹೇಳುವಂತೆ ದೇಶದ, ಚರಿತ್ರೆಯಲ್ಲಿ ಎಲ್ಲಿಯೂ ನಡೆಯಬಹುದಾದ, ಇನ್ನೂ ಈಗಲೂ ಉತ್ತರ ಕಂಡುಕೊಳ್ಳಲಾರದೆ ಹತ್ತಿ ಉರಿಯುತ್ತಿರುವ ಸಮಸ್ಯೆಯೇ ಇದಾಗಿದೆಯಷ್ಟೆ. ಹಾಗಾಗಿ ಸಮಸ್ಯೆಗೆ ಸಮಾಧಾನವೋ, ಪರಿಹಾರವೋ ಕಾಣಿಸುವಲ್ಲಿ ಕಾದಬರಿ ಸೋತಿದ್ದರೆ, ಅದು ಕಾದಂಬರಿಕಾರನ ಸೋಲೂ ಅಲ್ಲ, ಕಾದಂಬರಿಯು ಸೋಲೂ ಅಲ್ಲ. ಜನಪ್ರಿಯತೆಗಾಗಿ – ಮನೋರಂಜನೆಗಾಗಿ ಬರೆದ ಸಾಹಿತ್ಯ ಇದಲ್ಲವಷ್ಟೆ. ಮುಗಿಯದ ಕಥೆ ಹಾಗೂ ಮುಗಿಯಲಾರದ ಸಮಸ್ಯೆ ಇದು.

'ಮತದಾನ' ಕಾದಂಬರಿ ಕೂಡ ಅದನ್ನೇ ನಮಗೆ ಮನದಟ್ಟು ಮಾಡಿಕೊಡುತ್ತಿದೆ. ಏಕೀಕರಣ, ರಾಜಕೀಯ, ಜಾತಿ ಎಲ್ಲದರಿಂದ ದೂರವಾಗಿ, ತುಮಕೂರಿಗೆ 40 ಮೈಲಿ ಆಸುಪಾಸಿನಲ್ಲಿರುವ ರಂಗಾಪುರ–ಸಾದರವಳ್ಳಿ–ಶಿವಗೆರೆ ಹಳ್ಳಿಗಳಿಗೂ ಬಿಸಿ ಮುಟ್ಟುತ್ತದೆ. 'ಜನತಾ ಶುಶ್ರೂಷಾಲಯ' ತೆರೆದು, ಜನಸೇವೆಯೇ ತನ್ನ ಬದುಕಿನ ಏಕೈಕಗುರಿ–ಉದ್ದೇಶ ಎಂದು ಬದುಕಿದ್ದ ಶಿವಪ್ಪ ಡಾಕ್ಟರಿಗೂ ಬುಡಮೇಲಾಗುವಂತೆ

ಕ್ರಿಯೆ–ಪ್ರತಿಕ್ರಿಯೆಗಳು ಸಂಭವಿಸುತ್ತವೆ. ವೈದ್ಯರೇನೋ ನಿಜ. ಆದರೆ ಜಾತಿಯಲ್ಲಿ ಒಕ್ಕಲಿಗರು. ಇನ್ನೂ ವಿವಾಹವಾಗದ ಬ್ರಹ್ಮಚಾರಿ. ಬಡವನಾದರೂ ಸ್ವಾಭಿಮಾನಿ.

ಒಂದು ಕಡೆ ಸಾದರವಳ್ಳಿಯ ಸಂಬೇಗೌಡರು, ಮಹಾರಾಜರ ಕಾಲದಲ್ಲಿ ಪ್ರಜಾಪ್ರತಿನಿಧಿ ಸಭೆಯ ಸದಸ್ಯರಾಗಿದ್ದವರು. ತಮ್ಮ ಮಗಳನ್ನು ಶಿವಪ್ಪ ಡಾಕ್ಟರಿಗೆ ನೀಡಿ, ತಮ್ಮ ರಾಜಕೀಯ ಭವಿಷ್ಯವನ್ನು ದೃಢಪಡಿಸಿಕೊಳ್ಳಬೇಕೆಂಬ ಕೋರಿಕೆ. ಇನ್ನೊಂದು ಕಡೆ, ಶಿವಗೆರೆ ಕಂಟ್ರಾಕ್ಟರ್ ರಾಮಲಿಂಗೇಗೌಡರು ತಮ್ಮ ಮಗಳನ್ನು ಡಾಕ್ಟರಿಗೆ ಕೊಟ್ಟು, ತನ್ನ ಭ್ರಷ್ಟಾಚಾರದ ಸಂಪಾದನೆ ಮೂಲಕ ಅವರನ್ನು ಮುಂದಿಟ್ಟು ಬೆಳೆಯಬೇಕೆಂಬ ಸಂಕಲ್ಪ.

ಊರಿನಲ್ಲಾಗಲಿ, ಸುತ್ತಮುತ್ತಲ ಹಳ್ಳಿಗಳಲ್ಲಾಗಲಿ ಬೇರೆ ಜಾತಿಯವರು ಇಲ್ಲ ಎಂದಿಲ್ಲ. ಶುಶ್ರೂಷಾಲಯಕ್ಕೆ ಅಂಥವರೂ ಬರುತ್ತಿದ್ದವರೆ. ಅವರಲ್ಲಿ ಒಬ್ಬರು, ಸುರಗಿ ಗ್ರಾಮದ ಪ್ರೈಮರಿ ಸ್ಕೂಲಿನ ಮೇಷ್ಟರು, ಸುಬ್ಬರಾಯರು; ಬ್ರಾಹ್ಮಣರು.

ಶಿಂದನಘಟ್ಟದ ಬೋಜಣ್ಣ, ಎರಡು ಬಗೆಯ ಕರಪತ್ರಗಳನ್ನು ಹಿಡಿದುಕೊಂಡು, ಶುಶ್ರೂಷಾಲಯಕ್ಕೆ ಬಂದರು. ಓದಿದ ಮೇಲೆ, ಡಾಕ್ಟರು ಕೇಳಿದರು.

> "ಒಂದು ದೊಡ್ಡ ಹಾಳೆಯ ತುಂಬಾ ಅಚ್ಚಾಗಿದ್ದ ಆ ಚೀಟಿಯನ್ನು ಓದಿದ ಮೇಲೆ ಶಿವಪ್ಪ, 'ಅದು ನಿಂಗಾಯಿತರದ್ದು ಅಂತ ಹೆಂಗೆ ಹೇಳಾದು?' ಎಂದು ಕೇಳಿದ.

'ಅದು ಬಾಯ್ಬಿಟ್ಟು ಯಾರಾದ್ರು ಏಳ್ತಾರಾ? ನಮ್ದು ಒಕ್ಕಲಿಗ್ರದ್ದು ಅಂತ ಚೀಟೀಲಿ ನಾವು ಬರೆದಿದೀವಾ? ಮೈಸೂರು ಅಂತ ನಾವು ಬರದ್ರೆ ಕರ್ಣಾಟಕ ಅಂತ ಅವರು ಬರೀತಾರೆ. ಇದೆಲ್ಲಕ್ಕೂ ನಮ್ಮ ತೆಂಗಿನ ಸೀಮೆಯಾಗೆ ಮುಂದೆ ನಿಂತು ಮಾಡ್ತಿರೋರು ಯಾರು ಗೊತ್ತಾ? ಶಿವಗೆರೆ ನಿಂಗಾಯಿತರ ಮಟದೋರು. ಅವರ ಕೋಮಿನ ವ್ಯಾಪಾರಗಾರ್ರೆಲ್ಲ

ಇದಕ್ಕೆ ಕರ್ಚಿಗೆ ಅಂತ ಸಾವಿರ ಸಾವಿರ ರೂಪಾಯಿ ಕೊಟ್ಟವ್ರೆ.ಕಲ್ಯಾಣನಗರ ಅಂತ ಅವ್ರು ಬರದಿರೋದ್ರಲ್ಲೆ ಅರ್ಥ ಮಾಡ್ಕ್ಯಂಡ್ ಬುಡಬೇಕು.

'ಶಿವಗೆರೆ ಮಠದೋರು ಮುಂದೆ ನಿಂತು ಇದೆಲ್ಲ ಮಾಡ್ತಿರೋದು ನಿಜ' ಎಂದು ಮೇಷ್ಟರು ಸುಬ್ಬರಾಯರು ನಡುವೆ ಮಾತನಾಡಿದರು. 'ತನ್ನ ಮಾತಿಗೆ ಒತ್ತಾಸೆ ಸಿಕ್ಕಿದುದರಿಂದ ಬೋಜಣ್ಣ – 'ಅವರನ್ನೇ ಕೇಳಿ ಬೇಕಾದ್ರೆ' ಎಂದ.

> "ಮೇಷ್ಟರು ಮಾತನಾಡಿದರು : 'ಕರ್ನಾಟಕ ಒಂದಾಗಲಿ, ಆಮೇಲೆ ನಮ್ಮ ಕೈ ತೋರುಸ್ತೀವಿ ಅಂತ ತುಮಕೂರು ಲಿಂಗಾಯಿತರೆಲ್ಲ ಮಾತಾಡ್ಕೋತ್ತಿದಾರಂತೆ. ಏನಾದ್ರೂ ಒಂದು ಮಾಡಲೇಬೇಕು ಅನ್ನೋ ಹಟದಿಂದ ಅವ್ರು ಎಷ್ಟು ದುಡ್ಡು ಸುರಿಯೋಕ್ಕೂ ರೆಡಿಯಾಗಿದಾರೆ. ಎಷ್ಟಾದ್ರೂ ವ್ಯಾಪಾರಸ್ಥರು. ಲಕ್ಷ್ಮಿ ಅವರ ಕೈಲೇ ಇದ್ದಾಳೆ. ಅವರ ಮಠಗಳೂ ಅನುಕೂಲವಾಗಿವೆ. ಅವರ ಕೋಮಿನ ಜನಗಳೂ ಮಠದ ಮಾತಿಗೆ ಬೆಲೆಕೊಡ್ತಾರೆ. ಅಲ್ಲದೆ ಉತ್ತರ ಕರ್ನಾಟಕದ ಕಡೆಯೋರು ಇವರಿಗೆ ಬೇಕಾದ ಹಣ ಸಹಾಯ ಮಾಡ್ತಾರಂತೆ" (ಮತದಾನ, ಪುಟ 56).

ಏಕೀಕರಣ ಅಲ್ಲ, ರಾಜಕೀಯದ ಬಗ್ಗೆಯೂ ಡಾಕ್ಟರ್ ಶಿವಪ್ಪನವರಿಗೆ ಹಿಂದು ಮುಂದು ಗೊತ್ತಿಲ್ಲ. ಪೇಪರ್ ಕೂಡಾ ನೋಡುವ ಮನಸ್ಸಿಲ್ಲದವರು. ಹೀಗಿರುವಾಗ ಈ ಒಕ್ಕಲಿಗರ–ಲಿಂಗಾಯತರ–ಜನಬಲವಿಲ್ಲದ ಬ್ರಾಹ್ಮಣರ ಒಳ ರಾಜಕೀಯ ಗೊತ್ತಾಗದೆ ಕಸಿವಿಸಿ ಪಟ್ಟದ್ದೂ ಉಂಟು.

ಅಷ್ಟು ಹೊತ್ತಿಗಾಗಲೇ ಸಾದರವಳ್ಳಿ ಸಂಬೇಗೌಡರ ಮಗಳನ್ನು, ಶಿವಗೆರೆ ಕಂಟ್ರಾಕ್ಟರ್ ರಾಮಲಿಂಗೇಗೌಡರ ಮಗಳನ್ನು ಬಲವಂತದಿಂದ– ಅನಿವಾರ್ಯ ಸಂದರ್ಭಗಳಿಂದ ಹೋಗಿ ನೋಡಿದ್ದಾಯಿತು. ಅವರವರ ಕುಟುಂಬದ ನಡಾವಳಿ–ನುಡಿವಳಿಗಳಿಂದ ಬೇಸತ್ತು ತಿರಸ್ಕರಿಸಿದ್ದಾಯಿತು. ಸಾಲದೆಂದು, ಸಾದರವಳ್ಳಿ ಸಂಬೇಗೌಡರ ಕಡೆಯವನು ಒಬ್ಬ ಹಿಡಿದು ತದಕಿದ್ದೂ ಆಯಿತು. ಸ್ವಾತಂತ್ರ್ಯ ಬಂದರೂ ಪಾಳೆಯಗಾರರು ನಶಿಸಿಲ್ಲ.

ರಾಜಕೀಯ ಅವರ ಕಪಿಮುಷ್ಠಿಯಲ್ಲೇ ಉಸಿರಾಡುತ್ತಿದೆ.

ಹೀಗಿರುವಾಗ 2ನೇ ಮಹಾಚುನಾವಣೆ ಪ್ರತ್ಯಕ್ಷವಾಯಿತು. ಡಾಕ್ಟರ್ ಶಿವಪ್ಪನವರನ್ನೂ ಖೆಡ್ಡಾಕ್ಕೆ ಬೀಳಿಸಿ, ಚುನಾವಣೆಗೆ ನಿಲ್ಲಿಸಿಯೇ ಬಿಟ್ಟರು. ಜನಸೇವೆಯನ್ನು ಇನ್ನೂ ದೊಡ್ಡದಾಗಿ ಮಾಡುವುದು ಉದ್ದೇಶವಾದರೆ ತನ್ನಂತೆ ಇತರ ವಿದ್ಯಾವಂತರೂ ಜನಸೇವೆ ಮಾಡಲು ಮುಂದಾಗಲಿ ಎಂಬ ಮಹತ್ವಾಕಾಂಕ್ಷೆ.

ನಿಜವಾದ ಅಸಹ್ಯ ರಾಜಕೀಯದ ಅರಿವು ಆಗಿದ್ದು ಆಗಲೇ.

ಈ ಏರಿಳಿತಗಳಲ್ಲೇ ಏಕೀಕರಣವೂ ಆಯಿತು.

ಚುನಾವಣೆಯಲ್ಲಿ ಇದ್ದ ತಾಯಿ ಕಲ್ಲವ್ವ ಕೂಡಾ ಸವೆದು-ತೀರಿಕೊಂಡಳು. ದೂರದ ಸಂಬಂಧಿಯೂ, ಮುಂದೆ ಮಾವನೇ ಆದ ಶಿವಗೆರೆ ಕಂಟ್ರಾಕ್ಟರ್ ರಾಮಲಿಂಗೇಗೌಡರು, ಸೋತ ಮಂತ್ರಿಯ ಮಾತು ನಂಬಿ, ಕೆರೆಗೆ ಬಿದ್ದು ಆತ್ಮಹತ್ಯೆ ಮಾಡಿಕೊಂಡರು. ಎರಡನೇ ಮಗಳು ರಂಗಲಕ್ಷ್ಮಿ, ಬಲವಂತಕ್ಕೆ ಅಕ್ಕನ ಗಂಡನನ್ನೇ ಕಟ್ಟಿಕೊಂಡು, ದೂರವಾಗಿ, ನರ್ಸ್ ಶಿಕ್ಷಣ ಪಡೆದು, ಜನಸೇವೆಗೆ ಮುಂದಾದಳು. ಅಂತಹ ಒಂದು ಸಂದರ್ಭದಲ್ಲಿಯೇ ಡಾಕ್ಟರ್ ಶಿವಪ್ಪನವರ ಭೇಟಿ ಮತ್ತೆ ಆಗಿ, ಮರುವಿವಾಹವಾಗಿ, ಇಬ್ಬರೂ ಕೂಡಿಯೇ ಜನಸೇವೆಗೆ ನಿಂತರು :

> "ಹೌದಾ ! ನಾನು ಎರಡು ದಿನದಿಂದ ಪೇಪರು ನೋಡಿಲ್ಲ. ಮದುವೆಯೂ ಒಂದು ರಾಜಕೀಯ ಅಲ್ಲವೇ?" ಎಂದು ಅವಳು ಹುಸಿನಕ್ಕಾಗ...." (ಮತದಾನ, ಪುಟ 217).

ಹೀಗೆ; ಈ ದೇಶದಲ್ಲಿ ಮತದಾನ, ಚುನಾವಣೆ, ರಾಜಕೀಯ, ಅಧಿಕಾರ, ಜಾತಿ, ಮದುವೆ, ಸಂಬಂಧ – ಎಲ್ಲವೂ ಭ್ರಷ್ಟವಾಗಿ ಹೋಗಿರುವುದನ್ನು, 50 ವರ್ಷಗಳ ಹಿಂದೆಯೇ ಭೈರಪ್ಪನವರು 'ಮತದಾನ'ದಲ್ಲಿ ಚಿತ್ರಿಸಿದ್ದಾರೆ. ಕಾದಂಬರಿ ಚಿಕ್ಕದು, ವಸ್ತು-ವಿಷಯ-ಸಮಸ್ಯೆ ದೊಡ್ಡದು. ಬಗೆ ಕಾಣಲಾರದ್ದು.

* * *

9

ಭೈರಪ್ಪ V/S ಬುದ್ಧಿಜೀವಿಗಳು

ಮಾರ್ಚ್ 1, 2015ರಂದು ಶಿವಮೊಗ್ಗದ ಕುವೆಂಪು ರಂಗಮಂದಿರ ದಲ್ಲಿ 'ಯಾನ' ಕಾದಂಬರಿ ಕುರಿತ ಸಂವಾದ ಕಾರ್ಯಕ್ರಮದಲ್ಲಿ ಎಸ್. ಎಲ್. ಭೈರಪ್ಪ ಅವರೇ ನೇರವಾಗಿ ಭಾಗವಹಿಸಿ, "ವಿಜ್ಞಾನ, ಅಧ್ಯಾತ್ಮದ ಬಗ್ಗೆ ಕನಿಷ್ಠ ಜ್ಞಾನವೂ ಇಲ್ಲದ ಕೆಲ ಬುದ್ಧಿಜೀವಿಗಳು ಬಾಯಿಗೆ ಬಂದಂತೆ ಮಾತನಾಡುತ್ತಾರೆ. ಅವರಿಗೆ 'ಯಾನ' ಕಾದಂಬರಿ ಮೂಲಕ ತಕ್ಕ ಉತ್ತರ ನೀಡಿದ್ದೇನೆ" ಎಂದಿದ್ದಾರೆ.

ಈ ಹಿಂದೆ 2005 ಅಕ್ಟೋಬರ್‌ನಲ್ಲಿ, ಮೂಡುಬಿದಿರೆಯಲ್ಲಿ ನಡೆದ ಆಳ್ವಾಸ್ ನುಡಿಸಿರಿಯ 2ನೇ ಸಾಹಿತ್ಯ ಸಮ್ಮೇಳನದ ಅಧ್ಯಕ್ಷತೆ ವಹಿಸಿ, ತಮ್ಮ ಭಾಷಣಕ್ಕೆ 'ಬೌದ್ಧಿಕ ಸ್ವಾತಂತ್ರ್ಯ' ಎಂದೇ ಶೀರ್ಷಿಕೆ ಇಟ್ಟಿದ್ದಾರೆ. (ಸಂದರ್ಭ : ಸಂವಾದ) ಆ ತಮ್ಮ ಭಾಷಣದಲ್ಲಿ ಪ್ರತ್ಯೇಕವಾಗಿ ಎರಡು ಕಡೆ ಬುದ್ಧಿಜೀವಿಗಳನ್ನು ಕುರಿತೇ ಹೀಗೆ ಮಾತಾಡಿದ್ದಾರೆ :

1. "ವಿಚಾರವಾದದ ಹೆಸರಿನಲ್ಲಿ, ಅಭಿವ್ಯಕ್ತಿ ಸ್ವಾತಂತ್ರ್ಯದ ಹೆಸರಿನಲ್ಲಿ ನಡೆಯುತ್ತಿರುವ ಕೆಲವು ಪ್ರಯತ್ನಗಳು ಆ ಸ್ವಾತಂತ್ರ್ಯದ ಅಪಹರಣದ ಪ್ರಯತ್ನಗಳೇ ಆಗುತ್ತಿವೆ. ಇಂಥ ಅನೇಕ ಪ್ರತಿಭಟನೆಗಳು, ಚಳವಳಿಗಳು ಸೋಗಿನವಾಗಿ ಪರಿಣಮಿಸುತ್ತಿವೆ ಎಂಬುದೇ ಚಿಂತಾಜನಕವಾಗಿರುವ ಸಂಗತಿ. ಅನೇಕ ಸ್ವಯಂ ಘೋಷಿತ ಬುದ್ಧಿಜೀವಿಗಳು ಕೇವಲ ಬದ್ಧಜೀವಿಗಳಾಗಿಬಿಟ್ಟಿದ್ದಾರೆ. ಹೀಗಾಗಿ ಸತ್ಯದ ಹಲವು ಮುಖಗಳು ಅವರಿಗೆ ಕಾಣಿಸುವುದೇ

ಇಲ್ಲ; ಅಥವಾ ಅವರು ಉದ್ದೇಶಪೂರ್ವಕವಾಗಿಯೇ ಉಳಿದ ಸಂಗತಿಗಳನ್ನು ಮರೆಮಾಚುತ್ತಾರೆ."

2. "ರಾಜಕೀಯ ಅನುಕೂಲಕ್ಕೆ ಅಥವಾ ಸಿದ್ಧಾಂತಕ್ಕೆ ತಕ್ಕಂತೆ ಇತಿಹಾಸದ ಘಟನೆಗಳನ್ನು ಸೃಷ್ಟಿಸುವುದು ಮತ್ತು ಈಗಾಗಲೇ ಪ್ರಸಿದ್ಧವಾಗಿರುವ ಘಟನೆಗಳನ್ನು ವ್ಯಾಖ್ಯಾನಿಸುವುದು ಹೊಸತಲ್ಲ. ಹಿಟ್ಲರ್ ಮತ್ತು ಕಮ್ಯುನಿಸ್ಟ್ ರಷ್ಯಾದ ಯಜಮಾನರು ಈ ಕೆಲಸವನ್ನು ಧಂಡಿಯಾಗಿ ಮಾಡಿದರು. ನಮ್ಮದು ಪ್ರಜಾಪ್ರಭುತ್ವ ವೆಂದು ಎಷ್ಟೇ ಹೇಳಿಕೊಂಡರೂ ಆಳುವ ಪ್ರಭುಗಳಲ್ಲಿ ಈ ಪ್ರವೃತ್ತಿ ಇದ್ದೇ ಇದೆ. ಈ ಪ್ರವೃತ್ತಿಯು ನಮ್ಮಲ್ಲಿ ಬುದ್ಧಿಜೀವಿಗಳೆನ್ನಿಸಿ ಕೊಳ್ಳುವವರನ್ನು, ಆ ಮೂಲಕ ಸಾಹಿತಿ ಕಲಾವಿದರನ್ನೂ ಆವರಿಸಿಕೊಂಡಿದೆ. ಬದ್ಧ ಸಾಹಿತಿಗಳು ಸಮಕಾಲಿನ ವಸ್ತುವನ್ನು ಕುರಿತು ಬರೆಯುವಾಗ ಜೀವನಾನುಭವದ ವಾಸ್ತವತೆಯನ್ನು ಕಡೆಗಣಿಸಿ ಸೈದ್ಧಾಂತಿಕ ಬದ್ಧತೆಗೆ ಹೆಚ್ಚು ನಿಷ್ಠರಾಗಿರುತ್ತಾರೆ. ಐತಿಹಾಸಿಕ ವಸ್ತುವನ್ನು ನಿರ್ವಹಿಸುವಾಗ ಇತಿಹಾಸದ ಸತ್ಯವನ್ನು ತಮ್ಮ ಸಿದ್ಧಾಂತದ ವಾಹಕವನ್ನಾಗಿ ಬಳಸುತ್ತಾರೆ. ಇಂಥವರೇ ಶುದ್ಧ ಬೌದ್ಧಿಕ ಸ್ವಾತಂತ್ರ್ಯದ ಕಲ್ಪನೆಯನ್ನು ವಿರೋಧಿಸಿ ರಾಜಕಾರಣಿಗಳಿಗೆ ಸೈದ್ಧಾಂತಿಕ ಅಸ್ತ್ರವನ್ನು ಒದಗಿಸುತ್ತಾರೆ."

ಸತ್ಯದ ಅಭಿವ್ಯಕ್ತಿ ಈ ನಮ್ಮ ದೇಶದಲ್ಲಿ ಬರಬರುತ್ತ ಹೇಗೆ ತುಳಿತಕ್ಕೆ ಒಳಗಾಗುತ್ತಿದೆ ಹಾಗೂ ಅದಕ್ಕೆ ಕಾರಣೀಭೂತರಾದವರನ್ನು ಬುದ್ಧಿಜೀವಿಗಳು ಎಂದು ಭೈರಪ್ಪನವರು ತರಾಟೆಗೆ ತೆಗೆದುಕೊಂಡಿದ್ದಾರೆ. ಹಾಗಾದರೆ ಆ ಬುದ್ಧಿಜೀವಿಗಳು ಯಾರು ? ಭೈರಪ್ಪನವರು ಅಂತಹ ಬುದ್ಧಿಜೀವಿಗಳ ಒಂದು ವರ್ಗ ನಮ್ಮ ನಡುವೆ ಇದೆ ಎಂಬ ವಾಸ್ತವ ಸತ್ಯದಮೇಲೆ ಬೆಳಕು ಚೆಲ್ಲುತ್ತಿದ್ದಾರೆಯೋ?

ಸಾಹಿತ್ಯ-ಸಾಂಸ್ಕೃತಿಕ ಲೋಕದಲ್ಲಿ ಬ್ರಾಹ್ಮಣ ಮತ್ತು ಶೂದ್ರ ಪರಿಕಲ್ಪನೆಗಳನ್ನು ಹುಟ್ಟು ಹಾಕಿದ ಯು. ಆರ್. ಅನಂತಮೂರ್ತಿಯವರು 16 ಮಾರ್ಚ್ 1986ರಲ್ಲಿ 'ಸುದ್ದಿ ಸಂಗಾತಿ' ಪ್ರಕಟಿಸಿದ 'ಬ್ರಾಹ್ಮಣನಾಗಿ

ನಾನು' ಎಂಬ ತಮ್ಮ ಲೇಖನದಲ್ಲಿ ಇನ್ನೊಂದು ಬಗೆಯ ಬುದ್ಧಿಜೀವಿಗಳೂ ಇದ್ದಾರೆ ಎಂದು ಹುಟ್ಟುಹಾಕಿದ್ದಾರೆ. :

"ಬ್ರಾಹ್ಮಣರನ್ನು ಟೀಕಿಸಲು ನಾನು ಈಚೆಗೆ ಹಿಂಜರಿಯುವುದಕ್ಕೆ ಕಾರಣವಿದೆ. ಬ್ರಾಹ್ಮಣೇತರ 'ಬುದ್ಧಿಜೀವಿಗಳು' ಇದೂ ಒಂದು ಬ್ರಾಹ್ಮಣತಂತ್ರ ಎಂದು ತಿಳಿಯುವುದುಂಟು."

20ನೇ ಶತಮಾನದ ಇಬ್ಬರು ಬರಹಗಾರರೂ ಕನ್ನಡದಲ್ಲಿಯೇ ಬರೆದು, ಮಾತಾಡುತ್ತಿದ್ದರೂ ಈ ಬುದ್ಧಿಜೀವಿ ಹಾಗೂ ಬ್ರಾಹ್ಮಣೇತರ ಬುದ್ಧಿಜೀವಿ ಎಂಬ ಸಂಕೇತಗಳು ಕೇವಲ ಅವರಿಬ್ಬರ ಸಮಸ್ಯೆ ಮಾತ್ರವೇ ಆಗಿವೆ ಎಂದು ನನಗೆ ಅನ್ನಿಸುತ್ತಿಲ್ಲ. ನಾಲ್ಕು ವರ್ಣಗಳು ಸಾಲದೆಂದು, ಬಂಡವಾಳಶಾಹಿ ಹಾಗೂ ಕಾರ್ಮಿಕವರ್ಗಗಳು ಎಂಬ ಆಧುನಿಕ ವರ್ಗೀಕರಣ ಕೈಗೊಂಡು, ಅದೂ ಸಾಲದೆಂದು ಮೇಲುವರ್ಗ ಮತ್ತು ಕೆಳವರ್ಗದ ಜೊತೆಗೆ ಮಧ್ಯಮವರ್ಗವನ್ನೂ ಮೈಮೇಲೆ ಎಳೆದುಕೊಂಡ ಘನತೆ–ಭಾಗ್ಯ ಕೂಡ 20ನೇ ಶತಮಾನಕ್ಕೇ ಎಂಬುದನ್ನು ಇಲ್ಲಿ ನಾವು ನೆನಪಿಸಿಕೊಳ್ಳಬೇಕಾಗುತ್ತದೆ.

1992ರಲ್ಲಿ ಪ್ರಕಟವಾದ 'ಮಂಜೂಷಾ' ಎಂಬ ಸಂಕಲನದ 'ಬುದ್ಧಿಜೀವಿ, ಸಮಾಜ ಮತ್ತು ಸಾಹಿತ್ಯ' ಎಂಬ ತಮ್ಮ ಲೇಖನದಲ್ಲಿ ಪಾ. ವೆಂ. ಆಚಾರ್ಯರು ಈ ಬಗ್ಗೆ ಸಾಕಷ್ಟು ತಲೆ ಕೆಡಿಸಿಕೊಂಡಿದ್ದಾರೆ:

"ಬುದ್ಧಿಜೀವಿ ಎಂಬ ಶಬ್ದವು ಇಂಗ್ಲೀಷಿನ Intellectual ಎಂಬುದಕ್ಕೆ ಸರಿಯಾದ ಪರ್ಯಾಯಪದ ಅಂತ ನನಗೆ ಅನ್ನಿಸುವುದಿಲ್ಲ. ನಿಜವಾಗಿ ಈ ಬುದ್ಧಿಜೀವಿ ಶಬ್ದದಲ್ಲಿಯೇ ನಮ್ಮ Intellectual ಜನರ ಸಮಸ್ಯೆ ಪ್ರತಿಬಿಂಬಿತವಾಗಿದೆಯೇ ಅಂತ ನನಗೆ ಸಂದೇಹ ಬರುತ್ತಿದೆ. ಬುದ್ಧಿಜೀವಿ ಎಂದರೆ ತನ್ನ ಬುದ್ಧಿಶಕ್ತಿಯಿಂದ ಬದುಕುವವನು ಅಂತ ಧ್ವನಿತವಾಗುತ್ತದೆ. ಅರ್ಥಾತ್ ಬುದ್ಧಿಯು ನಮಗೆ ಬದುಕುವ ಹಾದಿಯಾಗಿದೆ. ಜೀವನದ ಉಪಕರಣವಾಗಿದೆ. ನಮ್ಮ Means of production ಆಗಿದೆ. ಬುದ್ಧಿ ನಮ್ಮ ದೈನಂದಿನ ಆ ಜೀವಿಕೆಗೆ ಇಷ್ಟು

ಸಂಬದ್ಧವಾಗಿರುವಾಗ ಅದರಿಂದ ಅನ್ನಮಯ ಪ್ರಪಂಚಕ್ಕಿಂತ ಉನ್ನತವಾಗಿರುವುದು ಹುಟ್ಟ ಬಲ್ಲದೇ? ನನ್ನ ಅಭಿಪ್ರಾಯದಲ್ಲಿ ಬುದ್ಧಿಜೀವಿಗೂ ಇಂಟೆಲೆಕ್ಚುವಲ್ಲನಿಗೂ ಇರುವ ಅಂತರ ಕಸಬುಗಾರನಿಗೂ ಕಲಾಕಾರನಿಗೂ ಇರುವ ಅಂತರಕ್ಕಿಂತ ಕಡಿಮೆಯದಲ್ಲ. ಆದ್ದರಿಂದ ಇಲ್ಲಿ ನಾನು ಬುದ್ಧಿಜೀವಿಯ ಬದಲು Intellectual ಶಬ್ದಕ್ಕೆ ಪರ್ಯಾಯಾವಾಗಿ 'ಬೌದ್ಧಿಕ' ಎಂಬ ಶಬ್ದವನ್ನು ಬಳಸುತ್ತೇನೆ."

ಈ ನೆಲಗಟ್ಟಿನ ಮೇಲೆಯೇ ವಿಶ್ವದ ಬೌದ್ಧಿಕ-ಸಾಮಾಜಿಕ-ಸಾಹಿತ್ಯ ಲೋಕವನ್ನು ತಮ್ಮ ಲೇಖನದಲ್ಲಿ ವಿಶ್ಲೇಷಿಸುವ ಪಾವೆಂ ಆಚಾರ್ಯರು ಈವರೆಗೆ ಬೌದ್ಧಿಕ ವಾತಾವರಣ ಮುಟ್ಟಿರುವ ಪರಿಸ್ಥಿತಿಯನ್ನೂ ಚಿತ್ರಿಸಿದಾರೆ. ಆದರೆ ಬುದ್ಧಿಜೀವಿಯನ್ನು ಬೌದ್ಧಿಕ ಎಂಬ ಹೊಸ ಶಬ್ದದಿಂದ ಕರೆದಾಕ್ಷಣ ಅದರ ವಿರಾಟ್ ದರ್ಶನವಾದಂತೆ ನನಗೆ ಅನ್ನಿಸುತ್ತಿಲ್ಲ.

ಶ್ರೀರಂಗರ ಕೊನೆಯ ಪುಸ್ತಕ 'ಮಾನವನ ಮೃತ್ಯುಪತ್ರ' (1984)ದಲ್ಲಿ, ಇಂದಿನ ಮನುಷ್ಯ ಹೀಗಾದುದಕ್ಕೆ ಕಾರಣವೇನು ಎಂದು ತಿಳಿಯಲು ಮಾಡಿದ ಪ್ರಯತ್ನಗಳ ಫಲಸ್ವರೂಪದ ಆ ಹೊತ್ತಿಗೆಯಲ್ಲಿ, ಬುದ್ಧಿ ಕುರಿತೇ ಒಂದು ಅಧ್ಯಾಯ ಚರ್ಚಿಸಿದ್ದಾರೆ. :

"ಆದರೆ ಸುಖದ ಪ್ರಶ್ನೆಯೆ ಮಾನವನನ್ನು ಪ್ರಾಣಿಗಳಲ್ಲಿ ವಿಶಿಷ್ಟವಾಗಿ ಅಸುಖಿಯನ್ನು ಮಾಡಿದೆ. ಇದಕ್ಕೆ ಮುಖ್ಯವಾದ ಕಾರಣವೆಂದರೆ ಸ್ಥೂಲವಾದ ಶಬ್ದದಲ್ಲಿ 'ಬುದ್ಧಿ' ಎನ್ನಬಹುದು. ಅದಕ್ಕಿಂತ ತುಸು ಹಿಂದೆ ಹೋಗಿ 'ಸ್ಮೃತಿಬುದ್ಧಿ' ಎನ್ನಬಹುದು. ನಿಜವಾಗಿ, ಇವೆಲ್ಲ 'ಬುದ್ಧಿ'ಗಳೂ ಒಂದು ಶೃಂಖಲೆಯೆಂತಿವೆ : ಮೂಲದಲ್ಲಿ ವಾಸನಾತ್ಮಕ ಬುದ್ಧಿ; ತರುವಾಯ ಸ್ಮೃತಿಬುದ್ಧಿ, ಆಮೇಲೆ (ತರ್ಕ) ಬುದ್ಧಿ, ಕೊನೆಗೆ ನಿರ್ಣಯಾತ್ಮಕ. ಇವೆಲ್ಲ ಬುದ್ಧಿಗಳು ಎಷ್ಟು ಸಾವಿರ ಇಲ್ಲವೆ ಲಕ್ಷ ವರ್ಷಗಳಲ್ಲಿ ಬೆಳೆದುವೆಂಬುದನ್ನು ತಜ್ಞರಾದರೂ ಹೇಳಬಲ್ಲರೇನೋ; ಪ್ರಾರಂಭದಲ್ಲಿ ನಿಸರ್ಗ ದಯಪಾಲಿಸಿದ ಗುಣಗಳು, ಯಾವುದನ್ನು

ನಾವು 'ಹುಟ್ಟುಗುಣ' ಎಂದು ಅಸಮರ್ಪಕವಾಗಿ ಕರೆಯುತ್ತೇವೆಯೊ ಅವು ಮಾತ್ರ ಇದ್ದವು."

ಹೀಗೆಯೇ ಬುದ್ಧಿ, ಬೌದ್ಧಿಕ, ಬುದ್ಧಿಜೀವಿ ಕುರಿತೇ, ಅವರ ಹುಟ್ಟು ಬೆಳವಣಿಗೆ – ಪರಿಣಾಮ ಕುರಿತೇ ಪ್ರತ್ಯೇಕ ಅಧ್ಯಯನ ಕೈಗೊಳ್ಳುವ ಅಗತ್ಯ ಈಗ ಎದುರಾಗಿದೆ. ಅದೇ ಪಾವೆಂ ಆಚಾರ್ಯರು, ಆ ಪುಸ್ತಕದ ಇನ್ನೊಂದು ಲೇಖನದಲ್ಲಿ ಬ್ರಾಹ್ಮಣರು ಮಾತ್ರವೇ ಬುದ್ಧಿವಂತರು-ಬುದ್ಧಿಜೀವಿಗಳು ಎಂಬುದನ್ನು ಸುತರಾಂ ಒಪ್ಪುವುದಿಲ್ಲ. ಈವತ್ತು ಆ ಶಬ್ದದ ಅಧ್ಯಯನ ಮಾಡಿಯೇ – ಅದರ ಇತಿಹಾಸ ತಿಳಿದೇ ಎಲ್ಲರು ಬದುಕಿನಲ್ಲಿ – ಬರಹದಲ್ಲಿ ಬಳಸುತ್ತಿದ್ದಾರೆ ಎಂಬ ನಂಬಿಕೆ ನನಗೆ ಕಾಣಿಸುತ್ತಿಲ್ಲ. ಸಂಸ್ಕೃತವೇ ಸುಸಂಸ್ಕೃತರ ಭಾಷೆ-ಜೀವನ – ಸಂಸ್ಕೃತಿ ಎನ್ನುವ ಒಂದು ಕಾಲದಲ್ಲಿ (ಒಂದಾನೊಂದು ಕಾಲದಲ್ಲಿ), ಅಂತಹವರನ್ನು ಪಂಡಿತರು-ವಿದ್ವಾಂಸರು-ಜ್ಞಾನಿಗಳು-ಮಹಾಜನಗಳು ಎನ್ನುತ್ತಿದ್ದರು. ಈಗಲೂ ಜಾತಿ ವಾಚಕಗಳಂತೆ ರಾಜರು, ಗೌಡರು, ಪಾಟೀಲರು, ಶೆಟ್ಟರು ಬಳಕೆಯಲ್ಲಿ, ಮೆದುಳಿನಲ್ಲಿ ಉಳಿದುಕೊಂಡೇ ಇವೆ. ಮುಂದೆ ನಮ್ಮನ್ನು ಆಳಿದ ಮುಸ್ಲಿಮರು, ವೈಚಾರಿಕವಾಗಿ ಯಾವ ಕೊಡುಗೆಯನ್ನೂ ನೀಡಲಿಲ್ಲ ಎಂದೇ ಪಾವೆಂ ಆಚಾರ್ಯರು ವಿಚಾರಮಾಡಿದ್ದಾರೆ. ಆಮೇಲೆ ಬಂದ ಇಂಗ್ಲಿಷರು-ಇಂಗ್ಲಿಷ್ ಭಾಷೆ-ಸಾಮ್ರಾಜ್ಯಶಾಹಿ ಸಂಸ್ಕೃತಿ ನಮ್ಮ ಎದೆಯ ಮೇಲೆ ಕೂರುವ ಹೊತ್ತಿಗೆ ಆವರೆಗಿನ ಎಲ್ಲವೂ ಲೇವಡಿ-ವ್ಯಂಗ್ಯ-ಕುಹಕದ ಮಾತು-ಅರ್ಥ-ಧ್ವನಿಗಳಾಗಿ; ಜಾಣರು-ವಿಚಾರವಂತರು-ಬುದ್ಧಿವಂತರು ಎಂಬ ನಮೂನೆಗಳನ್ನು ತಳೆಯುತ್ತ ಬಂದವು.

ಇವೆಲ್ಲವೂ ಶ್ರೀಸಾಮಾನ್ಯರಿಂದ ವಿದ್ಯಾವಂತರವರೆಗೆ ಒಂದೊಂದು ನೆಲೆ ಅವಸ್ಥಾಂತರಗಳನ್ನು ಪಡೆದುಕೊಂಡು, ಒಂದೊಂದು ಜ್ಞಾನ ಶಾಖೆಯಲ್ಲಿಯು ಅದರದರ ಸ್ವರೂಪದಲ್ಲಿ ಅವತಾರವೆತ್ತುತ್ತ ಬಂದಿತು. ಜನಪದೀಯರ ಲೋಕೋಪಯೋಗಿ ಪದಗಳು-ನುಡಿಕಾರಗಳು, ಜ್ಞಾನ-ಕಲೆಗಳಲ್ಲಿ ತತ್ತ್ವ-ಸಿದ್ಧಾಂತ-ರೂಪಕಗಳ ಮುಖವಾಡ ಧರಿಸಿ, ನಮ್ಮತನವನ್ನೇ ಬದಲಾಯಿಸಿದ ಸ್ಥಿತಿ ತಲುಪಿತು.

'ಭಾರತೀಯ ತತ್ತ್ವಶಾಸ್ತ್ರದ ರೂಪುರೇಖೆಗಳು' ಹಿಡಿದಿಟ್ಟ ಎಂ. ಹಿರಿಯಣ್ಣ ಅವರು, ಭಾರತೀಯ ಚಿಂತನೆಗೆ ಇವೆಲ್ಲವನ್ನೂ ಅನ್ವಯಿಸಿ, ನಮಗೆ ಕಾಣಿಸುವ ಪರಿ, ವಿಶಿಷ್ಟವಾದದ್ದಾಗಿದೆ :

> 'ಭಾರತದಲ್ಲಿ ತತ್ವಾನುಸಂಧಾನ ಎಂದರೆ ಕೇವಲ ಬೌದ್ಧಿಕತೆಯೂ ಅಲ್ಲ, ಕೇವಲ ನೈತಿಕತೆಯೂ ಅಲ್ಲ, ಅವರೆಡನ್ನೂ ಒಳಗೊಂಡು, ಎರಡನ್ನೂ ಮೀರಿದ್ದು ಎಂಬುದು ಇದರಿಂದ ವ್ಯಕ್ತವಾಗುತ್ತದೆ. ಬೇರೆ ಮಾತುಗಳಲ್ಲಿ ಹೇಳುವುದಾದರೆ, ಈ ಮೊದಲೇ ನಿರೂಪಿಸಿರುವಂತೆ ಅದರ ಗುರಿ ತರ್ಕ ನೀತಿಗಳಿಗೆ ಎಷ್ಟು ಶಕ್ಯವೋ ಅದಕ್ಕಿಂತಲೂ ಹೆಚ್ಚಿನದನ್ನು ಸಾಧಿಸುವುದು. ಒಂದು ವಿಷಯವನ್ನು ಮರೆಯಬಾರದು. ಇವೆರಡೂ ಗುರಿಯೇ ಆಗುವುದಿಲ್ಲವಾದರೂ, ಗುರಿಯ ಸಾಧನೆಗೆ 'ಏಕೈಕ' ಮಾರ್ಗ. ಆತ್ಮದ ಆಧ್ಯಾತ್ಮಿಕ ಆರೋಹಣಕ್ಕೆ ನೆರವಾಗುವ ಎರಡು ರೆಕ್ಕೆಗಳು ಎಂದು ಅವುಗಳನ್ನು ವರ್ಣಿಸಿದ್ದಾರೆ."
>
> (ಅನುವಾದ : ಪ್ರಭುಶಂಕರ)

ಮುಂದುವರೆದು ತಮ್ಮ ಕೃತಿಯಲ್ಲಿ ಹಿರಿಯಣ್ಣ ಅವರು, ಅವುಗಳ ನೆರವಿನಿಂದ ಸಾಧಿತವಾದ ಲಕ್ಷಣವನ್ನು ಹೀಗೆ ಸಂಗ್ರಹಿಸಿಕೊಡುತ್ತಾರೆ :

> "ಪ್ರತ್ಯಕ್ಷಾನುಭವವಾಗಿ ಪಕ್ವಗೊಂಡಿರುವ ಬೌದ್ಧಿಕ ಶ್ರದ್ಧೆಯಾದ ಜ್ಞಾನ ಅಥವಾ ಬೋಧೆ ಒಂದು. ವೈರಾಗ್ಯವು ಏಕೆ ಆವಶ್ಯಕ ಎಂಬ ಆಧ್ಯಾತ್ಮಿಕ ಕಾರಣವನ್ನು ಕಂಡುಕೊಂಡು ಅದನ್ನು ಸುರಕ್ಷಿತಗೊಳಿಸಿಕೊಳ್ಳುವುದು ಇನ್ನೊಂದು. ಅದು ಮುಖ್ಯವಾಗಿ ಪ್ರಶಾಂತ ಮನೋವೃತ್ತಿ. ಆದರೆ ಪ್ರಶಾಂತತೆ ಎಂಬುದು ನಿಷ್ಕ್ರಿಯತೆ ಎಂದೇನೂ ಆಗುವ ಅಗತ್ಯವಿಲ್ಲ. ಆದರೆ ಇದಕ್ಕಿಂತ ಹೆಚ್ಚಾಗಿ ಪ್ರಾಮುಖ್ಯತೆ ನೀಡಿರುವುದು ಮನೋವೃತ್ತಿಗೆ ಅಥವಾ ಅದಕ್ಕೆ ಕಾರಣವಾಗುವ ಅಂತರಂಗದ ಅನುಭವಕ್ಕೆ. ಅದರ ಬಾಹ್ಯ ಅಭಿವ್ಯಕ್ತಿಯಿಂದ, ಆದ್ದರಿಂದಲೇ ಹೆಚ್ಚು ಕಡಮೆ ಗೌಣವೆಂದು ಭಾವಿಸಲ್ಪಟ್ಟಿರುವ, ಹೊರಗಿನ ನಡೆನುಡಿಗಳಿಗಲ್ಲ. ತಾತ್ವಿಕ ಶಿಕ್ಷಣದ

ಮೌಲ್ಯವಿರುವುದು, ಒಬ್ಬ ವ್ಯಕ್ತಿಯು ಏನನ್ನು ಮಾಡುತ್ತಿರಲಿಲ್ಲವೋ
ಅದನ್ನು ಮಾಡುವಂತೆ ಅವನನ್ನು ಪ್ರಚೋದಿಸುವುದರಲ್ಲಿ ಅಲ್ಲ,
ಏನನ್ನು ಅವನು ಅರಿಯುತ್ತಿರಲಿಲ್ಲವೋ ಅದನ್ನು ಅವನಿಗೆ
ಉಪದೇಶಿಸುವುದರಲ್ಲೂ ಅಲ್ಲ; ಅದರ ಸಾರ ಇರುವುದು ಅವನು
ಮುಂಚೆ ಏನಾಗಿರಲಿಲ್ಲವೋ ಹಾಗೆ ಅವನು ಆಗುವಂತೆ
ಮಾಡುವುದರಲ್ಲಿ. ಸ್ವರ್ಗ ಎನ್ನುವುದು, ಮೊಟ್ಟಮೊದಲು ಒಂದು
ಮನಃ ಪರಿಪಾಕ, ಇನ್ನೇನಾದರೂ ಆಗಿದ್ದರೆ ಅದು ಆಮೇಲೆ
ಎಂದು ವ್ಯಾಖ್ಯಾನಿಸಲಾಗಿದೆ. "

ಇಷ್ಟೆಲ್ಲ ಸುದೀರ್ಘವಾಗಿ ಬುದ್ಧಿ, ಬೌದ್ಧಿಕ, ಬುದ್ಧಿಜೀವಿ,
ಬ್ರಾಹ್ಮಣೇತರ ಬುದ್ಧಿಜೀವಿ, ತತ್ವ, ಸಿದ್ಧಾಂತ – ಎಂಬ ಮೌಲ್ಯಮಾಪನ
ದವರೆಗೆ ಬೆಳೆಸಲು ಕಾರಣವಿದೆ. ಇಂದು ನಮ್ಮ ಪ್ರಜ್ಞೆ – ಜ್ಞಾನ–ಬುದ್ಧಿಗಳ
ತಾಕಲಾಟದಲ್ಲಿ, ವಿಚಾರವಾದ – ವೈಜ್ಞಾನಿಕ ಎಡಬಲ ಪಂಥಗಳ
ಪರಿಪ್ರೇಕ್ಷ್ಯವಾಗಿ, ಕೇವಲ ಓದು–ಬರಹ ಬಲ್ಲವರ ಪಗಡೆದಾಳಗಳಾಗಿ
ಬಿಟ್ಟಿವೆ ಇವೆಲ್ಲವೂ. ಪರಸ್ಪರ ಕೆಡವಿಕೊಳ್ಳಲು ಮಾತ್ರ. ಇವುಗಳನ್ನು
ಉಪಕರಣಗಳನ್ನಾಗಿ ಬಳಸಿ, ಮನಸ್ಸು–ಬುದ್ಧಿ–ಬದುಕು ಗೊಂದಲದ
ಗೂಡಾಗಿಬಿಟ್ಟಿವೆ. ನೈತಿಕತೆ ಹಾಗೂ ಬೌದ್ಧಿಕತೆ ಪರಸ್ಪರ ವಿರುದ್ಧ–
ನಿಷ್ಪ್ರಯೋಜಕಗಳಾಗಿ ಹೋಗಿವೆ. ಭೈರಪ್ಪ ಎದುರಿಸುತ್ತಿರುವ, ಭೈರಪ್ಪ
ಅವರನ್ನು ಎದುರಿಸುತ್ತಿರುವವರ ವಾಸ್ತವ ಸ್ಥಿತಿ ಏನು ಎಂದರೆ ಇದೇ
ಎಂಬುದೇ ಮುಂದಿನ ಉದಾಹರಣೆಗಳು :

1971ರಲ್ಲಿ 'ವಂಶವೃಕ್ಷ ಮತ್ತು ಮೌಲ್ಯವ್ಯವಸ್ಥೆ' ಎಂಬ ತಮ್ಮ
ಲೇಖನದಲ್ಲಿ ಜಿ. ಎಸ್. ಆಮೂರರು ಆಗ್ಗೇ ಇದ್ದ ಗೊಂದಲಗಳನ್ನು
ಗುರುತಿಸಿ, ಸಾಲದು ಎಂಬಂತೆ ತಮ್ಮ ಗೊಂದಲವನ್ನೂ ಅದರೊಳಕ್ಕೆ
ತೂರಿಸಿದ್ದಾರೆ :

"ವಂಶವೃಕ್ಷ'ದ ಮೌಲ್ಯ ವಿವೇಚನೆ ಗೊಂದಲದಲ್ಲಿ
ಮುಕ್ತಾಯವಾಗಿದೆ– ಎಂದು ಹೇಳುವ ಗಿರಡ್ಡಿ ಗೋವಿಂದರಾಜ
ರಾಗಲಿ, ಓದುಗನಿಗೆ ಬೇರೆ ಬೇರೆ ರೀತಿಯಲ್ಲಿ ಆಪ್ಯಾಯಮಾನ

ವೆನ್ನಿಸುವಂತೆ ಹುಸಿ ನಾಟಕಗಳನ್ನು ರಚಿಸುವುದು ಭೈರಪ್ಪನವರ ಉದ್ದೇಶವಾಗಿದೆ ಎನ್ನುವ ಅನಂತಮೂರ್ತಿಯವರಾಗಲಿ ಈ ಕಾದಂಬರಿಯನ್ನು ಸರಿಯಾಗಿ ಅರ್ಥಮಾಡಿಕೊಂಡಿಲ್ಲ- ಎಂದೆನಿಸುತ್ತದೆ. 'ವಂಶವೃಕ್ಷ' ಸೋಲುವುದು ಮೌಲ್ಯಗಳ ಅಭಾವ, ಅವ್ಯವಸ್ಥೆಗಳಿಂದಲ್ಲ, ಮೌಲ್ಯಪ್ರತಿಪಾದನೆಯೇ ಈ ಕಾದಂಬರಿಯ ಮೂಲ ಪ್ರೇರಣೆಯಾಗಿದೆ ಮತ್ತು ಅದರ ಸಂಕಲ್ಪಿತ ಮೌಲ್ಯ ವ್ಯವಸ್ಥೆ ಮುಖ್ಯ ಕಾರಣವೆಂದರೆ, ಕೃತಿಗೆ ಹೊರಗಿನಿಂದ ಎಂದರೆ ಭಾರತೀಯ ಸಂಸ್ಕೃತಿಯ ಅನೇಕ ಉಗಮಗಳಿಂದ ತಂದ ಈ ಮೌಲ್ಯವ್ಯವಸ್ಥೆಗೆ ಕಲೆಯ ದೇಹವನ್ನು ಸೃಷ್ಟಿಸುವಲ್ಲಿ ಭೈರಪ್ಪನವರು ಸಂಪೂರ್ಣ ಯಶಸ್ಸನ್ನು ಗಳಿಸದೆ ಇರುವುದು."

ಇದನ್ನೇ ಮತ್ತೆ ಮತ್ತೆ, ಬೇರೆ ಬೇರೆ ಲೇಖನಗಳಲ್ಲಿಯೂ (ಭೈರಪ್ಪನವರ ಕಾದಂಬರಿಗಳಲ್ಲಿ ಕಲೆ ಹಾಗೂ ತತ್ತ್ವ) 'ಸಾಕ್ಷಿ' ಮತ್ತು 'ತಂತು' ಕಾದಂಬರಿಗಳನ್ನೂ ಒಳಗೊಂಡು ಪ್ರತಿಪಾದಿಸುತ್ತಲೇ ಬಂದಿದ್ದಾರೆ ಆಮೂರರು. ಆದರೂ ವಂಶವೃಕ್ಷ-ಕನ್ನಡದ ಮಹತ್ವದ ಕಾದಂಬರಿಗಳಲ್ಲಿ ಒಂದು, ತಂತು-ಕೂಡ ಮಹತ್ವದ ಕೃತಿ ಎಂದು ಅವರೇ ಒಪ್ಪಿಕೊಳ್ಳುತ್ತಾರೆ. ಇನ್ನೊಂದು ತಮ್ಮ ಲೇಖನ 'ಕನ್ನಡದ ಹತ್ತು ಶ್ರೇಷ್ಠ ಕಾದಂಬರಿಗಳು' ಕುರಿತು ಬರೆಯುವಾಗ, ವಸ್ತುನಿಷ್ಠನಾಗಲು ಪ್ರಯತ್ನಿಸಿದರೂ ಅಭಿರುಚಿಯೇ ಪ್ರಾಮಾಣಿಕವಾಗಿ ಮೇಲುಗೈ ಸಾಧಿಸಿ ಅದಕ್ಕೆ ಕಾರಣವಾದ 8 ಅಂಶಗಳನ್ನು ದಾಖಲಿಸಿದ್ದಾರೆ. ಸರಿಯೆ. ಅಲ್ಲಿಗೆ ಆಮೂರರ ಪ್ರಕಾರ ಮಹತ್ವದ ಕೃತಿಗಳೇ ಬೇರೆ. ಆ ವಿಭಾಗದಲ್ಲಿ ಭೈರಪ್ಪನವರ ಕೃತಿಗಳು ಚರ್ಚೆಗೆ ಒಳಗಾಗುತ್ತವೆ. ಶ್ರೇಷ್ಠ ಎಂದಾಗ ಮಾತ್ರ ಭೈರಪ್ಪನವರ ಯಾವುದೊಂದೂ ಕಾಣಿಸಿಕೊಳ್ಳುವುದೇ ಇಲ್ಲ, ಏಕೆ? ಈ ಬುದ್ಧಿಜೀವಿ-ಗುಣಕ್ಕೆ ಕಾರಣ ಒಳಗಿನದ್ದೋ ಹೊರಗಿನದ್ದೋ?

1994ರಲ್ಲಿಯೇ ಭೈರಪ್ಪನವರ ಕಾದಂಬರಿಗಳು 'ನವ್ಯ ಲೇಖಕರಿಗೆ ಆಹ್ವಾನ' ಎಂದು ಅದೇ ಆಮೂರರು ಗುರುತಿಸಿದರೆ; 1995ರಲ್ಲಿ ಹೊರಬಿದ್ದ 'ಆಶಯ ಆಕೃತಿ' ಎಂಬ ತಮ್ಮ ವಿಮರ್ಶ ಸಂಕಲನದ 'ಭೈರಪ್ಪನವರ

ಕಾದಂಬರಿಗಳು ಮತ್ತು ಜನಪ್ರಿಯತೆಯ ಪ್ರಶ್ನೆ' ಎಂಬ ಲೇಖನದಲ್ಲಿ, ಸಿ. ಎನ್. ರಾಮಚಂದ್ರನ್ ಅವರು "ನನ್ನ ದೃಷ್ಟಿಯಲ್ಲಿ ಭೈರಪ್ಪನವರ ಕಾದಂಬರಿಗಳು ವಿಮರ್ಶೆಗೆ ಒಂದು ಸವಾಲು" ಎನ್ನುತ್ತಾರೆ. ಮುಂದೆ, ಸಾಹಿತ್ಯ ಕೃತಿಯೊಂದು ಒಳರಚನೆ ಹಾಗೂ ಹೊರರಚನೆ ಒಳಗೊಂಡಿರುತ್ತದೆ ಎಂಬ ಮಾರ್ಕ್ಸ್ ವಿಮರ್ಶೆ ಮಾನದಂಡವನ್ನು ಮುಂದಿಟ್ಟುಕೊಂಡು, ವಂಶವೃಕ್ಷ–ದಾಟು–ತಂತು ಕಾದಂಬರಿಗಳನ್ನು ವಿಶ್ಲೇಷಿಸಿ, ಅವುಗಳು ವಿಫಲಗೊಂಡಿವೆ ಎನ್ನುತ್ತಾರೆ ರಾಮಚಂದ್ರನ್. ಆದರೆ ಅವರೇ ಭೈರಪ್ಪನವರ "ಗೃಹಭಂಗ, ಅಂಚು, ಪರ್ವ ಇತ್ಯಾದಿ ಕಾದಂಬರಿಗಳು ಅತ್ಯಂತ ಯಶಸ್ವಿಯಾಗಿರುವುದು ಈ ಕಾರಣದಿಂದಲೇ" ಎಂಬ ನುಡಿಯನ್ನೂ ಅಲ್ಲಿಯೇ ದಾಖಲಿಸಿದ್ದಾರೆ. ವ್ಯಂಗ್ಯವಾಗಿಯಲ್ಲದೆ, ರಾಮಚಂದ್ರನ್ ಅವರ 'ಇತ್ಯಾದಿ' ಶಬ್ದದ ಬೌದ್ಧಿಕ ವ್ಯಾಪ್ತಿ ಏನು ಎಂದೂ, ಆ–ಮೂರೇ ಇತ್ಯಾದಿ ಒಳಗೆ ಬರುವಂಥವು ಎಂಬ ಅರ್ಥವ್ಯಾಪ್ತಿಯುಳ್ಳದ್ದು ಎಂದೂ – ನನ್ನಂಥವನು ಗ್ರಹಿಸಬೇಕಾಗುತ್ತದೆ.

ರಾಮಚಂದ್ರನ್, ತಮ್ಮ ಲೇಖನದ ಕೊನೆಗೆ, ಇಂದು ಅಮೆರಿಕಾದ ಪ್ರಬಲ ವಸಾಹತೀಕರಣಕ್ಕೆ ನಾವೆಲ್ಲ ತೆರುತ್ತಿರುವ, ತೆರಬೇಕಾದ ಬೆಲೆ ಅಪಾರ ಎಂಬ ಅಂಶವನ್ನು ಮುಂದೆ ಮಾಡಿ, ನಾವು ಯಾವುದೇ ವಿಧದ ವೈಚಾರಿಕ/ಸಾಂಸ್ಕೃತಿಕ ರಕ್ಷಣೆಗೂ ಸಿದ್ಧರಿದ್ದೇವೆ ಎಂದು ಮಾನಸಿಕ ಸ್ಥಿತಿಯನ್ನು ಒಪ್ಪಿಕೊಂಡು; ಒಂದು ಕಡೆ ಆಧುನಿಕ ವಿಚಾರಕ್ಕೆ ತೆರೆದುಕೊಂಡರೂ, ಇನ್ನೊಂದು ಕಡೆ ಸೂಕ್ಷ್ಮವಾಗಿ ಭಾವನಾತ್ಮಕವಾಗಿ ಆದರೆ ಅತ್ಯಂತ ಪರಿಣಾಮಕಾರಿಯಾಗಿ ಹಿಂದೂಸಂಸ್ಕೃತಿಯನ್ನು ಹಾಗೂ ಆಚಾರವಿಚಾರಗಳನ್ನು ವೈಭವೀಕರಿಸುವ ಭೈರಪ್ಪನವರ ಕಾದಂಬರಿಗಳು ನಮಗೆ ಅತೀವ ಆತ್ಮೀಯವಾಗುತ್ತವೆ–ಎಂದು ಕಟುಸತ್ಯವನ್ನು ಗುರುತಿಸಿದರೂ ಒಪ್ಪಿಕೊಳ್ಳಲಾರದ ಬೌದ್ಧಿಕಸ್ಥಿತಿ ರಾಮಚಂದ್ರನ್ ಅವರದಾಗಿದೆ. ಆ ಮಾತಿಗೆ ನನಗೆ ಇರುವ ಆಧಾರ, ತಮ್ಮ ಲೇಖನದ ಕೊನೆಯ ಪ್ಯಾರಾದ ಕೊನೆಯ ಸಾಲುಗಳು, ಇವು : ಹಿಂದೊಮ್ಮೆ ಎಂ.ಜಿ. ಕೃಷ್ಣಮೂರ್ತಿಯವರು (1975 ಜನವರಿ 'ಸಾಕ್ಷಿ' ತ್ರೈಮಾಸಿಕದಲ್ಲಿ) 'ದಾಟು'

ಕುರಿತು ತಮ್ಮ ನವ್ಯ ವಿಮರ್ಶೆಯ ಶಿಸ್ತಿನಲ್ಲಿ ಸೋತಿದೆ ಎಂದು ಚರ್ಚಿಸಿದಂತೆ, 1989ರಲ್ಲಿ ಪ್ರಕಟವಾದ 'ಕನ್ನಡ ಕಾದಂಬರಿ ನಡೆದು ಬಂದ ರೀತಿ'ಯಲ್ಲಿ ಶಾಂತಿನಾಥ ದೇಸಾಯಿಯವರು, ಅ.ನ.ಕೃ. ಅವರ ಜನಪ್ರಿಯ ರೀತಿ ಕವಲೊಡೆದು ಕೃಷ್ಣಮೂರ್ತಿ ಪುರಾಣಿಕ - ಅವರ ಸ್ಥಾನವನ್ನು ಭೈರಪ್ಪನವರು ತೆಗೆದುಕೊಂಡರೆಂದೂ, ಭೈರಪ್ಪನವರ ಒಲವು ಪ್ರತಿಗಾಮಿಯಾಗಿದೆ ಹಾಗೂ ನಿಜವಾದ ಆಳವಾದ ವಿಚಾರ ಮಾಡಲು ಹಚ್ಚುವುದಿಲ್ಲ ಎಂದೂ, ಇದೇ ಅವರ ಕಾದಂಬರಿಗಳ ಮುಖ್ಯಸಾಧನೆ ಎಂದೂ, ಭೈರಪ್ಪನವರಿಗೆ ತಮ್ಮ ವೈಚಾರಿಕ ಥೀಸಿಸ್ಸಿಗೆ ಅನುಗುಣವಾದ ಕತೆಯ ಹಂದರ ಕಟ್ಟಲು ಚೆನ್ನಾಗಿಬರುತ್ತದೆ ಎಂದೂ - ಹೀಗೆ ಅವಹೇಳನಕಾರಿ ರೀತಿಯ ಶೈಲಿಯ ಮಾತುಗಳನ್ನೇ ಶಾಂತಿನಾಥ ದೇಸಾಯಿ ಅವರು ತಮ್ಮ ವಿಮರ್ಶೆಯ ವಿಚಾರಗಳೆಂದು ಕರ್ನಾಟಕ ವಿಶ್ವವಿದ್ಯಾಲಯದ ವಿಶೇಷೋಪನ್ಯಾಸದಲ್ಲಿ ಮಂಡಿಸಿದ್ದಾರೆ. ರಾಮಚಂದ್ರನ್ ವಿಮರ್ಶೆ ಈ ಎಲ್ಲದರ ಮುಂದುವರಿಕೆಯೇ ಆಗಿದೆ.

ಇವೆಲ್ಲದರ ನಡುವೆಯೇ, ಅನಂತಮೂರ್ತಿಯವರ ಏಕವಚನ ಸ್ನೇಹಿತ ಹಾಗೂ ಗುರುವಾದ, ಸಮಾಜವಾದಿ ಹೋರಾಟಗಾರ, ಕಾರ್ಮಿಕ ಮುಂದಾಳು ಎಸ್. ವೆಂಕಟರಾಮ್ ಅವರು 1983ರಲ್ಲಿಯೇ ಹೊರತಂದ 'ದುಡಿಯುವವರ ದನಿ ಮತ್ತು ಇತರ ಲೇಖನಗಳು' ಸಂಕಲನದ 'ಸಂಸ್ಕಾರ - ವಂಶವೃಕ್ಷ' ಕುರಿತು ಬರೆದ ಲೇಖನ, ಸಮಕಾಲೀನ ಸಾಹಿತಿಗಳು ವಿಮರ್ಶಕರು ಅನ್ನಿಸಿಕೊಂಡವರ ಗಮನ ಸೆಳೆಯದೆ ಹೋದದ್ದು ದುರಂತ. ಕೊನೆಗೆ ತಮ್ಮ ಬದುಕಿನಾದ್ಯಂತ ಜನವಿರೋಧಿ ಸಾಹಿತ್ಯ ಶತ್ರು ಎನ್ನುವಂತೆಯೇ ಭೈರಪ್ಪನವರ ಬಗ್ಗೆ ಅಪಪ್ರಚಾರ ಮಾಡಿದ ಅನಂತಮೂರ್ತಿಯವರೇ ಆ ಲೇಖನ - ವಿಚಾರಗಳನ್ನು ಖಂಡಿಸದಿದ್ದರೆ ಬೇಡ ವಿರೋಧಿಸಬಹುದಿತ್ತಲ್ಲಾ? ಅದೇ ವೆಂಕಟರಾಮ್‌ಗೆ ಒಂದಲ್ಲ ಅಂತ ಎರಡು ಬಾರಿ ಮುನ್ನುಡಿ ಬರೆದಿದ್ದಾರಲ್ಲಾ !

ವೆಂಕಟರಾಮ್ ತಮ್ಮ ಹೋರಾಟದ ಹಿನ್ನೆಲೆ ಹಾಗೂ ಸೂಕ್ಷ್ಮ ಸಂವೇದನಾಶೀಲ ಒಳನೋಟಗಳಿಂದ ಆ ಲೇಖನದಲ್ಲಿ ಬರೆಯುತ್ತಾರೆ:

"ಇವು ವಿಚಾರಗರ್ಭಿತವಾಗಿರುವುದು ಮಾತ್ರವಲ್ಲದೆ, ಈ ಎರಡರಲ್ಲಿಯೂ ಜೀವನ ಯಾತ್ರೆಯ ಒಂದೊಂದು ಉತ್ತರ ಮುಖಿಯೂ ಇವೆ."

ಮುಂದುವರೆಸಿ, ಈವರೆಗಿನ ಇಂಗ್ಲಿಷ್ ಅಧ್ಯಾಪಕರ ವಿಮರ್ಶೆ ಬೌದ್ಧಿಕ ಗೊಂದಲಗಳನ್ನು ಲೆಕ್ಕಕ್ಕೆ ಹಿಡಿಯದೆ, ಸಮಕಾಲೀನ ಸಾಮಾಜಿಕ ಬದುಕಿನ ಮೇಲೆ ಭೈರಪ್ಪನವರ 'ವಂಶವೃಕ್ಷ' ಕಾದಂಬರಿಯ ಪರಿಣಾಮವನ್ನು ಹೀಗೆ ಗುರುತಿಸಿದ್ದಾರೆ :

"ವಂಶವೃಕ್ಷದಲ್ಲಿ ವಿಫಲವಾಗಿರುವುದು ಅಥವಾ ಬಂಜೆಯಾಗಿರುವುದು ಆಧುನಿಕತೆ. ಅದರ ಸೋಲಿಗೆ ಕಾರಣ ಸಂಪ್ರದಾಯದಲ್ಲಿ ಅದಕ್ಕೆ ಬೇರಿಲ್ಲದರುವುದು. ಅದು ಸೋಲುವುದು ವ್ಯಕ್ತಿಗಳ ಮಾರ್ಗತನದಿಂದ, ವ್ಯವಸ್ಥೆಯ ವಿಭಿನ್ನ ದೋಷದಿಂದಲ್ಲ. ಶ್ರೋತ್ರೀಯರ ತಿಳಿವಳಿಕೆಯಂತೆ ವಂಶವೃಕ್ಷ ಒಂದು ಜನಾಂಗದ ಸಾಂಸ್ಕೃತಿಕ ಹಾಗೂ ಧಾರ್ಮಿಕ ಗಳಿಕೆಗಳನ್ನು ತಲೆಮಾರಿನಿಂದ ತಲೆಮಾರಿಗೆ ಹಸ್ತಾಂತರಿಸುವ ಸರಳ, ಆಸ್ತಿಯನ್ನು ಹಿಡಿದಿಡುವ ಸಾಧನ ಅಲ್ಲ. ಆದ್ದರಿಂದ ಸೋತದ್ದು ಧರ್ಮದ ಶ್ರೋತ್ರಿಯನ ಶುದ್ಧ ಅವತರಣಿಕೆ ಅಲ್ಲ. ಅವರ ತಂದೆಯ ಭ್ರಷ್ಟ ಅವತರಣಿಕೆ; ಅಪಭ್ರಂಶ ಧರ್ಮ ಬೀಳುತ್ತದೆ. ಅಪರಂಜಿ ಧರ್ಮ ಏಳುತ್ತದೆ."

ಹೀಗೆಯೇ ಕನ್ನಡದ ಸಾಹಿತ್ಯದ ವಿಮರ್ಶಕ ಅಲ್ಲ ಸಾಮಾಜಿಕ ವಿಮರ್ಶಕ ವೆಂಕಟರಾಮ್ ಅವರ ನಂತರದ ಒಂದು ವರ್ಷಕ್ಕೆ, ಹಿಂದಿ ಬರಹಗಾರ ರಣವೀರ ರಂಗ್ರಾ ಕೂಡ ಗುರುತಿಸಿರುವುದು ಹೀಗೆ :

"ಕನ್ನಡದ ಖ್ಯಾತ ಕಾದಂಬರಿಕಾರ ಡಾ॥ ಎಸ್. ಎಲ್. ಭೈರಪ್ಪನವರು ತಮ್ಮ ಕಥಾ ಸಾಹಿತ್ಯದ ಮೂಲಕ, ಪ್ರಾಚೀನ ಭಾರತದ ಮೌಲ್ಯಗಳನ್ನು ಆಧುನಿಕ ಸಂದರ್ಭಕ್ಕೆ ಅನುಗುಣವಾಗಿ ವ್ಯಾಖ್ಯಾನಿಸಿದ್ದಾರೆ. ಮತ್ತು ಅವುಗಳಲ್ಲಿನ ಪ್ರಸ್ತುತವಲ್ಲದ ತತ್ತ್ವಗಳನ್ನು ಬಲವಾಗಿ ವಿರೋಧಿಸಲು ಸ್ವಲ್ಪವೂ ಹಿಂಜರಿದಿಲ್ಲ. ಅವರ ಕಾದಂಬರಿಗಳು ನಮ್ಮ ವರ್ತಮಾನ ಮತ್ತು ಪ್ರಾಚೀನಗಳ ಮಧ್ಯೆ

ಸೇತುವೆ ನಿರ್ಮಿಸಿ ಭವಿಷ್ಯದ ಕಡೆ ನಮ್ಮ ಮುನ್ನಡೆಗೆ ಶಕ್ತಿ ಮತ್ತು ಪರಿಪಕ್ವತೆಯನ್ನು ನೀಡುತ್ತವೆ."

(ಅನುವಾದ : ಟಿ. ಜಿ. ಪ್ರಭಾಶಂಕರ ಪ್ರೇಮಿ, ಭೈರಪ್ಪಾಭಿನಂದನಾ)

ಕನ್ನಡದ ನವ್ಯ ಸಾಹಿತ್ಯ ಚಳುವಳಿಗೇ 'ಗುರು' ವಾದ ಕೆ. ನರಸಿಂಹಮೂರ್ತಿ ಅವರು ತಮ್ಮ 'ಕನ್ನಡ ಸಾಹಿತ್ಯ ವಿಹಾರ' (2001)ದ 'ಸಾರ್ಥ–ಒಂದು ಸಾರ್ಥಕಕೃತಿ' ಲೇಖನದ ಪ್ರಾರಂಭವೇ ಹೀಗೆ ಮಾಡಿದ್ದಾರೆ : "ಕಾರಂತರ ಅನಂತರ ತಮ್ಮ ಕೃತಿ ವೈಪುಲ್ಯ, ವ್ಯಾಪ್ತಿ, ವೈವಿಧ್ಯಗಳಿಂದ ಅವರ ಪರಂಪರೆಯನ್ನೇ ಮುಂದುವರಿಸುತ್ತಾ ಶ್ರೇಷ್ಠತೆ–ಜನಪ್ರಿಯತೆಗಳನ್ನು ಒಂದೇ ಪ್ರಮಾಣದಲ್ಲಿ ಗಳಿಸಿಕೊಂಡಿರುವ ಪ್ರಮುಖ ಕಾದಂಬರಿಕಾರರಾದ ಭೈರಪ್ಪ..."

ತಮಗೆ ಪಂಪ ಪ್ರಶಸ್ತಿ ಬಂದ ಸಂದರ್ಭದ ಸಂದರ್ಶನ ಒಂದರಲ್ಲಿ, ಕೆ. ಪಿ. ಪೂರ್ಣಚಂದ್ರ ತೇಜಸ್ವಿಯವರು (ಹೊಸ ವಿಚಾರಗಳು, 2012) ಇನ್ನೊಂದು ಮಗ್ಗಲಿನಿಂದ ಭೈರಪ್ಪನವರ ಸಾಧನೆಯನ್ನು ಯಾವ ನಿಲವಿಗೆ ಕೊಂಡೊಯ್ಯುತ್ತಾರೆ ಎಂಬುದನ್ನು ಸೂಕ್ಷ್ಮವಾಗಿ ಗಮನಿಸಬೇಕು :

"ಗೋಷ್ಠಿ, ಸೆಮಿನಾರುಗಳನ್ನು ದೃಷ್ಟಿಯಲ್ಲಿಟ್ಟುಕೊಂಡು ಬರಿಯೋರೇ ಜಾಸ್ತಿ ಆಗಿದ್ದಾರೆ. ಆ ಮಟ್ಟಿಗೆ ನಾವು ಎಸ್. ಎಲ್. ಭೈರಪ್ಪನವರಿಗೆ ಕೃತಜ್ಞರಾಗಿರಬೇಕು. ಅವರ ಕೃತಿಗಳ ಸಾಹಿತ್ಯಕ ಮೌಲ್ಯ ಏನೇ ಇರಲಿ, ಅದು ಬೇರೆ ಕಡೆ ಚರ್ಚೆ ಮಾಡೋಣ. ಆದರೆ ಅವರ ಕಾದಂಬರಿ ಇಲ್ಲದೆ ಇದ್ರೆ ಓದುವ ಟೆಂಡೆನ್ಸಿಯೇ ಮರೆತು ಹೋಗಿರೋದು. ಓದುಗರನ್ನು ಉಳಿಸಿ, ಬೆಳೆಸಿರೋದು ಅವರು ಮಾಡಿರೋ ದೊಡ್ಡ ಉಪಕಾರ."

ಹೀಗಾಗಿ ಒಂದು ಕಡೆಗೆ ಸಮಾಜದಲ್ಲಿ ನೈತಿಕತೆ ಹಾಗೂ ಧಾರ್ಮಿಕತೆಯ ಪತನ, ಇನ್ನೊಂದು ಕಡೆಗೆ ಜ್ಞಾನ ಕ್ಷೇತ್ರಗಳ ಸಂಘರ್ಷ, ಮತ್ತೊಂದು ಕಡೆಗೆ ಬುದ್ಧಿಜೀವಿಗಳ ಗೊಂದಲ ಈ ಎಲ್ಲದರ ನಡುವೆಯೇ ಸಾರ್ಥಕ ಹೆಸರಿನ ಸಂತೇಶಿವರ ಲಿಂಗಣ್ಣಯ್ಯ ಭೈರಪ್ಪ; ಅತ್ತ ಬಲ ಪಂಥೀಯರಿಗೂ, ಇತ್ತ ಎಡಪಂಥೀಯರಿಗೂ ನುಂಗಲಾರದ ತುಪ್ಪ ವಾಗಿದ್ದಾರೆ.

* * *

10

ಭೈರಪ್ಪ V/S ಬಲಪಂಥೀಯರು

ಎಂಥ ಸನ್ನಿವೇಶದಲ್ಲಿ ಈ ಲೇಖನವನ್ನು ನೀವು ಓದಬೇಕಾಗಿ ಬಂದಿದೆ ಎಂದರೆ : ಮೈಮನಸ್ಸು ಮರೆತು, ಹೊಸಿಲಬಳಿ ಬರಲಿರುವ ಗಣತಿಯಲ್ಲಿ ಎಡಪಂಥೀಯರು ಅಥವಾ ಬಲಪಂಥೀಯರು ಎಂದು ನಮೂದಿಸಿ ಬಿಟ್ಟೀರಿ, ಜೋಕೆ! ಅಹಿಂದ ಮುಖ್ಯಮಂತ್ರಿ, ಕನಿಷ್ಠ ಕರ್ನಾಟಕದಲ್ಲಿಯಾದರು ಕಾಂಗ್ರೆಸ್ ಪಕ್ಷ ಉಳಿಸಲು, ಮಹಾನ್ ಬುದ್ಧಿಜೀವಿಗಳ (ಅರ್ಥಾತ್ ಮಾಧ್ಯಮ ಜೀವಿಗಳ) ದಿಗ್–ದರ್ಶನದ ಮೇರೆಗೆ, ಕೇವಲ ಗಣತಿಯಲ್ಲ – ಜನಗಣತಿ– ಜಾತಿಜನಗಣತಿ– ಉಪಜಾತಿಜನಗಣತಿ ಕಾಲಂಗಳನ್ನು ಮುಂದಿಟ್ಟು, ಪ್ರಜಾಪ್ರಭುತ್ವವನ್ನು ಕಾಪಾಡಲು ಹೊರಟಿದ್ದಾರೆ. ಹೀಗಿರುವಾಗ, ಭೈರಪ್ಪ ಅವರ ಕಾಲದಲ್ಲಿ ಹೇಗೋ ಕಾಣೆ; ನನ್ನ ಕಾಲದಲ್ಲಿ, ಹಿಂದು–ಬ್ರಾಹ್ಮಣ–ಸ್ಮಾರ್ತ– ಮುಲಕನಾಡು–ಭಾರದ್ವಾಜಗೋತ್ರ ಇತ್ಯಾದಿ ಯಾವುದೂ ಬೇಡ, ಕೇವಲ ಭಾರತೀಯ ಎಂದಷ್ಟೇ ನಮೂದಿಸಿದರೆ ಸಾಕು ಎಂಬ ಆದರ್ಶ–ಭ್ರಮೆ ಇತ್ತು. ಕ್ರಮೇಣ, ವಾಸ್ತವ ಅಂಶ ಕೂಡ ಮೋಸದ–ವಂಚನೆಯ–ಅಸತ್ಯದ ಜೀವನ ಮಾರ್ಗವಾದೀತೆಂದು ಬಹುಸಂಖ್ಯಾತರು ಬುದ್ಧಿ ಹೇಳಲು ಪ್ರಾರಂಭಿಸಿದ್ದರಿಂದ, ಬೆತ್ತಲೆಯಾದಷ್ಟು ಪರರಿಗೆ ಸ್ವರೂಪದರ್ಶನಕ್ಕೆ ಸಹಕಾರಿ ಎಂಬ ತತ್ತ್ವ ಮನವರಿಕೆಯಾಯಿತು. ಆ ಅರಿವಿಗಾಗಿಯೇ ಭೈರಪ್ಪ ಅವರ ಕಾದಂಬರಿಗಳು 'ಧರ್ಮಶ್ರೀ' ಯಿಂದ 'ಯಾನ' ವರೆಗೆ ಒಂದೊಂದೇ ಪೊರೆ ಕಳಚುವಂತೆ ಆಯಿತು. ಅದರಿಂದಲೇ ಆದಿಕವಿ

ಪಂಪನಿಂದ ದಲಿತಕವಿ ಸಿದ್ದಲಿಂಗಯ್ಯ ಅವರವರೆಗೆ ವಾಗ್ದೇವಿ-ಭುವನೇಶ್ವರಿಗಳೇ, ಭೈರವ-ಭೈರವಿಯಾಗಿ ಮತಾಂತರಗೊಂಡಿರುವಾಗ, ವೈಮನಸ್ಸುಗಳು ಎಂಥವರಿಗೂ ಕೆರಳುವುದು ಸಹಜವೇ. ಈವರೆಗೂ ಶಾಂತ, ಶೃಂಗಾರ, ಹಾಸ್ಯ, ಕರುಣ, ಅದ್ಭುತ ರಸಗಳಲ್ಲಿಯೇ ತೇಲುತ್ತಿದ್ದ ಓದುಗರಿಗೆ; ವೀರ, ರೌದ್ರ, ಭಯಾನಕ, ಭೀಭತ್ಸ ರಸಗಳು ಕೂಡ ಸಾಹಿತ್ಯ-ಸಮಾಜದಲ್ಲಿ ಅಡಗಿವೆ ಎಂಬುದರ ಜ್ಞಾನ ಬಂದಿರುವುದೇ ಭೈರಪ್ಪ ಅವರ ಕಾದಂಬರಿಗಳಿಂದ.

ಹೀಗಾಗಿ, ಎಡಪಂಥೀಯರು ಎಂದು ಗುರುತಿಸುವ ಮಾತು ಹಾಗಿರಲಿ, ಹೇಳುವಷ್ಟು ಸುಲಭವಾಗಿ ಬಲಪಂಥೀಯರು ಎಂದು ಗುರುತು ಹಿಡಿಯುವುದು ತುಂಬಾ ಕಠಿಣ. ಅಹಿಂದ ಗುಂಪಿನವರು (ಪಕ್ಷ ಎಂದು ಇನ್ನೂ ನೋಂದಣಿ ಮಾಡಿಸಿದಂತೆ ಕಾಣೆ. ಏಕೆಂದರೆ ಆ ಪಕ್ಷಕ್ಕೆ ಸಿ. ಎಸ್. ದ್ವಾರಕನಾಥ ಅಧ್ಯಕ್ಷರಾಗಬೇಕೋ ಕೆ. ಮರುಳಸಿದ್ದಪ್ಪ ಆಗಬೇಕೋ ಎಂಬುದು ಮಾನ್ಯ ಸಿದ್ದರಾಮಯ್ಯ ಅವರ ಒಡ್ಡೋಲಗದಲ್ಲಿ ಇನ್ನೂ ಠರಾವು ಪಾಸಾಗಿಲ್ಲ). ಈ ಮುಂಚೆಯೇ ಜನ್ಮ ತಳೆದಿದ್ದರೆ, ಸಾರಾಸಗಟಾಗಿ ಹಿಂದೂಗಳೆಲ್ಲಾ ಬಲಪಂಥೀಯರೆಂದೂ ಇದೀಗ ತಲೆ ಎತ್ತಿದ ಅಹಿಂದರೆಲ್ಲಾ ಎಡಪಂಥೀಯರೆಂದೂ ನಾಮಫಲಕಗಳನ್ನು ತಗಲಾಕಿಬಿಡಬಹುದಿತ್ತು. ಈ ಉಪಜಾತಿ ಜನಗಣತಿ ರೇಜಿಗೆಯೇ ಇರುತ್ತಿರಲಿಲ್ಲ. ಅಂಬೇಡ್ಕರ, ಜಗಜೀವನರಾಮ್, ಕನಕದಾಸ ಇತ್ಯಾದಿ ಪ್ರಶಸ್ತಿಗಳನ್ನು ಲಕ್ಷಾಂತರಕ್ಕೆ ಏರಿಸಿ, ಕನ್ನಡ ಸಂಸ್ಕೃತಿ ಭವನವನ್ನು ಅಹಿಂದ ಭವನವಾಗಿ ತಿಂಗಳು ತಿಂಗಳಿಗೂ ವಿಲೇವಾರಿ ಮಾಡಿ ಮುಗಿಸಬಹುದಿತ್ತು.

ಹಾಗಿದ್ದಲ್ಲಿ ಯಾರು ಬಲಪಂಥೀಯರು ಅನ್ನಿಸಿಕೊಳ್ಳಲು ಈಗ ಮುಂದೆ ಬಂದಾರು? ಒಂದಾನೊಂದು ಕಾಲಕ್ಕೆ ತಿರುಗಿಬೀಳುವವರನ್ನೆಲ್ಲಾ ಎಡಪಂಥೀಯರೆಂದು ನಾಮಕರಣ ಮಾಡುತ್ತಿದ್ದ ಬಲಪಂಥೀಯರನ್ನು, ಈಗ ಪತ್ತೆ ಹಚ್ಚಲು ಎಡಪಂಥೀಯರ ನೆರವು ಪಡೆಯದೆ ವಿಧಿ ಇಲ್ಲವಾಗಿದೆ. ಎಂಥ ವಿಪರ್ಯಾಸ !

ಆಗ್ಗಿನ್ನೂ ಎಡಪಂಥೀಯರು ಅರ್ಥಾತ್ ಮಾರ್ಕ್ಸಿಸ್ಟರು ಅರ್ಥಾತ್ ಪ್ರಗತಿಶೀಲರು ಕರ್ನಾಟಕದಲ್ಲಿ ಕಾಣಿಸಿಕೊಂಡಿರಲಿಲ್ಲವೇನೋ. ಆದರೆ ಬ್ರಾಹ್ಮಣರು–ಅಬ್ರಾಹ್ಮಣರು ಭುಗಿಲೆದ್ದಿದ್ದರು. ಜಸ್ಟೀಸ್ ಪಾರ್ಟಿ ಎಂಬ ಸಾರ್ಥಕ ನಾಮಧೇಯ ಪಡೆದಿದ್ದರು. ಸರ್ ಎಂ. ವಿಶ್ವೇಶ್ವರಯ್ಯ ಅಂಥವರನ್ನು ಕೆಳಕ್ಕೆ ಇಳಿಸಿದರು. ಪಾಪ, ಅವರನ್ನು ರಾಜಋಷಿ ನಾಲ್ವಡಿ ಕೃಷ್ಣರಾಜ ಒಡೆಯರ್ ಅವರು ಮಹಾರಾಷ್ಟ್ರದಿಂದ ಸ್ವದೇಶ ಅಲ್ಲ ಸ್ವನಾಡಿಗೆ ಕರೆತಂದದ್ದೇ, ನಾಡನ್ನು ಮೇಲೆತ್ತಲು. ಮೇಲೆ ಎತ್ತುವುದು ಎಂದರೆ ಕೆಳಗೆ ಇಳಿಸುವುದು ಎಂಬುದು ಮತ್ತೆ ಮತ್ತೆ ಮದುವೆಯಾದರೂ ಬ್ರಹ್ಮಚಾರಿ ವಿಶ್ವೇಶ್ವರಯ್ಯ ಅವರಿಗೆ ತಿಳಿಯಲೇ ಇಲ್ಲ. ತಿಳಿದರೆ, ಖಂಡಿತಾ ಭೈರಪ್ಪ ಅವರು ಕೊಂಡಾಡುವ ಇಬ್ಬರು ಲೆಜೆಂಡ್‌ಗಳಲ್ಲಿ ವಿಶ್ವೇಶ್ವರಯ್ಯ ಅವರಿಗೆ ಸ್ಥಾನ ಇರುತ್ತಿತ್ತೋ ಇಲ್ಲವೋ ಮುಂದೆ ಚರ್ಚಿಸೋಣ.

ಇಂತಹ ಸಂದರ್ಭದಲ್ಲಿಯೇ ಕೋಟ ಶಿವರಾಮ ಕಾರಂತರು ಮದುವೆ ಆದದ್ದು. ಭೈರಪ್ಪ ಅವರ ಪ್ರಕಾರ ಕಾರಂತ ಎಂದರೆ : "ಪುಟ್ಟಪ್ಪ, ಮಾಸ್ತಿ, ದೇವುಡು, ಅ.ನ.ಕೃ., ಶ್ರೀರಂಗ ಮೊದಲಾದವರು ಬೇರೆ ಬೇರೆ ಪ್ರಕಾರಗಳಲ್ಲಿ ಕೆಲಸ ಮಾಡಿದರೂ, ಯಾವುದೋ ಒಂದು ವಿಶಿಷ್ಟ ಪ್ರಕಾರದಿಂದ ತಮ್ಮ ಎತ್ತರವನ್ನು ಮುಟ್ಟಿರುವವರು. ಈ ಎಲ್ಲ ಲೇಖಕರೊಡನೆ ಹೋಲಿಸಿದಾಗ ಕೂಡ ಕಾರಂತರು ತುಂಬ ಎತ್ತರದವರು ಎನಿಸುತ್ತದೆ." (ಶೂದ್ರ, ಸಂಪುಟ 7, ಸಂಚಿಕೆ 7, ಮೇ 1982, ಪುಟ 24).

ಅಂತಹ ಕಾರಂತರು, ಉಡುಪಿಯ ಸಾಲಿಗ್ರಾಮದ ಕೋಟ ಬ್ರಾಹ್ಮಣರು. ಮಠ–ಮಠಾಧೀಶರಿಲ್ಲದ ಜನಾಂಗ. ಯಾವ ಮನುಷ್ಯನಿಗೂ ನಮಸ್ಕಾರ ಮಾಡದ ಶ್ರೇಷ್ಠತೆ ಪಡೆದ ಬ್ರಾಹ್ಮಣ ಕುಟುಂಬೀಕರು. 6 ಮೇ 1936 ರಂದು, ಬ್ರಾಹ್ಮಣೇತರ ಜನಾಂಗದ ಲೀಲಾ ಅವರನ್ನು ರಿಜಿಸ್ಟರ್ಡ್‌ಮ್ಯಾರೇಜ್ ಆದರು. 4 ಜನ ಮಕ್ಕಳು. ಹಿರಿಯ ಮಗ ಹರ್ಷಕಾರಂತರು ತೀರಿಕೊಂಡಾಗ ಅದರ ಪರಿಣಾಮ ಆದದ್ದೇ ಬೇರೆ :

"....ಒಮ್ಮೆ ಅವರು ತಮ್ಮ ಮಡದಿಯೊಂದಿಗೆ ಉತ್ತರ ಕನ್ನಡ ಜಿಲ್ಲೆಗೆ ಹೋಗುವವರಿದ್ದರು. ತಾನೆಷ್ಟು ಅನಾಸ್ತಿಕನೊ, ತನ್ನ ಹೆಂಡತಿ

ಲೀಲಾ ಅಷ್ಟೇ ದೈವ ಭಕ್ತಳು ಎಂಬ ಅರಿವು ಅವರಿಗಿತ್ತು. ಅದರಲ್ಲಿಯೂ ಅವರ ಮೊದಲ ಮಗ ಹರ್ಷ ತೀರಿ ಹೋದ ಮೇಲೆ ಶ್ರೀಮತಿ ಲೀಲಾ ಸಾಯಿ ಭಕ್ತರಾದರು. ಕಾರಂತರು ಯಾವ ಪವಾಡ ಪುರುಷನನ್ನೂ ನಂಬದವರು. ಆಗ ಹಲವರು ಕೇಳಿದ್ದುಂಟು 'ನಿಮಗೆ ನಿಮ್ಮ ಹೆಂಡತಿಯನ್ನೇ ನಿಮ್ಮ ನಂಬಿಕೆಯ ದಾರಿಗೆ ತರಲಾಗಲಿಲ್ಲ. ಉಳಿದವರಿಗೆ ನೀವೇನು ಹೇಳುವುದು?' ಕಾರಂತರು ಉತ್ತರಿಸಿದರು 'ನಾನು ಎಂದಾದರೂ ನನ್ನ ವೈಚಾರಿಕತೆಯನ್ನು ಇನ್ನೊಬ್ಬರ ಮೇಲೆ ಹೊರಿಸಿದ್ದುಂಟೆ? ಸಮಾಜ ನನ್ನೊಬ್ಬನಿಂದ ಬದಲಾವಣೆ ಹೊಂದುತ್ತದೆ ಎಂಬ ನನ್ನ ಭ್ರಮೆ ಯಾವತ್ತೋ ಹೊರಟು ಹೋಗಿದೆ. ನನ್ನವಳಿಗೆ ಅವಳದ್ದೇ ಆದ ನಿಷ್ಠೆ ಇದೆ. ನಾನು ಅವಳ ಸ್ವಾತಂತ್ರ್ಯಕ್ಕೆ ಏಕೆ ಅಡ್ಡ ಬರಲಿ?' ದಾರಿಯಲ್ಲಿ ಮರವಂತೆಯ ಕಡಲ ತೀರದಲ್ಲಿ ವರಾಹ ಸ್ವಾಮಿಯ ದೇವಸ್ಥಾನವಿತ್ತು. ಕಾರಂತರು ಕಾರನ್ನು ನಿಲ್ಲಿಸಿ ಹೇಳಿದರು : 'ನಿನಗೆ ದೇವರ ಸಂದರ್ಶನ, ಪೂಜೆ ಮಾಡಬೇಕು ಅಂತಿದ್ದರೆ ಮಾಡಿ ಬಾ. ನಾನು ಬರುವುದಿಲ್ಲ ಎಂದು ನಿನಗೆ ಗೊತ್ತಿದೆ. ನಾನು ಇಲ್ಲೇ ಕಾಯುತ್ತೇನೆ.' ಆಕೆ ತನ್ನ ಪೂಜೆಸಲ್ಲಿಸಿ ಬಂದ ಮೇಲೆಯೇ ಕಾರಂತರು ಹೊರಟರು." (ಕೋಟ ಶಿವರಾಮಕಾರಂತ, ಕೋಣೆ ಶಿವಾನಂದ ಕಾರಂತ, 2011, ಪುಟ 8–9).

ಸಾಕ್ಷಾತ್ ಶಿವರಾಮ ಕಾರಂತರೇ ತಮ್ಮ ವಿದ್ಯಾಗುರು 'ಐರೋಡಿ ಶಿವರಾಮಯ್ಯ ಬದುಕು ಮತ್ತು ಬರೆಹ' ಪುಸ್ತಕ ಸಂಪಾದಿಸಿ (1977, ಪುಟ 25) ಬರೆಯುತ್ತಾರೆ: "ಆ ಕಾಲಕ್ಕೆ ಪುತ್ತೂರಿನ ನನ್ನ ಮನೆಗೆ ಶಿವರಾಮಯ್ಯನವರನ್ನು ಕರೆಯಿಸಿಕೊಂಡೆ. ಒಂದೆರಡು ತಿಂಗಳುಕಾಲ ಅವರು ನನ್ನ ಜತೆಗಿದ್ದರು. ಸಾಂಪ್ರದಾಯಿಕರಾದ ಅವರು ಅಸಾಂಪ್ರದಾಯಿಕ ರೀತಿಯಿಂದ

ಮದುವೆಯಾದ ನನ್ನ ಮನೆಯಲ್ಲಿ ಉಣ್ಣಲಾರರು. ತಾವೇ ಕೈಯಡಿಗೆ ಮಾಡಿಕೊಂಡು...."

ಮೇಲೆ ಉಲ್ಲೇಖಿಸಿದ ಕೋಣೆ ಶಿವಾನಂದ ಕಾರಂತರೇ ಪುಟ 25ರಲ್ಲಿ ಉದ್ಧರಿಸುವ ಈ ಭಾಗ, ಕಾರಂತರ ಬದುಕು ಮತ್ತು ಬರಹಗಳ ಮೇಲೆಯೇ ಒಬ್ಬ ವಿಮರ್ಶಕ–ಚಿಂತಕ ಬೆಳಕು ಚೆಲ್ಲುವುದು ವಿಶೇಷ :

ಉತ್ತರ ಕನ್ನಡದ ದೊಡ್ಡಚಿಂತಕ ಗೌರೀಶ ಕಾಯ್ಕಿಣಿ ತನ್ನ ಒಂದು ಲೇಖನದಲ್ಲಿ ಹೀಗನ್ನುತ್ತಾರೆ : "ಕಾರಂತರನ್ನು ಬ್ರಾಹ್ಮಣ ಲೇಖಕ ಅಂತ ಯಾರು ಗುರುತಿಸಿದರೂ ಅಂಥವರಿಗೆ ಏನನ್ನಬೇಕು ಎಂದು ನಾನರಿಯೆ. ಕಾರಂತರಿಗೆ ಬ್ರಾಹ್ಮಣ ಜೀವನ ಸಂಪ್ರದಾಯಗಳು ಏನೂ ತಿಳಿದಿಲ್ಲ ಎನ್ನುವುದಕ್ಕೆ ಅವರ 'ಮರಳಿ ಮಣ್ಣಿಗೆ' ಸಾಕ್ಷಿ. ಕೆಲವರ ಪ್ರಕಾರ ಅದೊಂದು ಕ್ಲಾಸಿಕ್. ಅದಕ್ಕೆ ನನ್ನ ಆಕ್ಷೇಪವೇನೂ ಇಲ್ಲ. ಅದರಲ್ಲಿ ತಾಂತ್ರಿಕ ದೋಷವಿದೆ. ಮರಳಿ–ಮಣ್ಣಿಗೆಯ ರಾಮ ಐತಾಳರ ಮೊದಲ ಮದುವೆಯಾಗುತ್ತೆ. ಅನಂತರ ಮೊದಲ ಹೆಂಡತಿ ತೀರಿ ಹೋಗುತ್ತಾಳೆ. ರಾಮ ಐತಾಳರಿಗೆ ಎರಡನೇ ಮದುವೆಯಾಗುತ್ತದೆ. ಸಮಾವರ್ತನೆ ಊಟ ಗಂಡಿನ ಮನೆಯಲ್ಲಾಗುತ್ತದೆ. ಕಾರಂತರಿಗೆ ಬ್ರಾಹ್ಮಣ ಸಂಪ್ರದಾಯ ತಿಳಿದಿದ್ದರೆ ಸಮಾವರ್ತನೆ ಊಟ ಕೇವಲ ಮೊದಲ ಮದುವೆಗೆ ಮೀಸಲು. ಎರಡನೇ ಮದುವೆಗೆ ಯಾರೂ ಸಮಾವರ್ತನೆ ಊಟ ಮಾಡಿಸುವುದಿಲ್ಲ. ಹೀಗಿರುವಾಗ ಕಾರಂತರನ್ನು ಬ್ರಾಹ್ಮಣ ಲೇಖಕ ಎಂದು ಕರೆಯುವುದರಲ್ಲಿ ಯಾವ ಪುರುಷಾರ್ಥವಿದೆ?"

ಇದು ಕಾರಂತರ ಒಬ್ಬರ ಹಣೇಬರಹವಲ್ಲ. ಹಾಗೆಂದು ಕಾರಂತರು ಬ್ರಾಹ್ಮಣರು ಅಲ್ಲ ಎಂದೂ ಅರ್ಥವಲ್ಲ. (ಶ್ರೀರಂಗರು ವಿದೇಶದಿಂದ ಸ್ವದೇಶಕ್ಕೆ ಹಿಂದಿರುಗಿದಾಗ 'ಧರ್ಮಲಂಡ' ರೆಂದೇ ಮಾಧ್ವಬಂಧುಗಳು ನಾಮಕರಣಿಸಿದ್ದರು.) ಬ್ರಾಹ್ಮಣರೆಲ್ಲ ಪುರೋಹಿತರೋ ಪುರೋಹಿತ ಶಾಯಿಗಳೋ ಆಗಬೇಕಿಲ್ಲ. ಪುರೋಹಿತರೆಲ್ಲ ಬ್ರಾಹ್ಮಣರೇನಾ? ಎಂಬ ಜಿಜ್ಞಾಸೆಗೆ ಇಳಿದರೆ, ಭೈರಪ್ಪ ಅವರ ಸಾಹಿತ್ಯದೊಳಕ್ಕೆ ನೇರವಾಗಿ ಕಾಲಿಟ್ಟಂತೆಯೇ; ಧರ್ಮದ ಮೂಲಭೂತ ಸಂಘರ್ಷ ಸಂಕೀರ್ಣತೆ

ಇರುವುದೇ ಇಲ್ಲಿ. ಅಲ್ಲಿಗೆ ಕಾರಂತರು ಪ್ರಗತಿಶೀಲರೋ? ಭೈರಪ್ಪ ಅವರು ಮೂಲಭೂತವಾದಿಯೋ?

"ಈ ಮಡಿಮೈಲಿಗೆಗಳು, ಆಹಾರ ನಿಷೇಧಗಳು ಚಿಕ್ಕಮಕ್ಕಳಿಗೂ ಅನ್ವಯವಾಗುತ್ತಿದ್ದವು. ನೊಣಬ ಲಿಂಗಾಯಿತರ ಹುಡುಗ ಸಂತೆಯಲ್ಲಿ ಮಗ್ಗದ ಜಯಮ್ಮನ ಅಂಗಡಿಯ ಒಡೆ ತಿಂದದ್ದು ಗೊತ್ತಾಗಿ ಅವನ ಮನೆಯವರು ಹಿಡಿದು ಸೋಗೆ ದಿಂಡಿ ಮುರಿಯುವ ತನಕ ಚಚ್ಚುತ್ತಿದ್ದದು, ಮಗ್ಗದ ಶೆಟ್ಟರ ಹುಡುಗನು ಎಡಗೈ ಮತದ ಆಳೂ ಕುಕ್ಕಿ ಕೊಟ್ಟ ಎಳನೀರು ಕುಡಿದನೆಂಬುದು ಗೊತ್ತಾಗಿ ಜಾತಿಸ್ಥರು ಅವನ ಅಪ್ಪ ಅಮ್ಮನಿಗೆ ಹೇಳಿ ಅವರು ತಮ್ಮ ಮಗನಿಗೆ ಬಾಸರಂಡೆ ಬರಿಸಿದುದೇ ಅಲ್ಲದೆ ಆ ಎಡಗೈ ಹುಡುಗನ ಅಪ್ಪನಿಗೆ ಹೇಳಿ ಅವನಿಗೂ ಚಚ್ಚಿಸಿ ತಾನು ಎಳೆನೀರು ಕುಕ್ಕಿ ಕೊಟ್ಟದ್ದು ತಪ್ಪೆಂದು ಮನವರಿಕೆ ಮಾಡಿಸಿದ್ದುದು, ನಾನು ಆಗಾಗ್ಗೆ ನೋಡುತ್ತಿದ್ದ, ಕೇಳುತ್ತಿದ್ದ ಸಂಗತಿಗಳು. ನೀತಿಯ ಮೊದಲ ಸೂತ್ರ ಬೇರೆ. ಜಾತಿಯ, ಅದರಲ್ಲೂ ಕೆಳಜಾತಿಯವರು ಮುಟ್ಟಿದುದ್ದನ್ನು ತಿನ್ನದೆ ಇರುವುದು; ಕೆಳಜಾತಿ 1, 2, 3 ಎಂದು ಪ್ರತಿಯೊಂದು ಜಾತಿಯೂ ಸಾಪೇಕ್ಷವಾಗಿ ನಿಶ್ಚಯಿಸಿದ್ದ ಪರಿಪೂರ್ಣ ಜ್ಞಾನ. ಇತರ ಹುಡುಗನಂತೆ ನನಗೆ ಕೂಡ ಬೇರೆ ವಿಷಯದಲ್ಲಿ ತಿಳಿವಳಿಕೆ ಬರುವ ಮೊದಲೇ ಈ ಮೊದಲ ಸೂತ್ರದ ಜ್ಞಾನ ಮನದಟ್ಟಾಗಿತ್ತು. ಆದರೆ ನಮ್ಮಮ್ಮನ ಗ್ರಹಿಕೆ ಮತ್ತು ರೀತಿಗಳು ಬೇರೆಯೇ ಇದ್ದವು. ಕೆರಕನ ಹಬ್ಬ. ಎಲ್ಲರ ಮನೆಯಲ್ಲೂ ಹೋಳಿಗೆ ಮಾಡಿದ್ದರು. ನನಗೆ ಆರು ವರ್ಷವಿದ್ದಿರಬೇಕು. ಸಂಜೆಯ ಹೊತ್ತು. ನನ್ನ ಸ್ನೇಹಿತನನ್ನು ಹುಡುಕಿಕೊಂಡು ಹೆಗ್ಗಡಿಗಳ, ಎಂದರೆ ಕುರುಬರ ಹಟ್ಟಿಗೆ ಹೋದೆ ಸಣ್ಣೇಗೌಡರ ಹೆಂಡತಿಗೂ ನಮ್ಮಮ್ಮನಿಗೂ ಸ್ನೇಹ. 'ಒಬ್ಬಿಟ್ಟು ತಿನ್ನು ಬಾ ಮರಿ' ಎಂದು ಕರೆದರು. 'ನಮ್ಮನೇಲಿ–ತಿಂದಿದೀನಿ' ಎಂದೆ. 'ಅಬ್ಬದ ದಿನ ಎಲ್ರ ಮನೆಗೂ ಮಾಡಿರ್ತಾರೆ. ನಾನು ಹ್ಯಂಗ್ ಮಾಡಿದೀನಿ

ನೋಡಿವಂತೆ ಬಾ' ಎಂದು ಕರೆದರು. ಅವರ ಮಗ ನನ್ನ ಜೊತೆಯ ಹುಡುಗನಿಗೂ ಸೇರಿಸಿಕೊಟ್ಟರು. ಜಗುಲಿಯ ಮೇಲೆ ಕೂತು ತಿನ್ನುತ್ತಾ ನಾನು ಅವರೆಲ್ಲರಿಗೂ ಬಲೀಂದ್ರನ ಕಥೆ ಹೇಳಿದೆ. ಅವರಿಗೆ ಗೊತ್ತಿಲ್ಲದ ಕಥೆಯಲ್ಲದಿದ್ದರೂ ಆರು ವರ್ಷದ ಹುಡುಗ ಇಷ್ಟು ಚೆನ್ನಾಗಿ ಹೇಳುತ್ತಾನೆಂದು ಅವರೆಲ್ಲ ಗಮನವಿಟ್ಟು ಕೂತು ಕೇಳಿದರು. ನಾಳೆ ಬೆಳಗಿನ ಹೊತ್ತಿಗೆ ನಾನು ಕುರುಬ ಗೌಡರ ಮನೆಯಲ್ಲಿ ಒಬ್ಬಿಟ್ಟು ತಿಂದದ್ದು ನಮ್ಮ ಜಾತಿಯ ಮತ್ತು ಇಡೀ ಊರಿನ ಮಾತ್ರವಲ್ಲ ಸುತ್ತ ಏಳು ಹಳ್ಳಿಯ ಜೋಯಿಸರಾದ ಸೀತಾರಾಮ ಜೋಯಿಸರಿಗೆ ತಿಳಿದುಹೋಯಿತು. ಧರ್ಮದ ಏಜೆಂಟರು ತಕ್ಷಣ ಕಾರ್ಯ ಪ್ರವೃತ್ತರಾದರು. ನಮ್ಮಮ್ಮನಿಗೆ ಸಮನ್ಸ್ ಜಾರಿ ಮಾಡಿದರು. 'ನಿನ್ನ ಮಗನನ್ನ ಹೀಗೆ ಬಿಟ್ಟಿದೀಯ. ಶೃಂಗೇರಿ ಮಠಕ್ಕೆ ಬರೆದು ಜಾತಿಸ್ಥರು ನೀರು ಬೆಂಕಿ ಕೊಡದ ಹಾಗೆ ಬಹಿಷ್ಕಾರ ಹೊರಡಿಸುತೀನಿ' ಎಂದು ಗರ್ಜಿಸಿದರು. " (ಭಿತ್ತಿ, 1996, ಪುಟ 24–5).

ಇದು ಭೈರಪ್ಪ ಅವರ ಸೃಜನಶೀಲದ್ರವ್ಯ. ತಾವು ಹುಟ್ಟಿ ಬೆಳೆದ ನೆಲದಿಂದಲೇ ಪ್ರಾರಂಭವಾದ ಜಾತ್ಯಾತೀತ ಗುಣ–ಸ್ವಭಾವ, 11–9–2004 ಅಂದರೆ 'ಆವರಣ' ಕಾದಂಬರಿ ಬರೆಯುವ 70ನೇ ವಯಸ್ಸಿನಲ್ಲು ರಕ್ತಧಮನಿಗಳಲ್ಲಿ ಹರಿಯುತ್ತಿತ್ತು ಎಂಬುದೂ ಸುಳ್ಳಲ್ಲ !

"ಈ ಕೃತಿಯ ಸಿದ್ಧತೆಯ ಹಂತದಲ್ಲಿ ಹಲವರು ಸಹಾಯ ಮಾಡಿದ್ದಾರೆ. ಮುಖ್ಯವಾಗಿ ಸೋದರಿ ಲೇಖಕಿಯನ್ನೂ, ಅವರ ಕುಟುಂಬವನ್ನೂ ನಾನು ಕೃತಜ್ಞತೆಯಿಂದ ನೆನೆಯುತ್ತೇನೆ. ನಾನು ಅವರ ಮನೆಯಲ್ಲಿದ್ದ ಐದು ದಿನಗಳೂ ಅವರಲ್ಲದೆ ಅವರ ವಿದ್ಯಾವಂತರಾದ ಮಕ್ಕಳು ನನಗೆ ಮುಸ್ಲಿಮರ ದಿನನಿತ್ಯದ ಹಾಗೂ ವಿಶೇಷ ಸಂದರ್ಭಗಳ ಆಚಾರ ವಿಚಾರಗಳನ್ನು ವಿವರಿಸಿದರು. ಅವರ ಪತಿಯೂ ಸದಾ ನನಗೆ ಜೊತೆ ಕೊಟ್ಟು ನಮಾಜ್ ಮಾಡುವಾಗ ಮಸೀದಿಗೂ ಕರೆದೊಯ್ದು ತಮ್ಮ ಬಂಧು,

ಸ್ನೇಹಿತರುಗಳೊಡನೆ ಒಡನಾಡಿಸಿದ್ದಲ್ಲದೆ ಮಂಗಳೂರಿನ ಶಾಂತಿ ಪ್ರಕಾಶನವು ಮುಸ್ಲಿಂ ಆಚಾರ ವಿಚಾರಗಳನ್ನು ಕುರಿತು ಪ್ರಕಟಿಸಿರುವ ಎಲ್ಲ ಪುಸ್ತಕಗಳನ್ನೂ ಕೊಡಿಸಿ ಅವುಗಳಲ್ಲಿ ಮುಖ್ಯವಾದವುಗಳನ್ನು ಓದಿ ವಿವರಿಸಿ ಉಪಕಾರ ಮಾಡಿದರು. "

ಹೀಗೆ ಯಾವುದೇ ಜಾತಿ, ಜನಾಂಗ, ಧರ್ಮ, ಲಿಂಗ, ಧಾರ್ಮಿಕ ಆಚರಣೆ, ಊಟ ಉಪಚಾರಗಳ ಬಗ್ಗೆಯೂ ಭೈರಪ್ಪನವರು ತಲಸ್ಪರ್ಶಿಯಾಗಿ ಕಂಡು ತಿಳಿಯದೆ ಬರೆದದ್ದಿಲ್ಲ. ಇದರಿಂದ ಮೇಲು ನೋಟಕ್ಕೆ ತತ್ತ್ವಶಾಸ್ತ್ರಕಾರನೆನ್ನುವಂತೆ ಕಂಡರೂ, ಒಬ್ಬ ಸಮಾಜಶಾಸ್ತ್ರಕಾರನ ಶಿಸ್ತು, ಅವರ ಎಲ್ಲ ಬರವಣಿಗೆಗಳಲ್ಲಿಯೂ ಹೆಣೆದುಕೊಂಡೇ ಬಂದಿದೆ :

"ಹಳ್ಳಿಯಲ್ಲೇ ಹುಟ್ಟಿ ಬೆಳೆದು, ನೂರಾರು ಹಳ್ಳಿಗಳಲ್ಲಿ ಸುತ್ತಾಡಿ ಎಲ್ಲ ಜಾತಿಗಳಲ್ಲಿಯೂ ಊಟ ಮಾಡಿ ಅವರ ಕಟ್ಟುಕಟ್ಟಳೆಗಳನ್ನು ಚಿಕ್ಕ ವಯಸ್ಸಿನಲ್ಲೇ ಕಂಡು ತಿಳಿದ ನನಗೆ ಬ್ರಾಹ್ಮಣ ಮತ್ತು ಶೂದ್ರರೆಂಬ ಮೂಲಭೂತವಾದ ಭಿನ್ನ ಸಂಸ್ಕೃತಿಗಳು ಕಾಣಿಸುವುದಿಲ್ಲ. ಶೂದ್ರರೆಂದು ಕರೆಯುವ ಸಂಸ್ಕೃತಿಯ ಬಹುತೇಕ ಅಂಶಗಳು ಬ್ರಾಹ್ಮಣರೆಂದು ಕರೆಯುವ ಸಂಸ್ಕೃತಿಯಲ್ಲೂ, ಬ್ರಾಹ್ಮಣರೆಂದು ಕರೆಯುವ ಸಂಸ್ಕೃತಿಯ ಮುಖ್ಯ ತತ್ತ್ವಗಳು ಶೂದ್ರರೆಂದು ಕರೆಯುವ ಸಂಸ್ಕೃತಿಯಲ್ಲಿಯೂ ಇವೆ." (ಸಂದರ್ಭ : ಸಂವಾದ, 2011, ಪುಟ 240).

ಭೈರಪ್ಪನವರ ಈ ಎಲ್ಲ ಬದುಕು–ಬರಹಗಳನ್ನು ಕಣ್ಣುಮುಚ್ಚಿ ಟೀಕಿಸುವವರು ಅತ್ತ ಬ್ರಾಹ್ಮಣೇತರರೇ ಆಗಿರಲಿ, ಇತ್ತ ಬ್ರಾಹ್ಮಣರೇ ಆಗಿರಲಿ; 'ಭಿತ್ತಿ' ಆತ್ಮವೃತ್ತಾಂತದ (1996, ಪುಟ 234) ಒಂದು ದಾಖಲೆ ಹಿಂದೂ ಧರ್ಮದ ಬುಡಮೇಲು ಮಾಡುವ ಒಂದು ಪ್ರಸಂಗವನ್ನು ಈವರೆಗೂ ಯಾರೂ ಗಮನಿಸಿದಂತೆ ಕಾಣಲಿಲ್ಲ :

"ಊರಿನಲ್ಲಿ ಚಿನ್ನ ಬೆಳ್ಳಿ ಕುಟ್ಟುತ್ತಿದ್ದ ಏಕಮಾತ್ರ ಅಕ್ಕಸಾಲಿ ವಿಧವೆ ಈರಮ್ಮ ತಾನು ಕುಟ್ಟುವ ನಡುವೆ ವಿಶ್ರಮಿಸಿಕೊಳ್ಳುವಾಗ ಬಂದವರಿಗೆಲ್ಲ ಒಂದು ಕಥೆ ಹೇಳುತ್ತಿದ್ದಳು !

'ಶಂಕರಾಚಾರ್ಯರು ಶೃಂಗೇರಿಯಲ್ಲಿದ್ದಾಗ ಅವರಿಗೆ ಬ್ರಾಹ್ಮಣ ಶಿಷ್ಯರಿದ್ದಂತೆ ತಮ್ಮವರೇ ಆದ ವಿಶ್ವಕರ್ಮ ಶಿಷ್ಯರೂ ಇದ್ದರು. ಶಂಕರಾಚಾರ್ಯರದು ವಿಶ್ವಕರ್ಮ ಜಾತಿ. ಆದ್ದರಿಂದಲೇ ಅವರನ್ನು ಆಚಾರ್ಯ ಅನ್ನುವುದು. ಅವರು ಪರೀಕ್ಷೆ ಮಾಡುವುದಕ್ಕಾಗಿ ಒಂದು ಸಲ ನದೀ ದಡದಲ್ಲಿ ತಮ್ಮ ಪಾದುಕೆಗಳನ್ನು ಬಿಟ್ಟು ಶಾರದಮ್ಮನವರ ಗುಡಿಗೆ ಬಂದು ವಿಶ್ವಕರ್ಮ ಶಿಷ್ಯರಿಗೆ ಪಾದುಕೆ ಮರೆತು ಬಂದೆ, ತಗಾಬಲ್ಲಿ ಅಂತ ಹೇಳಿದರು. ಓಡಿ ಓದ ಆ ಉಡುಗರಲ್ಲಿ ಒಬ್ಬೊಬ್ಬ ಅಷ್ಟಷ್ಟು ದೂರ ಕಾಲಿಗೆ ಮೆಟ್ಟಿಕೊಂಡು ತಂದು ಬಿಟ್ಟರು. ಅದೇ ಥರ ಆಚಾರ್ಯರು ಮರುದಿನವೂ ಮಡಿ ಬ್ರಾಹ್ಮಣ ಶಿಷ್ಯರಿಗೆ ಹೇಳಿದರು. ಬ್ರಾಹ್ಮಣ ಉಡುಗರು ಹೋಗಿ ಅಷ್ಟಷ್ಟು ದೂರ ಪಾದುಕೆಗಳನ್ನು ತಲೆಯ ಮೇಲೆ ಮಡೀಕಂಡು ತಂದು ಇಳಿಸಿದರು. ಆಚಾರ್ಯರು ತಮ್ಮ ಜಾತಿ ಹುಡುಗರಿಗೆ 'ಲೇ ನೀವು ಹಾಂಕಾರದಿಂದ ಮೆರೀತಿದೀರ. ಈ ಮಠಾನ ನಾನು ಬ್ರಾಹ್ಮಣರಿಗೆ ವಹಿಸಿ ಓಯ್ತಿನಿ. ಅವರ ಭಕ್ತಿ ನಿಮಗಿಲ್ಲ' ಎಂದು ಅಬ್ಬರಿಸಿದರು. ವಿಶ್ವಕರ್ಮ ಜನಾಂಗದ ಉಡುಗರು ಕಾಲಿಗೆ ಬಿದ್ದು 'ತಪ್ಪಾಯ್ತು. ಶಾಪಕ್ಕೆ ಒಂದು ಬಿಡುಗಡೆ ಇರಲೇಬೇಕು. ಮುಂದೆ ಎಂದಾದರೊಂದು ದಿನ ಈ ಮಠ ನಮಗೆ ಬರೂ ಹಂಗೆ ಅನುಗ್ರಹ ಮಾಡಬೇಕು. ನಾವು ಎಷ್ಟಾದರೂ ನಿಮ್ಮ ಜಾತಿಸ್ಥರು' ಅಂತ ಕಾಲಿಗೆ ಬೀಳಲಾಗಿ ಆಚಾರ್ಯರಿಗೆ ಮರುಕ ಹಟ್ಟಿ 'ಸಾವಿರ ವರ್ಷ ಕಳೆದ ಮ್ಯಾಲೆ ಶೃಂಗೇರಿ ಮಠ ನಿಮ್ಮದೇ ಆಗುತ್ತೆ. ಅಲ್ಲೀಗಂಟಾ ಅವರು ಅನುಭವಿಸಲಿ' ಎಂದು ಹೇಳಿ ಹೊರಟು ಹೋದರು. ಲೆಕ್ಕಾಚಾರದ ಪ್ರಕಾರ ಈಗ ಸಾವಿರ ವರ್ಷ ಕಳೆದಿದೆ. ಆದರೂ ಬ್ರಾಹ್ಮಣರು ವಾಪಸು ಕೊಡಾಕಿಲ್ಲ ಅಂತ ದುರ್ಯೋಧನನ ಹಂಗೆ ಭಂಡ ಹಟ ಮಾಡ್ತವರೆ. ನಮ್ಮೋರು ಬಿಡಾದಿಲ್ಲ. ಒಗ್ಗಟ್ಟಾಗಿ ಹೋಗಿ ವಶ ಮಾಡ್ಕತ್ತಾರೆ."

ಎಸ್. ಎಲ್. ಭೈರಪ್ಪ ಇಷ್ಟೇ

ಅಂದರೆ ತಮ್ಮ ಗುರು ಪೀಠದ ವಿರುದ್ಧವೇ ಇರುವ ಜಾನಪದೀಯ ಕತೆಯನ್ನು ಸ್ವತಃ ಆತ್ಮವೃತ್ತಾಂತದಲ್ಲಿ ದಾಖಲು ಮಾಡುವ ಮೂಲಕ, ಯಾವ ಬ್ರಾಹ್ಮಣ ಧರ್ಮ ಸಂಸ್ಥಾಪನೆಗಾಗಿ ಈ ದೇಶದ ಉದ್ದಗಲ ಓಡಾಡಿ ನೆಲೆಗೊಳಿಸಿದ ಅದ್ವೈತಾಚಾರ್ಯರ ವಂಶವೃಕ್ಷವನ್ನೇ ಬಯಲುಗೊಳಿಸಿದಾರೋ, ಅಂತಹ ಭೈರಪ್ಪ ಅವರು ಬಲಪಂಥೀಯ ಪ್ರತಿಗಾಮಿ ಬರಹಗಾರ ಎಂದಲ್ಲಿ, ಯಾರಾದರು ನಂಬುವ ಮಾತೋ! ಇನ್ನು ಧರ್ಮವನ್ನೇ ಅದರಲ್ಲೂ ಹಿಂದೂಧರ್ಮ–ಬ್ರಾಹ್ಮಣ ಧರ್ಮವನ್ನೇ ಮುಂದು ಮಾಡಿಕೊಂಡು; ದ್ವೇಷ ಬಿತ್ತುವ, ಅನಾಗರಿಕ ಬರಹಗಾರ ಭೈರಪ್ಪ ಎಂದು, ಕೊಲೆಗೆ – ನಾಶಕ್ಕೆ ಕರೆಕೊಡುವವರ ದಂಡು ದಾಳಿಯ ಬಗ್ಗೆ, 'ಆವರಣ' ಕಾದಂಬರಿ ಬರೆಯುವ ಮುಂಚೆಯೇ (2004) ಭೈರಪ್ಪ ಅವರಿಗೂ ಅರಿವಿತ್ತು ಎಂಬುದಕ್ಕೆ ಒಂದು ನಿದರ್ಶನ 2002ರ 'ಉದಯವಾಣಿ' ದೀಪಾವಳಿ ವಿಶೇಷಾಂಕದಲ್ಲಿ ಆರ್. ಪೂರ್ಣಿಮಾ ಅವರು ನಡೆಸಿದ ಸಂದರ್ಶದಲ್ಲಿ ಆಡಿರುವ ಮಾತುಗಳು ನಿಚ್ಚಳಗಾಗಿಸುತ್ತವೆ:

> "19ನೇ ಶತಮಾನದ ಅಂತ್ಯದ ವೇಳೆಗಾಗಲೇ ಜಾತಿ ಪದ್ಧತಿಯನ್ನು ತೊಡೆದು ಹಾಕುವ ಪ್ರಯತ್ನ ಆರಂಭವಾಯಿತು. ರಾಮಕೃಷ್ಣ ಪರಮಹಂಸ, ವಿವೇಕಾನಂದ, ಆರ್ಯಸಮಾಜ, ಬ್ರಹ್ಮಸಮಾಜ, ಗಾಂಧೀಜಿ ಮೊದಲಾದವರು ಮೇಲ್ಭಾಗದಿಂದ ಇಂಥ ಪ್ರಯತ್ನ ನಡೆಸಿದರೆ; ಜ್ಯೋತಿ ಬಾ ಫುಲೆ, ಪೆರಿಯಾರ್, ಅಂಬೇಡ್ಕರ್ ಮೊದಲಾದವರು ಕೆಳಮಟ್ಟದಿಂದ ಚಳವಳಿಯನ್ನು ಆರಂಭಿಸಿದರು. 12ನೇ ಶತಮಾನದಿಂದ ಆರಂಭವಾದ ಭಕ್ತಿಪಂಥವು ಇಡೀ ಭಾರತದಲ್ಲಿ ಜಾತಿಯ ಶ್ರೇಣೀಕರಣವನ್ನು ವಿರೋಧಿಸಿತ್ತು. ನನಗೆ ಜಾತಿ ವ್ಯತ್ಯಾಸಗಳಲ್ಲಿ ಕಿಂಚಿತ್ತೂ ನಂಬಿಕೆಯಿಲ್ಲ. ಬ್ರಾಹ್ಮಣ ಸಂಸ್ಕೃತಿ ಶೂದ್ರ ಸಂಸ್ಕೃತಿ ಎಂಬ ಪರಸ್ಪರ ವಿರುದ್ಧವಾದ ಎರಡು ಸಂಸ್ಕೃತಿಗಳಿವೆ ಎಂಬುದನ್ನೂ ನಾನು ಒಪ್ಪುವುದಿಲ್ಲ. ಬೆಳಗ್ಗೆ ಎದ್ದು ಮುಖ ತೊಳೆದ ನಂತರ ಆಗತಾನೆ

ಹುಟ್ಟುತ್ತಿರುವ ಸೂರ್ಯನಿಗೆ ಕೈಮುಗಿದು ರೈತನು ಮಾಡುವ ಪ್ರಾರ್ಥನೆಗೂ ವೇದದಲ್ಲಿ ಹೇಳಿರುವ ಸೂರ್ಯ ಸೂಕ್ತಕ್ಕೂ ಮೂಲದ್ರವ್ಯದಲ್ಲಿ ವ್ಯತ್ಯಾಸವಿಲ್ಲ. ವ್ಯತ್ಯಾಸವಿರುವುದು ವಿವರಗಳಲ್ಲಿ ಮತ್ತು ಸೊಫಿಷ್ಟಿಕೇಷನ್‌ನಲ್ಲಿ. ಜಾತಿ ವ್ಯತ್ಯಾಸಗಳನ್ನು ಬ್ರಾಹ್ಮಣರು ಸೃಷ್ಟಿಸಿದರು ಎನ್ನುವುದು ಸುಳ್ಳು ಮಾತು. ಮೂಲತಃ ಟ್ರೈಬಲ್ ಲಕ್ಷಣವೇ ಇವತ್ತಿನ ಜಾತಿಯಾಗಿ ಉಳಿದುಕೊಂಡಿದೆ. ವಿದ್ಯಾಭ್ಯಾಸ ಬೆಳೆದಂತೆ ಬದಲಾಗುತ್ತದೆ. ಈಗ 60–70 ವರ್ಷಗಳ ಹಿಂದೆ ಬೇರೆ ಜಾತಿಗಳವರು ಪರಸ್ಪರ ಊಟ ಮಾಡುತ್ತಿರಲಿಲ್ಲ. ಈಗ ಬಹುತೇಕ ಎಲ್ಲರೂ ಊಟ ಮಾಡುತ್ತಾರೆ. ಅಲ್ಲಲ್ಲಿ ಅಂತರ್ಜಾತೀಯ ಮದುವೆಗಳು ಆಗುತ್ತಿವೆ. ವಿದ್ಯಾಭ್ಯಾಸ, ಔದ್ಯೋಗೀಕರಣ, ನಗರೀಕರಣಗಳು ಬೆಳೆದಂತೆ ಅಂತರ್ಜಾತೀಯ ಮದುವೆಗಳು ಹೆಚ್ಚು ಹೆಚ್ಚು ನಡೆದು ಮುಂದೆ ಒಂದು ದಿನ ಜಾತಿ ಎಂಬುದು ಸಂಪೂರ್ಣವಾಗಿ ಇಲ್ಲದಾಗುವ ಹಂತ ಬೇಗ ಬರಲು ನಾವೆಲ್ಲರೂ ಪ್ರಯತ್ನಿಸಬೇಕು. ಮೂಲಭೂತ ಮೌಲ್ಯಗಳಲ್ಲಿ ಮೇಲಿನ ಅಥವಾ ಕೆಳಗಿನ ಜಾತಿಗಳ ನಡುವೆ ಹೆಚ್ಚು ವ್ಯತ್ಯಾಸವಿಲ್ಲ. ವ್ಯತ್ಯಾಸವಿರುವುದು ವಿದ್ಯಾಭ್ಯಾಸ ಮತ್ತು ಅದರಿಂದ ಬರುವ ಸೂಕ್ಷ್ಮತೆಗಳಲ್ಲಿ. ಜಾತಿಯು ಇವತ್ತು ನಮಗೆ ಒಂದು ದೊಡ್ಡ ಅನಿಷ್ಟವಾಗಿ ಕಾಣುತ್ತದೆ. ಆದರೆ ಇತಿಹಾಸದ ಕಾಲದಲ್ಲಿ ಅದು ಸಮಾಜದ ಬಿಗಿಗೆ ಕಾರಣವಾಗಿತ್ತು ಎಂಬುದನ್ನು ಮರೆಯಬಾರದು.... ಜಾತಿಯ ಹೆಸರಿನಲ್ಲಿ ದ್ವೇಷವನ್ನು ಭಿತ್ತಿ ಪರಂಪರೆಯ ಈ ಆಸ್ತಿಯಿಂದ ವಂಚಿತರಾಗುವುದು ವಿವೇಕವಲ್ಲ" (ಸಂದರ್ಭ : ಸಂವಾದ, 2011, ಪುಟ 185).

ವಿಪರ್ಯಾಸ, ವಿರೋಧಾಭಾಸ, ವಿಚಿತ್ರ ಎಂದರೆ: ಭೈರಪ್ಪ ಅವರ ಸಾಹಿತ್ಯಕೃತಿಗಳಲ್ಲಿ ಬರುವ ಪುಟಪುಟವೂ ಸಾಲುಸಾಲೂ ಅವರ 'ಹಿಡನ್ ಅಜೆಂಡಾ ಎನ್ನುವಂತೆಯೇ ಓದುವವರ (ಎಡಪಂಥೀಯ–ಬಲ

ಪಂಥೀಯ) ಎರಡೂ ಕಡೆಯೂ ತೀವ್ರಪ್ರತಿಕ್ರಿಯೆಗೆ ಒಳಗಾಗುತ್ತ ಬಂದಿರುವುದು.

ಟಿ. ಎಂ. ಸರಸ್ವತಿಯವರು ಮೈಸೂರಿನ 'ಸಾಹಿತ್ಯ ಸಿಂಚನ'ದಲ್ಲಿ (ಜನವರಿ 2, 1999) ನಡೆಸಿದ ಮಾತು ಕತೆಗಳಲ್ಲಿ ಹಿಂದೂ ಧಾರ್ಮಿಕ ನೆಲೆಗಟ್ಟಿಗೆ ಒಂದು ಮಹತ್ತ್ವದ ಸಮಸ್ಯೆಯನ್ನೇ ಭೈರಪ್ಪನವರ ಮುಂದೆ ಇಟ್ಟದ್ದನ್ನು ದಾಖಲಿಸಿದ್ದಾರೆ. :

"ವಂಶವೃಕ್ಷ'ದಲ್ಲಿ ಶ್ರೀನಿವಾಸ ಶ್ರೋತ್ರೀಯರ ಹುಟ್ಟಿನ ಬಗ್ಗೆ ಬರೆದಿರುವುದನ್ನು ಕಂಡು ಬ್ರಾಹ್ಮಣರ ಅವಹೇಳನ ಮಾಡಿದ್ದಾರೆಂದು ಭಾವಿಸಿದವರಿಗೆ, ಶ್ರಾದ್ಧದ ಬಗ್ಗೆ ಹೇಳಿ, ಮುಂದಿನ ಪೀಳಿಗೆಯವರಿಗೆ ಶ್ರಾದ್ಧ ಮಾಡುವುದರಲ್ಲಿ ಶ್ರದ್ಧೆ ಉಳಿಯುತ್ತದೆಯೇ ?"

ಅದಕ್ಕೆ ಭೈರಪ್ಪನವರ ಸ್ಪಷ್ಟನೆ ಹೀಗೆ :

"ಆ ತರಹದ ಸಂಗತಿಗಳು ಬ್ರಾಹ್ಮಣರಲ್ಲೇ ನಡೆಯಿತೆಂದು ತಿಳಿಯಬೇಕಾಗಿಲ್ಲ. ಬೇರೆ ಇತರ ಜಾತಿಯವರಲ್ಲೂ ನಡೆಯುವಂಥದ್ದೇ. ಎಲ್ಲಾ ತರಹದ ಜನರೂ ಎಲ್ಲಾ ಜಾತಿಯವರಲ್ಲೂ ಇದ್ದೇ ಇರುತ್ತಾರೆ. ಪಿತೃಗಳಿಗೆ ಪಿಂಡಹಾಕಿ ಸ್ವರ್ಗಕ್ಕೆ ಸೇರಿಸುವ ವಿಷಯದಲ್ಲಿ ನನಗೆ ನಂಬಿಕೆ ಇಲ್ಲ. ನಾನಂತೂ ನನ್ನ ಹಿರಿಯರಿಗೆ ಮಾಡುತ್ತಿಲ್ಲ. ಮುಂದೆ ನನ್ನ ಮಕ್ಕಳು ಏನು ಮಾಡುತ್ತಾರೋ ತಿಳಿದಿಲ್ಲ. ಎಲ್ಲಾ ಅವರವರ ನಂಬಿಕೆಗೆ ಬಿಟ್ಟದ್ದು." (ಭೈರಪ್ಪಾಭಿನಂದನಾ, ದ್ವಿತೀಯ ಮತ್ತು ವಿಸ್ತೃತ ಮುದ್ರಣ, 2005, ಪುಟ 258).

ಅದೇ ಸಂದರ್ಭದಲ್ಲಿಯೇ ಇನ್ನೊಂದು ಪ್ರಶ್ನೆ ಚರ್ಚೆಯಲ್ಲಿ ಬಂದಿದೆ :

"ನಿಮ್ಮ ಕಾದಂಬರಿಗಳಲ್ಲಿ ಜಾತಿಯ ಸಮಸ್ಯೆ ಅನೇಕ ಕಡೆ ಬಂದಿದೆ. ಚಾತುರ್ವರ್ಣದ ಬಗ್ಗೆ ನಿಮ್ಮ ನಿಲುವೇನು?"

ಭೈರಪ್ಪನವರು ಸ್ಪಷ್ಟವಾಗಿ ಹೀಗೆ ಹೇಳುತ್ತಾರೆ :

"ಒಟ್ಟಿನಲ್ಲಿ ಈ ಜಾತಿ ಪದ್ಧತಿ ಹೋಗಬೇಕು. ಎಷ್ಟು ಬೇಗ ಹೋದರೆ ಅಷ್ಟು ಒಳ್ಳೆಯದು ಭಾರತ ದೇಶಕ್ಕೆ."

ಎಂ. ಎಚ್. ಕೃಷ್ಣಯ್ಯ ಅವರು (ಅದೇ ಪುಸ್ತಕ, ಪುಟ 281–2) 'ಕರ್ಮವೀರ' ಪತ್ರಿಕೆಗಾಗಿ ನಡೆಸಿದ ಸಂದರ್ಶನದಲ್ಲಿ : "ನಿಮ್ಮ ಕೃತಿಗಳಲ್ಲಿ ಪ್ರಾಚೀನ ಭಾರತೀಯ ಸಾಂಸ್ಕೃತಿಕ ಮೌಲ್ಯಗಳನ್ನೇ ಎತ್ತಿ ಹಿಡಿಯುತ್ತೀರಿ ಎಂದು ಕೆಲವು ವಿಮರ್ಶಕರ ಅಭಿಪ್ರಾಯವಿದೆ. ನಿಮ್ಮ ಪ್ರತಿಕ್ರಿಯೆ ಏನು?"

ಭೈರಪ್ಪ ಅವರು ತಮ್ಮ ಕೃತಿಗಳನ್ನು ಹಾಗೂ ತಮ್ಮ ಬದುಕನ್ನು ಸಮಾಜದ ಮುಂದೆ 'ಸ್ಫಟಿಕದ ಸಲಾಕೆಯಂತೆ, ವೇದವ್ಯಾಸರಂತೆ ಎರಡೂ ಕೈಗಳನ್ನು ಎತ್ತಿ– ನುಡಿಯುತ್ತಾರೆ :

"ನಾನು ಎಲ್ಲ ಕಾದಂಬರಿಗಳಲ್ಲೂ ಪ್ರಾಚೀನ ಸಾಂಸ್ಕೃತಿಕ ಮೌಲ್ಯಗಳನ್ನು ಎತ್ತಿ ಹಿಡಿದಿಲ್ಲ. ಅಂತಹ ಬದ್ಧತೆ ಇದ್ದಿದ್ದರೆ 'ಪರ್ವ' ವನ್ನು ಬರೆಯುತ್ತಿರಲಿಲ್ಲ. ಆದರೆ ಭಾರತೀಯ ಜನಜೀವನವನ್ನು ವಿವರವಾಗಿ ನೋಡಿದ್ದೇನೆ. ಅದರ ಆಧಾರ ಮತ್ತು ಹಿನ್ನೆಲೆಗಳನ್ನು ಐತಿಹಾಸಿಕವಾಗಿ ತಿಳಿಯುವ ಪ್ರಯತ್ನ ಮಾಡುತ್ತೇನೆ. ನನ್ನ ಕಾದಂಬರಿಯ ಒಂದು ಸನ್ನಿವೇಶ ಅಥವಾ ಪಾತ್ರವು ಯಾವುದಾದರೂ ಸಾಂಸ್ಕೃತಿಕ ಸಂಘರ್ಷಕ್ಕೆ ಸಿಕ್ಕಿದಾಗ ಆ ಸನ್ನಿವೇಶವನ್ನು ಐತಿಹಾಸಿಕ ಮೂಲದ ದೃಷ್ಟಿಯಿಂದ ನೋಡುವ ವ್ಯಾಪಕ ಅಧ್ಯಯನ ಮಾಡುತ್ತೇನೆ. ತಿಳಿದ ವಿದ್ವಾಂಸರೊಡನೆ ಚರ್ಚಿಸುತ್ತೇನೆ. ಪರಂಪರೆಯನ್ನು ಪ್ರಾಮಾಣಿಕವಾಗಿ ತಿಳಿಯದೆ ತಿರಸ್ಕರಿಸುವ ಉಡಾಫೆಯಲ್ಲಿ ನನಗೆ ನಂಬಿಕೆ ಇಲ್ಲ. 'ದಾಟು' ಕಾದಂಬರಿಯಲ್ಲೂ ಇಂತಹ ದೃಷ್ಟಿಯಿದೆ. ವೇದ ಕಾಲದ ಮುಕ್ತ ಮತ್ತು ಸರ್ವರಿಗೂ ಸಮಾನ ಧಾರ್ಮಿಕ ಅವಕಾಶವಿರುವ ಪದ್ಧತಿಯನ್ನು ದಯಾನಂದ ಸರಸ್ವತಿಯವರು ನೂರು ವರ್ಷ ಮೊದಲೇ ಆರಂಭಿಸಿದರು. ಈಗಲೂ ಆರ್ಯ ಸಮಾಜದವರು ಜಾತಿ ಮತ್ತು ಲಿಂಗ ಭೇದಗಳನ್ನು ಒಪ್ಪುವುದಿಲ್ಲ."

"ನನ್ನ ಮಗನಿಗೆ ನಾನು ಮನೆಯಲ್ಲೇ ಉಪನಯನ ಮಾಡಿಸಿದೆ. ಆರ್ಯಸಮಾಜದಿಂದ ಆಚಾರ್ಯಾಣಿಯನ್ನು ಕರೆಸಿದ್ದೆ. ಬಂದು, ವೇದಮಂತ್ರ ಸಮೇತ ಹೋಮ ಮಾಡಿಸಿ, ವಟುವಿಗೆ ಯಜ್ಞೋಪವೀತ ಹಾಕಿದವರು ಒಬ್ಬ ದರ್ಜಿ ಜಾತಿಯಲ್ಲಿ ಹುಟ್ಟಿದ ಮಹಿಳೆ. ಆಕೆ ಪ್ರಧಾನ ಆಚಾರ್ಯಣಿ. ಆಕೆಗೆ ಸಹಾಯಕರಾಗಿ ಬಂದು ಮಂತ್ರ ಮುಂತಾದವುಗಳಲ್ಲಿ ಸಹಾಯ ಮಾಡಿದವರು ಒಕ್ಕಲಿಗ ಜಾತಿಯಲ್ಲಿ ಹುಟ್ಟಿದ ಗಂಡಸು.

ಚೆನ್ನಾಗಿ ವೇದಾಧ್ಯಯನ ಮಾಡಿ ಮಂತ್ರಗಳನ್ನು ಕಲಿತಿದ್ದರೆ ಸಾಕು. ಅವರ ಮೂಲ ಹುಟ್ಟಿನ ಪರಿಗಣನೆ ಇಲ್ಲದೆ ಆಚಾರ್ಯ ಕರ್ಮಗಳನ್ನು ಮಾಡುವ ಜವಾಬ್ದಾರಿ ಆರ್ಯ ಸಮಾಜದಲ್ಲಿ ಅವರ ಮೇಲೆ ಬೀಳುತ್ತದೆ. ಆರ್ಯ ಸಮಾಜವು ಅದನ್ನೇ ಜೀವನ ವೃತ್ತಿಯನ್ನಾಗಿ ಮಾಡಿಕೊಳ್ಳುವ ಪುರೋಹಿತ ಎಂಬ ವ್ಯಕ್ತಿಯನ್ನು ಒಪ್ಪುವುದಿಲ್ಲ...."

ಇದೇನಿದು ಹಣೇ ಬರಹ. ಪುಸ್ತಕಗಳನ್ನು ಬರೆದ ತಪ್ಪಿಗೆ ಅದನ್ನು ಓದುವ ಪರಿ, ಅರ್ಥಮಾಡಿಕೊಳ್ಳುವ ಪರಿ, ವಿವರಣೆ–ವ್ಯಾಖ್ಯಾನ–ಟೀಕೆ–ಟಿಪ್ಪಣಿ ಕೊನೆಗೆ ಸಾರಾಂಶ ಭಾಷ್ಯ ಕೂಡ ಬರಹಗಾರನೇ ಪೇರಿಸುತ್ತಲೇ ಹೋದಲ್ಲಿ, ರಸಾಸ್ವಾದನೆ ಇರಲಿ ರಸಾಭಾಸವೇ ಆದರೆ ಗತಿ ಏನು? ಟೆಕ್ಸ್ಟ್‌ಗಿಂತ ಗೈಡ್ ಓದಿಯೇ ಈವತ್ತಿನ ವಿದ್ಯಾವಂತರು ಶಿಕ್ಷಣ ಪಡೆಯುತ್ತಿರುವ ಲಕ್ಷಣ ಇದು. ಸಂಗೀತಗಾರರು ಹಾಡುವುದಕ್ಕಿಂತ ಸಮರ್ಥಿಸಿಕೊಳ್ಳುವುದಕ್ಕೇ ಚಕ್ಕಳಬಕ್ಕಳ ಹಾಕಿ ಕೂತರೆ, ಹೃದಯಕ್ಕಿಂತ ಮೆದುಳನ್ನೇ ಕಿತ್ತು, ಕೈಗೆ ಕೊಟ್ಟಂತೆ ಆದೀತಷ್ಟೇ. ಕನ್ನಡ ಭಾಷೆ–ಸಾಹಿತ್ಯ–ಸಂಸ್ಕೃತಿಗೆ ನೆಲಮಟ್ಟವೇ ಗತಿಯಾದರೆ, ಆಕಾಶದ ರೂಪು ರೇಖೆಗಳು ಬೇಕಾದರೂ ಯಾಕೆ ? ವಿಶ್ವ ಕಲ್ಪನೆ ಮೂಡುವುದಾದರೂ ಯಾವ ಜನ್ಮಕ್ಕೆ ?

ಕೊನೆಗೆ ರೋಸಿ ಹೋಗಿ, ಭೈರಪ್ಪನವರು, ತಾವೇ ಸಮಾಜದ ಮುಂದೆ ಒಂದು ಪ್ರಶ್ನೆ ಮುಂದಿಟ್ಟಿದ್ದಾರೆ : 'ಆಧುನಿಕ ಮನುವಾದಿಗಳು

ಯಾರು?' ಅದಕ್ಕೂ ತಾವೇ ನಾನಾ ಜ್ಞಾನ ಕ್ಷೇತ್ರಗಳ ನೆಲೆಯಿಂದ ಸತ್ಯಶೋಧನೆಗೆ ತೊಡಗುತ್ತಾರೆ. :

"ಸಂವಿಧಾನವನ್ನು ನಿರ್ಮಿಸಿದವರು ಬಹುತೇಕ ಮೇಲುಜಾತಿ ಎಂದು ಪರಿಗಣಿತರಾಗಿದ್ದವರು. ಅಸ್ಪೃಶ್ಯತೆಯನ್ನು ಅಪರಾಧವೆಂದು ಪರಿಗಣಿಸಿ, ದಲಿತರಿಗೆ ಶಿಕ್ಷಣ ಮತ್ತು ಉದ್ಯೋಗಗಳಲ್ಲಿ ಮೀಸಲಾತಿ ಇರಬೇಕೆಂದು ನಿರ್ಧರಿಸಿದವರೂ ಅವರೇ. ಎಂದರೆ ಮನು ಮಾಡಿದ್ದ ಅನ್ಯಾಯವನ್ನು ಅರಿತು ಅದನ್ನು ತೊಡೆದು ಹಾಕಿದವರೂ ಅವರೇ. ಆಧುನಿಕ ಭಾರತದ ಪ್ರಜ್ಞೆಯ ಪ್ರತಿನಿಧಿಗಳು ಅವರಾಗಿದ್ದರು. ಅಲ್ಲಿಗೆ ಮನು ಧರ್ಮಶಾಸ್ತ್ರದ ಈ ಅಂಶವನ್ನು ನಮ್ಮ ಇಂದಿನ ಧರ್ಮಶಾಸ್ತ್ರವಾದ ಸಂವಿಧಾನದಿಂದ ಸುಟ್ಟು ಬೂದಿಮಾಡಿದರು. ಹಾಗೆಂದು ಸಾವಿರಾರು ವರ್ಷಗಳಿಂದ ಆಚರಣೆಯಲ್ಲಿದ್ದ ಪದ್ಧತಿಗಳು ಒಂದೇ ದಿನದಲ್ಲಿ ಬದಲಾಯಿಸಿವೆ, ಹೊಸ ಸಂವಿಧಾನದ ಆಶಯಗಳು ಆರು ದಶಕಗಳ ಅವಧಿಯಲ್ಲಿ ಪೂರ್ತಿಯಾಗಿ ಈಡೇರಿವೆ ಎಂದು ನಾನು ಹೇಳುತ್ತಿಲ್ಲ. ನಲವತ್ತು ವರ್ಷದ ಹಿಂದೆ ಬರೆದ 'ದಾಟು' ಕಾದಂಬರಿಯಲ್ಲಿ ಹರಿಜನರನ್ನು ಇತರ ಮೇಲು ಜಾತಿಗಳು, ಅದರಲ್ಲೂ ಪ್ರಬಲ ಜಾತಿಗಳು ಗ್ರಾಮಾಂತರ ಪ್ರದೇಶದಲ್ಲಿ ಹೇಗೆ ತುಳಿಯುತ್ತಿವೆ (ತುಳಿಯುತ್ತಿದ್ದವು) ಎಂಬುದನ್ನು ನಾನು ಚಿತ್ರಿಸಿದ್ದೇನೆ. ... ಕೆಲವಂಶಗಳಲ್ಲಿ ಬದಲಾವಣೆ ಕಂಡಿದ್ದರೂ ಇನ್ನೂ ಕೆಲವಂಶಗಳಲ್ಲಿ ಹಳ್ಳಿಗರು ಬದಲಾಗಿಲ್ಲ. ಬೆಂಡಿಗೇರಿ, ಕಂಬಾಲಪಲ್ಲಿ ಮೊದಲಾದ ಇತ್ತೀಚಿನ ಘಟನೆಗಳು ಇಡೀ ಹಿಂದೂ ಸಮಾಜವು ನಾಚಿಕೆಯಿಂದ ತಲೆ ತಗ್ಗಿಸುವಂಥವು. ರಾಜಕಾರಣಿಗಳಲ್ಲಿ ಪ್ರಾಮಾಣಿಕತೆ ಇದ್ದರೆ ಇಂಥ ಘಟನೆಯನ್ನು Fast tract ನಲ್ಲಿ prosecute ಮಾಡಿಸಿ, ಅಸ್ಪೃಶ್ಯತೆಯ ವಿರುದ್ಧ ಮಾತ್ರವಲ್ಲ, ಮಾನವತೆಯ ವಿರುದ್ಧ ಮಾಡಿದ ಹೇಯ ಕೃತ್ಯಗಳನ್ನು ಸೇರಿಸಿ ಇಪ್ಪತ್ತು ಮೂವತ್ತು ವರ್ಷಗಳ ಸಂಯುಕ್ತ ಶಿಕ್ಷೆ ಹಾಕಿಸಬಹುದಿತ್ತು. ಮರಣ ದಂಡನೆಗೆ ಇದು ತಕ್ಕ

ಘಟನೆಯಾದರೂ ಕಾನೂನಿನಲ್ಲಿ ಅವಕಾಶವಿದೆಯೇ ಎಂಬುದನ್ನು ವಿಚಾರಿಸಬೇಕು." (ಸಂದರ್ಭ : ಸಂವಾದ, ಪುಟ 229).

ಭೈರಪ್ಪನವರು 'ಗತಜನ್ಮ', 'ಬೆಳಕು ಮೂಡಿತು', 'ಭೀಮಕಾಯ' ಗಳಿಂದ 'ಯಾನ' ದವರೆಗೂ ತಾವಾಗಿಯೇ ಬರೆಯುತ್ತ ಬಂದರೋ ಅಥವಾ ಭೈರಪ್ಪ ಅವರಿಂದ ಸಮಾಜ–ಸಾಂಸ್ಕೃತಿಕ ಲೋಕ ಬರೆಸಿಕೊಳ್ಳುತ್ತ ಬಂದಿತೋ ಎಂಬುದು ಈಗ ನೋಡಿದರೆ ದಿಗ್ಭ್ರಮೆ ಹುಟ್ಟಿಸುವ ಸಂಗತಿಯಾಗಿ ಕಾಣುತ್ತಿದೆ. ಆನಂದಕುಮಾರಸ್ವಾಮಿ, ಸಾಂಖ್ಯದರ್ಶನ, ಹಿಂದೂ ತತ್ತ್ವಶಾಸ್ತ್ರಗಳ ಒತ್ತಡಗಳಿಂದ ಬಿಡುಗಡೆಗೊಳ್ಳುತ್ತ, ಆರ್ಯಸಮಾಜದ ಆರ್ಯಧರ್ಮದ ಪ್ರಖರ ನಂಬುಗೆ ಮೇಲೆ ನೆಲೆಗೊಳ್ಳುವಂತಾಗಿದ್ದಾರೆಯೇ ಹೊರತು, ಭೈರಪ್ಪನವರು ಎಂದೂ ಆರ್.ಎಸ್.ಎಸ್.ಅಲ್ಲ, ಬಿಜೆಪಿ ಮೊದಲೇ ಅಲ್ಲ. ಧರ್ಮ, ದೇವರು, ಜಾತಿ, ಲಿಂಗ, ವರ್ಗಭೇದ, ಸಾವು, ಸತ್ಯ ಶೋಧನೆಗಳಲ್ಲಿ ಮನುಷ್ಯರ ನಿಜಚರಿತ್ರೆ ಅನಾವರಣಗೊಳಿಸುತ್ತ ಬಂದ ಅಪಾರ ಮಾನವೀಯತೆಯ, ಅಂತಃಕರಣದ ಬರಹಗಾರ ಭೈರಪ್ಪ ಅವರನ್ನು ಕೇವಲ ಕೆಲವೇ ಕೆಲವರು ಗುಂಪುಗೂಡಿ ತಮ್ಮೊಳಗಿನ ಬಿರುಕುಗಳಿಂದ ತಾವೂ ದಿಕ್ಕು ತಪ್ಪಿ ಇತರರನ್ನೂ ದಿಕ್ಕು ತಪ್ಪಿಸುತ್ತಿರುವುದು ಶೋಚನೀಯ.

* * *

11

ಭೈರಪ್ಪ V/S ಎಡಪಂಥೀಯರು

ಭೈರಪ್ಪ ಅವರ ನಿಜವಾದ ಶತ್ರುಗಳು ಯಾರು ?

ಭೈರಪ್ಪ - ಅನಂತಮೂರ್ತಿ, ಅನಂತಮೂರ್ತಿ - ಭೈರಪ್ಪ ಒಬ್ಬರನ್ನು ಒಬ್ಬರು ಮೈಮೇಲೆ ಎಳೆದುಕೊಂಡೇ ದೇಶ-ವಿದೇಶಗಳಲ್ಲಿ ಸುದ್ದಿ ಮಾಡಿದ್ದಾಯಿತೊ? ಲಂಕೇಶ್ ಒಂದು ಕಡೆ ಬರೆಯುತ್ತಾರೆ: ತನ್ನನ್ನು ಹಾಗೂ ಪೂರ್ಣಚಂದ್ರ ತೇಜಸ್ವಿ ಕುರಿತು, ಅನಂತಮೂರ್ತಿ ಬರೆಯಲೇ ಇಲ್ಲ ಎಂಬ ಸಿಟ್ಟು ಅವರಲ್ಲಿ ದುಮುಗುಡುಗುತ್ತಿತ್ತು. ಹೀಗಾಗಿ, ಪರರಿಗೆ ಈ ಇಬ್ಬರೂ (ಹೊಯ್ಸಳ ಕರ್ನಾಟಕ V/S ಮಾಧ್ವ ಬ್ರಾಹ್ಮಣ) ಟೀಕಿಸಿಕೊಳ್ಳುತ್ತಲೇ, ಸದಾ ಸುದ್ದಿಯಲ್ಲಿದ್ದರೋ ಎಂಬ ಅನುಮಾನ ಕಾಡದೇ ಹೋಗಲಿಲ್ಲ. ಲಂಕೇಶ್ ಸದಾ ಇಷ್ಟಪಡುತ್ತಿದ್ದ ಸ್ಯಾಮುಯಲ್ ಜಾನ್‌ಸನ್ ಗುಣ ಇದೇ ತಾನೆ ! ಇದರಲ್ಲಿ ಸುಳ್ಳು-ನಿಜ ಎಷ್ಟು ಎಂದು ಇದೀಗಲೇ ಷರಾ ಬರೆಯುವುದಕ್ಕಿಂತ, ಒಂದಂತೂ ಸತ್ಯ. ಈ ಇಬ್ಬರೂ ಒಂದರ್ಥದಲ್ಲಿ ಒಂದೇ ಗರಡೀಮನೆಯಿಂದ ಹೊರಬಿದ್ದವರು ಎಂದರೆ ಯಾರಿಗಾದರೂ ಆಶ್ಚರ್ಯವಾಗಬಹುದೇನೋ! ಅವರ ಉಸ್ತಾದರು ಆನಂದ ಹಾಗೂ ನಿರಂಜನ.

ಆನಂದ ಅವರು, ಮಾಸ್ತಿ ಮುಂದುವರಿಕೆಯ ಕತೆಗಾರರು, ಕುವೆಂಪು ಅಂತರಂಗದ ಗೆಳೆಯರು. ಸಾಲದು ಎಂಬಂತೆ, ಟಾಲ್‌ಸ್ಟಾಯ್ ಅವರ ಆತ್ಮಕಥೆ ಕನ್ನಡಕ್ಕೆ ತಂದವರು. ನಿರಂಜನರು, ಪ್ರಾರಂಭಕ್ಕೆ ಅ.ನ.ಕೃಷ್ಣರಾಯರ ಕೂಡೆ ಚಳುವಳಿಗೆ ನಿಂತವರು. ಹಾಗೆಯೇ ತಿರುಗಿಬಿದ್ದು

ಪಕ್ಕ ಕಮ್ಯುನಿಷ್ಟರೇ ಎಡಪಂಥೀಯರೇ ಆಗಿ, ಮ್ಯಾಕ್ಸಿಂ ಗಾರ್ಕಿಯವರ ಆತ್ಮಕಥೆ ಇತ್ಯಾದಿ ಕನ್ನಡಕ್ಕೆ ಕೊಟ್ಟವರು. ಈ ಇಂಥ ಇಬ್ಬರು, ಏಕಕಾಲಕ್ಕೆ (ಏಕಲವ್ಯ V/s ಅರ್ಜುನರಂತೆ) ಭೈರಪ್ಪ ಹಾಗೂ ಅನಂತಮೂರ್ತಿ ಅವರನ್ನು ಕನ್ನಡದ ಸಾಂಸ್ಕೃತಿಕ ಲೋಕಕ್ಕೆ ಸಿದ್ಧಗೊಳಿಸಿದರು. ಏನು ಸೋಜಿಗ !

ಒಬ್ಬರು ತತ್ತ್ವಶಾಸ್ತ್ರ, ತರ್ಕಶಾಸ್ತ್ರ, ಸೌಂದರ್ಯಶಾಸ್ತ್ರಗಳ ಹಿನ್ನೆಲೆಯಲ್ಲಿ ಸೃಷ್ಟಿಶೀಲತೆಗೆ ಇಳಿದರೆ; ಇನ್ನೊಬ್ಬರು ಸಂಸ್ಕೃತಿ ಚಿಂತನೆ, ಸಮಾಜವಾದಿ ರಾಜಕೀಯ, ಪರಿಸರ ಹೋರಾಟಗಳಲ್ಲಿ ಧುಮುಕಿದರು. ಅಲ್ಲಿಗೆ, ಪ್ರಗತಿಶೀಲ ಚಳುವಳಿ ಹಿನ್ನೆಲೆಗೆ ಸರಿಯುವ ಕಾಲಕ್ಕೆ, ಒಬ್ಬರು ಬಹಿರಂಗ ಚಳುವಳಿಗಳಿಂದ ಒಳಸರಿದು, ಇನ್ನೊಬ್ಬರು ನವ್ಯ ಸಾಹಿತ್ಯ ಚಳುವಳಿಯ ಮುಂಚೂಣಿಯಲ್ಲಿ ಕಾಣಿಸಿಕೊಂಡರೆ, ಗರಡೀ ಮನೆಯಲ್ಲಿ ನಡೆದದ್ದಾರೂ ಏನು ?

ಎಂದೂ ಕನ್ನಡ ಸಾಹಿತ್ಯ ಚರಿತ್ರೆಕಾರರು –ವಿಮರ್ಶಕರು– ಸಂಶೋಧಕರು ಆನಂದರನ್ನು ಪ್ರಗತಿಶೀಲ ಚಳುವಳಿಯ ತೆಕ್ಕೆಗೆ ತೆಗೆದುಕೊಳ್ಳಲೇ ಇಲ್ಲವೆ ? ನಿರಂಜರನ್ನು ಮುಂದಿನ ಸಮಾಜವಾದಿ, ಅಂಬೇಡ್ಕರ್‌ವಾದಿ, ಜೆ. ಪಿ. ವಾದಿ ಚಳುವಳಿಗಳು ಸನಿಹಕ್ಕೂ ಬರಗೊಡಲಿಲ್ಲವೆ ?

ಹೀಗಿರುವಾಗ ಈ ಪ್ರಗತಿಶೀಲ, ಕಮ್ಯುನಿಜಂ, ಮಾರ್ಕ್ಸಿಸ್ಟ್, ಎಡ ಪಂಥೀಯಗಳೆಲ್ಲವೂ ಯಾವ ಸ್ವರೂಪದಲ್ಲಿ, ಕನ್ನಡ ಸಾಹಿತ್ಯದಲ್ಲಿ ಕಾಣಿಸಿಕೊಳ್ಳುತ್ತ ಬಂದಿತು? ಅದರ ವಿಫಲತೆಯೇ ಇತ್ತ ಭೈರಪ್ಪನವರನ್ನು, ಅತ್ತ ಅನಂತಮೂರ್ತಿಯವರನ್ನು ಎದುರುಬದರು ನಿಲ್ಲಿಸಿ, ಮುಂದಿನ ಸಾಹಿತ್ಯಸೃಷ್ಟಿ, ಚಿಂತನೆ, ವಿಮರ್ಶೆ, ಓದನ್ನು ಅಣಿಗೊಳಿಸುವಂತೆ ಆಯಿತೋ? ಪರಸ್ಪರ ಜನಪ್ರಿಯತ್ವ–ಜನಪ್ರಿಯತೆಗಳನ್ನು ತಮ್ಮ ತಮ್ಮ ತೆಕ್ಕೆಗೆ ಯಾವೆಲ್ಲ ಬಗೆಗಳಲ್ಲಿ ಅಪ್ಪಿಕೊಳ್ಳುತ್ತ ಹೊರಟರು? ಅಥವಾ ಸಾಹಿತ್ಯ

ಚಳುವಳಿಯ ಒಳ-ಹೊರಗು ಬಲ್ಲವರ ಸಹವಾಸದಿಂದ ದೀಕ್ಷೆ ಪಡೆದು ದೂರವಾಗಿ; ದ್ವೇಷ-ಅಸೂಯೆ-ಸೇಡಿಗೆ ಮುಖಮುಖಿಯಾಗುವ ಬಯಲುಸೀಮೆ - ಮಲೆನಾಡಿನ ಧರ್ಮ-ಕರ್ಮಗಳೇನೋ ಇವು ?

ಮುಂದುವರಿದು; ಜನಪ್ರಿಯತೆ, ದಿನದಿಂದ ದಿನಕ್ಕೆ ಜನದನಿಯಾಗಿ, ನೈತಿಕ ಹಾಗೂ ಬೌದ್ಧಿಕ ಚಳುವಳಿಗೇ ಕಾರಣವಾಗಿಸಿತೋ? ಅಂತೆಯೇ ಕೇವಲ ಅಕಾಡಮಿಕ್ ವಲಯದ ಚರ್ಚೆಗೇ ಸೀಮಿತವಾಗಿ, ಆಳುವ ಸರಕಾರಗಳ ಅಭಿಪ್ರಾಯ ರೂಪಿಸುವ ರಾಜಕೀಯ ದನಿಯಾಗಿ ಸದಾ ಸ್ಥಿತ್ಯಂತರಕ್ಕೆ ಕುಮ್ಮಕ್ಕು ಒದಗಿಸಿಬಿಟ್ಟಿತೋ?

ಬಹುಶಃ ಆನಂದ, ನಿರಂಜನ ಇದನ್ನೆಲ್ಲ ನಿರೀಕ್ಷಿಸಿದ್ದರೋ? ಈ ಇಬ್ಬರ ಬೆಳವಣಿಗೆಯಲ್ಲಿ ಅವರ ಪಾತ್ರ ಮಹತ್ತ್ವದಲ್ಲ ಎಂದು ಲಘುವಾಗಿ ಪರಿಗಣಿಸಲು ಸಾಧ್ಯವೋ? ಇವರ ಮುಂದಿನ ತಲೆಮಾರು ಅಥವಾ ಚಳುವಳಿಗಳು, ಇವರ ಭುಜದ ಮೇಲೆ ನಿಂತಿಲ್ಲ ಎಂದು ಸಂಸ್ಕೃತಿಚಿಂತಕರು ಸಾರಾಸಗಟು ತಳ್ಳಿಹಾಕಲು ಬಂದೀತೋ?

ಒಂದು ಕಾಲಕ್ಕೆ, ಬೆಂಗಳೂರು ವಿಶ್ವವಿದ್ಯಾನಿಲಯದ ಸೆಂಟ್ರಲ್ ಕಾಲೇಜ್, ಸೆನೆಟ್ ಹಾಲಿನ ಒಂದು ಸಮಾರಂಭದಲ್ಲಿ, ತಮ್ಮ 'ಮುಂದಿನ ಕುಡಿ' ಎನ್ನುವಂತೆ, ಅಪ್ಪಿ-ತಬ್ಬಿ-ಮುದ್ದಾಡಿ-ಕಣ್ಣೀರ್‌ಗರೆದದ್ದು ಎಡಪಂಥೀಯ ನಿರಂಜನ ಮಾರ್ಕ್ಸ್‌ವಾದಿ ಸಿದ್ದಲಿಂಗಯ್ಯ ಅವರನ್ನು. ಅದೇ ಸಿದ್ದಲಿಂಗಯ್ಯ ಅವರೇ ಇದೀಗ, ಕನ್ನಡ ಸಾಹಿತ್ಯ ಷರಿಷತ್ತಿನ 100ನೇ ವರ್ಷದ 81ನೆಯ ಸಾಹಿತ್ಯ ಸಮ್ಮೇಳನದ ಅಧ್ಯಕ್ಷರಾಗಿ, ಕನ್ನಡ ಸಮಾಜಕ್ಕೆ ನೀಡಿದ ಸಂದೇಶವನ್ನೇ ಈವತ್ತಿನ ಕಮ್ಯುನಿಷ್ಟರ ಸ್ಥಿತಿಗತಿ ಮೇಲೆ ಬೆಳಕು ಚೆಲ್ಲಲು ಉದಾಹರಣೆಯಾಗಿ ತೆಗೆದುಕೊಳ್ಳಬಹುದು. ಯಾವ ನಿರಂಜನರು, ಅದೇ ಪರಿಷತ್ತಿನ ಗೌರವ ಕಾರ್ಯದರ್ಶಿಯೂ ಆಗಿ, ತದನಂತರ ಅದೇ ಷರಿಷತ್ತಿನ ಮೇಲೆ ಬಾಂಬ್ ಹಾಕಬೇಕು ಎಂಬ ಕರೆಕೊಟ್ಟರೋ, ಆ ವೇದಿಕೆಯಿಂದಲೇ ಸದಾ ವ್ಯವಸ್ಥೆಯೊಳಗೇ ಇದ್ದು ಹೋರಾಟ ಮಾಡುವುದು ತನ್ನ ಜಾಯಮಾನ ಎಂಬ ದಿವ್ಯ ಸಂದೇಶ ಕೂಡ ಕೇಳಿಬಂದಿತು.

ಯಾವ ಕನ್ನಡದ ಆದಿಕವಿ ಪಂಪ 'ಆದಿಪುರಾಣ'ದ ಪ್ರಾರಂಭಕ್ಕೆ ವಾಗ್ದೇವಿಯನ್ನು ಸ್ತುತಿಸಿ; ಓದುವ, ಕೇಳುವ, ಪೂಜಿಸುವ ಭವ್ಯಕೋಟಿಗೆ ನಿರಂತರ ಸೌಖ್ಯವನ್ನು ನೀಡು ಎಂದು ಕೋರಿದ; ಅದೇ ವಾಗ್ದೇವಿಯನ್ನೇ ಹಾಗೂ ಕನ್ನಡದ ಅಧಿದೇವತೆಯಾದ ಶ್ರೀಭುವನೇಶ್ವರಿ ತಾಯಿಯನ್ನೇ 'ದಲಿತರ ಆದಿಕವಿ' ಅನ್ನಿಸಿಕೊಂಡ ಎಡಪಂಥೀಯ-ಅಂಬೇಡ್ಕರ್ ವಾದಿ ಸಿದ್ದಲಿಂಗಯ್ಯ ಅವರು ನಮನ ಸಲ್ಲಿಸಿದ್ದಾರೆ. ಮುಂದಿನ 24 ಪುಟಗಳೆಲ್ಲಾ ಈ ಬಗೆಯ ಪ್ರಾರ್ಥನೆ-ನಮನ-ಭವ್ಯ ಕೋಟಿಯ ನಿರಂತರ ಸೌಖ್ಯವನ್ನು ಮನತುಂಬಿ ಆಶಿಸಿದ್ದಾರೆ.

ಇದರೊಂದಿಗೆ; ಪ್ರತಿಗಾಮಿ - ಮೂಲಭೂತವಾದಿ - ಬಲಪಂಥೀಯ ಎನ್ನುವ ವ್ಯಕ್ತಿಯು, 16 ವರ್ಷಗಳ ಹಿಂದೆ, 67ನೆಯ ಸಾಹಿತ್ಯ ಸಮ್ಮೇಳನದ ಅಧ್ಯಕ್ಷ ಭಾಷಣ ಮಾಡಿದ ಪ್ರಾರಂಭಿಕ ಮಾತುಗಳನ್ನು ಈಗ ನೆನಪಿಸಿಕೊಳ್ಳಬೇಕಾಗಿದೆ. ಮೊದಲಿನ ಎರಡು ಸಾಲಿನಲ್ಲಿ, ಸಮ್ಮೇಳನಕ್ಕೆ ಅಧ್ಯಕ್ಷನನ್ನಾಗಿ ಆರಿಸಿದ್ದಕ್ಕೆ ಕೃತಜ್ಞತೆ ಅರ್ಪಿಸಿ, ಮುಂದಿನ ಇಡೀ ಪ್ಯಾರಾದಲ್ಲಿ ಆ ವರ್ಷ ಕನ್ನಡ ಸಾಹಿತ್ಯ ಕುಟುಂಬದ ಕೆಲವರು ಅಗಲಿದುದಕ್ಕೆ ನೆನೆದು, ಮುಂದೆ ತಮ್ಮ ಭಾಷಣ ಬೆಳೆಸಿದ್ದಾರೆ. ಆ ಭಾಷಣದ ಬಗ್ಗೆ ನನ್ನ ಪ್ರತಿಕ್ರಿಯೆ ಇನ್ನೊಂದು ಲೇಖನದಲ್ಲಿ ಅಂದೇ ಬರೆದಿದ್ದೇನೆ.

ಇಲ್ಲಿ ಸೂಕ್ಷವಾಗಿ ಚರಿತ್ರೆಕಾರರು-ವಿಮರ್ಶಕರು ಗಮನಿಸಲೇ ಬೇಕಾದ ಅಂಶಗಳು ಅಡಗಿವೆ. :

(1) 81 ಅಖಿಲ ಭಾರತ ಕನ್ನಡ ಸಾಹಿತ್ಯ ಸಮ್ಮೇಳನಗಳ ಅಧ್ಯಕ್ಷ ಭಾಷಣಗಳನ್ನು ಗಮನಿಸಿದರೆ, ಭೈರಪ್ಪ ಒಬ್ಬರೇ ತೀರಿಕೊಂಡವರನ್ನು ಪ್ರಾರಂಭಕ್ಕೇ ನೆನೆದಿರುವುದು.

(2) ನೆನೆದಿರುವವರ ಪಟ್ಟಿಯಲ್ಲಿ, ಭೈರಪ್ಪನವರನ್ನು ವಿಮರ್ಶೆ ಹೆಸರಿನಲ್ಲಿ ಹಿಗ್ಗಾಮುಗ್ಗಾ ತೆಗಳಿದವರ ಹೆಸರುಗಳೂ ಇವೆ.

(3) ಹೀಗಿರುವಾಗ ಪ್ರಗತಿಗಾಮಿ - ಪ್ರತಿಗಾಮಿ ಎನ್ನುವವರು ಯಾರು ? ಹಾಗೆಂದರೆ ಏನು? ಹೀಗೆ ಅಶುಭ ಸಂಗತಿಯನ್ನು ತಮ್ಮ ಲೇಖನದ ಪ್ರಾರಂಭಕ್ಕೇ ಪ್ರಸ್ತಾಪಿಸಿದವರಲ್ಲಿ ಮೊದಲಿಗರು (1926ರಲ್ಲಿಯೇ)

ರಾಳ್ಲಪಲ್ಲಿ ಅನಂತ ಕೃಷ್ಣಶರ್ಮರು (ಗಾನಕಲೆ, 1952). ಎರಡನೆಯವರೇ ಭೈರಪ್ಪ (1999).

(4) ಹೌದು, ಭೈರಪ್ಪನವರ ಭಾಷಣ–ಅಲ್ಲಿನ ವಿಚಾರಗಳು ಕೆರಳುವ ಅಂಶಗಳಿಂದ ಕೂಡಿವೆ ಅಥವಾ ಪ್ರಚೋದಿಸುವ ಪ್ರೇರೇಪಿಸುವ ಗುಣ ಅದರಲ್ಲಿದೆ. ಹಾಗಾಗಿ ಕೇಳಿದ ಯಾರಿಗಾದರೂ ಆ ಕ್ಷಣ ಅವರ ಮುಂದೆಯೇ ಬೆಂಕಿಗೆ ಹಾಕಿಯೇ ಪ್ರತಿಭಟನೆ ತೋರಿಸುವಷ್ಟು ಕನ್ನಡ ಸಂದರ್ಭ ಕುದಿಯುತ್ತಿತ್ತು ಎಂಬುದು 'ಗೃಹಭಂಗ'ದ ಲೇಖಕನಿಗೆ ಅಪರಿಚಿತವೇನಲ್ಲ.

(5) ಯಾವ ಪ್ರಚೋದನೆ – ಪ್ರೇರೇಪಣೆ – ಕೆರಳಿಸುವ ಅಂಶಗಳು ಇಲ್ಲದ ಮಾರ್ಕ್ಸ್‌ವಾದಿ – ಅಂಬೇಡ್ಕರ್‌ವಾದಿ ಅಧ್ಯಕ್ಷ ಭಾಷಣ ಸಮಾಜಕ್ಕೆ ಕೊಟ್ಟ ಸಂದೇಶವೇನು ಎಂಬುದನ್ನು ಪ್ರಜ್ಞಾವಂತರು ಅರ್ಥಮಾಡಿಕೊಳ್ಳಬೇಕು.

ಇಂತಹ ಸನ್ನಿವೇಶದಲ್ಲಿ, ಅಂಬೇಡ್ಕರ್‌ವಾದಿಗಳು ಯಾರು ಎಂದು ಕೇಳಿದರೆ ಹೇಳಿದಷ್ಟು ಸುಲಭವಾಗಿ ಮಾರ್ಕ್ಸಿಸ್ಟ್ ಎಂದರೆ ಯಾರು ಕೇಳಲು ಬರುವುದಿಲ್ಲ. ಈ ಬಿಕ್ಕಟ್ಟಿಗೆ ಕಾರಣ ಇಲ್ಲಿದೆ :

> "ಈ ಲೇಖನವನ್ನು ಮಂಡಿಸುತ್ತಿರುವುದು 'ಶ್ರಮ ಜೀವಿಗಳು ಮತ್ತು ಸಾಹಿತ್ಯ' ಎಂಬ ಗೋಷ್ಠಿಯ ಅಂಗವಾಗಿ. ಇಲ್ಲಿರುವ ವಿಪರ್ಯಾಸ ಗಮನಿಸಿ : ಈ ಗೋಷ್ಠಿಯಲ್ಲಿ ಶ್ರಮ ಜೀವಿಗಳು ಭಾಗವಹಿಸುವುದೇ ಇಲ್ಲ. ಇದು ಶ್ರಮಿಕರ ಬಗ್ಗೆ ಅವರ ಶ್ರಮದ ಮೇಲೆ ಬದುಕುತ್ತಿರುವವರು ನಡೆಸುತ್ತಿರುವ ಗೋಷ್ಠಿ. ಇಲ್ಲಿ ಬಂದಿರುವವರ ವರ್ಗನೆಲೆಯನ್ನು ನಾವು ಗಮನಿಸಿದರೆ ನಮ್ಮ ವಿಶ್ಲೇಷಣೆಯೂ ಸುಗಮವಾಗುತ್ತದೆ." (ಬಿ. ಕೃಷ್ಣಮೂರ್ತಿ, ಸಾಹಿತ್ಯ ಮತ್ತು ಸಾಮಾಜಿಕ ನೆಲೆ, 2002, ಪುಟ 96).

ಎಲ್ಲರಿಗೂ ಗೊತ್ತಿರುವಂತೆ, ಮಾರ್ಕ್ಸಿಜಂ ನಿಂತಿರುವುದೇ ವರ್ಗನೆಲೆಯಲ್ಲಿ. ಶ್ರಮಿಕರ ಹೋರಾಟದ ಮೇಲೆ. ಈಗಾಗಲೇ ಭಾರತದಲ್ಲಿ

ಸುಮಾರು 5 ಸಾವಿರ ವರ್ಷಗಳಿಂದ ತುಂಬಿತುಳುಕುತ್ತಿರುವ, ಈಗಲೂ ದಿನದಿನಕ್ಕೆ ಹೆಚ್ಚುತ್ತಿರುವ ಜಾತಿಗಳ ಜೊತೆಗೆ ಸುಮಾರು 100 ವರ್ಷಗಳಿಂದ ಈಚೆಗೆ ಸೇರ್ಪಡೆಯಾದದ್ದೇ ಈ ವರ್ಗಭೇದ. ಆಶ್ಚರ್ಯವೆಂದರೆ : ಭಾಷೆ ಸಾಯುತ್ತಿದೆ, ಜಾತಿ ಬೆಳೆಯುತ್ತಿದೆ. ಇದು ಈ ವರ್ಗಭೇದದ ಕೊಡುಗೆಯೋ? ವರ್ಗೀಯರಿಗೆ ಹಣ, ವರ್ಣೀಯರಿಗೆ ಜಾತಿ ಮುಖ್ಯವೋ?

ಮೇಲುನೋಟಕ್ಕೆ ಕಾರ್ಲ್‌ಮಾರ್ಕ್ಸ್ ಹೆಸರಿನಿಂದ ಚಲಾವಣೆಯಾಗುತ್ತಿರುವ ಈ ಕಮ್ಯುನಿಸಂಗೆ, ಫ್ರೆಡರಿಕ್ ಎಂಗೆಲ್ಸ್ ಅವರ ಅಭೇದವೆಣಿಸದ ಸಂಯೋಗವೂ ಕೂಡಿದೆ. ಹೀಗೆ ಮುಂದುವರಿದು ಲೆನಿನ್‌ವಾದ ಕೂಡ ಸೇರ್ಪಡೆಗೊಂಡಿತು. ಒಟ್ಟು ಈ ಎಡಪಂಥ ವಾದ ಕುರಿತೇ, ಸ. ಡಗ್ಲಾಸ್ ಲಮ್ಮಿಸ್ ಅವರ 'ಮಾರ್ಕ್ಸ್‌ವಾದ' ಕುರಿತು ಲೇಖನದಲ್ಲಿ ಪ್ರಸ್ತಾಪಿಸಿರುವ ಈ ಅಂಶ ಗಮನಿಸಬೇಕು. (ಹೊಸ ಶತಮಾನಕ್ಕೆ ಹೊಸ ಪರಿಭಾಷೆಗಳು, 2007) :

"ರಾಜ್ಯಶಾಸ್ತ್ರ ಮತ್ತು ಅರ್ಥವ್ಯವಸ್ಥೆ ಕುರಿತು ಬರೆದ ಮಾರ್ಕ್ಸ್‌ನ ಎಲ್ಲ ಸಮಕಾಲಿನ ಲೇಖಕರ ಹಾಗೆಯೇ (ಮತ್ತು ಆ ವಿಷಯಗಳಲ್ಲಿ ಬರೆಯುತ್ತಿರುವ ಈಗಿನ ಲೇಖಕರಂತೆಯೇ) ಮಾರ್ಕ್ಸ್ ಕೂಡ ಐರೋಪ್ಯ ಕೇಂದ್ರಿತ ದೃಷ್ಟಿಯುಳ್ಳವನಾಗಿದ್ದ. ಆತನ ಬರಹಗಳಲ್ಲಿ 'ಈ ಜಗತ್ತು' ಎಂದಾಗ ಬಹುತೇಕ ಜರ್ಮನಿ, ಫ್ರಾನ್ಸ್ ಮತ್ತು ಇಂಗ್ಲೆಂಡ್‌ಗಳಿಗಷ್ಟೇ ಅದರ ಅರ್ಥವ್ಯಾಪ್ತಿ ಸೀಮಿತವಾಗಿರುತ್ತಿತ್ತು. ಉದಾಹರಣೆಗೆ, 'ಇಡಿಯ ಜಗತ್ತೇ ಬಂಡವಾಳಶಾಹಿ ವ್ಯವಸ್ಥೆಯ ಪರಿಪಕ್ವ ಸ್ಥಿತಿಯನ್ನು ತಲುಪಿದ ಘಟ್ಟದಲ್ಲಿ' ಎಂದು ಆತ ಬರೆದಾಗ, ಆತನ ಮನಸ್ಸು ಈ ಮೂರು ದೇಶಗಳ ಬೆಳವಣಿಗೆಯ ಬಗ್ಗೆಯೇ ಯೋಚಿಸುತ್ತಿತ್ತು. ಆದ್ದರಿಂದಲೇ ಆತನ ಭವಿಷ್ಯದ ನುಡಿಗಳು ತಮ್ಮ ಗಡುವು ಮೀರಿ ಒಂದು ಶತಮಾನವೇ ಕಳೆದರೂ ಇನ್ನೂ ಸತ್ಯವಾಗದೆ ಉಳಿದಿದೆ...." (ಕನ್ನಡಕ್ಕೆ : ಅಕ್ಷರ ಕೆ. ವಿ., ಪುಟ 206).

ಎಲ್ಲರಿಗೂ ಗೊತ್ತಿರುವಂತೆ ಮೊದಲ ವರ್ಗ ಹೋರಾಟ ನಡೆದದ್ದು. ಮಾರ್ಕ್ಸ್–ಎಂಗೆಲ್ಸ್ ಊಹಿಸದ ರಷ್ಯಾದಲ್ಲಿ. ಲೆನಿನ್ ಅವರ ನೇತೃತ್ವದಲ್ಲಿ. ಹೀಗಾಗಿಯೇ ಮಾರ್ಕ್ಸ್ – ಎಂಗೆಲ್ಸ್ ಇಸಂ, ಮುಂದುವರಿದು ಲೆನಿನಿಸಂ ಆಯಿತು. ಅಲ್ಲಿಂದ ಚೈನಾಕ್ಕೂ ಪ್ರವೇಶ ಪಡೆಯಿತು. ಅಲ್ಲಿ ಅದರ ಮುಂದಾಳತ್ವ ವಹಿಸಿದ್ದು ಮಾವೋ ತ್ಸೆ ತುಂಗಾ ಅವರು. ಇದರಿಂದ ಮಾವೋ ಇಸಂ ಸೇರ್ಪಡೆಗೊಂಡಿತು. ಇವೆಲ್ಲವೂ ಭಾರತಕ್ಕೆ ಆಮದಾಯಿತು. ಏಕೋಏನೋ ಭಾರತದಲ್ಲಿ ಯಾವೊಬ್ಬ ನಾಯಕನೂ–ಇಸಂ ಕೂಡ ಹುಟ್ಟಲಿಲ್ಲ. ಮಾರ್ಕ್ಸ್‌ವಾದ ಬರೀ ದೇಶವಿದೇಶಗಳಿಗೆ ಕಾಲಿಡುವುದು ಮಾತ್ರವೇ ಆಗದೆ: ಆರ್ಥಿಕರಂಗ, ರಾಜಕೀಯ ರಂಗ ದಾಟಿ ಶಿಕ್ಷಣ, ಕಲೆ, ಸಾಂಸ್ಕೃತಿಕ ಮುಂತಾದ ಕ್ಷೇತ್ರಗಳಿಗೂ ಹೊಕ್ಕಿತು. ಅದರ ಪರಿಣಾಮವೇ ಮಾರ್ಕ್ಸಿಸ್ಟ್ ಸಾಹಿತ್ಯ ಮತ್ತು ವಿಮರ್ಶೆ.

ಸಾಹಿತ್ಯ ವಿಮರ್ಶೆಯ ಪಾರಿಭಾಷಿಕ ಪದಗಳ ವಿವರಣೆಯ 'ವಿಮರ್ಶೆಯ ಪರಿಭಾಷೆ' ಎಂಬ ತಮ್ಮ ಮೊದಲ ಮುದ್ರಣದ (1983), ವಿಸ್ತೃತ ಪ್ರಥಮ ಅವೃತ್ತಿ (1998) ಹೊರತಂದ ಓ. ಎಲ್. ನಾಗಭೂಷಣ ಸ್ವಾಮಿಯವರು 'ಮಾರ್ಕ್ಸ್‌ವಾದಿ ವಿಮರ್ಶೆ' ಎಂಬ ಟಿಪ್ಪಣಿಯ ಕೊನೆಗೆ ಪುಟ 348 ರಲ್ಲಿ :

"ಜಿ. ರಾಮಕೃಷ್ಣ ಅವರ 'ಹೊಸ ತಿರುವು' (1981), ಡಿ. ಆರ್. ನಾಗರಾಜ ಅವರ 'ಅಮೃತ ಮತ್ತು ಗರುಡ' (1983), ಜಿ. ರಾಜಶೇಖರ ಮತ್ತು ವಿ. ಎನ್. ಲಕ್ಷ್ಮೀನಾರಾಯಣ ಅವರ ಬಿಡಿ ವಿಮರ್ಶಾ ಲೇಖನಗಳು, ಶಿವಶರಣಪ್ಪ ಪಾಟೀಲರ (?) ಶರಣ ಸಮಾಜ (?), ಸಿ. ವೀರಣ್ಣನವರ 'ಕಾಯಕ ಜೀವಿಗಳ ಚಳುವಳಿ', ರಹಮತ್ ತರೀಕೆರೆ ಅವರ 'ಪ್ರತಿ ಸಂಸ್ಕೃತಿ' – ಕನ್ನಡದಲ್ಲಿ ಮಾರ್ಕ್ಸ್‌ವಾದಿ ವಿಮರ್ಶೆಯ ಕೆಲವು ನಿದರ್ಶನಗಳಾಗಿ ಕಾಣುತ್ತವೆ."

ಪ್ರಕಟವಾದ ವರ್ಷವೇ, ಕರ್ನಾಟಕ ಸಾಹಿತ್ಯ ಅಕಾಡಮಿಯಿಂದ ಶ್ರೇಷ್ಠ ವಿಮರ್ಶಸಂಕಲನ ಎಂಬ ಎಡವಟ್ಟು ಪ್ರಶಸ್ತಿ ಪಡೆದ ಈ ಪಾರಿಭಾಷಿಕ

ಕೋಶ ಅಥವಾ ನಿಘಂಟು, ಎಷ್ಟು ತಪ್ಪು ಮಾಹಿತಿ ಹಾಗೂ ದಿಕ್ಕುತಪ್ಪಿಸುವ ವಿಚಾರಗಳಿಂದ ಪ್ರಾಮಾಣಿಕ ಓದುಗರಿಗೆ ಗಾಬರಿ ಹುಟ್ಟಿಸುವುದಾಗಿದೆ :

(1) ಜಿ. ರಾಮಕೃಷ್ಣ ಅವರು ಈವರೆಗೆ ಬರೆದಿರುವುದು ಮುನ್ನೋಟ, ಆಯತನ, ಯುಗದರಿವು ಹಾಗೂ ನುಡಿಬಿಂಬ ಎಂಬ ಸಂಕಲನಗಳು ಮಾತ್ರವೇ. 'ಹೊಸತಿರುವು' ಎಂಬ ಪುಸ್ತಕ ಕೂಡ ಹೊರ ಬಂದಿರುವುದು ಎಲ್ಲಿಯೂ ದಾಖಲಾಗೇ ಇಲ್ಲ, ನನ್ನ ಗಮನಕ್ಕೆ ಬಂದಿಲ್ಲ.

(2) ರಾಮಕೃಷ್ಣ ಅವರು, ಈವರೆಗೂ ಕನ್ನಡದ ಯಾವುದೇ ಸಾಹಿತ್ಯ–ಸಾಹಿತಿ ಕುರಿತು ಮಾರ್ಕ್ಸ್‌ವಾದಿ ನೆಲೆಯ ವಿಮರ್ಶೆ ಈ ಕೃತಿಗಳಲ್ಲಿ ಸೇರ್ಪಡೆಗೊಂಡಿಲ್ಲ.

(3) ಡಿ. ಆರ್. ನಾಗರಾಜ ಅವರು, ಸಂಕಲನದಿಂದ ಸಂಕಲನಕ್ಕೆ ತಮ್ಮ ತತ್ತ್ವ, ವಿಚಾರ, ವಿಮರ್ಶೆಗಳನ್ನು ಬದಲಿಸಿಕೊಳ್ಳುತ್ತ, ತಮ್ಮ ಹುದ್ದೆಗೆ–ಪೀಠಕ್ಕೆ ಅನುಗುಣವಾಗಿ ಬರೆಯುತ್ತ ಬಂದವರು. ಈ ಮೊದಲ ಸಂಕಲನದಲ್ಲಿ ಗೋಪಾಲಕೃಷ್ಣ ಅಡಿಗರು ಬಲಪಂಥೀಯರಾಗಿ ಕಂಡರೆ, ಮುಂದೆ ಬೇಂದ್ರೆ ಅಡಿಗ ಕಂಬಾರ ಮಾತ್ರವೇ ಮಹತ್ವದ ಕವಿಗಳಾದವರು. ಬರಗೂರು ರಾಮಚಂದ್ರಪ್ಪನವರ ಕೃತಿಗಳು 'ಜೀವವೇ ಇಲ್ಲದ ಕಾರ್ಡ್‌ಬೋರ್ಡ್ ಪಾತ್ರಗಳು' ಎಂದು (ಪುಟ 9ರಲ್ಲಿ), 'ಸಮಷ್ಟಿಯ ಜೀವನ ಕ್ರಮವನ್ನು ಅರ್ಥಪೂರ್ಣವಾಗಿ ಅದರ ಎಲ್ಲ ಬಣ್ಣ, ದುಕ್ಕ ದುಮ್ಮಾನಗಳೊಂದಿಗೆ ಬರೆಯಬಲ್ಲ ಇತರ ಶಕ್ತಿಶಾಲಿ ಬರಹಗಾರರು ಬರಗೂರು ರಾಮಚಂದ್ರಪ್ಪ. ..... ಚಾರಿತ್ರಿಕವಾಗಿ ಅನಿವಾರ್ಯವಾದ ಹೊಸ ಅಭಿವ್ಯಕ್ತಿಗಳು ರೂಪುಗೊಳ್ಳುತ್ತವೆ' (ಪುಟ 53ರಲ್ಲಿ) – ಹೀಗೆ ವಾತಾವರಣ (season) ವಿಮರ್ಶೆಯೇ ಹೊರತು, ಮಾರ್ಕ್ಸ್‌ವಾದಿ ವಿಮರ್ಶೆ ಆಗಲೇ ಇಲ್ಲ. (ಏನೇ ತಮ್ಮ ಬಗ್ಗೆ ಟೀಕೆ ಇದ್ದರೂ, ತಾವೂ ಸಮಿತಿಯಲ್ಲಿದ್ದಾಗ ಜನಪ್ರಿಯ ಪುಸ್ತಕ ಮಾಲೆಯಲ್ಲಿ ಕನ್ನಡ ಮತ್ತು ಸಂಸ್ಕೃತಿ ನಿರ್ದೇಶನಾಲಯದ ಅಡಿಯಲ್ಲಿ ಹೊರಬಂದ ಪುಸ್ತಕಗಳಲ್ಲಿ ಇದನ್ನು ಆರಿಸಿರುವುದು, ಬರಗೂರರ ಔದಾರ್ಯ ತೋರುತ್ತಿದೆ.)

(4) ಇನ್ನು ಜಿ. ರಾಜಶೇಖರ – ವಿ.ಎನ್. ಲಕ್ಷ್ಮೀನಾರಾಯಣ ಅವರ ಕೃತಿಗಳು ಪುಸ್ತಕ ರೂಪದಲ್ಲಿ ಸಿಗದೇ ಇರುವುದರಿಂದ, ರಷ್ಯಾದಲ್ಲಿ ಕಮ್ಯುನಿಸಂ ಬಿದ್ದು ಹೋಗುವ ಮೊದಲ ಹಾಗೂ ಅನಂತರದ ವಿಮರ್ಶೆ ಎಂದೇ ಪರಿಗಣಿಸಬೇಕಾಗುತ್ತದೆ. ಜೊತೆಗೆ ಪತ್ರಿಕೆಗಳಲ್ಲಿ – ಮುನ್ನುಡಿ ರೂಪದಲ್ಲಿ ಬಂದ ರಾಜಶೇಖರರ ಬರಹಗಳು, ಕೇವಲ ಆಪತ್ತಿಗೆ ಅಂದಂದೇ ಸೃಷ್ಟಿಯಾದ ಪ್ರತಿಕ್ರಿಯೆರೂಪದ ಚಿಂತನೆಗಳಾಗಿವೆ.

(5) ಸಿ. ವೀರಣ್ಣ ಅವರು ಸಮುದಾಯ ತಂಡದಲ್ಲಿ ಇದ್ದಾಗ, ಹೊರಗೆಬಂದು ವೀರಶೈವ ಶರಣರ ಬಗ್ಗೆ ದನಿ ಎತ್ತಿದಾಗ ಬರೆದ ಅಕಾಡಮಿಕ್ ವಿಮರ್ಶೆ ಮಾತ್ರವೇ ಆಗಿದೆ. ಈ ನಡುವೆ 'ದಾಟು' ಹೊರಬಂದ ಸಮಯದಲ್ಲಿ ಬೆಂಗಳೂರು ವಿಶ್ವವಿದ್ಯಾನಿಲಯದ ಕನ್ನಡ ವಿಭಾಗದ ಬಹಳಷ್ಟು ಅಧ್ಯಾಪಕರು–ವಿದ್ಯಾರ್ಥಿಗಳು ಬರಹಕ್ಕಿಂತ ಪ್ರತಿಭಟನೆಯೇ ಹೆಚ್ಚು ಸೂಕ್ತ ಎಂದು ಮೈಸೂರಿನವರೆಗೆ ಧಾವಿಸಿದ್ದ ಕ್ರಿಯಾಶೀಲ ಹೋರಾಟಗಾರರಲ್ಲಿ ವೀರಣ್ಣ ಅವರ ಪಾತ್ರವೂ ಅಮೋಘವಾದದ್ದು.

(6) ಇನ್ನು ರಹಮತ್ ತರೀಕೆರೆ ಅವರ 'ಪ್ರತಿಸಂಸ್ಕೃತಿ' ಕೃತಿಯಾಗಲಿ, ಈವರೆಗೆ ಪ್ರಕಟವಾದ ಅವರ ಕೃತಿಗಳಾಗಲಿ, ಪುಟಪುಟ ಇರಲಿ ಪ್ಯಾರಾ ಪ್ಯಾರಾದಲ್ಲಿಯೇ ಅವರು ಒಪ್ಪುವ ಬಿಡುವ ವಿಚಾರ–ವಿಮರ್ಶೆ ಏನು ಎಂದು ಸ್ಪಷ್ಟಗೊಳ್ಳದೇ ಇರುವುದರಿಂದ, ಸಮಸ್ತ ಜನವರ್ಗವನ್ನೂ ಓಲೈಸುವ ಭ್ರಮೆಹುಟ್ಟಿಸುವ ಲೀಲಾಜಾಲ ಸಂಗತಿಗಳಿಂದ ಕೂಡಿರುವುದರಿಂದ – ಮಾರ್ಕ್ಸ್ ವಿಚಾರಧಾರೆ ಎಲ್ಲಿದೆ ಎಂದೇ ಹುಡುಕ ಬೇಕಾಗುತ್ತದೆ.

ದುರ್ದೈವದ ಸಂಗತಿ ಎಂದರೆ, ಕನ್ನಡದಲ್ಲಿ ಮಾರ್ಕ್ಸ್‌ವಾಗಿ – ಎಡ ಪಂಥೀಯ ಸೃಜನಶೀಲ ಲೇಖಕರೇ ಇಲ್ಲದಾಗಿರುವಾಗ, ವಿಮರ್ಶೆ ಎಲ್ಲಿ ಬಂತು?

ಜಿ. ರಾಮಕೃಷ್ಣರು ತಮ್ಮ 'ಆಯತನ' ಸಂಕಲನದಲ್ಲಿ 'ಮಾರ್ಕ್ಸ್‌ವಾದಿ ಸಾಹಿತ್ಯ ವಿಮರ್ಶೆ' ಕುರಿತ ಲೇಖನದಲ್ಲಿ (ಪುಟ 45), ಮ್ಯಾಕ್ಸಿಂಗಾರ್ಕಿ ಯಂತಹವರು ಸಿಟ್ಟಿಗೆದ್ದು ಕಟುವಾಗಿ ಟಾಲ್‌ಸ್ಟಾಯ್‌ಗೆ ಪತ್ರ ಬರೆದು

ಬಹಿರಂಗ ಹುಯಿಲೆಬ್ಬಿಸಿದಾಗ, ಲೆನಿನ್ ಅವರು ಟಾಲ್‌ಸ್ಟಾಯ್ ಅವರ ವೈಶಿಷ್ಟ್ಯದ ಬಗ್ಗೆ ಮೆಚ್ಚಿಕೊಂಡಿರುವುದನ್ನು ದಾಖಲಿಸಿರುವುದು. ಈ ಬಗೆಯ ಉದಾಹರಣೆಗಳನ್ನು ತಮ್ಮ ಪುಸ್ತಕದ ಉದ್ದಕ್ಕೂ ರಾಮಕೃಷ್ಣ ನೀಡುತ್ತಾರೆ. ಹೀಗಿದ್ದಾಗ ಬರಹಗಾರ ಮಾರ್ಕ್ಸ್‌ವಾದಿಯೇ ಆಗಿರಬೇಕಿಲ್ಲವಷ್ಟೆ? ಆದರೂ ಚಾರ್ಲ್ಸ್ ಡಿಕಿನ್ಸ್‌ಗೂ ಫೆಡರಿಕ್ ಎಂಗೆಲ್ಸ್ ಅವರಿಗೂ ಇರುವ, ಪರಿಹಾರ ಕುರಿತು ವಿಚಾರ ಸಂದರ್ಭದಲ್ಲಿ ಇರಬೇಕಾದ ಎಚ್ಚರದ ಬಗ್ಗೆ ಕೂಡ ತಮ್ಮ ಲೇಖನದಲ್ಲಿ ಗಮನ ಸೆಳೆದಿದ್ದಾರೆ.

ಅದೇ ಸಂದರ್ಭದಲ್ಲಿ :

"ಈಚಿನ ಕೆಲವು ಕನ್ನಡದ ಸಾಹಿತಿಗಳ ಮಾಪನವು ಈ ನಿಟ್ಟಿನಿಂದ ಮಾಡಲಾಗಿರುವುದನ್ನು ಇಲ್ಲಿ ಉಲ್ಲೇಖಿಸಬಹುದು. ಒಂದು ಸನ್ನಿವೇಶವನ್ನು ಯಥಾವತ್ತಾಗಿ ಚಿತ್ರಿಸಿದ ಮಾತ್ರಕ್ಕೆ ಒಬ್ಬ ಸಾಹಿತಿಯ ನೋಟವು ಪೂರ್ತಿಯಾಗಿ ನಮಗೆ ಒಪ್ಪಿಗೆಯಾಗಬೇಕೆಂಬ ನಿಯಮವೇನೂ ಇಲ್ಲ. ಅದು ಮಾಸ್ತಿಯವರಾಗಬಹುದು. ಕಾರಂತರಾಗಬಹುದು, ಅಥವಾ ಭೈರಪ್ಪನವರೂ ಆಗಬಹುದು. ಅಂಗೀಕಾರ ಮತ್ತು ನಿರಾಕರಣೆಗಳೆರಡೂ ಬೇರೆ ಬೇರೆ ಅಂಗಗಳನ್ನು ಕುರಿತಂತೆ ಒಂದೇ ಕೃತಿಯ ಸಂದರ್ಭದಲ್ಲಿ ಆಗಿರುವುದು ಇದರಿಂದಾಗಿ ಅನುಚಿತವೆನಿಸುವುದಿಲ್ಲ."

ಅಂದರೆ, ರಾಮಕೃಷ್ಣ ಅಂತಹ ವಿಚಾರವಾದಿ, ಶಿಕ್ಷಣತಜ್ಞ, ಜನಪರ ಹೋರಾಟಗಾರರು ಕೇವಲ ಒಂದು ಸಾಲಿನಿಂದ, ಆ ಬರಹಗಾರರ ಒಟ್ಟು ಜೀವಮಾನ ಸಾಧನೆಯನ್ನು ಅಳೆದು ಬಿಸಾಕುವುದು (ಬೀಸಾಕುವುದು) ಎಷ್ಟು ಉಚಿತ ಮತ್ತು ನ್ಯಾಯ? ಇಷ್ಟರಲ್ಲಿ ಏನು ಹೇಳಿದಂತಾಯಿತು ?

ಈ ದಿಕ್ಕಿನಲ್ಲಿ ಬರಹಗಾರ ಭೈರಪ್ಪ ಕೂಡ ತಮ್ಮ ಸಂದರ್ಶನ ಒಂದರಲ್ಲಿ ಹೀಗೆ ಹೇಳಿದ್ದಾರೆ. (ಸಂದರ್ಭ : ಸಂವಾದ ಪುಟ 166):

"ಮಾರ್ಕ್ಸ್ ವಿಚಾರಗಳನ್ನು ಹಿನ್ನೆಲೆಯಾಗಿಟ್ಟುಕೊಂಡು ನಮ್ಮಲ್ಲಿ ಪ್ರಗತಿಯೆಂಬ ಶಬ್ದವನ್ನು ಬಳಸುತ್ತಾರೆ. ಈ ಸಂಕುಚಿತ ಆಶಯಕ್ಕೆ ಬಂದು ನಿಂತು ಯಾವ ಸೃಜನಶೀಲ ಲೇಖಕನೂ ತನ್ನನ್ನು ತಾನು ಮಿತಿಗೊಳಿಸಿಕೊಳ್ಳಬಾರದು."

1996ರಲ್ಲಿ ಬರೆದ ತಮ್ಮ 'ಭಿತ್ತಿ' ಆತ್ಮಕಥೆಯಲ್ಲಿಯೂ (ಪುಟ 531–2) ತಮ್ಮ ಸ್ಪಷ್ಟ ವಿಚಾರವನ್ನು ಹೀಗೆ ದಾಖಲಿಸಿದ್ದಾರೆ. :

"ಮಾರ್ಕ್ಸ್ ದೊಡ್ಡ ಪ್ರಭಾವವೇ ಹೊರತು ಅವನೊಬ್ಬ ದಾರ್ಶನಿಕನೆಂದು ನನಗೆ ಅನ್ನಿಸಿಯೇ ಇರಲಿಲ್ಲ. ಪ್ಲೇಟೋನ ಆದರ್ಶ ರಾಜ್ಯದ ಕಲ್ಪನೆಯ ಆಧುನಿಕ ಕೂಸಾದ ಮಾರ್ಕ್ಸ್‌ವಾದವು ಮನುಷ್ಯ ಸ್ವಭಾವಕ್ಕೆ ವಿರುದ್ಧವಾದದ್ದೆಂದು ನನಗೆ ಖಚಿತವಾಗಿ ಎಷ್ಟೋ ವರ್ಷಗಳಾಗಿದ್ದವು. ಪಾಶ್ಚಿಮಾತ್ಯ ತತ್ತ್ವಶಾಸ್ತ್ರವನ್ನು ಅಧ್ಯಯನಮಾಡಿ, ಸ್ನಾತಕೋತ್ತರ ತರಗತಿಗಳಿಗೆ ಆರು ವರ್ಷ ಪಾಠ ಹೇಳಿದ್ದ ನನಗೆ ಸಾರ್ತ್ರೆ ಕಾಮೂ ಮೊದಲಾದವರು ದಾರ್ಶನಿಕ ಮಟ್ಟದ ಚಿಂತಕರೆಂದು ಅನ್ನಿಸಿರಲಿಲ್ಲ. ಟಾಲ್‌ಸ್ಟಾಯ್ ಮತ್ತು ದಾಸ್ತೋವಸ್ಕಿಯರ ಮಟ್ಟಕ್ಕೆ ಯಾವ ಇಂಗ್ಲಿಷ್ ಕಾದಂಬರಿಕಾರನೂ ಏರಿಲ್ಲವೆಂಬುದು ಆಗಲೂ, ಈಗಲೂ ನನ್ನ ಖಚಿತ ಅಭಿಪ್ರಾಯ. ರಶ್ಯಾ ಸಂಪ್ರದಾಯದ ಪಾಸ್ಟರ್‌ನಾಕ್, ಶಕೋಲೋಫ್, ಸೊಲ್ಜನಿಟ್ಸಿನ್‌ರುಗಳು ಜೀವಂತ ಪಾತ್ರಗಳು, ಕಥಾ ಹಾಗೂ ದೇಶವಿಸ್ತಾರಗಳಲ್ಲಿ ಇನ್ನೂ ವಿಜೃಂಭಿಸುತ್ತಿದ್ದಾರೆ."

ಕನ್ನಡದ ಸಾಹಿತ್ಯ–ಸಾಂಸ್ಕೃತಿಕ ಸಂದರ್ಭದಲ್ಲಿ ಅತ್ತ ಬಲವೂ ಇತ್ತ ಎಡವೂ ಆಗದ ಸಂದಿಗ್ಧ–ಸಂಘರ್ಷ ಹೇಗೆ ಲೇಖಕರನ್ನು ಕಾಡಿದೆ ಎಂಬುದಕ್ಕೆ ಒಂದು ಉದಾಹರಣೆ ಚಂದ್ರಶೇಖರ ಕಂಬಾರರು. ಅವರೊಂದಿಗಿನ ವಾಗ್ವಾದವನ್ನು ತಮ್ಮ 'ಭಿತ್ತಿ' (ಪುಟ 550) ಯಲ್ಲಿ ಪ್ರಸ್ತಾಪಿಸಿ, ಮುಂದೆ ತಮ್ಮ ಸೃಜನಶೀಲ ನಿಲವನ್ನು ಭೈರಪ್ಪ ಅವರು ದಾಖಲಿಸುತ್ತಾರೆ. :

"ಸಾಹಿತ್ಯದ ಕೆಲಸವೆಂದರೆ ಮನುಷ್ಯನ ಅಂತರಾಳಕ್ಕೆ ಪ್ರವೇಶ ದೊರಕಿಸಿಕೊಡುವುದು. ಪ್ರೀತಿ ಅನುಕಂಪ ಕರುಣೆಗಳನ್ನು ಹುಟ್ಟಿಸುವುದು. ನಮ್ಮ ಕಹಿ ಅನುಭವವು ಏನೇ ಇರಲಿ ಪ್ರತಿಯೊಂದು ಪಾತ್ರದ ಅಂತರಂಗವನ್ನು ಹೊಕ್ಕು ಅನುಕಂಪದಿಂದ ಬಿಚ್ಚಿಡದಿದ್ದರೆ ಅದು ಮೇಲ್ಮಟ್ಟದ ಸಾಹಿತ್ಯವಾಗುವುದಿಲ್ಲ. ಇಡೀ ರಾಷ್ಟ್ರವನ್ನು ಜೈಲಾಗಿ ಪರಿವರ್ತಿಸಿದ್ದ ಸ್ಟಾಲಿನ್ನನ ಪ್ರತೀಕವಾಗಿ ಚಿತ್ರಿಸಿರುವ ಅಬಕುಮೋಫನ ಪಾತ್ರದಲ್ಲಿ ಕೂಡ ಸೋಲ್ಜನಿಟ್ಸಿನ್ ಎಷ್ಟು ಅನುಕಂಪ ಅರಿವು ಮತ್ತು ಅಂತರ್ನೋಟವನ್ನು ಸಾಧಿಸಿದ್ದಾನೆ ! ಇಲ್ಲದಿದ್ದರೆ ಅವನು ದೊಡ್ಡ ಲೇಖಕನಾಗು ತ್ತಿರಲಿಲ್ಲ."

ಬೇರೆಯಾವುದೇ ಜ್ಞಾನಕ್ಷೇತ್ರದಲ್ಲಿ ಚಾರಿತ್ರಕತೆಗೆ ಬೆಲೆ ಇದೆಯೋ ಇಲ್ಲವೋ, ಮಾರ್ಕ್ಸ್–ಎಂಗೆಲ್ಸ್ ವಾದದಲ್ಲಿ ಮೊದಲ ಸ್ಥಾನ ಚಾರಿತ್ರಿಕ ಸತ್ಯ ಶೋಧನೆಗೇ. ತದನಂತರ ಸಮಕಾಲೀನ ವಿಮರ್ಶೆಗೆ. ಮುಂದುವರಿದು ಆರ್ಥಿಕ–ರಾಜಕೀಯ ಸಂಘರ್ಷಗಳಿಗೆ. ಮಾರ್ಕ್ಸ್–ಎಂಗೆಲ್ಸ್–ಲೆನಿನ್ ಅವರು ಸಾಹಿತ್ಯ–ಕಲೆಗಳನ್ನು ಮೊದಲು ಅವು ಸಾಹಿತ್ಯ–ಕಲಾ ಕೃತಿಗಳಾಗಿವೆಯೇ ನೋಡಿ ಎಂದೇ ವಿಶ್ಲೇಷಿಸಿದ್ದಾರೆ.

ಆದರೆ ಮಾರ್ಕ್ಸ್‌ವಾದಿಗಳು ಅದರಲ್ಲೂ ಭಾರತೀಯ ಮಾರ್ಕ್ಸ್‌ವಾದಿಗಳು ಹೊರಗೆ ವರ್ಗದ ನೆಲೆಗಳಲ್ಲಿಯೂ ಒಳಗೆ ಜಾತಿ ನೆಲೆಗಳಲ್ಲಿಯೂ ತಮ್ಮ ಬೌದ್ಧಿಕ ಜಾಣ್ಮೆ–ವಿಚಾರ ಹರಿತವನ್ನು ಪ್ರದರ್ಶಿಸುತ್ತ ಬಂದಿದ್ದಾರೆ. ಇದೆಲ್ಲ ನೋಡಿದರೆ, ಮಾರ್ಕ್ಸ್ ಎಂದೋ ಹೇಳಿದಂತೆ ತಾನು ಮಾರ್ಕ್ಸ್ ಮಾತ್ರವೇ ಹೊರತು ಮಾರ್ಕ್ಸ್‌ವಾದಿ ಅಲ್ಲ ಎಂಬ ಮಾತು ಮತ್ತೆಮತ್ತೆ ನೆನಪಿಗೆ ಬರುತ್ತದೆ.

ಬ್ರಿಟನ್ ಪಾರ್ಲಿಮೆಂಟ್‌ನಲ್ಲಿ ಎಡಬದಿಗೆ ಕುಳಿತಾಕ್ಷಣ ಎಡಪಂಥೀಯರಾಗಿಯೇ ಜೀವಮಾನ ಉಳಿದು ಬಿಡಲಾರರು. ಜೀವಮಾನದಲ್ಲಿ ಉಳಿಯುವುದು ಏನು ಎಂಬ ಎಚ್ಚರ ಬರೆಯುವವನಿಗೂ ಓದುಗನಿಗೂ ಮುಖ್ಯವಾಗಿ ವಿಮರ್ಶಕನಿಗೂ ಇರಬೇಕು.

1978 ರಲ್ಲಿಯೇ 'ಸಾಹಿತ್ಯ ಹಾಗೂ ಮೌಲ್ಯ ಸಂವೇದನೆ' ಎಂಬ ಲೇಖನ ಒಂದರಲ್ಲಿ (ನಾನೇಕೆ ಬರೆಯುತ್ತೇನೆ, 1980, ಪುಟ 80–81) ಭೈರಪ್ಪ ಹೇಳುತ್ತಾರೆ :

"ಎಲ್ಲ ಸಾಹಿತಿಗಳು, ಎಲ್ಲಾ ರೀತಿಯ ಮೌಲ್ಯಸಂವೇದನೆ ಯನ್ನೂ ಕೊಡುವ ಕೃತಿಯನ್ನು ರಚಿಸಬೇಕೆಂಬ ನಿಯಮವಿಲ್ಲ; ಅದು ಸಾಧ್ಯವೂ ಇಲ್ಲ. ಆದರೆ ಪ್ರತಿಯೊಬ್ಬ ಸಾಹಿತಿಯೂ ತನ್ನ ಸಾಹಿತ್ಯಕ ಜೀವನದ ಕೊನೆಗಾಲದಲ್ಲಿ ಒಂದು ಪ್ರಶ್ನೆಯನ್ನು ತನ್ನಲ್ಲಿ ತಾನು ಕೇಳಿಕೊಳ್ಳಬೇಕಾಗುತ್ತದೆ : 'ನಾನು ಇದುವರೆಗೆ ಸೃಷ್ಟಿಸಿದ ಕೃತಿಗಳು ಯಾವ ಪ್ರಮಾಣದಲ್ಲಿ ಜೀವನದ ಮೌಲ್ಯಸಂವೇದನೆಗೆ ಸಾಧ್ಯವಾಗಿವೆ? ಅವುಗಳಲ್ಲಿ ತರ–ತಮ ಅಳತೆಗೋಲಿನಲ್ಲಿ ತಮ್ಮ ಸ್ಥಾನವರಿತ ಮೌಲ್ಯಗಳು ಎಷ್ಟು? ಸ್ಥಾನವನ್ನೂ ಅರಿತು ಯಾವ ಪ್ರಾಮಾಣದಲ್ಲಿ ಯಾವ ಗುಣದಲ್ಲಿ ಯಾವ ವೈಶಾಲ್ಯದಲ್ಲಿ ಸಂವೇದನೆಯನ್ನು ನನ್ನ ಕೃತಿಗಳ ಓದುಗರು ಪಡೆದಿದ್ದಾರೆ, ಅಥವಾ ಮುಂದೆ ಪಡೆಯುತ್ತಾರೆ?' ತಮ್ಮ ಪ್ರತಿಯೊಂದು ಕೃತಿ ರಚನೆಯ ಕಾಲದಲ್ಲಿಯೇ ಆ ಕೃತಿಗೆ ಅನ್ವಯಿಸಿ ಈ ಪ್ರಶ್ನೆಗಳನ್ನು ಹಾಕಿಕೊಳ್ಳುವುದು ಹೊಣೆಗಾರ ಸಾಹಿತಿಯ ಕರ್ತವ್ಯ."

ನಿಜ. ಕೇವಲ ಸಾಹಿತಿ, ಓದುಗ, ವಿಮರ್ಶಕರ ಹೊಣೆಗಾರರ ಪ್ರಶ್ನೆಗಳು ಮಾತ್ರವಲ್ಲ; ಎಡ–ಬಲ ಪಂಥೀಯರೇ ಅಲ್ಲದೆ, ಪ್ರತಿಮನುಷ್ಯನೂ ತನ್ನ ಅನುದಿನದ ಬದುಕಿನಲ್ಲಿ ಕೇಳಿಕೊಳ್ಳಬೇಕಾದ ಪ್ರಶ್ನೆಯೂ, ಜೀವನದ ಹೊಣೆಕೂಡ ಅಹುದು. ಅದಕ್ಕೆ ಒಂದು ಸಾಕ್ಷಿ, ಇಲ್ಲಿದೆ. ಒಂದು ಕಾಲಕ್ಕೆ ಎಡಪಂಥೀಯರಾಗಿ, ಈಗ ಶಿವಶರಣತತ್ತ್ವಪ್ರವಾದಿಯಾದ ರಂಜಾನ್ ದರ್ಗಾ, ತಮ್ಮ 'ಅಮೃತ ಮತ್ತು ವಿಷ' (2000) ಪುಸ್ತಕವನ್ನು, ಐ. ಕೆ. ಜಾಗೀರ್ದಾರ್ ಅವರಿಗೆ ಅರ್ಪಿಸುತ್ತ ಅಲ್ಲಿ ನೀಡಿರುವ ಒಂದು ಪ್ರಸಂಗ ಮನುಷ್ಯತನವನ್ನು ಹೇಗೆ ಕಾಪಾಡಿಕೊಳ್ಳಬೇಕು ಎಂಬುದಕ್ಕೆ ನಿದರ್ಶನ :

"ನಾ ಕಂಡ ಶ್ರೇಷ್ಠ ಪತ್ರಕರ್ತರಲ್ಲಿ ಒಬ್ಬರಾಗಿದ್ದ ಐ.ಕೆ. ಜಾಗೀರ್ದಾರ್ ಅವರ ಜೊತೆ ಒಂದು ಸಂಜೆ ಮಾತನಾಡುವಾಗ

ಕಮ್ಯೂನಿಜಂನ ಆದರ್ಶಗಳ ಬಗ್ಗೆ ವಿವರಿಸಿದೆ. ಇದೆಲ್ಲ ನನ್ನ ತಲೆಗೆ ಹೋಗುತ್ತಿಲ್ಲ ಎಂದು ಅವರು ತಿಳಿಸಿದರು. ಆ ರಾತ್ರಿ ಅವರ ಮನೆಗೆ ಕರೆದೊಯ್ದರು. ಅವರ ಮನೆಗೆಲಸದವಳು, ಅವರ ಪತ್ನಿ ಮತ್ತು ಮಕ್ಕಳು ಜೊತೆ ಡೈನಿಂಗ್ ಟೇಬಲ್ ಮೇಲೆ ಊಟ ಮಾಡುತ್ತಿದ್ದಳು. ಅವಳು ಇರುವ ಕೋಣೆ ಮತ್ತು ಹಾಸಿಗೆಗಳು ಜಾಗೀರ್‌ದಾರರ ಕೋಣೆ ಮತ್ತು ಹಾಸಿಗೆಗಳ ಹಾಗೇ ಚೊಕ್ಕಟವಾಗಿದ್ದವು. ಆಮೇಲೆ ನಾನೆಂದೂ ಅವರ ಜೊತೆ ಕಮ್ಯೂನಿಜಂ ಬಗ್ಗೆ ಮಾತನಾಡಲಿಲ್ಲ."

* * *

12

ಭೈರಪ್ಪ V/S ಸ್ತ್ರೀವಾದಿಗಳು

81ನೇ ಅಖಿಲ ಭಾರತ ಕನ್ನಡ ಸಾಹಿತ್ಯ ಸಮ್ಮೇಳನ, ಶ್ರವಣಬೆಳಗೊಳ, 2 ಫೆಬ್ರುವರಿ 2015 ರಂದು, ಪ್ರಧಾನ ವೇದಿಕೆ ಹಾಗೂ ಸಮಾನಾಂತರ ವೇದಿಕೆಗಳಲ್ಲಿ ಏಕಕಾಲಕ್ಕೆ, ಕೆಲ ಸ್ತ್ರೀವಾದಿಗಳು ಭೈರಪ್ಪ ಅವರನ್ನು ಗೊಮ್ಮಟನ ಸನ್ನಿಧಿಯಲ್ಲಿ ಪ್ರಧಾನವಾಗಿಯೂ ಸಮಾನಾಂತರವಾಗಿಯೂ ನಿಲ್ಲಿಸಿದರು. ಸಾಕ್ಷಾತ್, ಮುಖ್ಯಮಂತ್ರಿಯ ಮಾಧ್ಯಮ ಸಲಹೆಗಾರ, ಅಕಾಲ ಮರಣವಪ್ಪಿದ ಇತಿಹಾಸ ಚಿಂತಕಿ ವಸು ಮಳಲಿಯವರ ಶ್ರದ್ಧಾಂಜಲಿ ನೆಪದಲ್ಲಿ, ಶ್ರವಣಬೆಳಗೊಳದಲ್ಲಿ ದಿವ್ಯಾಂಬರಗೊಂಡ ಸ್ವಾಭಿಮಾನಿ ಲೇಖಕಿಯರು ಮತ್ತು ಮಹಿಳಾ ಹೋರಾಟಗಾರರ ದಿಟ್ಟದನಿಗಳನ್ನು ಹೆಮ್ಮೆಯಿಂದ ಸ್ವಾಗತಿಸಿದರು. ಆ ಮೂಲಕ ಆಳುವ ಸರಕಾರದ ಅಟ್ಟ-ಹಾಸವನ್ನು ಸಮಾಜದ ಮುಂದೆ ಬೆತ್ತಲೆಗೊಳಿಸಿದರು. (ಟೀಚರ್, ಶೈಕ್ಷಣಿಕ ಮಾಸಪತ್ರಿಕೆ, ಸಂಪುಟ 14, ಸಂಚಿಕೆ 1, ಮಾರ್ಚ್ 2015, ಪುಟ 18) ಹೀಗಾಗಿ ಮೇಲುನೋಟಕ್ಕೆ ಯಾವ ಚಳುವಳಿಯೂ ಇಲ್ಲ ಎಂದರೂ, ಸ್ತ್ರೀವಾದಿ ಚಳುವಳಿಗೆ ಸಮರೋಪಾದಿಯಲ್ಲಿ ಸಿದ್ಧತೆಗೊಂಡಿತು :

"....ಆದರೆ ಅಕ್ಷರ ಬಲ್ಲವರು ಯಾವತ್ತೂ ಜೀವಪರ ಜನಪರವಾಗಿಯೇ ಇರುತ್ತಾರೆ ಎಂದೇನಲ್ಲ. ಎಷ್ಟೋ ಸಲ ತಾವು ಕರಗತ ಮಾಡಿಕೊಂಡ ಅಕ್ಷರಗಳ ಮೂಲಕವೇ ಜನಾಂಗ ದ್ವೇಷದ ಭಾವನೆಗಳನ್ನು ಹರಡುವವರೂ ಇದ್ದಾರೆ. ಇಂಥವರಿಗೆ ಅಕ್ಷರ ಬೆಳಕಾಗುವ ಬದಲು ತಮಗಾಗದವರ ವಿರುದ್ಧ ಝಳಪಿಸುವ ಕತ್ತಿಯೂ ಆದದ್ದಿದೆ. ಇಂಥವರ ಸಾಲಿನಲ್ಲಿ ನಿಶ್ಚಯವಾಗಿಯೂ ಎಸ್. ಎಲ್. ಭೈರಪ್ಪನಂಥವರನ್ನು

ಪರಿಗಣಿಸಲೇಬೇಕೆಂಬುದಕ್ಕೆ ಅವರ 'ಕವಲು', 'ಆವರಣ', 'ಯಾನ' ಇತ್ಯಾದಿ ಕಾದಂಬರಿಗಳನ್ನು ಉದಾಹರಿಸಬಹುದು. ಈ ಮಹಾನ್ ಲೇಖಕರು ತಮ್ಮ ಹಲವು ಕಾದಂಬರಿಗಳಲ್ಲಿ ಮನುಷ್ಯ ವಿರೋಧಿ, ಮಹಿಳಾ ವಿರೋಧಿ ನಿಲುವುಗಳನ್ನು ಸ್ಥಾಯಿಗೊಳಿಸಲು ಪ್ರಜ್ಞಾಪೂರ್ವಕವಾಗಿ ಪ್ರಯತ್ನಿಸಿರುವುದು ಖಂಡನೀಯ. ಮಾನವೀಯತೆ ಉಳ್ಳ ನಾಗರೀಕರು ಯಾರೂ ಈ ರೀತಿ ಬರೆಯಲು ಸಾಧ್ಯವೆ ಇಲ್ಲ." (ಪ್ರಜಾವಾಣಿ, ಚರ್ಚೆ, 9 ಫೆಬ್ರುವರಿ 2015).

ಅಂದು, ನಾಡಿನ ಇತ್ತೀಚೆಗಿನ ಸ್ತ್ರೀವಾದಿಗಳಲ್ಲಿ ಪ್ರಾಧ್ಯಾಪಕರು, ಹೋರಾಟಗಾರರು, ಪತ್ರಕರ್ತರು, ಸಾಹಿತಿಗಳು ಎಂದು ಮಾಧ್ಯಮಗಳಿಂದ ಅನ್ನಿಸಿಕೊಂಡ ಕೆಲವರು ಪೂರ್ವನಿಯೋಜಿತವಾಗಿ ಎನ್ನುವಂತೆ ತಮ್ಮ ತಮ್ಮ ಗೋಷ್ಠಿಗಳಲ್ಲಿ ಎಳೆದು ತಂದು, ಕೊನೆಗೆ ಭೈರಪ್ಪ ಮನುಷ್ಯನೇ ಅಲ್ಲ ಹಾಗೂ ಅನಾಗರೀಕ ಎಂದು ಬೊಬ್ಬಿರಿದರು.

81ನೇ ಸಾಹಿತ್ಯ ಸಮ್ಮೇಳನದ ಸಂದರ್ಭಕ್ಕೆ, ಕನ್ನಡ ಸಾಹಿತ್ಯ ಪರಿಷತ್ತು ಪ್ರತಿ ಸಮ್ಮೇಳನದಿಂದ ಒಂದಲ್ಲ ಒಂದು ಪಾಠ ಕಲಿಯುತ್ತಲೇ ಬಂದಿದೆ. ಇತ್ತೀಚೆಗಿನ ಸಮ್ಮೇಳನಗಳಲ್ಲಿ ಹಾಗೂ ಗೋಷ್ಠಿಗಳಲ್ಲಿ ಸ್ತ್ರೀಯರಿಗೆ–ಸ್ತ್ರೀಯರಿಗೆ ಸಂಬಂಧಿಸಿದ ವಿಷಯಗಳಿಗೆ ಸಾಕಷ್ಟು ಆದ್ಯತೆ ನೀಡಿದೆ. ಆದರೂ ಉದ್ಘಾಟನೆ ಸಮಾರಂಭದಲ್ಲಿ 29 ಜನ ಗಣ್ಯರು ಭಾಗವಹಿಸಿದ್ದು, ಅದರಲ್ಲಿ ಮೂವರು ಮಾತ್ರ ಸ್ತ್ರೀಯರಾಗಿರುವುದು, ಕೇವಲ ಅಯಿದು ಜನ ಮಾತ್ರ ಸಾಹಿತಿಗಳಿದ್ದು ಆಳುವ ರಾಜಕಾರಣಗಳಿಂದಲೇ ತುಂಬಿರುವುದನ್ನು ಯಾರೂ ಪ್ರಶ್ನಿಸಿದಂತೆ ಕಂಡು ಬರಲಿಲ್ಲ. ಅಥವಾ ಪ್ರಶ್ನಿಸಿ ಪ್ರಶ್ನಿಸಿ ಸೋತು ಸುಣ್ಣವಾಗಿರಬೇಕು. ಆದರೆ ಪರಿಷತ್ತು, ಸಮ್ಮೇಳನ ಹಾಗೂ ಗೋಷ್ಠಿಗಳನ್ನು ರೂಪಿಸಲು, ಒಂದು ಸಲಹಾ ಸಮಿತಿಯನ್ನು ಏರ್ಪಡಿಸಿಕೊಳ್ಳುವುದು, ಆ ಸಮಿತಿ ಕೇಂದ್ರ ಸಾಹಿತ್ಯ ಅಕಾಡೆಮಿಯಂತೆ ಅವರಿವರು ಏಕೆ ತಾವು ತಾವೇ ಆಯಕಟ್ಟಿನ ಜಾಗದಲ್ಲಿ ಕುಳಿತು ಪರಿಷತ್ತನ್ನೂ ಆ ಮೂಲಕ

ಜನತೆ ಹಾಗೂ ಸುದ್ಧಿ ಮಾಧ್ಯಮಗಳಲ್ಲಿ ರಾರಾಜಿಸುವ ಅಜೆಂಡಾ ಯಾರಿಗೂ ತಿಳಿಯದ ವಿಷಯವಾಗಿ ಉಳಿದಿಲ್ಲ.

ಯಾರನ್ನೂ ಪ್ರಶ್ನಿಸುವುದು ಖಂಡಿಸುವುದು ಶ್ರವಣರ ನೆಲದಲ್ಲಿ ಕೆಲ ಸ್ತ್ರೀವಾದಿಗಳ ಸೊತ್ತೇನಲ್ಲ. ಆರ್. ನರಸಿಂಹಾಚಾರ್ಯ – ಎ. ವೆಂಕಟಸುಬ್ಬಯ್ಯ ಅವರ ಕಾಲದಿಂದಲೂ ಕನ್ನಡದಲ್ಲಿ ವಾಗ್ವಾದಗಳು ನಡೆದು ಬರುತ್ತಿವೆ. ಶ್ರೀರಂಗ, ರಂ. ಶ್ರೀ. ಮುಗಳಿ, ಮಾಸ್ತಿವೆಂಕಟೇಶ ಅಯ್ಯಂಗಾರ್ ಅವರ ಕೃತಿಗಳನ್ನು ಆಯಾ ಸಂದರ್ಭದಲ್ಲಿ ಸುಟ್ಟಿರುವ ದೃಷ್ಟಾಂತಗಳು ಕಡಿಮೆ ಏನಿಲ್ಲ. ಕನಕಪುರ ಸಮ್ಮೇಳನದಲ್ಲಿ ನಾನೂ ಸೇರಿಯೇ ಸಂಗಾತಿಗಳು ಅಧ್ಯಕ್ಷ ಭಾಷಣಪ್ರತಿಯನ್ನು ಸಾಂಕೇತಿಕವಾಗಿ ಸಮ್ಮೇಳನದ ಸಭಾಂಗಣದಲ್ಲಿಯೇ ಸುಡಲಾಯಿತು. ಇದು ಅಕ್ಷರ ಮಾಧ್ಯಮ ಬೆಂಕಿ ಮಾಧ್ಯಮಗಳ ಪ್ರಶ್ನೆಯಲ್ಲ. ಬಾಯಿಬಂದ್ ಮಾಡಲು ಹೊರಟಾಗ ಕೈ–ಗೊಂಡ ಮಾಧ್ಯಮ ಇದು. ಆಗೆಲ್ಲ ಕನ್ನಡದಲ್ಲಿ ಸ್ತ್ರೀವಾದಿಗಳಿರಲಿ – ಸ್ತ್ರೀವಾದವೇ ಹುಟ್ಟಿರಲಿಲ್ಲ. ಪೊನ್ನ–ರನ್ನ–ಚಾವುಂಡರಾಯನ ಒಡನಾಡಿಯಾದ ಅತ್ತಿಮಬ್ಬೆ ಯಾವ ಲೇಖಕಿಯನ್ನೂ ಪ್ರೋತ್ಸಾಹಿಸಿದ ದಾಖಲೆ ಇಲ್ಲ. ಕೌಶಿಕ ಎಂಬ ಅನಾಮಿಕನನ್ನು ಧಿಕ್ಕರಿಸಿ ಮಹಾದೇವಿ ಅಕ್ಕ ಹೊರಟದ್ದು, ಶ್ರೀ ಶೈಲಕಲ್ಲ, ಪುರುಷರು–ದಂಪತಿಗಳಿಂದ ನಿಬಿಡವಾಗಿದ್ದ ಕಲ್ಯಾಣಕ್ಕೆ. ಹೀಗಾಗಿ ಬಿ.ಎನ್.ಸುಮಿತ್ರಾಬಾಯಿ ಹಾಗೂ ಎನ್. ಗಾಯತ್ರಿ ಅವರು ಸಂಪಾದಿಸಿದ 'ಸ್ತ್ರೀವಾದಿ ಪ್ರವೇಶಿಕೆ' (1995) ಯಲ್ಲಿ ಹೇಳುವಂತೆ "ಕನ್ನಡದ ಸಂದರ್ಭದಲ್ಲಿ ಎಂಬತ್ತರ ದಶಕದಿಂದ ಈಚೆಗೆ ಸ್ತ್ರೀವಾದಿ ಅರಿವು ಬರಹಗಳ ಜೊತೆಯಲ್ಲಿ ಸ್ತ್ರೀವಾದಿ ಸಾಹಿತ್ಯ ವಿಮರ್ಶೆ ಕೂಡ ಸ್ವಷ್ಟರೂಪ ತಳೆಯತೊಡಗಿದೆ." (ಪುಟ 9).

80ರ ದಶಕದಿಂದ ಈಚೆಗೇ ಬಂದ ಎರಡು ಕೃತಿಗಳು ಬಹುಶಃ ಈ ಕೆಲ ಸ್ತ್ರೀ ವಾದಿಗಳ ಕಣ್ಣಿಗೆ ಬಿದ್ದಂತೆ ಕಾಣಿಸುತ್ತಿಲ್ಲ. ಅವರ ಉದ್ದೇಶ ಕೂಡ ಕೇವಲ ಭೈರಪ್ಪ ಅವರನ್ನು (ಈಗಾಗಲೇ ಅವರ ಗುರುಗಳು, ಅಪ್ಪಂದಿರು, ಒಡನಾಡಿಗಳು ನಿಶ್ಶಸ್ತ್ರೀಕರಣಗೊಂಡ ಮೇಲೆ) ತಾವು

ಎದುರಿಸುವ ಒಂದೇ ಗುರಿಯಾಗಿ, ಭೈರಪ್ಪ ಒಬ್ಬರೇ ಕರ್ನಾಟಕದಲ್ಲಿ ಮನುಷ್ಯನಲ್ಲವಾಗಿ – ಅನಾಗರೀಕನಾಗಿ ಕಾಣುತ್ತಿರುವುದಕ್ಕೆ ನಿಜವಾದ ಕಾರಣ (ಏನಾದರೂ ಮಾಡು ಬರಹ ಮಾಧ್ಯಮ ಬೇಡ, ಏಕೆಂದರೆ ಅದು ಅ–ಕ್ಷರ ಸಂಸ್ಕೃತಿ ಎಂಬ ಸನಾತನ ನಂಬುಗೆಯೂ ಒಂದಾಗಿ) ಬೇರೆಯೇ ಇದ್ದಿರಬಹುದು ಅನ್ನಿಸುತ್ತಿದೆ :

"ನನ್ನ ಮೊದಲ ಕಾಮಾನುಭವ ಇದು : ನಮ್ಮ ಮನೆಯಲ್ಲಿ ಒಂದು ದೊಡ್ಡ ಹಬ್ಬ ಆಗಿತ್ತು, ತುಂಬಾ ವಯಸ್ಸಾದವನನ್ನು ಹಿರಿಯರ ಒತ್ತಾಯಕ್ಕಾಗಿ ಮದುವೆಯಾದ ಒಬ್ಬಳು ದೂರದ ಸಂಬಂಧಿ ಹೆಣ್ಣಿದ್ದಳು. ನಾಗವೇಣಿ ನನಗಿಂತ ಹತ್ತು ವರ್ಷವಾದರೂ ಹೆಚ್ಚು ದೊಡ್ಡವಳು. ನನ್ನ ಕೂರಿಸಿಕೊಂಡು ಅದು ಇದು ಕಥೆ ತುಂಬಾ ಹೇಳುತ್ತಿದ್ದಳು. ನಾವೆಲ್ಲ ನಡುಮನೆಯಲ್ಲಿ ಒಟ್ಟಾಗಿ ಮಲಗಿದ್ದೆವು. ಯಾರೊ ನನ್ನ ಮೇಲೆ ಕೈ ಹಾಕಿದ ಹಾಗಾಯಿತು. ಅವಳು ನನ್ನ ಬಾಯಿಯನ್ನು ತನ್ನ ಕೈಯಲ್ಲಿ ಬಲವಾಗಿ ಮುಚ್ಚಿ ಕಿವಿಯಲ್ಲಿ 'ಮಾತಾಡಬೇಡ' ಅಂದಳು. ಹದಿನೈದು ವರ್ಷದ ಬಾಲಕನ ಮೈಮೇಲೆಲ್ಲ ತಾಯಿಯಂತೆಯೂ ಪ್ರೇಯಸಿಯಂತೆಯೂ ಉಸಿರಾಡಿದಳು. ಬೆಳಗ್ಗೆ ಅವಳು ಏನೂ ಆಗಿಲ್ಲ ಅನ್ನುವ ಹಾಗೇ ಇದ್ದಳು, ಕನಸಲ್ಲಿ ನಡೆದು ಹೋಯಿತು ಅನ್ನುವ ಹಾಗೆ." (ಯು.ಅರ್. ಅನಂತಮೂರ್ತಿ ಅವರ ಆತ್ಮಕಥನ 'ಸುರಗಿ', 2012, ಪುಟ 68).

"ನಾನು ಪ್ರೀತಿಸಿದ ಹುಡುಗಿಯರು, ನನ್ನನ್ನು ಪ್ರೀತಿಸಿದ ಹುಡುಗಿಯರು, ಈ ನಡುವೆ ನನ್ನ ವೈವಾಹಿಕ ಜೀವನದ ಒಳಗುಟ್ಟುಗಳು, ನಾನು ಪಟ್ಟಕಷ್ಟಗಳು, ಕೊಟ್ಟ ಕಷ್ಟಗಳು, ಸುಖ, ವಿರಹ– ಈ ಬಗ್ಗೆ ನಾನು ಬರೆಯಲು ಹೋಗಿಲ್ಲ. ಎಲ್ಲರೂ ಆತ್ಮಕಥೆಯಲ್ಲಿ ಇಂತಹ ಘಟನೆಗಳನ್ನು ಎದುರಾಗಲು ಅಪೇಕ್ಷಿಸುತ್ತಾರೆ. ನನ್ನನ್ನು ಪ್ರೀತಿಸಿದವರು ಬದುಕಿದ್ದರೆ ಅವರೇ ಹೇಳಬೇಕಾದ ಮಾತುಗಳನ್ನು ನಾನು ಹೇಳಬಾರದು ಎಂದು

ನನ್ನ ನಂಬಿಕೆ. ನಾನೇನೂ ಏಕಪತ್ನೀವ್ರತಸ್ಥನಾಗಿ ಉಳಿಯಲಿಲ್ಲ. ನನ್ನ ಹೆಂಡತಿ ನನ್ನ ನೆಚ್ಚಿ ಮಾತ್ರ ಬದುಕಿದವಳು. ನನ್ನ ಪೊರೆದಳು ಎಂದಷ್ಟೇ ಹೇಳಬಲ್ಲೆ. ಆದರೂ ಅವಳಲ್ಲಿ ನನ್ನ ಸೋಲುಗಳಿಗೆ ನೆವವಾಗಿ ತಪ್ಪು ಹುಡುಕುವ ನಾನು ಇನ್ನೂ ಇಡಿಯಾದ ಮನುಷ್ಯನಾಗಿಲ್ಲ." (ಅದೇ, ಪುಟ 420–21).

10 ವರ್ಷ ದೊಡ್ಡವಳಾದ ಸಿನಿಮಾ ನಾಗವಲ್ಲಿ ಅಲ್ಲ ನಾಗವೇಣಿ, ಪಾಪ ಬಾಲಕ ಅನಂತಮೂರ್ತಿ ಮೇಲೆ ಮಾಡಿದ ಆ ಕಾಮಾನುಭವವನ್ನು ಈವತ್ತಿನ ಈ ಕೆಲ ಸ್ತ್ರೀವಾದಿಗಳು ಯಾವ ಪರಿಭಾಷೆಯಲ್ಲಿ ಕರೆಯಲು ಇಷ್ಟಪಡುತ್ತಾರೋ? ಇಷ್ಟಕ್ಕೂ ಆ ನಾಗವೇಣಿ ಕೇಳಿದ್ದು ಬರೆಯಬೇಡ ಎಂದಲ್ಲ ಮಾತಾಡಬೇಡ ಎಂದು ತಾನೇ! ತಮ್ಮ 15 ರಿಂದ 80ನೇ ವಯಸ್ಸಿನವರೆಗೂ 'ಏಕ ಪತ್ನೀವ್ರತಸ್ಥನಾಗಿ ಉಳಿಯಲಿಲ್ಲ' ಹಾಗೂ 'ನಾನು ಇನ್ನೂ ಇಡಿಯಾದ ಮನುಷ್ಯನಾಗಿಲ್ಲ' ಅನ್ನುವುದನ್ನು ತಾಯಿ ಕರುಳಿನ ಸ್ತ್ರೀಯರು ಏನೆಂದು ಪರಿಭಾವಿಸುತ್ತಾರೆಯೋ? ಹೀಗಾಗಲು ನಾಗವೇಣಿ ಹಾಗೂ ನಾಗವೇಣಿಯರು ಕಾರಣವೊ ಅನಂತಮೂರ್ತಿ ಕಾರಣವೊ ನವ್ಯ ಸಾಹಿತ್ಯದಷ್ಟೇ ನನಗೆ ಒಡಪಾಗಿದೆ. ಇದೆಲ್ಲಕ್ಕೂ ಮಿಗಿಲಾಗಿ, ಅನಂತಮೂರ್ತಿಯವರ ಈ ಬಗೆಯ ತಮ್ಮ ಆತ್ಮಕಥನವನ್ನು ಟ್ರಂಕಿನಿಂದ ಅಲ್ಲ ಎದೆಯಾಳದಿಂದ ಹೊರತೆಗೆಸಿ ನಿರೂಪಿಸಿರುವುದು, ಸಂಯೋಜಿಸಿರುವುದು ನಮ್ಮ ಕಾಲದ ಒಬ್ಬ ಪ್ರಮುಖ ಕವಯತ್ರಿ–ಸೋದರಿ ಎಂಬುದೂ ಸಾಮಾನ್ಯ ಸಂಗಾತಿ ಅನ್ನಿಸುತ್ತಿಲ್ಲ.

ಇದು ಸಾಕ್ಷಾತ್ ಜ್ಞಾನಪೀಠ, ಬಸವ ಪ್ರಶಸ್ತಿ, ಸಾಹಿತ್ಯ ಸಮ್ಮೇಳನದ ಅಧ್ಯಕ್ಷರಾಗಿದ್ದವರ ಆತ್ಮಕಥನವಾದರೆ, ನವ್ಯ ಸಾಹಿತ್ಯ ಚಳುವಳಿಯ ಮಹತ್ತ್ವದ ಕವಿ, ನಮ್ಮ ಕಾಲದ ಪ್ರಮುಖ ಭಾಷಾಶಾಸ್ತ್ರಜ್ಞ–ನಿರಂತರ ಅಂಕಣಕಾರರಾದ ಕೆ.ವಿ.ತಿರುಮಲೇಶ್ ಅವರ 'ಸಮೃದ್ಧ ಕನ್ನಡ' (2013) ಎಂಬ ಪುಸ್ತಕಕ್ಕೆ ಅದರ ಪ್ರಕಾಶಕ ಬರೆದ ಮಾತುಗಳನ್ನು ಅಕ್ಷರ ರೂಪದಲ್ಲಿಯೇ ಅವತರಿಸಿರುವುದರಿಂದ ಸ್ತ್ರೀವಾದಿಗಳು ಪರಾಂಬರಿಸಬೇಕು:

"ತುಂಬಾ ದಿನಗಳ ನಂತರ ಗೆಳೆಯನೊಬ್ಬನ ಮನೆಗೆ ಹೋದೆ. ಅಲ್ಲಿ ಆದ ಅನುಭವ ವಿಚಿತ್ರವಾದದ್ದು ಮಾತ್ರವಲ್ಲ; ಆಶ್ಚರ್ಯಕರವಾದದ್ದು. ಗೆಳೆಯ ಖಾಸಗಿ ಕಂಪನಿಯಲ್ಲಿ ಉನ್ನತ ಹುದ್ದೆಯಲ್ಲಿದ್ದಾನೆ. ಹೆಂಡತಿ ಶಾಲೆಯಲ್ಲಿ ಶಿಕ್ಷಕಿ. ಬುದ್ಧಿವಂತೆಯಾದ ಮಗಳು. ಬಡತನ ಮತ್ತು ಕಷ್ಟಪಟ್ಟು ಮೇಲೆ ಬಂದ ಈ ಕುಟುಂಬವನ್ನು ತುಂಬ ವರ್ಷಗಳಿಂದ ಬಲ್ಲೆ. ಸಿಟ್ಟು ಮಾಡುವ ಗಂಡನಿಗೆ ಅಥವಾ 'ಬಿಲ್‌ಕುಲ್ ಆಗುವುದಿಲ್ಲ.' ಎಂದು ಹಠಮಾರಿ ಧೋರಣೆ ಅನುಸರಿಸುವ ಗೆಳೆಯನಿಗೆ 'ರವಿಯ ಹತ್ತಿರ ಹೇಳಿಸಿದರೆ ಆಯ್ತು' ಎಂಬಷ್ಟು ಆತ್ಮೀಯತೆ, ಸಲುಗೆ, ಅಭಿಮಾನ. ಮೊನ್ನೆ ಆದದಿಷ್ಟೆ; ನಾನು ಅವರ ಮನೆಗೆ ಹೋಗುವುದಕ್ಕೂ, ಗೆಳೆಯನ ಹೆಂಡತಿಗೆ ಫೋನ್ ಬರುವುದಕ್ಕೂ, ಮಗಳು ಆ ಫೋನ್ ತೆಗೆದುಕೊಂಡು ಅಮ್ಮನಿಗೆ ಕೊಡಲು ಹೋಗುವುದಕ್ಕೂ ಸರಿಹೊಯ್ತು. ಆ ಹುಡುಗಿ ಫೋನಿನಲ್ಲಿ ರಿಂಗ್ ಆಗುತ್ತಿರುವ ಹೆಸರು ನನ್ನದೇ ಇದ್ದುದರಿಂದ ಆಶ್ಚರ್ಯವಾಗಿ ಕೇಳಿದ ಪ್ರಶ್ನೆ 'ರವಿಮಾಮ ಯಾಕೆ ಫೋನ್ ಮಾಡ್ತಿದ್ದೀರಿ? ಇಲ್ಲೇ ಇದ್ದುಕೊಂಡೂ!' ಅಯ್ಯೋ ನನ್ನ ಫೋನೇನಾದರೂ ಆಟೋಮ್ಯಾಟಿಕ್ ಆನ್ ಆಯ್ತಾ ಎಂದು ಪರೀಕ್ಷಿಸುವಷ್ಟರಲ್ಲಿ ಅವರಮ್ಮ ಬಂದು ಆ ಹುಡುಗಿಯ ಕೈಯಿಂದ ಫೋನ್ ಕಸಿದುಕೊಂಡು ಆಫ್ ಮಾಡಿಬಿಟ್ಟಳು. ಒಂದು ಕ್ಷಣ ಅವಳ ಮುಖ ಕಪ್ಪಿಟ್ಟು ಹೋಯಿತು. ಸುಮ್ಮಸುಮ್ಮನೆ ಮಗಳನ್ನು ಬೈದು ರೂಮಿಗೆ ಕಳಿಸಿದಳು. ನಿಂಬೆ ಷರಬತ್ತು ಮಾಡಲು ಅಡುಗೆ ಮನೆಗೆ ಹೋದ ಸಮಯದಲ್ಲಿ ಆ ಫೋನ್ ಆನ್ ಮಾಡಿ ಆ ಕರೆಯ ನಂಬರನ್ನು ದಾಖಲಿಸಿಕೊಂಡೆ. ಅಲ್ಲಿಂದ ಶುರುವಾಯ್ತು ಪತ್ತೇದಾರಿ ಕೆಲಸ. ಅವನ ಹೆಸರು ರವಿಚಂದ್ರ, ಆ ಶಾಲೆಯ ಮುಖ್ಯೋಪಾಧ್ಯಾಯ. ಇವರಿಬ್ಬರೂ ಪರಸ್ಪರ ಪ್ರೀತಿಸುತ್ತಿದ್ದು ಮನೆಯಲ್ಲಿ ಅನುಮಾನ ಬಾರದಿರುವಂತೆ ದಿನ ನಿತ್ಯ ಗಂಟೆಗಟ್ಟಲೇ

ಮಾತು, ಭೇಟಿಗೆ ನನ್ನ ಹೆಸರನ್ನು ಬಳಸಿಕೊಳ್ಳುತ್ತಿದ್ದರು. ಹೀಗೂ ಸಾಧ್ಯವೇ ಜಗತ್ತಿನಲ್ಲಿ ? ಎಂದು ಅರೆಕ್ಷಣ ಅವಕ್ಕಾದೆ. ಸ್ನೇಹಿತನಿಗೆ ಈ ಬಗ್ಗೆ ತಿಳಿದರೆ? ಕುಟುಂಬ, ಸಂಬಂಧ, ಸಮಾಜ, ರೀತಿ ನೀತಿಗಳು ಮುಂತಾಗಿ ಎಷ್ಟು ಹೊತ್ತು ಯೋಚಿಸಿದರೂ ಮನಸ್ಸಿನ ತಳಮಳ ಬಗೆಹರಿಯಲಿಲ್ಲ. ಈ ಹೊತ್ತಿನ ನಮ್ಮ ಬದುಕು ಅದೆಷ್ಟು ಸಂಕೀರ್ಣವಾಗಿದೆ ಎನ್ನುವುದನ್ನು ಸೂಕ್ಷ್ಮವಾಗಿ ಸೂಚಿಸಲು ಈ ಉದಾಹರಣೆ."

ಕನ್ನಡ ಭಾಷೆಯ ಕುರಿತ ಲೇಖನಗಳ ಸಂಕಲನಕ್ಕೆ ಅದರ ಪ್ರಕಾಶಕ ಬರೆದ ಮಾತುಗಳು ಇವು: ಈ ಹೊತ್ತಿನ ನಮ್ಮ ಬದುಕು ಅದೆಷ್ಟು ಸಂಕೀರ್ಣವಾಗಿದೆ ಎಂಬ ಸೂಕ್ಷ್ಮ ಜಿಜ್ಞಾಸೆ, ಆತನ ಸ್ನೇಹಿತನ ಹೆಂಡತಿ ಅದೂ ಶಿಕ್ಷಕಿ ನಡೆಸುತ್ತಿರುವ ಕಾಮ–ಪ್ರೇಮಲೀಲೆ ಹಾಗೂ ಅವರಿಬ್ಬರ ಫೋನ್ ನಂಬರ್ ಗುರುತು ಹಾಕಿಕೊಳ್ಳುವ ಪತ್ತೇದಾರಿ ಬುದ್ಧಿಯ ಕೇಡಿಗತನ–ಇವು ಮನುಷ್ಯತ್ವವಿಲ್ಲದ ಅನಾಗರೀಕ ವರ್ತನೆಯ ಚೌಕಟ್ಟಿನೊಳಕ್ಕೆ ಬರುತ್ತದೆಯೋ ಇಲ್ಲವೋ ನಮ್ಮ ಸ್ತ್ರೀವಾದಿಗಳು ಗಂಭೀರವಾಗಿ ಆಲೋಚಿಸಬೇಕಲ್ಲವೇ ?

ಇವನ್ನೇ ಇಂಥವನ್ನೇ ಕಾದಂಬರಿಕಾರ ಭೈರಪ್ಪ 'ಭೀಮಕಾಯ' ದಿಂದ 'ಯಾನ' ವರೆಗೆ ಬಿಡಿ ಬಿಡಿಸಿ ತೋರಿಸಿದ ಕೂಡಲೇ; ಭೈರಪ್ಪ ಮನುಷ್ಯನಲ್ಲ, ಅನಾಗರೀಕ, ಎಲ್ಲಕ್ಕೂ ಮಿಗಿಲಾಗಿ ಮಹಿಳಾ ವಿರೋಧಿ, ಮಾತ್ರವೇ ಅಲ್ಲ ಮಹಿಳೆಯರ ಬಗೆಗೆ ವಿಕೃತ ಮನಸ್ಥಿತಿಯನ್ನು ಹೊಂದಿರುವವರು ಎಂಬ ಖಂಡನೆ, ಅವಹೇಳನ ಮಾಡಲು, ಚಂದ್ರಗುಪ್ತಮೌರ್ಯ ಸಲ್ಲೇಖನ ವ್ರತತೊಟ್ಟ ಭೈರಪ್ಪ ಅವರ ಸ್ವಂತ ನೆಲಕ್ಕೆ ಹೋಗಿ ಸಾರಬೇಕಾಯಿತೆ !

1958 ರಿಂದ 2014ರವರೆಗೆ ಬರೆದ 23 ಕಾದಂಬರಿಗಳಲ್ಲಿ ಆವರಣ (2007), ಕವಲು (2010), ಯಾನ (2014) ಮಾತ್ರ ಇವರ ಕೆಂಗಣ್ಣಿಗೆ ಗುರಿಯಾಗಿವೆ. ಅದೇ ಭೈರಪ್ಪನವರ 'ಪರ್ವ' ಬಂದ ಕಾಲಕ್ಕೆ (1979), ನಾನೂ ಒಬ್ಬನಾಗಿ 'ಸ್ನೇಹವಲಯ' ಎಂಬ ಆ ಸಂಸ್ಥೆ ಮೂಲಕ ಸಂಗಾತಿ

ವಿಜಯಾ, ದೊಡ್ಡಮಟ್ಟದಲ್ಲಿ ವಿಚಾರ ಸಂಕಿರಣ ಇಟ್ಟು, ಅಲ್ಲಿ ಆಕೆ ಆಡಿರುವ ಮಾತು ತುಂಬಾ ಮಹತ್ತ್ವದ್ದು. ಇನ್ನೂ ಸ್ತ್ರೀವಾದ ಕಣ್ಣುಬಾಯಿ ಬಿಡುತ್ತಿದ್ದ ಕಾಲದ್ದಾದರೂ, ಒಂದು ರೀತಿ ಸ್ತ್ರೀವಾದಿಗಳು, ಕನ್ನಡ ನೆಲದಲ್ಲಿ ಬಂಡಾಯ ದಲಿತ ಚಳುವಳಿಯಂತೆಯೇ, ಭೈರಪ್ಪ ಹಾಗೂ ಅವರ 'ಪರ್ವ'ವೂ ಕಾರಣವಾಯಿತೋ ಎಂಬ ಅನುಮಾನ ನನ್ನನ್ನು ಈಗ ಕಾಡುತ್ತಿದೆ. :

"ಅವರ 'ಪರ್ವ' ನನ್ನನ್ನು ಬಹಳ ಬೇರೆಯಾದ ರೀತಿಯಲ್ಲಿ ಕಲಕಿದೆ. ಭೈರಪ್ಪನವರ ಕಾದಂಬರಿಗಳಲ್ಲಿ ಬರುವ ಅನೇಕ ಪಾತ್ರಗಳಲ್ಲಿ ನನ್ನನ್ನು ನಾನು ಕಂಡುಕೊಂಡಿದ್ದೆ. ಹಾಗೆ 'ಪರ್ವ' ದಲ್ಲಿಯ ಅನೇಕ ಘಟನೆಗಳು-ಪಾತ್ರಗಳು-ಚಿಂತನೆಗಳು ನನ್ನನ್ನು ತಬ್ಬಿಬ್ಬಾಗಿಸಿವೆ. 'ಪರ್ವ' ಓದಿದ ನನ್ನ ಅನೇಕ ಗೆಳೆಯರು ದಿಗ್ಭ್ರಮೆಗೆ ಒಳಗಾದರು. 'ಪರ್ವ' ದ ಬಗ್ಗೆ ಏನಾದರೂ ಖಚಿತವಾಗಿ ಹೇಳಲು ಹಿಂದೇಟು ಹಾಕಿದರು. ಒಮ್ಮೆಲೆ ತೆಗೆದು ಹಾಕಲು ಕಷ್ಟವಾದದ್ದಂತೂ ಹೌದು. ಕ್ರಮೇಣ ಇಲ್ಲೂ ಅನೇಕ ಆಕ್ಷೇಪಗಳನ್ನು ಹುಡುಕಿ ತೆಗೆದಿದ್ದಾರೆ. ಇಲ್ಲೆಲ್ಲ ಕೇವಲ ಎಳೆತಂದ ನಿರ್ಧಾರಗಳು ಕಂಡಿವೆ. 'ಪರ್ವ'ದ ವಿಚಾರ ಸಂಕೀರ್ಣದಲ್ಲೂ ಲೇಖಕರ ವೈಯಕ್ತಿಕ ನೆಲೆಯಲ್ಲಿ ಸಭ್ಯತೆಯ ಎಲ್ಲೆ ದಾಟಿ - ಟೀಕಿಸಿದ್ದಿದೆ, 'ಪರ್ವ' ಕೃತಿಯನ್ನು ಮಹಿಳೆಯರು ಬಹಿಷ್ಕರಿಸಬೇಕು ಎಂದು ಗೆಳೆಯರೊಬ್ಬರು ಹೇಳಿದರು. ಇದೇ ಮಿತ್ರರು 'ಪರ್ವ'ವನ್ನು ಕೆಲದಿನಗಳ ಹಿಂದೆ ಬಾಯಿತುಂಬಾ ಹೊಗಳಿದ್ದನ್ನು ಕೇಳಿದ್ದೆ ! 'ಪರ್ವ'ದಲ್ಲಿ ಮಹಿಳೆ ಆಗ್ರಹ ಪಡುವಂಥ ವಿಷಯಗಳಿವೆ ಎಂಬುದು ನನಗೆ ಇನ್ನೂ ಬೋಧವಾಗಿಲ್ಲ. 'ಪರ್ವ'ದ ಅನೇಕ ಅಂಶಗಳು ಅಡಗಿದ್ದ-ಅಡಗಿಸಲ್ಪಟ್ಟ ಭಾವನೆಗಳನ್ನು ಕೆದರುತ್ತವೆ ಎಂದು ಮಾತ್ರ ಹೇಳಬಲ್ಲೆ. 'ಪರ್ವ'ದಲ್ಲಿಯ ಹೆಂಗಸರೊಂದಿಗೆ ನಾನೂ ನರಳಿದ್ದೇನೆ - ಸುಖಿಸಿದ್ದೇನೆ ಕೂಡಾ. 'ಮಿಥ್' - ಅದ್ಭುತದ ಚಿತ್ರಣ ಎಂದೆಲ್ಲ ಸೌಂದರ್ಯ-ಸಾಹಿತ್ಯದ ವಿಶಿಷ್ಟ

ಕಲ್ಪನೆಯ ನೆಪದಲ್ಲಿ ವ್ಯಕ್ತಿಗಳನ್ನು ನಮ್ಮದಾದ ನೆಲದಿಂದ ಆಚೆಗೊಯ್ದಿರಿಸಿ ಕೇವಲ 'ಪೂಜೆ'ಗೆ ಒಡ್ಡಿಬಿಡುವ ರೀತಿಗಿಂತ, ಒಂದಿಷ್ಟು ಸರಳವಾಯಿತು ಅನ್ನಿಸಿದರೂ ಇಲ್ಲಿಯ ಕೃಷ್ಣ–ನಮ್ಮ–ನಿಮ್ಮಲ್ಲಿ ಇರಬಹುದಾದ ಅನೇಕ ಸ್ವಭಾವಗಳಿಗೆ ಹೋಲುವ ಸಾಮಾನ್ಯ ಮನುಷ್ಯ. ಅವನಲ್ಲಿ ಪರಿತ್ಯಕ್ತ ಹೆಣ್ಣುಗಳಿಗೆ ಸಾಮಾಜಿಕ ಸ್ಥಾನಮಾನ ಕೊಡುವ ಔದಾರ್ಯ ಇದೆ ಎಂಬುದೇ ಮನಸ್ಸಿಗೆ ಹತ್ತಿರವಾಗುವ ಅಂಶವಾಗಿದೆ. ಹೀಗೆ 'ಪರ್ವ'ದ ಕುಂತಿ, ಗಾಂಧಾರಿ, ಕೃಷ್ಣರ ಜೊತೆಗೆ ಇವರ ಮಧ್ಯೆಯಿದ್ದೂ ಒಬ್ಬಂಟಿಯಾಗೇ ಉಳಿದ ದ್ರೌಪದಿ ನನಗೆ ಪ್ರಿಯವಾಗಿದ್ದಾರೆ." (ಅರಿಕೆ, ಪುಟ 5).

ಇನ್ನು ಮುಂದೆ ಗಂಡಸರು–ಗಂಡಸರೇ ಸುಳ್ಳು ಹೇಳಬಹುದೆಂದು, ಅದರಲ್ಲೂ ಭೈರಪ್ಪ ಹಾಗೂ ಅವರ ಕಾದಂಬರಿಗಳು ಸುಳ್ಳೇ ಹೇಳುವುದೆಂದು ಇಂದು ಸ್ತ್ರೀವಾದಿಗಳು ಗಂಟಲು ಎತ್ತಿದ್ದಾರೆ. ಆದರೆ 'ಪರ್ವ' ಬರುವ ಕಾಲಕ್ಕೆ ಮಾತ್ರವೇ ಅಲ್ಲ, ಅವರ ಕಾದಂಬರಿಗಳಲ್ಲಿ ಬರುವ ಅನೇಕ ಪಾತ್ರಗಳಲ್ಲಿ ತನ್ನನ್ನು ತಾನು ಕಂಡುಕೊಂಡಿದ್ದೆ ಎಂಬುದೂ, ಗೆಳೆಯರೊಬ್ಬರು ಆ ಕಾಲಕ್ಕೆ ಭೈರಪ್ಪನವರ ಆ ಕಾದಂಬರಿ ಬಹಿಷ್ಕರಿಸಬೇಕು ಎಂದು ಒಮ್ಮೆ ಬಾಯಿತುಂಬಾ ಹೊಗಳುವುದು ಇನ್ನೊಮ್ಮೆ, ಆದರೂ 'ಪರ್ವ'ದ ಹೆಂಗಸರೊಂದಿಗೆ ತಾನೂ ನರಳುವುದು–ಸುಖಿಸುವುದು, ಅನೇಕ ಗೆಳೆಯರು ಅಂದು ದಿಗ್ಭ್ರಮೆಗೆ ಒಳಗಾಗುವುದು, ವೈಯಕ್ತಿಕ ನೆಲೆಯಲ್ಲಿ (ಅಂದರೆ ?) ಸಭ್ಯತೆಯ ಎಲ್ಲೆ ದಾಟಿ ಟೀಕಿಸಿದ್ದೇನು – ಈ ಎಲ್ಲವೂ 2015ರ ಶ್ರವಣಬೆಳಗೊಳದಲ್ಲಿ ಅಲ್ಲ 1979ರಲ್ಲಿ ಬೆಂಗಳೂರಿನಲ್ಲಿಯೇ ಭೈರಪ್ಪನವರನ್ನು ಹಣಿಯುವ ಫ್ಲ್ಯಾಟ್‌ಫಾರಂ ಸಿದ್ಧಗೊಂಡಿತ್ತು ಎಂಬುದು ಈ ನಾಡಿನ ಸಾಂಸ್ಕೃತಿಕ ನಿಜಚರಿತ್ರೆಯೇ ಆಗಿದೆ.

ಟಿ. ಎಂ. ಸರಸ್ವತಿಯವರು ದಾಖಲಿಸಿದ, ಮೈಸೂರಿನ 'ಸಾಹಿತ್ಯ ಸಿಂಚನ'ದಲ್ಲಿ (2 ಜನವರಿ 1999) ಪ್ರೌಢಮಹಿಳೆಯರು ಭೈರಪ್ಪನವರ ಜೊತೆ ಮುಖಾಮುಖಿ ನಡೆಸುವಾಗ (ಭೈರಪ್ಪಾಭಿನಂದನಾ, 2005, ಪುಟ 257). ಒಂದು ಪ್ರಶ್ನೆಗೆ ಸಮಾಧಾನ ಹೀಗೆ ನೀಡಿದ್ದಾರೆ :

"ಕಾದಂಬರಿಯನ್ನು, ಕಾದಂಬರಿಯಲ್ಲಿ ಬರುವ ಪಾತ್ರಗಳನ್ನು ಪಾತ್ರಗಳಂತಷ್ಟೇ ನೋಡಬೇಕು."

ಅದೇ ಪುಸ್ತಕದ ಪುಟ 207ರಲ್ಲಿ, ಹಿಂದಿಯ ರಣವೀರ ರಂಗ್ರಾ ಅವರು ಒಂದು ಪ್ರಶ್ನೆ ಎತ್ತಿದ್ದಾರೆ (ಅನು : ಟಿ.ಜಿ. ಪ್ರಭಾಶಂಕರ 'ಪ್ರೇಮಿ'):

"ಸಂಭಾಷಣೆಯನ್ನು ಭೈರಪ್ಪನವರ ಸ್ತ್ರೀಪಾತ್ರಗಳ ಕಡೆಗೆ ತಿರುಗಿಸುತ್ತಾ ಕೇಳಿದೆ : ಕೆಲವರು ಹೇಳುತ್ತಾರೆ ಪುರುಷ ಲೇಖಕರು ಸ್ತ್ರೀಪಾತ್ರಗಳಿಗೆ ನ್ಯಾಯ ಕೊಡಲಾರರು ಎಂದು. ಏಕೆಂದರೆ ಅವರು ಸ್ತ್ರೀಪಾತ್ರಗಳನ್ನು ಪುರುಷನ ದೃಷ್ಟಿಕೋನದಿಂದಲೇ ಚಿತ್ರಿಸುತ್ತಾರೆ. ಈ ಆರೋಪದ ಬಗ್ಗೆ ನಿಮ್ಮ ಅಭಿಪ್ರಾಯವೇನು?"

ಭೈರಪ್ಪನವರು "ತಟಸ್ಥ ಭಾವದಿಂದ ಯೋಚಿಸುತ್ತಾ ಹೇಳಿದರು:

"ಈ ಆರೋಪದಲ್ಲಿ ಸ್ವಲ್ಪ ಸತ್ಯವಿದೆ. ಪುರುಷಲೇಖಕ ತನ್ನ ಸ್ತ್ರೀ ಪಾತ್ರಗಳನ್ನು ಆಳವಾಗಿ ಚಿತ್ರಿಸಲಾರ. ಇದೇ ಮಾತನ್ನು ಲೇಖಕಿಯರ ಬಗ್ಗೆಯೂ ಹೇಳಬಹುದು. ಅವರು ತಮ್ಮ ಕೃತಿಗಳಲ್ಲಿ ಪುರುಷ ಪಾತ್ರಗಳನ್ನು ಸಂಪೂರ್ಣವಾಗಿ ಆಳವಾಗಿ ಚಿತ್ರಿಸಲಾರರು. ನಿಜವಾಗ್ಯೂ, ಹೆಚ್ಚು ಹೆಚ್ಚು ಲೇಖಕಿಯರು ಬರೆಯ ತೊಡಗಿದರೆ, ಒಳ್ಳೆಯ ಕಲಾತ್ಮಕ ಅಭಿವ್ಯಕ್ತಿ ನೀಡಿದರೆ ನಾವು ಸ್ತ್ರೀಯನ್ನು ಇನ್ನೂ ಚೆನ್ನಾಗಿ ಅರ್ಥ ಮಾಡಿಕೊಳ್ಳಬಹುದು ಮತ್ತು ಪುರುಷನ ಉಳಿದರ್ಧ ಬಗ್ಗೆ ಜ್ಞಾನ ಹೆಚ್ಚುವುದು. ಆದರೆ ಮಾನವ ಶಕ್ತಿ ಎಷ್ಟೆಂದರೆ ಅವನು ಸೃಜನೆ ಮಾಡುವ ಸಮಯದಲ್ಲಿ ತನ್ನ ವ್ಯಕ್ತಿತ್ವದ ಎಲ್ಲೆಯನ್ನೂ ಮೀರಿ ಹೆಣ್ಣು ಗಂಡಿನ ಭೇದದಿಂದ ಮೇಲೇಳಬಲ್ಲ. ಈ ಉತ್ತೀರ್ಣಾವಸ್ಥೆಯಲ್ಲಿ ಲೇಖಕನ ಮನೋಗ್ರಂಥಿಗಳು ಶಿಥಿಲವಾಗುತ್ತವೆ ಮತ್ತು ಹೆಣ್ಣಿನ ಚಿತ್ರಣವನ್ನು ಆಳಕ್ಕಿಳಿದು ಚಿತ್ರಿಸಬಲ್ಲ. ಆದರೆ ಇದು ಶುದ್ಧ ಸೃಜನೆಯ ಉಚ್ಚಾವಸ್ಥೆ. ಕತೆ– ಅಥವಾ ಕಾದಂಬರಿ ಬರೆಯುವಾಗ ಲೇಖಕನ, ಅನುಭೂತಿಯ ತತ್ತ್ವಗಳು, ಅವನ ಪೂರ್ವಗ್ರಹ, ಬೇಕು ಬೇಡಗಳು ಮತ್ತು ಗಂಡು–ಹೆಣ್ಣು ಎಂಬ ಎಲ್ಲೆಗಳು ಸಕ್ರಿಯವಾಗಿ ಕೆಲಸ ಮಾಡುತ್ತವೆ.

ಆದ್ದರಿಂದ ಅವುಗಳಲ್ಲಿ ಆಂಶಿಕ ಸತ್ಯಗಳೇ ಪ್ರತಿಪಾದಿತವಾಗುತ್ತವೆ. ಅಂದರೆ ಇಂತಹ ಸೃಜನ ಕಾಲದಲ್ಲಿ ಕಾದಂಬರಿ ಪೂರ್ಣ ಕಲಾತ್ಮಕವಾಗುವುದಿಲ್ಲ ಎಂದು ಅಭಿಪ್ರಾಯ. ಈ ಎಲ್ಲೆಯಿಂದ ಮುಕ್ತರಾಗಲು ಉಪಾಯವೆಂದರೆ ಶುದ್ಧ ಕಲಾತ್ಮಕ ಸ್ಥಿತಿ ಮುಟ್ಟಲು ಹೆಚ್ಚು ಹೆಚ್ಚು ಪ್ರಯತ್ನ ಮಾಡುವುದು. "

ಗಂಡು ಲೇಖಕ ಹೆಣ್ಣು ಲೇಖಕಿ ಅಥವಾ ಲೇಖಕ–ಲೇಖಕಿ ಸಮಸ್ಯೆ ಈಗ ಉಲ್ಬಣಗೊಂಡಿದೆ. ಸಮಾಜ ಹೇಗೋ ಹಾಗೆ ತಾನೇ ಸಹಜೀವಿಗಳು! 80ರ ದಶಕ ಕನ್ನಡದಲ್ಲಿ ಹೇಗೆ ಸ್ತ್ರೀವಾದಿಗಳು ತಲೆ ಎತ್ತಿ, ಢೀಕೊಳ್ಳಲು ಸಿದ್ಧವಾದರೋ; ಅದರಂತೆ 21ನೇ ಶತಮಾನದ ಪ್ರಾರಂಭವೇ ಗಂಡು–ಹೆಣ್ಣಿನ ಜೊತೆಗೆ ಮೂರನೇ ಲಿಂಗವೂ ನಮ್ಮ ಜೊತೆ ಇದೆ ಎಂಬ ಪರಿಜ್ಞಾನವನ್ನು ಸಮಾಜ ಹಾಗೂ ನ್ಯಾಯಾಂಗ ಸ್ಪಷ್ಟಪಡಿಸುತ್ತಿದೆ. ಅವರೂ ಮನುಷ್ಯರೇ ತಾನೆ ! ಹಾಗೂ ಆ ಮೂರನೆ ಲಿಂಗಿಗಳು ಕೂಡ ಈಗ ಲೇಖಕರಾಗಿ (ಉದಾಹರಣೆಗೆ ರೇವತಿಯವರು) ತಮ್ಮ ಪ್ರತಿಭಾಶಕ್ತಿಯನ್ನು ಹೊರಹಾಕುತ್ತಿದ್ದಾರೆ. ಆಗ ಗಂಡು ಸಾಹಿತ್ಯ–ಹೆಣ್ಣು ಸಾಹಿತ್ಯವನ್ನು ಅವರು ಹೇಗೆ ನಿಕಷಕ್ಕೆ ಒಡ್ಡುತ್ತಾರೆ ಎಂಬುದೂ ಮುಂದಿನ ಸಾಂಸ್ಕೃತಿಕ ಲೋಕದ ಕೌತುಕ ಆಗ ಈ ಪಂಪ–ಅತ್ತಿಮಬ್ಬೆ ಪ್ರಶಸ್ತಿಗಳ ಹಣೇಬರಹ ಏನಾದಿತೋ?

ಹೀಗಿರುವಾಗ ಸೃಜನಶೀಲ ಬರಹಗಾರರಾಗಿ ಭೈರಪ್ಪ ಅವರ ನಿಲುವು ಏನು ಎಂಬುದು ವಿಮರ್ಶಕರಿಗೆ – ಸಂಶೋಧಕರಿಗೆ – ಸಾಂಸ್ಕೃತಿಕ ಇತಿಹಾಸಕಾರರಿಗೆ ಮಹತ್ವದ್ದು. 22–10–1985ರಲ್ಲಿ, ಕೆ.ವಿ. ನಾರಾಯಣ ಅವರ ಗೆಳೆಯರ ಗುಂಪು, ಭೈರಪ್ಪನವರೊಂದಿಗೆ ಟಿ.ವಿ.ಸಂದರ್ಶನ ನಡೆಸಿದ್ದಾರೆ. (ಭೈರಪ್ಪನವರ ಕಾದಂಬರಿಗಳ ಸ್ವರೂಪ, ಲೀಲಾವತಿ ತೋರಣಗಟ್ಟಿ, 1992, ಪುಟ 248–9) ಅದರಲ್ಲಿ ಇಂದಿರಾಕೃಷ್ಣ ಅವರು ಕೇಳಿದ ಪ್ರಶ್ನೆ ಇದು. :

"ಭೈರಪ್ಪನೋರೆ, ನಿಮ್ಮ ಎಲ್ಲ ಕಾದಂಬರಿಗಳನ್ನೂ ನಾನು ಓದಿದೀನಿ. ನನಗನಿಸುತ್ತೆ, ಯಾವುದಾದ್ರೂ ಒಂದು ಒಳ್ಳೆಯ ಕೃತಿಯನ್ನು ಓದಿದಾಗ ಮನಸ್ಸಿಗೆ ಶಾಂತಿ-ಸಮಾಧಾನ-ಸಂತೋಷ-ತೃಪ್ತಿ ಸಿಗಬೇಕು ಅಂತಾ. ನಿಮ್ಮ ಕಾದಂಬರಿಗಳಿಗೆ ಬಹಳ ಚೆನ್ನಾಗಿ ಓದಿಸಿಕೊಂಡು ಹೋಗೋ ಶಕ್ತಿಯಿದೆ. ಆದ್ರೆ ಶಾಂತಿ, ಸಮಾಧಾನ, ತೃಪ್ತಿಕೊಡೋ ಶಕ್ತಿಯಿಲ್ಲ ಏಕಿರಬಹುದು?"

"ಎಸ್.ಎಲ್. ಭೈರಪ್ಪ : "ಪ್ರಾಯಶಃ ಈ ನನ್ನ ಇದಕ್ ಎರಡರ್ಥ ಇರಬೋದು. ಒಂದು ನನ್ನ ಕೃತಿ ಅಧ್ಯಾತ್ಮ ಮಟ್ಟದಲಿ ಅಥವಾ ಜೀವನದ ದರ್ಶನ ಮಟ್ಟದೊಳಗೆ ಬಹಳ ಮೇಲಕ್ ಹೋಗುಲ್ಲಾ ಅನ್ನುದೊಂದು ಅರ್ಥಾ ಇರಬೋದು, ಅಥವಾ ಎರಡನೇದು ನೀವು ಸಾಹಿತ್ಯ ಕೃತಿಯಿಂದ ಒಂಥರಾ ಮನ ಶಾಂತಿಯನ್ನೇ ಬಯಸ್ತಾ ಇರ್ತೀರಾ. ಯಾವುದ್ ನಿಮಗ್ ಡಿಸ್ಟರ್ಬ ಮಾಡುತ್ತೊ ಅಂಥದನ್ನು ನೀವು ಒಪ್ಕೊಳಿಕ್ ಸಿದ್ಧರಿಲ್ಲಾ ಅಂತಾ ಅನ್ನಸಬೋದು. ನನಗನಸೂದು ಸಾಹಿತ್ಯ, ಯಾವುದೋ ಒಂದು ಕೃತಿಯನ್ನ ತಗೊಂಡ್ರೂನೂವೆ ಜೀವನದ ಮೂಲಭೂತ ಸಮಸ್ಯೆಯನ್ನು ಆಳವಾಗಿ ಕೆದಕಿ ನಮಗ ಅದನ್ನ ಅನುಭವಕ್ಕ ತಂದುಕೊಡುವುದೇ ಉತ್ತಮ ಸಾಹಿತ್ಯ ಕೃತಿಯಂತಾ ನಾನ್ ನಂಬಿದೀನಿ. ನೀವು ಜೀವನದ ಸತ್ಯದ ಅಥವಾ ಬೇರನ್ನ ಹುಡ್ಕುಕ್ ಹೋದ್ರೆ ಅದರೊಳಗೆ ಒಂದು ಥರದ್ದ ಟ್ರಾಜಿಕ್ ಫೀಲಿಂಗ್ ಇದ್ದೇ ಇದೆ. ನೀವು ಮಹಾಭಾರತಾ ಓದಿ, ವ್ಯಾಸ ಮಹಾಭಾರತಾ ಕೊನೆಗೆ ನೋಡಿದ್ರೆ ಏನಿದೆ ವ್ಯಾಸರ ಮಹಾಭಾರತದ ಕೊನೆಯ ರಸಾ ಅಂದ್ರೆ ನನಗೆ ವಿಷಾದ-ವಿಷಾದ ರಸಾ ಅಂದ್ರೆ ವಿಮರ್ಶಕರು ಅದನ್ನು ಒಪ್ತಾರೋ ಇಲ್ವೊ - ಆ ವಿಷಾದ ಭಾವ ಕೊನೆಗೆ ಬಂದೇ ಬರುತ್ತೆ. ರಾಮಾಯಣದಲ್ಲಿ ತಾನೇ ಏನಿದೆ. ವಾಲ್ಮೀಕಿ ರಾಮಾಯಣದೊಳಗೆ ಕೊನೆ ವಿಷಾದ ಭಾವಾ ಬಂದೇ ಬರುತ್ತೆ. ಹೀಗೆ ನೀವು ಯಾವುದೇ ಒಂದು ಸಾಹಿತ್ಯ ಕೃತಿಯನ್ನು ಓದಿದ್ರೆ

ಕೊನೇಗೆ ಒಂದ ಥರದ – ಹೌದು ಜೀವನದೊಳಗೆ ಒಂದು ವಿಸ್ಮಯ ಮತ್ತೆ ಇಷ್ಟೆಲ್ಲಾ ಅರ್ಥಾ ಮಾಡ್ಕಂಡು ಏನಿದು ಅಂತನ್ನೊದೊಂದನ್ನ ಒಂದು ತಂದೇ ತರುತ್ತೆ. ಡಿಸ್ಟರ್ಬನ್ಸ ಅನ್ನೊದ ಆಗುತ್ತೆ. ಅದಕ್ಕೇನ ಮಾಡಕ್ಕಾಗುತ್ತೆ"

ಭೈರಪ್ಪನವರು ತಮ್ಮ ಕೃತಿಗಳು ಅಧ್ಯಾತ್ಮಮಟ್ಟದಲ್ಲಿ ಮೇಲಕ್ಕೆ ಹೋಗುವುದಿಲ್ಲ ಎಂಬುದನ್ನು ಮನಸ್ಸಿನ ಮುಂದೆ ಇಟ್ಟುಕೊಂಡು, ಸಾಹಿತ್ಯ ಕೃತಿಯಿಂದ ಮನಶ್ಯಾಂತಿಯನ್ನು ಬಯಸುವ ಬಗ್ಗೆಯೂ ಆಲೋಚಿಸುತ್ತ, ಕೊನೆಗೆ ಸಾಹಿತ್ಯ, ಜೀವನದ ಮೂಲಭೂತ ಸಮಸ್ಯೆಯನ್ನು ಆಳವಾಗಿ ಕೆದಕಿ ನಮಗೆ ಅದನ್ನು ಅನುಭವಕ್ಕೆ ತಂದು ಕೊಡುವುದೇ ಉತ್ತಮಕೃತಿ ಎಂಬ ನಿಲವಿಗೆ ಮುಟ್ಟುತ್ತಾರೆ. ಜೊತೆಗೆ ಈವರೆಗಿನ ಭಾರತೀಯ ಕಾವ್ಯಮಿಮಾಂಸೆಯ 9 ರಸಗಳ ಜೊತೆಗೆ ವಿಷಾದರಸವೆಂಬ ತಮ್ಮದೇ ಒಂದು ಮಹತ್ತ್ವದ ಪರಿಪ್ರೇಕ್ಷವನ್ನು ಕೊಡುಗೆಯಾಗಿ ನೀಡಿರುತ್ತಾರೆ. ಒಂದು ಥರದ ಟ್ರಾಜಿಕ್ ಫೀಲಿಂಗ್ ತಮ್ಮ ಕೃತಿಗಳಲ್ಲಿ ಮಾತ್ರವೇ ಅಲ್ಲ, ಭಾರತದ ಎರಡು ಮಹಾಕಾವ್ಯಗಳಿಂದಲೂ ತಾವು ಗ್ರಹಿಸಿದ ಕ್ರಮದಲ್ಲಿ ಕಣ್ಣಿಗೆ ಕಟ್ಟುವಂತೆ ವಿವರಿಸಿದ್ದಾರೆ.

ಭೈರಪ್ಪನವರಿಗೆ ಮಹಿಳೆಯರ ಬಗ್ಗೆ, ಮನುಷ್ಯತ್ವದ ಬಗ್ಗೆ, ನಾಗರೀಕತೆಯ ಬಗ್ಗೆ ಕ್ಷುಲ್ಲಕ ಅಭಿಪ್ರಾಯಧೋರಣೆ ಬದುಕಿನಲ್ಲಿ – ಬರವಣಿಗೆಯಲ್ಲಿ ಇದ್ದಿದ್ದರೆ, ಸ್ವತಃ ತಂದೆಯ ಬಗ್ಗೆ ಇದ್ದ ಧೋರಣೆ ಹಾಗೂ ತಾಯಿಯ ಬಗ್ಗೆ ಇರುವ ಅಂತಃಕರಣ, ಈ ವಿಷಾದರಸದ ಛಾಯೆ ಎಂಬುದನ್ನುಇಲ್ಲಿ ಗಮನಿಸಬೇಕಾಗಿದೆ :

"ನಾನು ಅಮ್ಮನ ತಿಥಿ ಮಾಡುವುದನ್ನು ಬಿಟ್ಟು ಎಂಟು ಹತ್ತು ವರ್ಷವಾಗಿತ್ತು. ಅವಳ ನೆನಪು, ಪ್ರೀತಿ–ಕರುಣೆ ಪಾವಿತ್ರ್ಯ ಭಾವಗಳ ಒರತೆಯಾಗಿತ್ತು. ಶ್ರಾದ್ಧದ ಮೂಲಕ ಆ ಭಾವವನ್ನು ಪೋಷಿಸಿ ಉಳಿಸಿಕೊಳ್ಳುವ ಅಗತ್ಯ ನನಗಿರಲಿಲ್ಲ. ತಂದೆಯ ನೆನಪು ಅಸಹ್ಯದ ಭಾವಗಳ ಪ್ರೇರಣೆಯಾಗಿತ್ತು. ಆದರೆ ಉತ್ತಮ ವ್ಯಕ್ತಿಯಾಗಿದ್ದರೋ ಉತ್ತಮ ತಂದೆಯಾಗಿದ್ದರೋ ಅಧಮರಾಗಿದ್ದರೋ ಎಂಬುದು

ಮುಖ್ಯವಲ್ಲ, ಜನ್ಮಕೊಟ್ಟವರು ಅವರು." (ಭಿತ್ತಿ, 1996, ಪುಟ 459).

ಲೀಲಾವತಿ ತೋರಣಗಟ್ಟಿಯವರು ತಮ್ಮ ಮಹಾಪ್ರಬಂಧ ರಚನೆಯ ಕಾಲಕ್ಕೆ (ಭೈರಪ್ಪನವರ ಕಾದಂಬರಿಗಳ ಸ್ವರೂಪ, 1992, ಪುಟ 257) ತಮ್ಮನ್ನು ಕಾಡಿದ ಕೆಲ ಪ್ರಶ್ನೆಗಳನ್ನು ಭೈರಪ್ಪನವರ ಮುಂದಿಡುವಾಗ, ಮೊದಲ ಪ್ರಶ್ನೆ ಇದು. :

"ಸರ್, ತಾವು 'ಪರ್ವ'ವನ್ನು ತಮ್ಮ ತಾಯಿಯವರಿಗೆ ಅರ್ಪಣೆ ಮಾಡಿದ್ದೀರಿ. ಆ ಅರ್ಪಣೆ ಒಂದು ಭಾವಗೀತೆಯಂತಿದೆ. 'ಅಲ್ಲಿ ನನ್ನ ಭಾವ ಶಕ್ತಿಯ ಮೂಲಕ್ಕೆ' ಎಂದಿದ್ದೀರಿ. ತಮ್ಮ ಮೇಲೆ ಆ ತಾಯಿಯ ಪ್ರಭಾವ ಅಂತಹದೆ? ತಮ್ಮ ಬರವಣಿಗೆಗೆ ಅವರಿಂದಾದ ಪ್ರೇರಣೆ ಎಂತಹದು ?"

ಉತ್ತರ : " ನನ್ನ ತಾಯಿ ಗದುಗಿನ ಭಾರತ, ಜೈಮಿನಿ ಭಾರತಗಳನ್ನು ಬಾಯಲ್ಲಿ ಹೇಳಿ ಅರ್ಥ ವಿವರಿಸುತ್ತಿದ್ದರು. ಸೀತಾ ವನವಾಸವನ್ನು ಕುರಿತು ಒಂದು ಹಾಡನ್ನು ಸ್ವತಃ ಬರೆದಿದ್ದರು. ಅದು ಅನಂತರ ಏನಾಯಿತೋ ನನಗೆ ತಿಳಿಯದು. ಸಹಿಷ್ಣುತೆ, ಔದಾರ್ಯ, ಉದಾತ್ತತೆಗಳು ಆಕೆಯ ಸಹಜ ಗುಣಗಳು. ಸಾಹಿತ್ಯ ಶಕ್ತಿಯಂತೂ ನಾನು ತಿಳಿದ ಮಟ್ಟಿಗೆ ತಂದೆಯ ಕಡೆ ಯಾರಲ್ಲೂ ಇರಲಿಲ್ಲ. ನಾನು ನೋಡುವುದಕ್ಕೆ ಸಹ ನನ್ನ ತಾಯಿಯನ್ನು ಹೋಲುತ್ತೇನೆಂದು ನಮ್ಮೂರ ಕೆಲವರು ಹಿರಿಯರು ಹೇಳುತ್ತಿದ್ದರು. ಹೀಗಾಗಿ ನನ್ ಭಾವಶಕ್ತಿಯ ಮೂಲ ಅವರೇ ಎಂದು ನಾನು ತಿಳಿದಿದ್ದೇವೆ."

ಅದರಿಂದಾಗಿಯೇ ತಮ್ಮ ಹುಟ್ಟೂರಾದ ಸಂತೇಶಿವರದಲ್ಲಿ 45X65 ಅಡಿಯ ಜಾಗದಲ್ಲಿ, ತಾಯಿಯ ಹೆಸರಿನಲ್ಲಿ 'ಗೌರಮ್ಮ ಸ್ಮಾರಕ ಭವನ'ವನ್ನು ಭೈರಪ್ಪನವರು ಊರಿನವರ ನೆರವಿನಿಂದ ಸ್ಥಾಪಿಸಿದ್ದಾರೆ. ಗ್ರಾಮೀಣ ಜನತೆಗೆ ಗ್ರಂಥಾಲಯದ ಜೊತೆಗೆ, ಗಣಕಯಂತ್ರ ತರಬೇತಿ, ಮಹಿಳೆಯರಿಗೆ ಟೈಲರಿಂಗ್ ತರಬೇತಿ, ಗ್ರಾಮೀಣ ಕುಶಲ ಕೈಗಾರಿಕಾ

ತರಬೇತಿ, ಆರೋಗ್ಯ ಶಿಬಿರ, ರೈತರಿಗೆ ವಿವಿಧ ರೀತಿಯ ತರಬೇತಿ ಕಾರ್ಯಕ್ರಮಗಳನ್ನು ಹಮ್ಮಿಕೊಳ್ಳಲಾಗಿದೆ. (ಭೈರಪ್ಪಾಭಿನಂದನಾ, ಶಶಿರೇಖಾ ನಾಗೇಂದ್ರ, ಪುಟ 25-26) ಇದೇ ಅಲ್ಲದೆ ತಮಗೆ ಬಂದ ಎಲ್ಲ ಪ್ರಶಸ್ತಿ-ಮನ್ನಣೆಗಳ ಬಹುಮಾನ-ಹಣವನ್ನು ಭೈರಪ್ಪನವರು ಕೊಡುಗೆಯಾಗಿ ಕೊಡುತ್ತಾ ಬಂದಿದ್ದಾರೆ. ಮನುಷ್ಯತ್ವವಿಲ್ಲದ, ಅನಾಗರೀಕ, ಮಹಿಳಾ ದ್ವೇಷಿ ಇತ್ಯಾದಿ ಎಂದು ಗಂಟಲು ಹರಿದುಕೊಳ್ಳುವವರು ಭೈರಪ್ಪನವರ ಮಹತ್ತ್ವದ ಈ ವ್ಯಕ್ತಿತ್ವವನ್ನು ಮರೆಯಬಾರದು. ಈ ಬಗೆಯ ಗುಣ-ಸ್ವಭಾವ ಇದ್ದ ಹಿರಿಯರೆಂದರೆ ಮಾಸ್ತಿಯವರು, ಕೋಟ ಶಿವರಾಮ ಕಾರಂತರು ಹಾಗೂ ಅ.ನ.ಕೃ. ಅವರು.

ಮುಂದೆ, ತಾಯಿ ಭಾವನೆಯಲ್ಲಿಯೇ ಭೈರಪ್ಪನವರು ಕಂಡವರು: ತತ್ತ್ವಶಾಸ್ತ್ರದ ಗುರುಗಳಾದ ಎಚ್.ಟಿ. ಶಾಂತಾ ಹಾಗೂ ಸಾಹಿತ್ಯಕ್ಕಿಂತಲೂ ಒಂದು ಗುಲಗಂಜಿ ಹೆಚ್ಚು ಪ್ರೀತಿಸುವ ಸಂಗೀತದ ವಿದುಷಿ ಗಂಗೂಬಾಯಿ ಹಾನಗಲ್ ಅವರು. ಇದಕ್ಕೆ ಮೀರಿ ನನಗೆ, ಭೈರಪ್ಪನವರ ಬರವಣಿಗೆಯನ್ನು ಮೊದಮೊದಲು ಟೈಪ್ ಮಾಡಿಕೊಡುತ್ತಿದ್ದ ಹಾಗೂ ಭೈರಪ್ಪ ಅವರ ಬಗ್ಗೆ ಬಂದ ಯಾವುದೇ ಬಗೆಯ ವಿಮರ್ಶೆ - ವಿಚಾರಗಳನ್ನೂ ಓದುವ, ಬದುಕಿನ ಸಹಚರಿಯಾದ ಧರ್ಮಪತ್ನಿ ಎಸ್. ಬಿ. ಸರಸ್ವತೀ ಅವರ ಬಗ್ಗೆಯಾಗಲಿ, ಅವರ ಇಬ್ಬರು ಮಕ್ಕಳು, ಇಬ್ಬರು ಸೊಸೆಯಂದಿರು, ಹಾಗೂ ಮೊಮ್ಮಕ್ಕಳ ಬಗ್ಗೆಯಾಗಲಿ ಅಷ್ಟಾಗಿ ನನಗೆ ಗೊತ್ತಿಲ್ಲವಾದ್ದರಿಂದ, ಕೌಟುಂಬಿಕ ವಾತಾವರಣದ ಬಗ್ಗೆ ಏನೂ ಬರೆಯಲಾರೆ.

ಆದರೂ ಹೆಂಡತಿ ಎಂಬ ಪರಿಕಲ್ಪನೆ, ಆ ಮೂಲಕ ಮಹಿಳೆ ಬಗ್ಗೆ ಬದುಕಿನಲ್ಲಿ ಅಪಾರ ಮನುಷ್ಯತ್ವವುಳ್ಳ, ರಾಷ್ಟ್ರೀಯ ನಾಗರೀಕ ಪ್ರಜ್ಞೆಯುಳ್ಳ ಭೈರಪ್ಪನವರ ವ್ಯಕ್ತಿತ್ವವನ್ನು ಬೆಳಕಿಗೆ ಒಡ್ಡುವ ಒಂದು ಪ್ರಸಂಗ ನನ್ನ ಎದುರಿಗೆ ಇದೆ. :

"ಲೇಖಕನಾಗಿ ನನಗೆ ಯಾವ ಹೆಸರೂ ಇಲ್ಲದಾಗ ನನ್ನ ಮೊತ್ತಮೊದಲ ಹಸ್ತಪ್ರತಿ 'ಧರ್ಮಶ್ರೀ'ಯನ್ನು ಪ್ರಕಟಿಸಲು ಅನುಮತಿ ಬೇಡಲು ಅವರೇ ನನ್ನ ಮನೆ ಹುಡುಕಿಕೊಂಡು ಬಂದಿದ್ದರು.

ಆ ವಿನಯಕ್ಕೆ ನಾನು ಮಾರು ಹೋಗಿದ್ದೆ. ಅನಂತರ ನನಗೆ
ಹೆಸರು ಬಂದು ನನ್ನ ಪುಸ್ತಕಗಳಿಗೆ ಎಲ್ಲೆಲ್ಲೂ ಬೇಡಿಕೆ ಏರಿ
ಇತರ ಹಲವಾರು ಪ್ರಕಾಶಕರು ಶೇಕಡಾವಾರು ಹೆಚ್ಚು ಗೌರವಧನ
ಕೊಡುತ್ತೇವೆ, ಎಂಬ ಪ್ರಲೋಭನೆ ತೋರಿಸಬಂದಾಗ,
ಒಂದಾದರೂ ಪುಸ್ತಕ ಕೊಡಿಸಿ ಎಂದು ನನ್ನ ಸ್ನೇಹಿತರಿಂದ
ಶಿಫಾರಸು ಹೇಳಿಸಿದಾಗ ನಾನು ಗೋವಿಂದರಾಯರಿಗೇ
ನಿಷ್ಠೆಯಿಂದ ನಡೆದುಕೊಂಡದ್ದು ಅವರ ಪ್ರಾಮಾಣಿಕತೆಯಿಂದಾಗಿ.
'ನಾನು ಏನು ತಪ್ಪುಮಾಡಿದೆ ಅಂತ ನನ್ನನ್ನು ಬಿಟ್ಟು ಬೇರೆಯವರಿಗೆ
ಪುಸ್ತಕ ಕೊಟ್ಟಿರಿ?' ಎಂದು ಗೋವಿಂದರಾಯರು ಕೇಳಿದರೆ
ಅವರಿಗೆ ಯಾವ ಅಂತರಂಗದ ಧೈರ್ಯ ಇಟ್ಟುಕೊಂಡು ಉತ್ತರ
ಹೇಳುವುದು? 'ನಾನು ಯಾವ ತಪ್ಪು ಮಾಡಿದೆ ಅಂತ ನನ್ನನ್ನು
ಬಿಟ್ಟು ನೀವು ಬೇರೆಯವಳ ಹಿಂದೆ ಹೋದಿರಿ?' ಎಂದು ಹೆಂಡತಿ
ಕೇಳಿದರೆ ಧೈರ್ಯವಾಗಿ ಉತ್ತರ ಕೊಡುವುದು ಅಂತರಂಗ
ಶುದ್ಧಿಯುಳ್ಳ ಗಂಡನಿಗೆ ಕಷ್ಟವಾಗುವಂತೆ ನನಗೆ
ಗೋವಿಂದರಾಯರೆದುರಿಗೆ ಆಗುವುದು ಬೇಡ ಎಂಬ ನೈತಿಕ
ಬಂಧನವು ನನ್ನ ಅವರ ಸ್ಥಾಯೀ ಸಂಬಂಧದ ಮೂಲ ಆಧಾರ."
(ಮ. ಗೋವಿಂದರಾವ್ 1996, ಪುಟ 82).

ಹೀಗೆ ತಮ್ಮ ಬದುಕಿನಲ್ಲಿ ನೈತಿಕತೆ, ಜೀವನ ಮೌಲ್ಯಗಳನ್ನು
ಕಟ್ಟುನಿಟ್ಟಾಗಿ ಕಾಪಾಡಿಕೊಂಡು ಬಂದ ಭೈರಪ್ಪನವರಿಗೆ, ಸಹಸ್ರಚಂದ್ರ
ದರ್ಶನ ಎನ್ನುವ ಜೀವನಪರ್ವದಲ್ಲಿ ಆಕಾಶದ ಮಿನುಗುತಾರೆಯರು
ಉಲಿವ–ಉರಿವ ಚಂದವನ್ನು ಸಮಾಜ–ಸಾಂಸ್ಕೃತಿಕ ಲೋಕ
ನೋಡುವಂತಾಯಿತು. ದಿನವೂ ಲೈಂಗಿಕ ದೌರ್ಜನ್ಯ, ಅತ್ಯಾಚಾರಗಳಿಗೆ
ಒಳಗಾಗುತ್ತಿರುವವರ ನಡುವೆ ಸಮೂಹಮಾಧ್ಯಮಗಳಲ್ಲಿ ಅಂಥ ಕೆಲವರೇ
ಸೆಲೆಬ್ರಿಟಿಗಳಾಗಿಯೂ ಮಿಂಚುತ್ತಿರುವುದನ್ನು ನೋಡಿದರೆ, ಯಾವುದು
ಶುದ್ಧ–ಯಾವುದು ಅಶುದ್ಧ, ಯಾವುದು ಪವಿತ್ರ–ಅಪವಿತ್ರಯಾವುದು,
ಸತ್ಯಸುಳ್ಳು ಯಾವುದು ಎಂಬ ಅನುಮಾನ, ಆತಂಕ, ಅಯೋಮಯ

ಸ್ಥಿತಿಯೇ ಈಗಿನ ಕಾಲಧರ್ಮವೇನೋ ಅನ್ನಿಸುತ್ತಿದೆ. ಭೈರಪ್ಪನವರ ಇತ್ತೀಚಿನ ಕಾದಂಬರಿಗಳು ಇಂತಹ ಸಮಕಾಲೀನ ವಸ್ತು–ವಿಚಾರಗಳನ್ನು ಒಳಗೊಂಡಿರುವುದೇ ಕೆಲ ಸ್ತ್ರೀವಾದಿಗಳಿಗೆ ನುಂಗಲಾರದ ತುತ್ತಾಗಿದೆ.

ಈ ಸಂದರ್ಭದಲ್ಲಿ ನೊಬೆಲ್ ಪುರಸ್ಕಾರ ಪಡೆದ ಜಾನ್‌ಸ್ಟೈನ್ ಬೆಕ್ ಅವರ ಬದುಕು–ಸಾಹಿತ್ಯದಲ್ಲಿ ಸಂಭವಿಸಿದ ಒಂದು ದಾರುಣ ಪ್ರಸಂಗ ನೆನಪಾಗುತ್ತಿದೆ. ನನ್ನ ಶಿಷ್ಯ, ಈವತ್ತಿನ ಒಬ್ಬ ಬೇಡಿಕೆಯ ಚಲನಚಿತ್ರ ನಿರ್ದೇಶಕ ಜಯತೀರ್ಥ, ಈ ಕತೆಯನ್ನೇ 'ಹಸಿವು' ಎಂಬ ಮನೋಜ್ಞ ಕಿರುಚಿತ್ರವಾಗಿ ತೆಗೆದಿದ್ದಾನೆ. ಜಾನ್‌ಸ್ಟೈನ್ ಬೆಕ್, ತಮ್ಮ ಕಾದಂಬರಿಯಲ್ಲಿ, ಮಗುವನ್ನು ಕಳೆದುಕೊಂಡ ಹೆಂಗಸೊಬ್ಬಳು, ಹಸಿದ ಒಬ್ಬ ಗಂಡಸಿಗೆ ತನ್ನ ಮೊಲೆಹಾಲು ಉಣ್ಣಿಸಿದಳು. ಆ ಬಗ್ಗೆ ಮಾಧ್ಯಮಗಳಲ್ಲಿ ಅಶ್ಲೀಲ, ಹೊಲಸು, ಕಾಮೋದ್ದೀಪಕ–ಎಂದೆಲ್ಲಾ ಖಂಡಿಸಲಾಗಿತ್ತು. ಬೆಕ್ ಹೇಳುತ್ತಾರೆ, ತಾನು ಮಗುವಾಗಿದ್ದಾಗ ತನ್ನ ತಾಯಿ ತನಗೆ ಮೊಲೆ ಉಣ್ಣಿಸಿದ್ದಳು. ಹೀಗಾಗಿ ತಮಗೆ ಅಂತಹ ಭಾವನೆಗಳು ಇರಲಿಲ್ಲ. ದಿಗ್ಭ್ರಮೆಗೊಂಡು ಕುತೂಹಲದಿಂದ, ಯಾರು ಆ ಚಿತ್ರಣವನ್ನು ಕಾಮೋದ್ದೀಪಕ ಇತ್ಯಾದಿ ಎಂದು ಕರೆದಿದ್ದರೋ, ಅವರನ್ನು ಪ್ರಶ್ನಿಸಲಾರಂಭಿಸಿದರು. ಆಗ ನಿಜ ಬಯಲಾಯಿತು. ಖಂಡಿಸಿದವರೆಲ್ಲಾ ಚಿಕ್ಕವಯಸ್ಸಿನಲ್ಲಿ ಬಾಟಲ್ ಹಾಲು ಕುಡಿದವರೇ ಆಗಿದ್ದರು. ಯಾರು ಮೊಲೆ ಹಾಲು ಕುಡಿದಿರಲಿಲ್ಲವೋ ಅವರಿಗೆ ಆ ದೃಶ್ಯ ಹೇಸಿಗೆ ಬರಿಸಿತ್ತು. ಅದಕ್ಕೆ ಬೆಕ್ ಹೇಳುತ್ತಾರೆ. :

"ಯಾವ ಉದ್ದೇಶಕ್ಕಾಗಿ ಸೃಷ್ಟಿಯಾಗಿವೆಯೋ, ಸಂಕೀರ್ಣ ರಚನೆಯಿಂದ ಕೂಡಿದ ಅಂತಹ ಸ್ತನಗಳನ್ನು, ಅವುಗಳ ಕೆಲಸದಿಂದ ನಿವೃತ್ತರಾಗಿಸಿದ ಹೆಂಗಸರ ಮೇಲೆ, ಏನು ಪರಿಣಾಮ ಆಗಿರಬಹುದು ಎಂದು ಯೋಚಿಸಿ ನಾನು ಕೆಲವು ಬಾರಿ, ಆಶ್ಚರ್ಯಚಕಿತನಾಗಿದ್ದೇನೆ." (ಅಮೇರಿಕ ಮತ್ತು ಅಮೇರಿಕನ್ನರು, ಅನುವಾದ : ವಿಶ್ವನಾಥ ಹುಲಿಕಲ್, 2006 ಪುಟ 76).

———————— ಎಸ್. ಎಲ್. ಭೈರಪ್ಪ ಇಷ್ಟೇ ————————

ಇದೆಲ್ಲ ನೋಡಿದ ಮೇಲೆ, ಭೈರಪ್ಪ ಅವರು ಇರಲಿ, ಯಾರಾದರೂ ಈ ಕೆಲ ಸ್ತ್ರೀವಾದಿಗಳ ಬದುಕು–ಬವಣೆಯನ್ನು ತಿಳಿಯಲೇಬೇಕು ಎಂಬಂತಹ ಪರಿಸ್ಥಿತಿ, ನಮ್ಮ ಎದುರಿಗೆ ಇದೆ ಅನ್ನಿಸುವುದು ಸಹಜವೆ.

*   *   *

13

ಸುಳ್ಳುಗಳ ಸರದಾರ ಎಸ್. ಎಲ್. ಭೈರಪ್ಪ

ಅಖಿಲ ಭಾರತ 67ನೇ ಕನ್ನಡ ಸಾಹಿತ್ಯ ಸಮ್ಮೇಳನ ನಡೆದದ್ದು ಫೆಬ್ರವರಿಯಲ್ಲಿ. 5 ತಿಂಗಳಾದ ಮೇಲೆ ಸಮ್ಮೇಳನ ಅಧ್ಯಕ್ಷರ ಭಾಷಣದ ಬಗ್ಗೆ ಪ್ರತಿಕ್ರಿಯೆ ವ್ಯಕ್ತಪಡಿಸುವುದು ನ್ಯಾಯವೇ ಎಂಬ ಪ್ರಶ್ನೆ, ಅನುಮಾನ ಯಾರಿಗಾದರೂ ಬರಬಹುದು. ಅಧ್ಯಕ್ಷರ ಭಾಷಣದ ಪ್ರತಿಯನ್ನು ಮಾಡಿದ ದಿನವೇ ಸಮ್ಮೇಳನದಲ್ಲಿ ಭಾಗವಹಿಸಿದವರಿಗೆ ಕೊಡದ ಬುದ್ಧಿವಂತಿಕೆಯನ್ನು ಸಾಹಿತ್ಯ ಪರಿಷತ್ತಿನವರು ವಹಿಸಿದ್ದರು. ಹೀಗಾಗಿ ಎರಡನೇ ದಿನ ಹೇಗೊ ಸಂಪಾದಿಸಿ, ವಿಚಾರವಾದಿಗಳೆಲ್ಲರನ್ನೂ ಸೇರಿಸಿ, ಸಮ್ಮೇಳನದ ಆವರಣ ದಲ್ಲಿಯೇ ಸುಡುವ ಕಾರ್ಯಕ್ರಮವನ್ನು ಬಹಿರಂಗವಾಗಿಯೇ ಮಾಡಿದ್ದೇ ನಾನು. ಆನಂತರ ಈ ಬಗ್ಗೆ ಹಲವು ಪತ್ರಿಕೆಗಳಿಗೆ ಏಕೆ ವಿರೋಧಿಸಬೇಕಾಯಿತು ಎಂದು ಪತ್ರಬರೆದೆ. ಆದರೆ ಯಾವ ಪತ್ರಿಕೆಯೂ ಪ್ರಕಟಿಸಲಿಲ್ಲ. ಅಷ್ಟೇ ಅಲ್ಲ ಸುಡುವ ಕಾರ್ಯಕ್ರಮವನ್ನು ರೂಪಿಸಿದವರಲ್ಲಿ ಮುಖ್ಯರಾದವರ ಹೆಸರೇ ಬಿಟ್ಟು ಬಿಟ್ಟು, ದಿಢೀರನೆ ಹುಟ್ಟಿಕೊಂಡ ಒಂದಿಬ್ಬರು ಬಂಡುಕೋರ ನಾಯಕರು ಸುದ್ದಿಮಾಡಿದರು. ಹೊರಗಿನ ಭೈರಪ್ಪನವರು ಹೇಗೆ ಅಪಾಯವೋ ಹಾಗೆಯೇ ಒಳಗೆ ದೂರಲು ಧಾವಿಸುವವರೂ ಕುಷ್ಟರೋಗದಷ್ಟೆ ಎಚ್ಚರಿಕೆ ವಹಿಸಬೇಕಾದವರು.

5 ತಿಂಗಳಲ್ಲ, 5 ವರ್ಷವಾದರೂ ಕನಕಪುರ ಸಾಹಿತ್ಯ ಸಮ್ಮೇಳನದ ಅಧ್ಯಕ್ಷರ ಭಾಷಣದ ಬಗ್ಗೆ ಕನ್ನಡಿಗರು ವಹಿಸಬೇಕಾದ ಎಚ್ಚರವೆಂದರೆ, ಎಸ್. ಎಲ್. ಭೈರಪ್ಪನವರ ಭಾಷಣ, ಸುಳ್ಳಿನ ಕಂತೆಯೇ ಆಗಿದೆ ಎಂಬುದು. ಹೀಗಾಗಿ ಇದು ಮರುಮುದ್ರಣಗೊಳ್ಳುವುದು. ಸಾಹಿತ್ಯ ಪರಿಷತ್ತಿನ

ಪುಸ್ತಕರೂಪದಲ್ಲಿ ಸೇರ್ಪಡೆಗೊಳ್ಳುವುದು ನಿಲ್ಲಬೇಕು. ಅಭಿವ್ಯಕ್ತಿ ಸ್ವಾತಂತ್ರ್ಯದ ಹೆಸರಿನಲ್ಲಿ, ಸುಳ್ಳು, ಇತಿಹಾಸ ಶಾಶ್ವತ ಅಕ್ಷರಗಳಾಗಿ ಉಳಿಯಬಾರದು; ಸಮಕಾಲೀನ ಸಮಾಜ, ಸಾಹಿತ್ಯ, ಸಂಸ್ಕೃತಿಗೆ ಮಾಡಿದ ದ್ರೋಹದ ಕಪ್ಪು ಚಿಹ್ನೆಗಳಾಗಿವೆ ಇವು.

25 ಪುಟಗಳ ಅಧ್ಯಕ್ಷ ಭಾಷಣದಲ್ಲಿ 26 ಸುಳ್ಳುಗಳನ್ನು ಭೈರಪ್ಪನವರು ಸೃಷ್ಟಿಸಿದ್ದಾರೆ. ಬಹುಶಃ ನಿಜ ಎಂಬುದು ಸೃಷ್ಟಿಯಿಂದ ಆಚೆ ಉಳಿದು, ದರ್ಶನ ಮಾತ್ರವಾಗಿ ಉಳಿದೀತೇನೋ. ಏಕೆಂದರೆ, ಸುಳ್ಳನ್ನು ದರ್ಶಿಸಲು ಸಾಧ್ಯವಿಲ್ಲ, ಸೃಷ್ಟಿಸಲು ಮಾತ್ರ ಸಾಧ್ಯ. ಕಾದಂಬರಿಕಾರ ಭೈರಪ್ಪನವರು ಒತ್ತಿ ಒತ್ತಿ ರಸ ಧ್ವನಿ-ಸಾಹಿತ್ಯ ಶುದ್ಧ ಸಾಹಿತ್ಯ ಸೃಷ್ಟಿಯ ಬಗ್ಗೆಯೇ ಮಾತಾಡಿರುವುದರಿಂದ ಈ ಅನುಮಾನ ಶುರುವಾಗಿದೆ. ಈ ಬಗ್ಗೆ ನಾಡಿನಾದ್ಯಂತ ಚರ್ಚೆ, ವಿಚಾರ, ವಿಮರ್ಶೆಗಳು ನಡೆಯಬೇಕಾಗಿದೆ. ಸದ್ಯ ಈ ಅಂಕಣದ ಮಿತಿಯಿಂದ ಕೇವಲ 9 ಸುಳ್ಳುಗಳ ಬಗ್ಗೆ ಮಾತ್ರ ಬೆಳಕು ಚೆಲ್ಲಿ ಮಿಕ್ಕ 17 ಸುಳ್ಳುಗಳ ಬಗ್ಗೆ ನೀವೇ ಪರಿಶೀಲನೆಮಾಡಬೇಕಾಗಿ ಬಯಸುತ್ತಿದ್ದೇನೆ :

1. ಭೈರಪ್ಪನವರು ತನ್ನನ್ನು ಅಧ್ಯಕ್ಷರನ್ನಾಗಿ ಅವಿರೋಧವಾಗಿ ಆರಿಸಿದ್ದಾರೆ ಎಂಬ ಸುಳ್ಳು ಮತ್ತು ಭ್ರಮೆಯಿಂದಲೇ ಆನಂದದಿಂದ ತಮ್ಮ ಇಡೀ ಭಾಷಣ ಶುರುಮಾಡಿದ್ದಾರೆ. ಈ ಸಲದ ಸಮ್ಮೇಳನಕ್ಕೆ ಕಮಲಾ ಹಂಪನಾ, ಯು. ಅರ್. ಅನಂತಮೂರ್ತಿ ಹಾಗೂ ಎಸ್. ಎಲ್. ಭೈರಪ್ಪ - ಈ ಮೂವರು ಹೆಸರು ಮುಂದಿದ್ದವು. ಒಬ್ಬಿಬ್ಬರು ಸದಸ್ಯರು ಸಭೆಯಲ್ಲಿ ಕಮಲಾ ಹಂಪನಾ ಅವರ ಹೆಸರನ್ನು ಗಟ್ಟಿಯಾಗಿ ಸೂಚಿಸಿದರೂ ಕೂಡ. ಆದರೆ, ಇದಕ್ಕೆ ಮುಂಚೆ ಯಾವ ವರ್ಷವೂ ಭೈರಪ್ಪ ಅವರ ಹೆಸರು ಕೇಳಿ ಬಂದಿರಲಿಲ್ಲ. ಈ ವರ್ಷ ಬರುವಂತೆ ಮಾಡಿದ ಮಹಾ ನಾಯಕರು ಯಾರು? ಅವರು ರಾತ್ರಿ-ಹಗಲು ಮಾಡಿದ ದೂರವಾಣಿ ದರದ ಮೊತ್ತವೇನು, ಭೈರಪ್ಪನವರನ್ನೇ ಆರಿಸಲು ಮನವಿ ಸೂಚನೆ ಮಾಡಿದ ಉದ್ದೇಶಗಳು ಏನು? ಎಂಬ ಸತ್ಯ. ಸುಳ್ಳಿನಲ್ಲಿ ಮುಚ್ಚಿಹೋಗಬಾರದು. ಇಂದಲ್ಲ ನಾಳೆ ಬಯಲಿಗೆ ಬರಲೇ ಬೇಕಾದ

ಸತ್ಯ ಇದಾಗಿದೆ. ಇದನ್ನು ಅವಿರೋಧ ಆಯ್ಕೆ ಎನ್ನುವುದೇ, ರಾಜಕೀಯ ಸಂಕಲ್ಪ ಎನ್ನುವುದೇ ನಿರ್ಧಾರವಾಗಬೇಕಾಗಿದೆ.

2. ಮುಂದುವರಿದ ಭೈರಪ್ಪನವರು, ಹಿಂದಿನ ಅಧ್ಯಕ್ಷರ ಹೆಸರುಗಳ ಸಾಲಿನಲ್ಲಿ ತನಗೆ ಕೂರಲು ಸಂಕೋಚ ಎಂದು ಹಲುಬಿ, ಅವರೆಲ್ಲ ನಾಡು, ನುಡಿ ಕಟ್ಟಲು ಶ್ರಮಿಸಿದರು ಹಾಗೂ ಸದಾ ಬೆಳವಣಿಗೆಗೆ ಚಿಂತಿಸಿದವರು ಎಂದು ಹೊಗಳಿದಂತೆ ನಾಟಕ ಆಡಿ, ಮೂರು ವಾಕ್ಯದಲ್ಲಿಯೇ ಒಳನೋಟ, ವಿಶ್ಲೇಷಣೆ, ಚಿಂತನೆಗಳಿಗೆ ಕರ್ನಾಟಕದಲ್ಲಿ ಯಾವತ್ತೂ ಕೊರತೆ ಇಲ್ಲ, ಇರುವುದು ಕಾರ್ಯಗತಗೊಳಿಸಲು ಬೇಕಾದ ರಾಜಕೀಯ ಸಂಕಲ್ಪ ಶಕ್ತಿಯಲ್ಲಿ, ಎಂದು ತೀಡಿದ್ದಾರೆ. ಹಾಗಿದ್ದರೆ ಹಿಂದಿನವರು ಶ್ರಮಿಸಿದ್ದು ಕೇವಲ ಬಾಯಿಮಾತಿನಲ್ಲಿ ಎಂದು ಅರ್ಥವೇ? ಶಿಕ್ಷಣ, ಏಕೀಕರಣ, ವಿದ್ಯಾವರ್ಧಕ ಸಂಘ, ಪತ್ರಿಕೆಗಳು, ಪುಸ್ತಕಗಳು, ಇವೆಲ್ಲ ಕೇವಲ ಮಾತು– ಬರಹಗಳಿಂದ ಸಾಧ್ಯವಾಯಿತೇ? ಹಿಂದಿನವರ ಕಥೆಯಿರಲಿ, ಭೈರಪ್ಪ ಅಧ್ಯಕ್ಷರಾಗಿ ಮಾಡಿದ ರಾಜಕೀಯ ಸಂಕಲ್ಪ ಶಕ್ತಿ ಏನು ?

3. ಕನ್ನಡ ಸಾಹಿತ್ಯ ಮುಂದೆ ಉಳಿಯುತ್ತದೆಯೇ ಬೆಳೆಯುತ್ತದೆಯೇ ಎಂಬ ಬಗ್ಗೆ. ಅದಕ್ಕೆ ಪ್ರಾಣಾಧಾರವಾಗುವ ಕನ್ನಡ ಭಾಷೆ – ಶಿಕ್ಷಣದ ಬಗ್ಗೆ ಭೈರಪ್ಪ ತಮ್ಮ ಭಾಷಣದಲ್ಲಿ 3 ಪುಟಗಳ ಆತಂಕ ವ್ಯಕ್ತಪಡಿಸಿದ್ದಾರೆ. ಮಿಕ್ಕ 22 ಪುಟಗಳಲ್ಲಿ ಸಮಕಾಲೀನ ಸಾಹಿತ್ಯ – ಚಳುವಳಿಯನ್ನು ಹತ್ತಿಕ್ಕುವ ಬೊಬ್ಬೆ ಹಾಕಿದ್ದಾರೆ. ಆದರೆ, ಭೈರಪ್ಪನವರ ಈವರೆಗಿನ ಎಲ್ಲ ಪುಸ್ತಕಗಳಲ್ಲಿ ಎಲ್ಲಿಯೂ ಒಂದು ಸಾಲು ಕೂಡ ಕನ್ನಡ ಭಾಷೆ, ಶಿಕ್ಷಣ, ಸಂಸ್ಕೃತಿ, ಸಾಹಿತ್ಯ ಚಳುವಳಿಗಳ ಬಗ್ಗೆ ಆತಂಕ ವ್ಯಕ್ತಪಡಿಸಿದ ಪುರಾವೆ ಇಲ್ಲ. ಈಗ ಇದಕ್ಕಿದ್ದಂತೆ 3+22 ಪುಟಗಳ ಸಮ್ಮೇಳನದ ಅಧ್ಯಕ್ಷೀಯ ಒಳನೋಟ, ವಿಶ್ಲೇಷಣೆ, ಚಿಂತನೆಗಳು ಹೊರಬಿದ್ದಿರುವುದು ನೋಡಿದರೆ ಯಾವುದೋ ರಾಜಕೀಯ ಸಂಕಲ್ಪ ಶಕ್ತಿಯೇ ಹೀಗೆ ಕೆಲಸ ಮಾಡಿಸಿರಬಹುದೇ ಎಂಬ ಸಂಶಯ ಕಾಡುತ್ತಿದೆ.

4. ಇಡೀ ಭಾಷಣದಲ್ಲಿ ಭೈರಪ್ಪನವರು ತುಂಬಾ ಗೊಂದಲ

ಮಯದಲ್ಲಿ, ಕೆಲವು ಕಡೆ ಹಾಸ್ಯಾಸ್ಪದವಾಗಿ, ಮತ್ತೆ ಕೆಲವು ಕಡೆ ತಲೆಬುಡವಿಲ್ಲದೆ ಹೇಳಿಕೆಗಳನ್ನು ಪೇರಿಸಿದ್ದಾರೆ. ಉದಾಹರಣೆಗೆ ಪುಟ 4ರ ಮಾತುಗಳು ನೋಡಿ: ಹಲವು ಕನ್ನಡಿಗರು ಕೆಲವು ಕ್ಷೇತ್ರಗಳಲ್ಲಿ ರಾಷ್ಟ್ರಮಟ್ಟದಲ್ಲಿ ಖ್ಯಾತಿಗಳಿಸಿದ್ದು, ಅದಕ್ಕೆ ಅವರ ವೈಯಕ್ತಿಕ ಪ್ರತಿಭೆ, ಸಾಧನೆ ಮತ್ತು ಹೆಣಗಾಟಗಳೇ ಕಾರಣ ಎನ್ನುತ್ತಾರೆ. ಆದರೆ ಇದಕ್ಕೆ ಕರ್ನಾಟಕವು ಸಾಂಘಿಕವಾಗಿಯಾಗಲಿ ಸರ್ಕಾರದ ವತಿಯಿಂದ ಕೊಟ್ಟ ಒತ್ತಾಸೆಯಿಂದ ಬಂದವರಲ್ಲ ಎಂದೂ ಸೇರಿಸಿದ್ದಾರೆ. ರಾಷ್ಟ್ರ ಮಟ್ಟದಲ್ಲಿ ಖ್ಯಾತಿಗಳಿಸಿದವರಿಗೆ ಕರ್ನಾಟಕ ಸರ್ಕಾರ ನೆರವಾಗಿಲ್ಲವೇ? ಇದಕ್ಕೆ ಸರ್ಕಾರ, ಸಂಸ್ಕೃತಿ ಇಲಾಖೆ ಅಕಾಡೆಮಿಗಳು, ಸಾಹಿತ್ಯ ಪರಿಷತ್ತು, ವಿಶ್ವವಿದ್ಯಾನಿಲಯಗಳು – ಉತ್ತರಿಸಬೇಕು. ನನಗೆ ತಿಳಿದಿರುವಂತೆ ಅವುಗಳ ನೆರವಿನಿಂದಲೇ ಈ ಖ್ಯಾತಿ ಇತ್ಯಾದಿ ಬಂದು ಹಾಳಾದವರಿದ್ದಾರೆ. ಹಿಂದೆಯೂ ಇದ್ದರು. ಈಗಲೂ ಇದ್ದಾರೆ. ಬಾರದೇ ಅನಾಮಧೇಯವಾಗಿ ಉಳಿದವರ ಪಟ್ಟಿ ಕೂಡ ದೊಡ್ಡದೇ ಇದೆ. ಇದೆಲ್ಲಕ್ಕೂ ಭೈರಪ್ಪ ಅವರನ್ನು ಆಶೀರ್ವದಿಸಿದ ರಾಜಕೀಯ ಸಂಕಲ್ಪ ಶಕ್ತಿಯ ಆಕ್ರಮಣವೇ ಕಾರಣವಾಗಿದೆ. ಈವರೆಗೆ ಟಿ. ಎಸ್. ವೆಂಕಣ್ಣಯ್ಯ, ತೀ. ನಂ. ಶ್ರೀಕಂಠಯ್ಯ, ರಾವ್‌ಬಹಾದ್ದೂರ, ಸೇಡಿಯಾಪು ಕೃಷ್ಣಭಟ್ಟ, ಅನುಪಮಾ ನಿರಂಜನ, ಎಂ.ಕೆ.ಇಂದಿರಾ, ನಿರಂಜನ – ಇಂತಹ ಪ್ರತಿಭಾವಂತರೆಲ್ಲ ಸಾಹಿತ್ಯ ಸಮ್ಮೇಳನದ ಅಧ್ಯಕ್ಷರಾಗದೇ ಇರಲು, ಕೇಂದ್ರ ಸಾಹಿತ್ಯ ಅಕಾಡೆಮಿ ಪ್ರಶಸ್ತಿ ಬಾರದೆ ಇರಲು – ಭೈರಪ್ಪನವರು ನೀಡುವ ಕಾರಣ ಏನು? ಈಗ ಬದುಕಿರುವ ಎಸ್.ವಿ. ಪರಮೇಶ್ವರ ಭಟ್ಟ, ಶಂಕರಮೊಖಾಶಿ ಪುಣೇಕರ, ವ್ಯಾಸರಾಯ ಬಲ್ಲಾಳ, ಎನ್ಕೆ, ಗೌರೀಶ ಕಾಯ್ಕಿಣಿ, ಪ್ರಭು ಶಂಕರ, ಎಲ್. ಬಸವರಾಜು, ಕೆ.ಎಸ್. ನಿಸಾರ್ ಅಹಮ್ಮದ್, – ಇಂತಹವರೆಲ್ಲ ಭೈರಪ್ಪನವರಿಗೆ ಸಿಕ್ಕ ರಾಜಕೀಯ ಸಂಕಲ್ಪ ಶಕ್ತಿಯ ಕೊರತೆಯಿಂದಾಗಿ ಸಮ್ಮೇಳನದ ಅಧ್ಯಕ್ಷರಾಗಲಿಲ್ಲವೇ? ಭೈರಪ್ಪನವರು ರಾಜಕಾರಣಿಗಳನ್ನು ಸರ್ಕಾರವನ್ನು ದೂರುತ್ತ – ನಾರಿಮನ್ನರಿಗೆ ಸರಿಮಿಗಿಲಾಗಿ ರಾಮಾ ಜೋಯಿಸ್, ಹೆಚ್.ಜಿ. ಬಾಲಕೃಷ್ಣ, ಎ.ಜೆ. ಸದಾಶಿವ, ಶಿವರಾಜ

ಪಾಟೀಲ್– ಅಂತಹ ಅದ್ಭುತ ಪ್ರತಿಭಾವಂತ ನ್ಯಾಯಮೂರ್ತಿಗಳು ನಮ್ಮ ನಡುವೆ ಇದ್ದು, ರಾಜಕೀಯ ಸಂಕಲ್ಪ ಶಕ್ತಿಯ ದುಷ್ಪರಿಣಾಮದಿಂದಾಗಿಯೇ ನಮ್ಮ ನಡುವೆ ಬದುಕಿದ್ದಾರೆ ಎಂಬುದನ್ನು ಇನ್ನಾದರೂ ಅರ್ಥಮಾಡಿ ಕೊಳ್ಳಬೇಕಾಗಿದೆ.

5. ಸುಳ್ಳಿಗೆ ಸುಳ್ಳು ಸಮಾಧಾನ ಎನ್ನುವಂತೆ, ಭೈರಪ್ಪನವರು ತಮ್ಮ ಭಾಷಣದಲ್ಲಿ ಭಾಷಣ ಮಾಡಲು ಬಾರದ ಸಾಹಿತಿಯು ಸಾಹಿತಿಯೇ ಅಲ್ಲ ಎಂದು ನಿರ್ಣಯಿಸುವ ಮಟ್ಟಿಗೆ ಸಾಹಿತ್ಯದ ಮೇಲೆ ಮಾತಿನ ದಾಳಿ ನಡೆದಿದೆ ಎಂದು, ತಾವೇ ತಮ್ಮ ಅಧ್ಯಕ್ಷ ಭಾಷಣವೇ ಅದಕ್ಕೆ ಒಂದು ಉಜ್ವಲ ಸಾಕ್ಷಿಯಾಗಿ ಬಿಟ್ಟಿದ್ದಾರೆ. ನನಗೆ ತಿಳಿದಂತೆ, ಭಾಷಣ ಕೂಡಾ ಸಾಹಿತ್ಯದಂತೆಯೇ ಒಂದು ಕಲೆ. ಭೈರಪ್ಪ ಭಾಷಣಕಾರರಾಗಿಲ್ಲ. ಕಲೆಗಾರರು ಆಗಿಲ್ಲ. ಕೂತು ಬರೆಯುವವರೆಗೆ ನಿಂತು ಮಾತಾಡಲಾರದ ಕಾಯಿಲೆ ತಗಲುತ್ತದೇ ಎಂಬುದಕ್ಕೆ ಕನಕಪುರದ ಸಾಹಿತ್ಯ ಸಮ್ಮೇಳನ ಮರೆಯದ ಘಟನೆ. ಭಾಷಣ ಮಾಡಲು ಬಾರದ ಎಷ್ಟೋ ದೊಡ್ಡ ಸಾಹಿತಿಗಳು ನಮ್ಮ ನಡುವೆ ಇದ್ದರು, ಈಗಲೂ ಇದ್ದಾರೆ. ಮಾತಾಡಲು ಬಂದರೂ ಮಾತಾಡದವರೂ ಇದ್ದಾರೆ. ಮಾತಾಡಬೇಕಾದಾಗ ಮಾತಾಡದೇ ಮೌನವಾಗಿ ಕೆಲಸ ಮಾಡಿಸಿಕೊಂಡ ಜನಾಂಗದ ಪುಣ್ಯ ಪುರುಷರೂ ನಮ್ಮ ನಡುವೆ ಇದ್ದಾರೆ. ಕಲಾ ತರ್ಕ, ಕುತರ್ಕ, ವಿತರ್ಕಗಳಿಂದ ಇರುವ ಪರಿಸ್ಥಿತಿ ಹಾಳು ಮಾಡುವ ಧೀಮಂತರೂ ಇದ್ದಾರೆ. ಹೀಗಾಗಿ ಭಾಷಣ – ಸಾಹಿತ್ಯ ಬೇರೆ ಬೇರೆ. ಇದಕ್ಕೆ ಅವರವರೇ ಹೊಣೆ ಎಂಬುದು ತತ್ವಶಾಸ್ತ್ರ, ಸೌಂದರ್ಯ ಶಾಸ್ತ್ರ ಅಭ್ಯಾಸ ಮಾಡಿದ ಸಾಹಿತಿ ಪುಂಗವ ಭೈರಪ್ಪನವರಿಗೆ ಏಕೆ ತಿಳಿಯಲಿಲ್ಲವೋ, ಅಥವಾ ಅವರ ಗುರುಗಳು ಹೇಳಿಕೊಡಲಿಲ್ಲವೋ – ಇದರಲ್ಲಿ ನಮ್ಮ ತಪ್ಪಿಲ್ಲ.

6. ಇತಿಹಾಸದ ಆರಂಭ ದೆಶೆಯಲ್ಲಿ ಹುಟ್ಟಿಕೊಂಡ ಕಲೆಗಳು ವಿಧಾನಗಳಾಗಿದ್ದು ಹಾಗೂ ತಂತ್ರಗಳ ಸಾಧನವಾಗಿದ್ದು, ತದನಂತರ ನಾಗರೀಕತೆ ಬೆಳೆದ ಹಾಗೆ ಶುದ್ಧ ಕಲೆಗಳ ರೂಪ ತಾಳಿದ್ದರ ಬಗ್ಗೆ ಭೈರಪ್ಪನವರು ಮಾತಾಡಿದ್ದಾರೆ. ಆದರೆ ಕಲೆ, ರಸ – ಧ್ವನಿ – ಜ್ಯೋತಿಷ್ಯ

ಸಿದ್ಧಾಂತಗಳ ನೆಲೆಯಲ್ಲಿಯೇ ಗೂಟ ಹೊಡೆದುಕೊಂಡು ಇದ್ದು ಬಿಟ್ಟಿತೆ? ಕಲೆಗೆ ಇತಿಹಾಸ, ನಾಗರೀಕತೆಯ ಸೋಂಕಿಲ್ಲವೇ ? ಜಗತ್ತಿನಲ್ಲಿ ಚಲನಶೀಲವಾದದ್ದು, ಭೈರಪ್ಪ ಅಂತಹವರ ಧಾರ್ಮಿಕ ಮನಸ್ಸು - ಬುದ್ಧಿ ಬಿಟ್ಟರೆ, ಮಿಕ್ಕ ಎಲ್ಲವೂ ಎನ್ನುವುದಕ್ಕೆ ಅವರ ಅಧ್ಯಕ್ಷ ಭಾಷಣದಲ್ಲಿನ ಪ್ರತಿಗಾಮಿ ಅಭಿಪ್ರಾಯಗಳೇ ಕಾರಣ ಎನ್ನದೆ ವಿಧಿ ಇಲ್ಲವಾಗಿದೆ.

7. ಒಮ್ಮೆ ಭಾರತದ ಕಲೆ ಸಂಸ್ಕೃತಿಯ ಬಗ್ಗೆ, ಮತ್ತೊಮ್ಮೆ ಕನ್ನಡ ಭಾಷೆ ಸಂಸ್ಕೃತಿಯ ಬಗ್ಗೆ ಮಾತಾಡುವಂತೆ ಕಾಣುವ ಭೈರಪ್ಪನವರ ಜೀವ ಸ್ಪಂದಿಸಿರುವುದು, ಧರ್ಮ–ಪುರಾಣ – ಅಧ್ಯಾತ್ಮದ ಬಗ್ಗೆ ಮಾತ್ರವೇ ಎಂಬುದು ಮುಚ್ಚಿಡಲಾರದ ಸತ್ಯ. ಹೀಗಾಗಿಯೇ ಭರತನನ್ನು ಮುಂದಿಟ್ಟುಕೊಂಡು, ಮಾರ್ಕ್ಸ್‌ವಾದಿಗಳನ್ನು ಕೊಲ್ಲುವ ಸಮಗ್ರ ಹುನ್ನಾರವನ್ನು ಸಾಹಿತ್ಯ ಸಮ್ಮೇಳನದ ಅಧ್ಯಕ್ಷತೆಯ ಅಧಿಕಾರದಿಂದ ದುರುಪಯೋಗ ಮಾಡಿಕೊಂಡಿದ್ದಾರೆ ಭೈರಪ್ಪ. ಭರತನದೇ ಎಂದು ಕೊಂಡರೂ ರಸ – ಧ್ವನಿ – ಔಚಿತ್ಯಗಳು ತತ್ತ್ವಾಂಶಗಳೇ. ಕೇವಲ ಕನ್ನಡಿಗರು, ಭಾರತೀಯರು ಮಾತ್ರವೇ ಅಲ್ಲ, ವಿಶ್ವದ ಯಾವ ಮೂಲೆಯಲ್ಲೂ ಚರ್ಚೆಗೆ ಅರ್ಹವಾದ ಸಂಗತಿಗಳೇ ಅವು. ಹಾಗೆಯೇ ಮಾರ್ಕ್ಸ್‌ವಾದ ತತ್ವಗಳನ್ನು ಯಾರೂ ಯಾವಾಗ ಬೇಕಾದರೂ ಚರ್ಚಿಸಲು, ಸ್ವೀಕರಿಸಲು ಯಾವ ಅಡ್ಡಿ ಆತಂಕಗಳೂ ಬರಬಾರದು. ಭೈರಪ್ಪನವರ ಜಗತ್ತು ರಸ – ಧ್ವನಿ – ಔಚಿತ್ಯಗಳ ಆಚೆಗೆ ದಾಟಲಾರದಷ್ಟು ಶುದ್ಧ ವೈದಿಕತ್ವ ತಲೆ ತುಂಬಿದೆ. ಅದರಷ್ಟೇ ಪುರಾತನ ಅನಾಗರೀಕಸತ್ಯ ತಲೆ ತಿನ್ನುತ್ತಿದೆ ಎಂಬುದು ಶೋಚನೀಯ ವಿಷಯವಾಗಿದೆ. ಹೀಗಾಗಿ ನವೋದಯದವರು ಬಿಟ್ಟರೆ ಮಿಕ್ಕ ಎಲ್ಲ ಸಾಹಿತ್ಯ ಚಳುವಳಿಗಾರರೂ ಮಾರ್ಕ್ಸ್‌ವಾದಿ ಭೂತಗಳಂತೆ ಕಾಣುತ್ತಾರೆ. ಕನ್ನಡ ನಾಡು, ನುಡಿ, ಸಂಸ್ಕೃತಿ, ಜನ ಜೀವನ ಏಳಿಗೆಗಾಗಿ ಆಲೂರ ವೆಂಕಟರಾಯ, ಮಾಸ್ತಿ ವೆಂಕಟೇಶ ಅಯ್ಯಂಗಾರ್ – ಮುಂತಾದವರಿಗೆ ಸರಿಮಿಗಿಲಾಗಿ ದುಡಿದ ಅ.ನ.ಕೃ. ಅವರನ್ನು ಪ್ರಗತಿಶೀಲ, ಮಾರ್ಕ್ಸ್‌ವಾದಿ, ಎಡಬಿಡಂಗಿ ಎಂಬ ಕಾಮಾಲೆಕಣ್ಣುಗಳಿಂದ ಕೀಳುಗಳೆವ ಸಾಹಸವನ್ನು ತಮ್ಮ ಅಧ್ಯಕ್ಷ

ಭಾಷಣದಲ್ಲಿ ಭೈರಪ್ಪ ಮಾಡಿದ್ದಾರೆ. ಅ.ನ.ಕೃ. ಅವರ ಕನ್ನಡದ ಅಭಿಮಾನ, ಮಾನವೀಯತೆ, ಸಾಧನೆಯಲ್ಲಿ ನೂರನೇ ಒಂದು ಭಾಗವೂ ಇಲ್ಲದ ಭೈರಪ್ಪನವರು, 67 ಸಾಹಿತ್ಯ ಸಮ್ಮೇಳನದಲ್ಲಿ ಮೊಟ್ಟಮೊದಲ ಬಾರಿಗೆ, ತನ್ನ ಸಾಹಿತ್ಯವೇ ದೊಡ್ಡದು, ಅದರ ಮುಂದೆ ಮಹಾಕವಿ ಕುಮಾರವ್ಯಾಸನ ಭಾರತವೂ ಸೋತು ಸೊರಗಿತು ಎಂಬ ಮಹಾಬುರುಡೆ ಸೃಷ್ಟಿಸಿ, ಆಕಾಶದಲ್ಲಿ ಹಾರಿಬಿಟ್ಟಿದ್ದಾರೆ.

8. ಸಾಹಿತ್ಯದಲ್ಲಿ ಶುದ್ಧ ಕಲೆ ಎಂಬುದು ಭೈರಪ್ಪನವರ ಮಾನಸಿಕ ಕಾಲಕ್ಕೆ ಇದ್ದೀತು. ಅದನ್ನು ಭೈರಪ್ಪನವರು ಅಂತಹ ಯಾರಾದರೂ ಇದ್ದರೆ ಅನುಕರಿಸಲೂಬಹುದು. ಆದರೆ, ಸಾಹಿತ್ಯದಲ್ಲಿನ ನೈತಿಕಾಂಶ ವ್ಯಕ್ತಿಗಳ ಪ್ರಜ್ಞೆ ತಿದ್ದುವ ಮಟ್ಟ ಬಿಟ್ಟು, ಸಮಾಜವನ್ನು ತಿದ್ದುವ, ಬದಲಿಸುವ, ಚಳುವಳಿಮಾಡುವ ಮಟ್ಟಕ್ಕೆ ಹೋಗಬಾರದು ಎನ್ನುವುದಕ್ಕೆ ತತ್ವ ಶಾಸ್ತ್ರಜ್ಞರಾಗಿ ಎಷ್ಟೇ ಭೈರಪ್ಪ ಚೀರಿಟ್ಟರೂ, ಸಮಾಜ ಶಾಸ್ತ್ರಜ್ಞರೂ, ಇತಿಹಾಸಕಾರರೂ, ಕಲಾವಿದರು ನಗಬೇಕೋ ಅಳಬೇಕೋ ತಿಳಿಯದಾಗಿದೆ. ಸಂಸ್ಕೃತದ ಸಮಾಧಿಯ ಮೇಲೆ ಕನ್ನಡ ವೈದಿಕರ ಎದೆಮೆಟ್ಟಿ ಜೈನರು, ವ್ಯವಸ್ಥೆಯ ಅಡಿಗಲ್ಲು ಕದಲಿಸಿದ ಶಿವಶರಣರು, ವ್ಯಾಸಕೂಟಕ್ಕೆ ಗೂಟ ಹೊಡೆದ ದಾಸ ಕೂಟದ ಹರಿದಾಸರು ತಲೆ ಎತ್ತಿ ಬದುಕಿರುವುದು ಕನ್ನಡ ಜನಜೀವನ ಸಂಸ್ಕೃತಿಯಲ್ಲಿಯೇ ಎಂಬುದನ್ನು ಭೈರಪ್ಪನವರು ಇನ್ನಾದರೂ ಶುದ್ಧ ಭಕ್ತಿಯಿಂದ ಓದಬೇಕಾದ ಅಗತ್ಯವಿದೆ.

9. ಕನ್ನಡ ನಾಡಿನಲ್ಲಿ ಯಾರಾದರೂ ಭೈರಪ್ಪ ಅವರನ್ನು ನೀನು ಹೊಯ್ಸಳ ಕರ್ನಾಟಕ, ನೀನು ಚೆನ್ನರಾಯಪಟ್ಟಣ ಕನ್ನಡವನ್ನೇ ಬಳಸಬೇಕು, ನೀನು ತತ್ವಶಾಸ್ತ್ರದ ಪಂಡಿತನಾಗಿ ಸಾಹಿತ್ಯದಲ್ಲಿ ತತ್ವವನ್ನೇ ಬರೆಯಬೇಕು, ನೀನು ಹೀನಾತಿಹೀನ ಜೀವನ ನಡೆಸಿದ್ದರೂ ಅದನ್ನೇ ಚಿತ್ರಿಸಬೇಕು – ಇತ್ಯಾದಿ ಇತ್ಯಾದಿ ಹೇಳಿದ್ದು ಉಂಟೆ? ಹಾಗೆಯೇ ಯಾವ ಮಹಿಳೆಯನ್ನು ನೀನು ಮಹಿಳೆ, ನೀನು ದಲಿತ – ಹಾಗಾಗಿ ಮಹಿಳೆಯಾಗಿಯೇ, ದಲಿತನಾಗಿಯೇ ಬರೆಯಬೇಕು ಎಂದು ಬಡಬಡಿಸಿದವರು ಇಲ್ಲ. ಆಂಧ್ರದಲ್ಲಿ ಕ್ರಾಂತಿಕಾರಿ ಸಾಹಿತಿಗಳು, ಮಹಾರಾಷ್ಟ್ರದಲ್ಲಿ ದಲಿತ ಸಾಹಿತಿಗಳು,

ಬಂಗಾಳದಲ್ಲಿ ಬುಡಕಟ್ಟು ಜನಾಂಗದ ಸಾಹಿತಿಗಳು ಚಳುವಳಿ ಹೋರಾಟ ಬರವಣಿಗೆ ಮಾಡುತ್ತಿರುವುದು, ಇವೆಲ್ಲ ಸಮಕಾಲೀನ ಸಮಾಜದ ಜೀವನಾಡಿ ಎಂದು, ಒಂದು ಕಾರ್ಯಕ್ರಮ ಎಂದು. ಬರವಣಿಗೆ ಜೀವನದಿಂದ ಹೊರತಲ್ಲ. ಜೀವನವನ್ನು ಬರವಣಿಗೆ ಹೊರದೂಡಿ ಬದುಕಲೂ ಸಾಧ್ಯವಿಲ್ಲ. ಆತ್ಮಕಥೆ, ಜೀವನ ಚರಿತ್ರೆ ಮಾತ್ರವೇ ಅಲ್ಲ, ಇಂತಹ ಇನ್ನು ಎಷ್ಟೇ ಪ್ರಕಾರಗಳು ಸಾಹಿತ್ಯದಲ್ಲಿ ಇಂದು – ನಾಳೆ ಅವತರಿಸುತ್ತಲೇ ಇರುತ್ತವೆ. ಶುದ್ಧತ್ವ ರಕ್ತದಲ್ಲಿ ಜನಾಂಗದಲ್ಲಿ ನಾಗರೀಕತೆಯಲ್ಲಿಯೇ ಇಲ್ಲದಿರುವಾಗ; ಸಂಗೀತ, ಕಲೆ, ಸಾಹಿತ್ಯ, ಸಂಸ್ಕೃತಿಯಲ್ಲಿ ಉಳಿದಿದೆ ಎಂಬುದು ಮಾನವಶಾಸ್ತ್ರ ತಿಳಿಯದ ಮೂರ್ಖರು ತತ್ವಶಾಸ್ತ್ರಜ್ಞರು ಸೌಂದರ್ಯ ಶಾಸ್ತ್ರಜ್ಞರು ಆಡಬಹುದಾದ ಮಾತು. ಜಗತ್ತೇ ಚಲನಶೀಲವಾದದ್ದು. ಅಂದ ಮೇಲೆ ಬದುಕು, ಕಲೆ ಜಡವಾದವೆ? ಶುದ್ಧತೆಯ ಅರ್ಥ ಸೃಷ್ಟಿ ವಿರೋಧಿ ಮೂಲಭೂತವೆಂದೆ ?

ಹೀಗೆ ತಮ್ಮ ಅಧ್ಯಕ್ಷ ಭಾಷಣದಲ್ಲಿ ಎಸ್. ಎಲ್. ಭೈರಪ್ಪನವರು ಸುಳ್ಳುಗಳ ಸರಮಾಲೆ ಹೊಸೆದು ಸರದಾರರಾಗಿದ್ದಾರೆ. ಯಾವ ಅಧ್ಯಕ್ಷ ಪದವಿಯಿಂದ ಗೌರವ ಘನತೆ ಮರ್ಯಾದೆ ಬರಬೇಕಿತ್ತೋ ಅದರ ಯೋಗ್ಯತೆ, ಸ್ಥಾನ, ಮಾನಕ್ಕೆ ಮೊಟ್ಟಮೊದಲ ಬಾರಿ ತಗುಲಿದ ದಕ್ಕೆಗೆ ಕನಿಕರ, ವಿಷಾದ, ದುಃಖದಿಂದ ಹೇಳಬೇಕಾಗಿದೆ. ಅಕ್ಷರ ಬಲ್ಲ ಕನ್ನಡಿಗರು ಇಂತಹ ಮಾತಿನ ಸತ್ಯಾಸತ್ಯತೆಯುನ್ನು ಇನ್ನು ಮೇಲಾದರೂ ಸ್ವಾಭಿಮಾನದಿಂದ ತಿಳಿವಳಿಕೆಯಿಂದ ಎಚ್ಚರಿಕೆಯಿಂದ ನೋಡಬೇಕಾಗಿ ಆಶಿಸುತ್ತೇನೆ.

* * *

14

"ಪರ್ವ" ಒಂದು ಅಪೂರ್ವಗೋಷ್ಠಿ

ಕೆಲ ದಿನಗಳ ಹಿಂದೆ ಕರ್ನಾಟಕದ ರಾಜಧಾನಿ ಬೆಂಗಳೂರಿನಲ್ಲಿ ಎದ್ದು ಕಾಣಿಸುವಂತೆ ಆದ ಪರಿವರ್ತನೆಯನ್ನು ಒಂದು ಪರಿಸರ ದೃಷ್ಟಿಯಿಂದ, ಎರಡು ಸಾಂಸ್ಕೃತಿಕ ದೃಷ್ಟಿಯಿಂದ ಗುರುತಿಸಬಹುದು. ಉರಿ ಬೇಸಿಗೆ ಜೂನ್ ಒಂದರ ಹಿಂದಿನ ದಿನ ಮಳೆಯಿಂದ ಉಡುಗಿ ಹೋಗಿ ಆಗತಾನೆ ಬೆಚ್ಚನೆಯ ಚಳಿ ತಲೆ ಹಾಕಿತ್ತು. ಚುನಾವಣೆಗಳು, ಕನ್ನಡ – ಸಂಸ್ಕೃತ, ಪರಿಷತ್ತಿನ ಸಮ್ಮೇಳನಗಳು ಇತ್ಯಾದಿ ತಿಕ್ಕಾಟದಲ್ಲಿ ಹರಿದು ಹಂಚಿ ಹೋಗಿದ್ದ ಸಾಹಿತಿಗಳು, ಸಾಹಿತ್ಯ ಪ್ರಿಯರು ಒಟ್ಟುಗೂಡುವುದೇ ಆಗಲಿ, ಕೂಡಿ ಚರ್ಚಿಸುವುದೇ ಆಗಲಿ ಅಸಂಭವವೇನೋ ಅನ್ನುವ ಮಟ್ಟಿಗೆ ವಾತಾವರಣ ಕಲುಷಿತವಾಗಿತ್ತು. ಹೀಗಿರುವ ವೇಳೆ ಮೂರು ತಲೆಮಾರಿನ ಸಾಹಿತಿಗಳು, ಅವರನ್ನು ಮೆಚ್ಚುವ, ಅಭಿಮಾನಿಗಳು, ನಾನಾ ಗುಂಪಿನ ಸಾಹಿತಿಗಳು – ಎಲ್ಲರೂ ಕಲೆಯುವಂತಾದುದು "ಸ್ನೇಹವಲಯ"ದವರು ಕೆನರಾ ಬ್ಯಾಂಕಿನ ಸಭಾಂಗಣದಲ್ಲಿ ಏರ್ಪಡಿಸಿದ್ದ ಎಸ್. ಎಲ್. ಭೈರಪ್ಪನವರ "ಪರ್ವ" ಕಾದಂಬರಿ ಕುರಿತ ವಿಚಾರ ಸಂಕಿರಣದಿಂದ.

ಯಾವ ಕಾರ್ಯಕಾರಿ ಸಮಿತಿಯಾಗಲಿ, ಯಾವ ಕಟ್ಟುಪಾಡು, ಇತಿಮಿತಿಯಾಗಲಿ ಈವರೆಗೆ ರೂಪಿಸಿಕೊಳ್ಳದ "ಸ್ನೇಹವಲಯ"ದ ಎರಡನೇ ಕಾರ್ಯಕ್ರಮ ಇದು. "ಸ್ನೇಹವಲಯ" ನೆಲೆಗೊಂಡದ್ದೇ ಕಳೆದ ವರುಷ ರಾಷ್ಟ್ರೀಯ ಮಟ್ಟದ ಕಲಾವಿನ್ಯಾಸಕ್ಕಾಗಿ 'ಉದಯವಾಣಿ' ಕಲಾವಿದ ರಾ. ಸೂರಿ ಅವರಿಗೆ ಸತ್ಕಾರ ಕೂಟ ಏರ್ಪಡಿಸಿದುದರಿಂದ. ಆದರೆ

'ಸ್ನೇಹವಲಯ' ತನ್ನನ್ನು ಗಾಢವಾಗಿ ಗುರುತಿಸುವಂತೆ ಮಾಡಿದ ಮೊದಲ ಕಾರ್ಯಕ್ರಮ ಈ "ಪರ್ವ" ವಿಚಾರ ಸಂಕೀರಣ.

ಮೊದಲ ಗೋಷ್ಠಿಯ ಅಧ್ಯಕ್ಷತೆಯನ್ನು ಬನ್ನಂಜೆ ಗೋವಿಂದ ಚಾರ್ಯ್ಯರು ವಹಿಸಿಕೊಂಡಿದ್ದರು. ಇಡೀ ಸಭಾಂಗಣ ನಾನಾ ಮುಖಗಳಿಂದ ತುಂಬಿತ್ತು. ಪ್ರಾರಂಭಕ್ಕೆ ವಿಜಯಾ ಅವರು 'ಪರ್ವ' ನಾನು ಓದಿದ ಕೃತಿಗಳಲ್ಲಿ ನನ್ನನ್ನು ಬಹಳಷ್ಟು ಚಲಿಸುವಂತೆ ಮಾಡಿದೆ. "ಪರ್ವ" ತೀರ ಸಾಧಾರಣವಾದ ಒಂದು ಕೃತಿಯಾಗಿರದೆ, ಅದು ಶೈಲಿಯಲ್ಲಿ ವಸ್ತುವಿನಲ್ಲಿ ಮತ್ತು ಅನೇಕ ದೃಷ್ಟಿಯಿಂದ ನನ್ನನ್ನು ಬಹಳಷ್ಟು ಗೊಂದಲಕ್ಕೆ ತಂದು ಹಾಕಿದ್ದುದೂ ಅಲ್ಲದೆ ನನ್ನೊಳಗೆ ನೇರ ಪ್ರಶ್ನೆಗಳನ್ನು ಹುಟ್ಟು ಹಾಕಿದೆ. ಬಹಳ ಮುಖ್ಯವಾಗಿ ಹೇಳಬೇಕು ಅಂದರೆ ಹೆಣ್ಣು ಮಕ್ಕಳ ವಿಚಾರದಲ್ಲಿ, ಗಂಡು ಹೆಣ್ಣುಗಳ ಸಂಬಂಧದ ವಿಚಾರದಲ್ಲಿ ಸಹ "ಪರ್ವ" ಅನೇಕ ಪ್ರಶ್ನೆಗಳನ್ನು ಎತ್ತತ್ತೆ. ವೈವಾಹಿಕ ಸಂಬಂಧ ಕೇವಲ ಸಂತಾನೋತ್ಪತ್ತಿಗಾಗಿಯೇ ಅಥವಾ ಸಂತಾನದ ರಕ್ಷಣೆಗಾಗಿಯೇ ಅನ್ನುವುದರ ಬಗ್ಗೆ ಸಹ ಇಲ್ಲಿ ಅನೇಕ ವಿಚಾರಗಳು ಬರ್‍ತವೆ. ಸಂತಾನ ನಿಯೋಗದಿಂದ ಆಗಿರೋದು ಮತ್ತು ಅದರ ಸ್ವೀಕಾರ ಇಂಥ ಅನೇಕ ವಿಚಾರದಲ್ಲಿ ನಮ್ಮನ್ನು ಎಲ್ಲೋ ಷಾಕ್ ಕೊಡೋ ಅಂಥ ಪ್ರಸಂಗಗಳು "ಪರ್ವ"ದಲ್ಲಿ ಬರ್‍ತವೆ. ಎಲ್ಲಾ ಗಂಡು ಹೆಣ್ಣುಗಳ ಅಂತರಂಗದಲ್ಲಿ ಇರುವ ಅನೇಕ ವಿಚಾರಗಳನ್ನು ನಾವು ಹೊರಗೆ ಹಾಕಲಾರದೆ, ಯಾವುದೋ ನಿರ್ಬಂಧಕ್ಕೆ ತೊಡಗಿಸಿಕೊಂಡಿರ್‍ತೀವಿ. ಈ ಸಂಬಂಧಾನ ಆಲೋಚಿಸ್ತಾಗ ಕೂಡ ನನಗನ್ನಿಸುತ್ತೆ, ನಮ್ಮೆಲ್ಲ ಅಂತರಂಗವನ್ನು ಕೂಡ ಎತ್ತಿ ಹೊರಗೆ ಹಾಕಬಹುದಾದಂಥ ಮಾತು ಹೌದು, ನಾವು ಒಮ್ಮೆ ಹೀಗೆ ಆಲೋಚಿಸಲಿಕ್ಕೆ ಸಾಧ್ಯ ಇತ್ತು ಅಥವಾ ಆಲೋಚನೆಗಳು ಬಂದರೂ ಕೂಡ ನಾವು ಅದನ್ನು ತಡೆಹಿಡೀತಿದೀವಿ ಅನ್ನುವಂಥ ಒಂದು ಅಂಶಗಳನ್ನು ಸಹ "ಪರ್ವ"ದ ಮೂಲಕ ನಾನು ಕಂಡುಕೊಂಡಿದ್ದೇನೆ. ಈ ಎಲ್ಲವನ್ನೂ ಗಮನದಲ್ಲಿಟ್ಟಾಗ ಹೆಚ್ಚು ಚರ್ಚೆ ಆಗಬಹುದಾದಂತಹ ಒಂದು ಕಾದಂಬರಿ "ಪರ್ವ" ಅನ್ನಿಸಿ, ನಾನು ಇದರ ಬಗ್ಗೆ ಒಂದು ವಿಚಾರ ಸಂಕಿರಣವನ್ನು

ತೀರ ವೈಯಕ್ತಿಕ ನೆಲೆಯಲ್ಲಿ ಏರ್ಪಾಟು ಮಾಡಿದ್ದೇನೆ ಎಂದು ಇಡೀ ವಿಚಾರ ಸಂಕಿರಣದ ರೂಪರೇಖೆಯನ್ನು ಸಭೆಯ ಮುಂದಿಟ್ಟರು.

ಆದರೆ ಅಷ್ಟೇ ಭಿನ್ನ ನೆಲೆಯಲ್ಲಿ ಮೊದಲ ಗೋಷ್ಠಿಯ ಅಧ್ಯಕ್ಷರಾದ ಬನ್ನಂಜೆ ಗೋವಿಂದಾಚಾರ್ಯ ಅವರು "ನನಗೆ ಒಮ್ಮೊಮ್ಮೆ ಗೋಷ್ಠಿಗಳ ಬಗ್ಗೆಯೆ ಪೂರ್ವಗ್ರಹ ಬೆಳೆಸಿಕೊಂಡದ್ದು ಉಂಟು. ಗೋಷ್ಠಿಯಿಂದ ನಮಗೆ ಏನನ್ನಾದರೂ ಸಾಧಿಸಲಿಕ್ಕೆ ಆಗುತ್ತೋ? ನಿಷ್ಪಕ್ಷಪಾತವಾದಂತಹ ಒಂದು ನಿರ್ಧಾರಕ್ಕೆ ಬರಲಿಕ್ಕೆ ಆಗುತ್ತೋ? ಎನ್ನುವ ವಿಷಯದಲ್ಲಿ ನನಗಿನ್ನೂ ಖಚಿತವಾದ ತೀರ್ಮಾನ ಆಗಿಲ್ಲ" ಎಂದಾಗ ಸಭೆಯಲ್ಲಿ ವಿಚಿತ್ರ ಭಾವ ಹರಡಿಕೊಂಡು, ಇದುವರೆಗಿನ ವಿಚಾರ ಸಂಕಿರಣಗಳಂತೆ ಇಂದಿನದಲ್ಲ ಎನ್ನಿಸಿತ್ತು.

ಗೋಷ್ಠಿಯ ಮೊದಲ ಪ್ರಬಂಧ ಮಂಡಿಸಿದವರು, ವಕೀಲರಾದ ಹೇಮಲತಾ ಮಹಿಷಿಯವರು. "ಭೈರಪ್ಪನವರ ಯಾವ ಕಾದಂಬರಿಯನ್ನೂ ಮಗ್ನತೆಯಿಂದ ಓದಲು, ಪಾತ್ರಗಳನ್ನು ರಕ್ತಮಾಂಸವಿರುವ ಜೀವಂತ ವ್ಯಕ್ತಿಗಳೆಂದು ಭಾವಿಸಿ ಅವರಲ್ಲಿ ಲೀನವಾಗಲು ನನಗೆ ಸಾಧ್ಯವಾಗಿಲ್ಲ. ಇದಕ್ಕೆ ಕಾರಣ ಕಾದಂಬರಿಯ ಉದ್ದಕ್ಕೂ ಉಳಿಯುವ, ಬೆಳೆಯುವ ಲೇಖಕನ ನೆರಳು" ಎಂದು ಇಡೀ ತಮ್ಮ ಪ್ರಬಂಧದ ಹಿನ್ನೆಲೆ ವಿವರಿಸಿದರು.

ನೇರವಾಗಿ "ಪರ್ವ" ಕಾದಂಬರಿಯ ಪಾತ್ರಗಳು, ಅವುಗಳ ವಿಚಾರದ ಬಗ್ಗೆಯೇ ಮಾತನಾಡುತ್ತಾ "ಈ ಕೃತಿಯಲ್ಲಿ ಕ್ರಿಯೆಗೆ ಹೆಚ್ಚಿನ ಅವಕಾಶವಿಲ್ಲದಿರುವುದರಿಂದ ಹಾಗೂ ವಿಚಾರಗಳ ಮೂಲಕವೇ ಪಾತ್ರಗಳ ಪರಿಚಯುವಾಗುವುದರಿಂದ ಕೇವಲ ವ್ಯಕ್ತಿತ್ವದ ಮೇಲ್ಮೈಯು ಪರಿಚಯವಾಗುತ್ತದೆಯೇ ಹೊರತು ಆಳವಾಗಿ ಅರ್ಥ ಮಾಡಿಕೊಳ್ಳಲು ಸಾಧ್ಯವಾಗುವುದಿಲ್ಲ. ಸಂಕೀರ್ಣತೆಯನ್ನು ಸಾಧಿಸಲು ಆಗಿಲ್ಲ" ಎಂದರು.

ಇಷ್ಟಾಗಿ "ಪರ್ವ" ಮಹಿಷಿಯವರ ಗಮನ ಸೆಳೆಯಲು ಕಾರಣ : "ಎಲ್ಲಿಯೂ ಅತಿಮಾನುಷತೆಗೆ ಎಡೆ ಕೊಡದಿರುವುದು. ಸಾಧ್ಯವಿರುವ ಎಲ್ಲಾ ಅರೆಮಾನುಷ ಘಟನೆಗಳಿಗೂ ಸೂಕ್ತ ಕಾರಣಗಳನ್ನು ಕೊಟ್ಟು ಮನುಜ ಸಹಜವನ್ನಾಗಿ ಮಾಡಿರುವುದು." "ಆದರೆ ಪಾತ್ರಗಳಿಗೆ

ಆರೋಪಿತವಾಗಿರುವ ದೇವಾಂಶಗಳನ್ನು ತೆಗೆದು ಹಾಕುವ ಗಡಿಬಿಡಿಯಲ್ಲಿ ಪಾತ್ರಗಳು ತೀರಾ ಕೆಳಮಟ್ಟದ ಮಾನವರಾಗಿ ಚಿತ್ರಿತರಾಗಿದ್ದಾರೆ" ಎಂದು ತಮ್ಮ ಆಪಾದನೆ ಮುಂದಿಡುತ್ತಾ "ಓಟ್ಟಾರೆ ಅಲ್ಲಲ್ಲಿ ಪುಸ್ತಕ ರಂಜನೀಯುವಾಗಿದ್ದರೂ ಎಲ್ಲ ಪಾತ್ರಗಳನ್ನೂ ವಿವರಗಳನ್ನೂ ಕಥಾವಸ್ತುವನ್ನೂ ಒಂದುಗೂಡಿಸುವ ಒಂದು ಸಾಮಾನ್ಯ ಸೂತ್ರವಿಲ್ಲದೆ "ಪರ್ವ" ನಿರೀಕ್ಷಿಸಿದಷ್ಟು ಪರಿಣಾಮಕಾರಿಯಾಗಿಲ್ಲ" ಎಂದು ತಮ್ಮ ಅಭಿಪ್ರಾಯ ಹೇಳಿದರು.

ಅನಂತರ ನರಹಳ್ಳಿ ಬಾಲಸುಬ್ರಹ್ಮಣ್ಯ ಮಾತನಾಡುತ್ತಾ "ಭೈರಪ್ಪನವರು ಅತ್ಯಂತ ಜನಪ್ರಿಯ ಕಾದಂಬರಿಕಾರರು ಅನ್ನುವುದನ್ನು ನಾವು ಯಾರೂ ಅಲ್ಲಗಳೆಯಲಿಕ್ಕೆ ಆಗುವುದಿಲ್ಲ. ಮೌಲ್ಯಗಳು ಯಾವುದು ಅನ್ನೋದು ಕೂಡ ನಾವು ಅರ್ಥಮಾಡಿಕೊಳ್ಳದಿದ್ದರೆ ಸಾಮಾಜಿಕವಾಗಿ ಅದು ಅಪಾಯಕಾರಿಯಾದ ಪ್ರಭಾವವನ್ನು ಕೂಡಾ ಬೀರಬಹುದು. ಹೀಗಾಗಿ ಜನಪ್ರಿಯತೆ ನಾವು ಅಲ್ಲಗಳೆಯುವ ಅಂಶ ಅಲ್ಲ... ಏಕೆಂದರೆ ಅದು ಹೆಚ್ಚು ಜನ ಓತ್ತಾರೆ ಅನ್ನೋವಾಗ ಅದರ ಮೇಲೆ ಯಾವ ರೀತಿಯ ಪ್ರಭಾವವನ್ನು ಅದು ಬೀರೀತು ಅನ್ನೋದು ಕೂಡ ನಾವು ನಿರ್ಲಕ್ಷಿಸಲಿಕ್ಕೆ ಆಗೋದಿಲ್ಲ. ಹೀಗಾಗಿ ಭೈರಪ್ಪನವರನ್ನು ನಾವು ಗಂಭೀರವಾಗಿ ತಗೋಬೇಕಾಗುತ್ತೆ" ಎಂದರು.

"ಪರ್ವ" ಕುರಿತು ನರಹಳ್ಳಿಯವರಿಗೆ ಎದುರಾದ ಪ್ರಶ್ನೆ ಇದು : "ಪರ್ವದಲ್ಲಿ ಮಹಾಭಾರತವನ್ನು ಕಥಾವಸ್ತುವನ್ನಾಗಿ ಭೈರಪ್ಪನವರು ಏಕೆ ಆರಿಸಿಕೊಂಡರು? ಮತ್ತೆ ಮತ್ತೆ ನಮ್ಮ ಸಾಹಿತಿಗಳು ಏಕೆ ಮಹಾಭಾರತ, ರಾಮಾಯಣಗಳನ್ನೇ ವಸ್ತುವನ್ನಾಗಿ ಆರಿಸಿಕೋಬೇಕು? ಒಂದು ಮಹತ್ವಾಕಾಂಕ್ಷೆಯ ಕೃತಿ ಬರಬೇಕೂ ಅಂದರೆ, ಮಹಾಕವಿ ಅಥವಾ ಮಹಾ ಕಾದಂಬರಿಕಾರ ಅಥವಾ ದೊಡ್ಡ ಸಾಹಿತಿ ಅಂತ ಅನ್ನಿಸ್ಕೋಬೇಕಾದರೆ ರಾಮಾಯಣ, ಮಹಾಭಾರತಗಳೇ ಬೇಕಾ? ಹಾಗಿಲ್ದೇನೂ ಕೂಡ ಬೇರೆ ಬರೀಲಿಕ್ಕೆ ಸಾಧ್ಯ ಇಲ್ವಾ?" ಈ ಪ್ರಶ್ನೆಗೆ ಕಾರಣ ಇದು ಎಂದು ಹೀಗೆ ಸ್ಪಷ್ಟನೆ ನೀಡಿದರು: "ಮಹಾಭಾರತದ ವಸ್ತುವನ್ನು

ಆರಿಸ್ಕೊಳ್ಳೋವಾಗ ಒಂದು, ನಮ್ಮ ಜನಮನದಲ್ಲಿ ಬೇರೂರಿರುವ ನಂಬಿಕೆಗಳ ಜೊತೆ ಕಾದಂಬರಿಯನ್ನು ತುಲನೆ ಮಾಡತ ಹೋಗ್ತಿವಿ". "ನಾನು ಪರ್ವವನ್ನು ಓದೋವಾಗ ಮೊದಲನೇದು ಚಿಕ್ಕಂದಿನಿಂದ ನಾನು ಮಹಾಭಾರತದ ಕಥೆಯನ್ನು ಕೇಳಿಕೊಂಡು ಬಂದ ಸಂದರ್ಭಗಳಿಗೂ ಭೈರಪ್ಪನವರು ಚಿತ್ರಿಸುತ್ತಿರುವ ಸಂದರ್ಭಗಳಿಗೂ ಪರಸ್ಪರ ಹೋಲಿಕೆಯನ್ನು ಮಾಡ್ತಾ ಹೋಗ್ತೇನೆಯೇ ಹೊರತು ಭೈರಪ್ಪನವರು ಪರ್ವವನ್ನು ಒಂದು ಸ್ವತಂತ್ರ ಕೃತಿ ಅನ್ನುವ ಹಾಗೆ ಓದೋದು ಕಷ್ಟ ಆಯ್ತು" ಎಂದು ಒಬ್ಬ ಸಾಮಾನ್ಯ ಓದುಗನಾಗಿ ಹೇಗೆ ಪರ್ವ ಓದಲು (ಅಥವಾ ಕಾಣಲು) ಸಾಧ್ಯ ಎಂಬ ಪ್ರಾಮಾಣಿಕ ಅಂಶ ಮುಂದಿಟ್ಟರು. "ಪರ್ವವನ್ನು ಓದುವಾಗ ಅಕಾಡೆಮಿಕ್ ಆದ ಚರ್ಚೆ ಹೆಚ್ಚು ಮುಖ್ಯ ಆಗುವ ಸಾಧ್ಯತೆ ಇರುತ್ತೆ. ಯಾಕೇ ಎಂದರೆ ವ್ಯಾಸನಿಗಿಂತ ಭೈರಪ್ಪನವರು ಹೇಗೆ ಭಿನ್ನರಾಗುತ್ತಾರೆ? ಯಾವ ಯಾವ ಸಂದರ್ಭಗಳಲ್ಲಿ ಬದಲಾವಣೆಯನ್ನು ಮಾಡಿಕೊಂಡಿದ್ದಾರೆ? ಅದು ಎಷ್ಟು ಅರ್ಥಪೂರ್ಣ? ಅನ್ನುವುದರ ಬಗ್ಗೆ ಯೋಚನೆ ಮಾಡ್ತೀವೇ ಹೊರತು "ಪರ್ವ" ಒಂದು ಸ್ವತಂತ್ರ ಕೃತಿಯಾಗಿಯೇ ಏನು ಪರಿಣಾಮವನ್ನು ಬೀರಬಹುದು ಅನ್ನೋದು ಹೆಚ್ಚು ಮಹತ್ತ್ವದ್ದಾಗುತ್ತಾ ಅನ್ನೋದು ನಾವು ಕಂಡುಕೋಬೇಕಾದ ಅಂಶ" ಎಂದರು.

ಇಡೀ 'ಪರ್ವ"ದ ಬಗ್ಗೆ ಮಾತಾಡುತ್ತಾ "ವೈಯಕ್ತಿಕ ಸಂಬಂಧಗಳ ನೆಲೆಯಲ್ಲಿ "ಪರ್ವ" ನನಗೆ ಗಾಢವಾದ ಪರಿಣಾಮವನ್ನು ಬೀರುವ ಹಾಗೆ ಉಳಿದ ನೆಲೆಯಲ್ಲಿ "ಪರ್ವ" ನನಗೆ ಮುಖ್ಯ ಆಗಲಿಲ್ಲ. ಗಾಢವಾಗಿ ಕಲಕಲಿಲ್ಲ" ಎಂದರು.

ಮುಂದುವರಿದು ಭೈರಪ್ಪನವರ "ಪರ್ವ"ವನ್ನು ಬರೆಯುವಾಗ ಇರಾವತಿ ಕರ್ವೆಯವರ "ಯುಗಾಂತ"ಕ್ಕೆ ಹೆಚ್ಚು ಋಣಿ ಆಗಿದ್ದಾರೆ. ಆದರೆ ಅವರು ಈ ಅಂಶ "ಪರ್ವ"ದಲ್ಲಿ ಎಲ್ಲಿಯೂ ನಮೂದಿಸಲಿಲ್ಲ ಎಂದರು ನರಹಳ್ಳಿ ಬಾಲಸುಬ್ರಹ್ಮಣ್ಯ.

ನರಹಳ್ಳಿಯವರು ಪ್ರಶ್ನಿಸಿದ ಬಹು ಮುಖ್ಯವಾದ ಇನ್ನೊಂದು ಸಂಗತಿ ಎಂದರೆ ಭೈರಪ್ಪನವರು ತುಂಬಾ ಪ್ರಮುಖವಾದ ಘಟ್ಟದಲ್ಲಿ ತಮ್ಮ ಕೈವಾಡವನ್ನೇನಾದರೂ ಪಾತ್ರಗಳ ಮೇಲೆ ತೋರಿಸುತ್ತಾರಾ? ಎಂದು. ಅದಕ್ಕೆ ಉದಾಹರಣೆಯಾಗಿ : ಸಂಧಾನಕ್ಕೆ ಕೃಷ್ಣ ಬಂದಾಗ, ದುರ್ಯೋಧನ ಕರ್ಣನನ್ನು ಅಭಿಪ್ರಾಯ ಕೇಳಿದಾಗ ಅವನಿಗೆ ಬವಳಿ ಬಂದಂತಾಗುತ್ತದೆ. ಅದು ಎಂತಹ ಪರಿಸ್ಥಿತಿ ಎಂದರೆ, ನಿಯೋಗದಿಂದ ಹುಟ್ಟಿದಂಥ ಮಕ್ಕಳನ್ನು ಕುರುವಂಶದ ನಿಜವಾದ ಹಕ್ಕುದಾರರು ಅಂತ ಪರಿಗಣಿಸಬೇಕೇ ಬೇಡವೇ ಎಂಬ ಧಾರ್ಮಿಕ ಪ್ರಶ್ನೆ ಎದುರಿಗಿದೆ. ಈ ಸಮಯದಲ್ಲಿ ಕರ್ಣ ಹೇಗೆ ವರ್ತಿಸುತ್ತಾನೆ ಎಂದರೆ "ದಾಟು" ಕಾದಂಬರಿಯಲ್ಲಿ ಮೋಹನದಾಸನನ್ನು ದೇವಸ್ಥಾನದೊಳಕ್ಕೆ ಪ್ರವೇಶ ಮಾಡುವಾಗ ಮೂರ್ಛೆ ಹೋಗುವಂತೆ ಇಲ್ಲಿ ಕರ್ಣನ ದನಿಯೇ ಉಡುಗಿ ಹೋಗುತ್ತದೆ. ಇದು ಭೈರಪ್ಪನವರ ಕೈವಾಡವಲ್ಲವೇ ಎಂದು ವಿಶ್ಲೇಷಿಸಿದರು. ನರಹಳ್ಳಿ ಬಾಲಸುಬ್ರಹ್ಮಣ್ಯ ಅವರ ಉಪನ್ಯಾಸದಿಂದ ಒಂದು ರೀತಿ ರೊಚ್ಚಿಗೆದ್ದವರಂತೆ ಪ್ರೇಕ್ಷಕರು ಕಂಡುಬಂದದ್ದು ಸುದೀರ್ಘವಾಗಿ ನಡೆದ ಪ್ರಶ್ನೋತ್ತರಗಳಿಂದ ಕಂಡು ಬಂದಿತು.

ಆನಂತರ ಮಾತನಾಡಿದ ಕೀರ್ತಿನಾಥ ಕುರ್ತಕೋಟಿಯವರು, ತುಂಬಾ ಕಾವಿನಿಂದಲೇ ಮಾತಾಡಿದರು: "ನಾವು ಎಷ್ಟೋ ವರ್ಷಗಳಿಂದ ಈ ಮಹಾಭಾರತವನ್ನು ಓದಿ ನಮ್ಮ ಸಂಸ್ಕೃತಿಯಲ್ಲಿ ಅರಗಿಸಿಕೊಂಡು ಅದನ್ನು ಅರ್ಥಮಾಡಿಕೋತ ಬಂದಿದ್ದೇವೆ. "ಪರ್ವ"ವನ್ನೇಕೆ ಅರ್ಥಮಾಡಿಕೊಳ್ಳೋಕೆ ಆಗ್ತಾ ಇಲ್ಲಾ?... ಯಾಕೆ ಅರ್ಥವಾಗ್ತಾ ಇಲ್ಲಾ ಅಂದರೆ, "ಪರ್ವ" ಇಂಗ್ಲಿಷ್ ಸಾಹಿತ್ಯದಿಂದ ನಿಯೋಗ ಮಾಡಿಸಿಕೊಂಡಂಥ ಕೃತಿ. ಭೈರಪ್ಪನವರು ಮಹಾಭಾರತದ ಪರಿಸರವನ್ನು ಆ ಕಾಲದ ಜನಜೀವನವನ್ನು ಆಳವಾಗಿ ಅಭ್ಯಾಸ ಮಾಡಿದವರು ಇನ್ನೊಬ್ಬರಿಲ್ಲ, ಅವರು ತೆಗೆದುಕೊಳ್ಳುವಂಥ ಶ್ರಮ ಅಪಾರ. ಈ ಒಂದು ಕಾದಂಬರಿಗಾಗಿ ಮಹಾಭಾರತದ ಕ್ರಿಯೆ ನಡೆದಂಥ ಸ್ಥಳಗಳಲ್ಲೆಲ್ಲಾ ಹೋಗಿ ನೋಡಿ, ಬಂದ್ರು. ಅದಕ್ಕೆ ಬೇಕಾದ ಗ್ರಂಥಗಳನ್ನೆಲ್ಲಾ ಅಭ್ಯಾಸ ಮಾಡಿದ್ರು.

ಸಂಸ್ಕೃತವನ್ನು ಕಲಿತ್ರು. ಇದನ್ನೆಲ್ಲಾ ನೋಡಿದ್ರೆ. ಭೈರಪ್ಪನವರು ಸಾಕಷ್ಟು ಶ್ರಮ ತಕೋಳ್ತಾರೆ. ಆದರೆ ಈ ಶ್ರಮ ಅಷ್ಟೇ ಸಾಲ್ದು. ಇಷ್ಟೂ ಶ್ರಮ ತಗೊಂಡಿರ್ಲಿಕ್ಕಿಲ್ಲ ವ್ಯಾಸ, ಮಹಾಭಾರತ ಬರೆದಾಗ. ಅದು ದೊಡ್ಡ ಕೃತಿ. ಇವರು ಶ್ರಮ ತಗೊಂಡ್ರೂ ಆಗಲಿಲ್ಲ ಯಾಕೆ?" ಎಂದು ಪ್ರಶ್ನಿಸಿದ ಕುರ್ತಕೋಟಿಯವರು ಭಾರತೀಯ ಸಂಸ್ಕೃತಿಯ ಕಾವ್ಯ ಮೀಮಾಂಸೆ ಹಿನ್ನೆಲೆಯನ್ನೂ ಇಂಗ್ಲಿಷ್ ಸಾಹಿತ್ಯದ ಹೊರನೋಟವನ್ನೂ ವಿಶ್ಲೇಷಿಸಿದರು.

"ಪರ್ವ" ಕುರಿತೇ ಮಾತನಾಡುತ್ತಾ "ನನಗಿನ್ನೂ ಗೊತ್ತಾಗಿಲ್ಲ. ಯಾಕೆ "ಪರ್ವ" ಕಾದಂಬರಿಯ ಮುಖ್ಯ ನಾಯಕರೆಲ್ಲ ನಿರ್ವೀರ್ಯರಾಗಬೇಕು? ಭೈರಪ್ಪನವರ ತಪ್ಪಲ್ಲ ಅದು. ಇರಾವತಿ ಕರ್ವೆಯವರು ಹಾಗೆ ಬರೆದಿದ್ದರಿಂದ ಅಲ್ಲಿಂದ ತೆಗೆದುಕೊಂಡು ಬಂದು ಈ ಮಹಾಭಾರತದ ಕಥೆ ಎಂದ್ರೆ ಹೆಣ್ಣಿನ ಗೋಳಿನ ಕಥೆ ಇದು ಎನ್ನುವಂತೆ ಮಾಡಿಹಾಕಿದ್ದಾರೆ" ಎಂದು ನುಡಿದರು.

"ಅತ್ಯಂತ ಸಮರ್ಥವಾದಂತಹ ಕಥನ ಶೈಲಿ ಇಲ್ಲಿದೆ. ಬಹಳ ಸುಂದರವಾದಂತಹ ಪ್ರತಿಮೆಗಳಿವೆ. ಅಲ್ಲದೆ ನಿಮಗೆ ಒಳ್ಳೆ ಕಾದಂಬರಿಯ ಬರವಣಿಗೆಗೆ ಅತ್ಯಂತ ಶ್ರೇಷ್ಠವಾದ ಉದಾಹರಣೆ ಎಲ್ಲಿಯಾದರೂ ಸಿಗಬೇಕಾದರೆ, ನೀವು ದಯವಿಟ್ಟು ಈ ಕಾದಂಬರಿಯ ಕೊನೆ ಅಧ್ಯಾಯವನ್ನು ಓದಬೇಕು. ಬಹಳ ಸುಂದರವಾದಂತಹ ಬರವಣಿಗೆ. ಬಹಳ ಸಮರ್ಥವಾದಂತಹ ಕಥನ ಶೈಲಿ ಇದು. ಅಂತಲೇ ನಾವು ಹೆಚ್ಚು ಜಾಗರೂಕರಾಗಿರಬೇಕು ಈ ಕಾದಂಬರಿಯ ಬಗ್ಗೆ" ಅಂದು ತಮ್ಮ ಚಿಂತನೆಯನ್ನು ತೆರೆದಿಟ್ಟರು.

"ನಾವು ಮಿಥ್ ಅನ್ನ ತೀರ ಕಡೆಗಣಿಸಿ ಉಪಯೋಗವಿಲ್ಲ ಈಗ. ಯುರೋಪಿನಲ್ಲಿ ಎಲ್ಲಿ ಮಿಥ್ ಕಡಿಮೆಯಾಗಿ ಹೋಗಿಬಿಟ್ತೋ ಅಂತಲೇ ಯೂಂಗ್‌ನಂಥ ದೊಡ್ಡ ದೊಡ್ಡ ವಿಜ್ಞಾನಿಗಳು ಹುಟ್ಟಿಕೊಂಡು ಆ ಮಿಥ್ ಅನ್ನು ಎಕ್ಸ್‌ಪ್ಲೈನ್ ಮಾಡ್ಲಿಕ್ಕೆ ಪ್ರಯತ್ನ ಮಾಡ್ತಾ ಇದ್ದಾಗ, ಇಡೀ ಜಗತ್ತಿನಲ್ಲೇ ಅತ್ಯಂತ ಶ್ರೀಮಂತವಾದ ದೇಶ, ಮಿಥ್ ದೃಷ್ಟಿಯಿಂದ ಅಂದರೆ ನಮ್ಮದು. ಅಂಥಲ್ಲಿ "ಪರ್ವ"ದಂಥ ಕಾದಂಬರಿಗಳು ಯಾಕೆ ಹುಟ್ಟುತಾವೇ ಅನ್ನೋದೆ

ಪ್ರಶ್ನೆ ಆಗಬೇಕು ನಮಗೆ" ಎಂದ ಕುರ್ತಕೋಟಿಯವರು ಕೆಲವೊಂದು ಉದಾಹರಣೆಗಳಿಂದ ವಿವರಿಸಿದರು.

ತಮ್ಮ ಭಾಷಣವನ್ನು ಈ ಮಾತುಗಳಿಂದ ಮುಗಿಸಿದರು: "ಆ ಮಿಥ್ ತೆಗೆದು ಹಾಕಿ ಅದರ ಜಾಗದಲ್ಲಿ ಸುಳ್ಳು ಆಂಥ್ರೋಪಾಲಜಿಯನ್ನು, ಸುಳ್ಳು ಸೋಷಿಯಾಲಜಿಯನ್ನು ತಂದು ಹಾಕೋದು ಬೇಡ."

ಹೀಗೆ ಈವರೆಗೆ 'ಪರ್ವ'ದ ಬಗ್ಗೆ ಅನೇಕ ಮುಖಗಳ ವಿಶ್ಲೇಷಣೆ ಸ್ವಲ್ಪ ಮಟ್ಟಿಗೆ ಆಗಿದೆ ಎಂದು ಅಧ್ಯಕ್ಷರಾಗಿ ಬನ್ನಂಜೆ ಗೋವಿಂದಾಚಾರ್ಯರು ಮಾತು ಪ್ರಾರಂಭಿಸಿದರು. ಮೂವರು ಪ್ರಬಂಧಕಾರರ ಕೆಲವು ಪ್ರಶ್ನೆಗಳನ್ನೇ ಮತ್ತೆ ವಿವರವಾಗಿ ವಿವರಿಸುತ್ತಾ, ಕೆಲವೆಡೆ ಅವರಿಗೆ ಪೂರಕವಾಗಿಯೇ ಮಾತಾಡಿದ ಬನ್ನಂಜೆಯವರು ಮೂಲ ಭಾರತದ ಉದ್ದೇಶವನ್ನೇ ವಿಶ್ಲೇಷಿಸಲು ಹೊರಟು, ಇದು ಧರ್ಮ-ಅಧರ್ಮ ಎಂದು ನಿರ್ಧರಿಸಲು - ನಿರ್ಣಯಿಸಲು ಸಾಧ್ಯವೇ ಎಂಬ ಸಮಸ್ಯೆಯನ್ನು ಮುಂದಿರಿಸುವುದೇ ಅದರ ಗುರಿ ಎಂದರು.

ಅದೇ ರೀತಿ 'ಪರ್ವ'ದ ಉದ್ದೇಶ ಏನಾಗಿರಬಹುದೆಂದು ತಿಳಿಯಲು ಬನ್ನಂಜೆಯವರು, ನೇರವಾಗಿ ಭೈರಪ್ಪನವರಿಗೆ 'ಪರ್ವ' ಬರೆಯುವ ಕಾಲದಲ್ಲಿ ಎದ್ದಿದ್ದಂತಹ, ಕಾಡುತ್ತಿದ್ದಂತಹ ಸಮಸ್ಯೆಯಿಂದ ಏನಾದರೂ ಬೆಳಕು ಬೀರೀತೇನೋ ಎಂಬ ಅನುಮಾನದಿಂದಲೇ ಸಭೆಯ ಮುಂದಿಟ್ಟರು. "ಭೈರಪ್ಪನವರನ್ನು ಕಾಡ್ತಾ ಇದ್ದಂತಹ ಒಂದು ಸಮಸ್ಯೆ ಏನೆಂದರೆ ಹೆಣ್ಣನ್ನು ತೃಪ್ತಿಪಡಿಸಲಾಗದ ಗಂಡಿನ ಅತೃಪ್ತಿ ಮತ್ತು ಸಾವಿನ ನಿಗೂಢತೆ".

ಮಹಾಭಾರತದ ಹಿನ್ನೆಲೆಯಲ್ಲಿ, ಇದು ತೀರ ಸ್ವೋತ ಕೃತಿಯಾಗಿದೆ. ಮೂಲದ ಕಥೆಗಳನ್ನೇ ಉಪಯೋಗಿಸಿಕೊಂಡು ಅದನ್ನ ಮಿಥ್ ಆಗದೇ ಇದ್ದ ಹಾಗೆ ಹೇಗೆ ಹೇಳಬಹುದು ಅನ್ನುವ ಪ್ರಯತ್ನ ಮಾಡಿ ಕೆಲವು ಕಡೆ ನಮಗೆ ಖುಷಿ ಕೊಡ್ತಾರೆ, ಕೆಲವು ಕಡೆ ನಿರಾಶೆ ಕೊಡ್ತಾರೆ, ಕೆಲವು ಕಡೆ ಆಘಾತ ಕೊಡ್ತಾರೆ ಎಂದು, ಅಲ್ಲಿಯ ಕ್ಯಾರೆಕ್ಟರ್‌ಗಳನ್ನು ತಗೊಂಡು ತಮ್ಮ ಸಮಸ್ಯೆಗಳನ್ನು ಆ ಕ್ಯಾರೆಕ್ಟರ್‌ಗಳಲ್ಲಿ ತುಂಬಲಿಕ್ಕೋಸ್ಕರ ನಿರ್ಮಾಣ

ಮಾಡಿರತಕ್ಕಂಥದು ಎಂಬ ಅಭಿಪ್ರಾಯಪಟ್ಟರು. ಕೊನೆಯಲ್ಲಿ ಬಹಳ ಪ್ರಮುಖವಾದ ಸಂದೇಹವನ್ನು ಎತ್ತಿದರು : (ಭೀಮ ದುರ್ಯೋಧನರ ಗದಾಯುದ್ಧದ) "ಈ ಘಟನೆ ಇಲ್ಲಿ ಬಿಟ್ಟೇ ಬಿಟ್ರು ಭೈರಪ್ಪ. ಇದನ್ನು ಉಪಯೋಗಿಸಿಕೊಳ್ಳಲೇ ಇಲ್ಲ.... ಇಂಥ ಸಹಜವಾದ ಘಟನೆಗಳನ್ನು ಬಿಡುವುದಕ್ಕೆ ಏನು ಪ್ರೇರಣೆಕೊಟ್ಟಿತವರಿಗೆ?" ಎಂದು, "ಬಹಳ ಶ್ರಮ ಪಟ್ಟಿದ್ದಾರೆ. ಆದರೆ ಶ್ರಮವೇ ಕ್ರೆಡಿಟ್ ಅಲ್ಲ" ಎಂದರು. ಅಥೆಂಟಿಕ್ ಆಗಿ ಬರೆದಿದ್ದಾರೆ ಎನ್ನುತ್ತಾರೆ; ಆದರೆ ಯಾಕೋ ಈ ಮಾತೇ ನಮಗೆ ತೊಂದರೆ ಕೊಡುವಂಥದ್ದು. ವಿವರಣೆಗಳನ್ನು ಯಾವ ಆಧಾರದಿಂದ ತೀರ್ಮಾನ ಮಾಡಲಿಕ್ಕೆ ಬರುತ್ತೆ? ಎಂದು ಪ್ರಶ್ನಿಸಿ, "ಪರ್ವ" ಭಾರತದ ರೀ ಪ್ರೊಡಕ್ಷನ್ ಅಲ್ಲ! ಕಾದಂಬರಿ ಅಂತಲೇ ಓದಬೇಕು. ಭೈರಪ್ಪ ಇಲ್ಲಿನ ಸುಂದರವಾದ ಭಾಷೆಯಿಂದ ಗಮನ ಸೆಳೆಯುತ್ತಾರೆ ಎಂದು ತಮ್ಮ ಮಾತುಗಳನ್ನು ಮುಗಿಸಿದರು.

ಇದಿಷ್ಟೂ ಮೊದಲ ಗೋಷ್ಠಿಯ ವರದಿ. ಎರಡನೇ ಗೋಷ್ಠಿಯವರ ವಶಕ್ಕೆ ಹೋಗುವ ಮೊದಲು ಹೇಳಿಬಿಡಬಹುದಾಗ ಒಂದು ಮಹತ್ವದ ಅಂಶವೆಂದರೆ ಮೊದಲ ಗೋಷ್ಠಿಯ ಎಲ್ಲರೂ ಒಂದಲ್ಲ ಒಂದು ರೀತಿ "ಪರ್ವ" ಕೃತಿಯನ್ನು ಟೀಕಿಸುತ್ತಾ ಹೋದದ್ದು. ಆಗ ಸಭೆಯಲ್ಲಿ ಕೆಲಮಟ್ಟಿಗೆ ಕೃತಿಯನ್ನು ಕೃತಿಕಾರರನ್ನು ಸಮರ್ಥಿಸುವಂತಹ ಮಾತುಗಳು ಕೇಳಿ ಬಂದವು. ಅದೇ ಎರಡನೇ ಗೋಷ್ಠಿಯಲ್ಲಿ ಅಧ್ಯಕ್ಷರಿಂದ ಹಿಡಿದು ಎಲ್ಲ ಪ್ರಬಂಧಕಾರರೂ ಕೃತಿ ಮತ್ತು ಕೃತಿಕಾರರನ್ನು ಮೆಚ್ಚುವುದರ ಜೊತೆಗೆ, ಬೆಳಗಿನ ಪ್ರಬಂಧಕಾರರನ್ನು ವಿರೋಧಿಸುವ (ಕೊಂಚ ಕಟುವಾಗಿ ಹೇಳುವುದಾದರೆ ಖಂಡಿಸುವ) ನಡವಳಿಕೆಯೂ ಕಂಡು ಬಂದಿತು. ಅದೇ ರೀತಿ ಎರಡನೇ ಗೋಷ್ಠಿಯ ಸಭಿಕರಲ್ಲಿ ಕೃತಿಯನ್ನು, ಕೃತಿಕಾರರನ್ನು ಅಲ್ಲಗಳೆಯುವ ಪ್ರಸಂಗಗಳೂ ನಡೆದವು.

ಭಾಗ – ಎರಡು

ಬೆಳಿಗ್ಗೆ ಇದ್ದಷ್ಟು ಸಭಿಕರು (ಕಾವು ಇಲ್ಲದಿದ್ದರೂ) ಕೆಲವರ ಮಾತುಗಳನ್ನಾದರೂ ಕೇಳಲೇಬೇಕೆಂಬ ಕುತೂಹಲದಿಂದ ಇದ್ದರು.

ಚಂದ್ರಶೇಖರ ಕಂಬಾರರ ಅಧ್ಯಕ್ಷತೆಯಲ್ಲಿ ಮೊದಲಿಗೆ ಪ್ರಬಂಧ ಮಂಡಿಸಿದವರು ಕ.ವೆಂ. ರಾಜಗೋಪಾಲ್ ಅವರು.

ಅವರು ತನ್ನ ಪ್ರಬಂಧದಲ್ಲಿ ಮನುಷ್ಯನು ತನ್ನ ಬದುಕನ್ನು ಎಷ್ಟೊಂದು ರೀತಿಯಲ್ಲಿ ಹೊರಳಿಸಿ ಪರಿಶೀಲಿಸಲು ಸಾಧ್ಯವೋ ಅಷ್ಟೆಲ್ಲಾ ಸಾಧ್ಯತೆಯನ್ನೂ ವೈವಿಧ್ಯವನ್ನೂ ಪರ್ವವು ಒಳಗೊಂಡಿರುತ್ತದೆ. ಇದೊಂದು "ವಾರ್ ಅಂಡ್ ಪೀಸ್" ನಂತಹ ಗದ್ಯ ಮಹಾಕಾವ್ಯವೆಂದು ಹೇಳಬಹುದು.... ಪರ್ವಕ್ಕಿಂತ ಪುಟ ಸಂಖ್ಯೆಯಲ್ಲಿ ದೊಡ್ಡದಾದ ಕಾದಂಬರಿಗಳು ಕನ್ನಡದಲ್ಲಿ ಈಗಾಗಲೇ ಇವೆ. ಆದರೆ ಅವುಗಳೆಲ್ಲಾ ಇಂಥ ಸಂಕೀರ್ಣತೆಯನ್ನು ಒಳಗೊಂಡಿರುವುದಿಲ್ಲ. ಈ ಕೃತಿಯು ಮಾನವ ಜೀವನದ ವೈವಿಧ್ಯವನ್ನೆಲ್ಲಾ ರೂಢಿಸಿಕೊಂಡು ಆತನು ಸೋಲು ಗೆಲವುಗಳ ಬೆಲೆಯನ್ನು ತೀರ ಹೊಸ ರೀತಿಯಲ್ಲಿ ಶೋಧಿಸಿದಂತೆ, ಆದರೆ ಯಾವುದೂ ಅಸಹಜವಾಗದಂತೆ ಪರಿಶೀಲಿಸುತ್ತದೆ" ಎಂದರು. ಭಾಷಾ ಶೈಲಿಯನ್ನು ಕುರಿತು ಗದ್ಯದ ಸಾಮರ್ಥ್ಯವೆಲ್ಲವೂ 'ಪರ್ವ'ದಲ್ಲಿ ಬಳಕೆಯಾಗಿದೆ ಎಂದ ರಾಜಗೋಪಾಲ್ ಅವರು ಸಭಿಕರಿಗೆ ಬಹುಶಃ ಹೆಚ್ಚಿನದು ಅಂತ ಅನ್ನಿಸಬಹುದು. ಈಗಲೇನೆ ಅಥವಾ ಆತ ಆತುರ ಪಟ್ಟಿದ್ದಾನೆ ಅಂತ ಅನ್ನಿಸಬಹುದು ಎಂಬ ಅನುಮಾನ ವ್ಯಕ್ತಪಡಿಸಿಯೂ "ಪರ್ವ ಇಪ್ಪತ್ತನೆಯ ಶತಮಾನದ ಒಂದು ಮಹಾಕೃತಿ ಎಂದು ಹೆಸರಿಸಿದರೆ ಆಶ್ಚರ್ಯವೇನಿಲ್ಲ" ಎಂದಾಗ ಇಡೀ ಸಭೆ ನಕ್ಕಿತು. ಪ್ರಶ್ನೋತ್ತರ ಕೂಡಾ ಹುಚ್ಚು ಹುಚ್ಚಾಗಿದ್ದವು. ಇದರಿಂದ ಕ.ವೆಂ. ಅವರು ತುಂಬಾ ಕನಲಿದಂತೆ ಕಂಡು ಬಂದರು.

ಎರಡನೆಯ ಪ್ರಬಂಧ ಹೆಚ್ಚು ಕಡಿಮೆ 40 ಪುಟಗಳೇ ಇದ್ದವೋ ಏನೋ, ವೈ.ಎಸ್. ರಮಾಮಣಿಯವರು ಯಾರ ಗಮನವನ್ನೂ ನಿರೀಕ್ಷಿಸದೆ ಓದಿ ಮುಗಿಸಿದರು. ಅವರ ಇಡೀ ಪುಟಗಳು ತಾವು ತುಂಬಾ ಮೆಚ್ಚಿಕೊಂಡ ಕುಂತಿಯ ಸಂಕ್ಷಿಪ್ತ ಜೀವನ ಚರಿತ್ರೆಯಾಗಿತ್ತು.

ತಾವು ಮಾಡಿಕೊಂಡು ಬಂದ ಟಿಪ್ಪಣಿಗಳ ಆಧಾರದ ಮೇಲೆ ಮಾತಾಡುತ್ತೇನೆಂದು ಹೊರಟ ಕೆ.ವಿ. ನಾರಾಯಣರು ಪ್ರಾರಂಭಕ್ಕೆ ಮೊದಲ

ಗೋಷ್ಠಿಯ ಕೀರ್ತಿನಾಥ ಕುರ್ತಕೋಟಿ ಹಾಗೂ ಬನ್ನಂಜೆ ಗೋವಿಂದ ಚಾರ್ಯರ ಅಭಿಪ್ರಾಯಗಳನ್ನು ಟೀಕಿಸಲು (ಅದಕ್ಕೂ ಮಿರಿ ಖಂಡಿಸಲು) ತೊಡಗಿದ್ದು ಕೆಲವರಿಗೆ ಖುಷಿಯಾದರೂ, ಬಹಳಷ್ಟು ಜನಕ್ಕೆ ಅಸಮಾಧಾನ ತಂದಿತ್ತು. ಬೆಳಗಿನ ಗೋಷ್ಠಿಯ ಸಭೆಯಲ್ಲಿದ್ದ ನಾರಾಯಣರು ಆಗಲೇ ತಮ್ಮ ಪ್ರಶ್ನೆಗಳನ್ನು ಮುಂದಿಡಬಹುದಾಗಿತ್ತಲ್ಲಾ ಎಂಬ ಅಭಿಪ್ರಾಯಗಳೂ ಕೇಳಿ ಬಂದವು.

'ಸಂಸ್ಕೃತ ಬರೋಲ್ಲ, ಅದರಿಂದ ಮಹಾಭಾರತದ ಸಂಸ್ಕೃತ ರೂಪ ಓದಿಲ್ಲ' ಎಂದು ಪ್ರಾರಂಭಿಸಿದ ಅವರು, ಮೂಲಭಾರತದ ಒಟ್ಟು ದೃಷ್ಟಿ ಏನು? ದರ್ಶನ ಏನು? ಅನ್ನುವುದಕ್ಕೆ ನಾನು ಸ್ವಲ್ಪ ಮಟ್ಟಿಗೆ ಶಂಬಾ ಜೋಶಿಯವರ ವಿಚಾರಗಳನ್ನು ಒಪ್ಪತಕ್ಕವನೆನ್ನುವುದನ್ನು ಮೊದಲಿಗೇ ಸ್ಪಷ್ಟಪಡಿಸಿದರು.

ಪರ್ವ ಕುರಿತು ಮಾತನಾಡುತ್ತಾ "ಪರ್ವ ಕಾದಂಬರಿ ಕೇವಲ ರಿಯಲಿಸ್ಟಿಕ್ ಮೂಡ್‌ನಲ್ಲಿ (ವಾಸ್ತವತೆಯ ನೆಲೆಯಲ್ಲಿ) ಮಾತ್ರ ರೂಪುಗೊಳ್ಳುತ್ತಾ ಇದೆ ಎಂದು ನಾವು ತಗೊಳ್ಳಬೇಕಾಗಿಲ್ಲ. ಏಕೆಂದರೆ ಕೇವಲ ರಿಯಲಿಸ್ಟಿಕ್ ಮೂಡ್‌ನಲ್ಲಿ ಸೃಷ್ಟಿಯಾಗತಕ್ಕಂತಹ ಕೃತಿಯಲ್ಲಿ ಕೂಡಾ ಯಾವುದೇ ಮತ್ತೊಂದು ಬಗೆಯ ಮಿಥ್‌ನ ಶೋಧನೆ ನಡೀತಾ ಇರಬೇಕಾಗಿ ಬರ್ತದೆ. ಅದು ಸಮಕಾಲೀನವಾದ ಬದುಕಿನ ಒಳಗಿರತಕ್ಕಂತಹ ಮಿಥ್‌ಗಳನ್ನು ಸೃಷ್ಟಿಸುತ್ತಾ ಇರಬಹುದು ಅಥವಾ ಶೋಧಿಸುತ್ತಾ ಇರಬಹುದು. ಮಿಥಾಲಜಿ ಇರೋ ಹಾಗೆ ಕವಿಯಲ್ಲಿ ಬಳಕೆ ಆಗತಕ್ಕಂಥದು ಒಂದು. ಅದು ಕ್ರಿಯೇಟಿವ್ ಆಗಿ ಬಳಕೆ ಆಗೋಂಥದು ಒಂದು. ಮಿಥಾಲಜಿ ಕ್ರಿಯೆಟಿವ್ ಆಗತಕ್ಕಂಥದ್ದು ಯಾವಾಗ? ಇದನ್ನು ಪಂಪ, ಕುಮಾರವ್ಯಾಸರು ಕೂಡ ಸ್ವಲ್ಪ ಮಟ್ಟಿಗೆ ಮಾಡಿದ್ದಾರೆ ಅಂತ ಕಾಣಿಸುತ್ತದೆ. ಆದರೆ ಪರ್ವದಲ್ಲಿ ಅದೊಂದು ಮುಖ್ಯವಾದ ನೆಲೆ ಆಗಿದೆ ಏನೋ ಅನ್ನೋದನ್ನು ನಾವು ಗಮನಿಸಬೇಕಾಗಿ ಬರ್ತದೆ" ಎಂದರು.

ಈ ಕಾದಂಬರಿಯನ್ನು ವಿಶ್ಲೇಷಣೆ ಮಾಡೋದಕ್ಕೆ ಎರಡು ನೆಲೆಗಳಿವೆ : ಒಂದು, ಒಂದು – ಕುಟುಂಬ ವ್ಯವಸ್ಥೆಯಲ್ಲಿ ಆಗ್ತಾ ಇರತಕ್ಕಂತಹ

ಬದಲಾವಣೆಗೆ ಸಂಬಂಧಪಟ್ಟದ್ದು. ಎರಡು – ಯುದ್ಧಕ್ಕೆ ಸಂಬಂಧಪಟ್ಟದ್ದು ಎಂದರು. ಕುಟುಂಬ ವ್ಯವಸ್ಥೆಯಲ್ಲಿ ಆಗ್ತಾ ಇದ್ದಂತಹ ಈ ಬದಲಾವಣೆ ಒಂದನ್ನು ಕಾದಂಬರಿ ಹಿಡಿದಿಡಲು ಪ್ರಯತ್ನ ಪಡ್ತಾ ಇದ್ದಂತೆ ಕಾಣಿಸ್ತದೆ. ಅದು ಹೆಣ್ಣು ಮತ್ತು ಗಂಡು ತನ್ನ ಅಸ್ತಿತ್ವವನ್ನು ಹೆಚ್ಚು ನಿಕಟಗೊಳಿಸಿಕೊಳ್ಳುವುದಕ್ಕೆ ನಡೆದಿರತಕ್ಕಂತಹ ಪ್ರಯತ್ನ ಎಂದರು.

ಎರಡನೆಯದಾಗಿ ಯುದ್ಧ ನಡೆಯಲು, ಜನಾಂಗ ತನ್ನ ಬೆಳವಣಿಗೆಯ ಯಾವುದೋ ಒಂದು ಘಟ್ಟವನ್ನು ತಲುಪಿ ಆ ಘಟ್ಟದಲ್ಲಿ ವಿನಾಶದ ಹಾದಿಯನ್ನು ಹಿಡಿದಿದ್ದು ಕಾರಣ ಇರಬಹುದು. ಏಕೆಂದರೆ ಇಡೀ ಕಾದಂಬರಿ ಅಂಥ ವಿನಾಶದ ಹಾದಿಯನ್ನು ಹಿಡಿದ ಬದುಕಿನ ಚಿತ್ರವನ್ನು ಕೊಡುತ್ತೆ. ಆ ವಿನಾಶದ ಹಾದಿ ಮೌಲ್ಯಗಳಲ್ಲಿ ಇರಬಹುದು, ಬದುಕಿನ ಕ್ಷಣದಲ್ಲಿ ಇರಬಹುದೆಂದು ಅಭಿಪ್ರಾಯಪಟ್ಟರು.

ಕಾದಂಬರಿಯ ಉದ್ದೇಶವನ್ನೇ ಗುರುತಿಸಲು ಪ್ರಯತ್ನಿಸಿದ ನಾರಾಯಣ್, ವಿನಾಶದ ನಂತರದ ಸೃಷ್ಟಿಯ ಬಗೆಗೆ ಒಂದು ವಿಷನ್ ಅನ್ನ ಇಡಲು ಪ್ರಯತ್ನ ಪಡ್ತಾ ಇದೆ ಈ ಕಾದಂಬರಿ. ಈ ವಿಷನ್ ಭೈರಪ್ಪನವರ ಪರಸನಲ್ ಆದದ್ದು. ಕಾದಂಬರಿಯ ಮುಖಾಂತರ ಅವರು ನಮಗೆ ಕಮ್ಯುನಿಕೇಟ್ ಮಾಡಲು ಪ್ರಯತ್ನ ಪಡ್ತಾ ಇರತಕ್ಕಂತದ್ದು. ಅಂದರೆ ನಮ್ಮ ಈ ಹೊತ್ತಿನ ಬದುಕನ್ನು ರೂಪಿಸುವಂಥ ಶಕ್ತಿ ಯಾವುದು? ಆ ಮುಖ್ಯವಾದಂತಹ ಪ್ರಶ್ನೆಯನ್ನು ಮಹಾಭಾರತದ ಈ ಪ್ರಸಂಗಗಳಿಂದ ಎತ್ತಿಕೊಂಡು ನಮ್ಮ ಎದುರುಗಡೆ ಅವರು ಇಟ್ಟ ಹಾಗೆ ಕಾಣ್ತದೆ ಎಂದರು.

ಎರಡನೇ ಗೋಷ್ಠಿಯಲ್ಲಿ ಹೆಚ್ಚು ಚರ್ಚೆಗೆ ಒಳಗಾದದ್ದು ನಾರಾಯಣ್ ಅವರ ಪ್ರಬಂಧ.

ನಾಲ್ಕನೇ ಪ್ರಬಂಧಕಾರರು ಉಡುಪಿ ರಾಮದಾಸ್ ಅವರು. ಇದುವರೆಗಿನ ಎಲ್ಲ ಪ್ರಬಂಧಕಾರರು ಇಡೀ 'ಪರ್ವ' ಕಾದಂಬರಿಯ ಬಗ್ಗೆಯೇ ಮಾತಾಡಿದರೆ ಇವರು ತಮ್ಮ ಪ್ರಬಂಧವನ್ನು "ಪರ್ವದಲ್ಲಿ ಸಂಭೋಗ, ಸಂತಾನ" ಎಂಬ ವಿಷಯದ ಚೌಕಟ್ಟಿನಲ್ಲಿ ವಿಶ್ಲೇಷಿಸಲು

ಪ್ರಯತ್ನಿಸಿದ್ದರು. ಹಾಗೆ ನೋಡಿದರೆ ಎರಡನೇ ಗೋಷ್ಠಿಯಲ್ಲಿ ಹೆಚ್ಚು ಗಮನ ಸೆಳೆದಿದ್ದು ರಾಮದಾಸ್ ಅವರ ಪ್ರಬಂಧವೇ. ಆದರೆ ಒಂದು ವಿಷಾದದ ಅಂಶವೆಂದರೆ ರಾಮದಾಸ್ ಅವರೇ ಸಭೆಯಲ್ಲಿ ಪ್ರತ್ಯಕ್ಷವಾಗಿ ಇರದೇ ಇದ್ದದ್ದು. ಇದ್ದಿದ್ದರೆ ತುಂಬಾ ಚೆನ್ನಿತ್ತು. ಹೋಗಲಿ ಬರೆದಾದರೂ ಕಳಿಸಿದರಲ್ಲಾ ಎಂಬ ಸಂತೋಷ ಎಲ್ಲರಲ್ಲೂ ಕಂಡು ಬಂದಿತು.

"ಯಾವ ಕೃತಿ ಮನಸ್ಸನ್ನು ರಂಜಿಸುವುದರಲ್ಲೇ ವಿರಮಿಸುತ್ತದೋ ಅದು ಶ್ರೇಷ್ಠವಾಗುವುದಿಲ್ಲ. ಯಾವುದು ಬದುಕಿನ ಹಲವು ಮುಖಗಳನ್ನು ಕುರಿತು ಆಲೋಚಿಸುವಂತೆ ಮಾಡುತ್ತದೋ ಅದು ಶ್ರೇಷ್ಠವಾಗುತ್ತದೆ. ಎಸ್.ಎಲ್. ಭೈರಪ್ಪನವರ 'ಪರ್ವ' ಆ ಕೆಲಸ ಮಾಡುತ್ತದೆ" ಎಂಬ ಅಂಶವನ್ನು ಒಪ್ಪಿಕೊಂಡೇ ತಮ್ಮ ಪ್ರಬಂಧ ಪ್ರಾರಂಭಿಸಿದ್ದಾರೆ ಅವರು. "ತನ್ನ ಜನಾಂಗವೇ ಮೈಗೂಡಿಸಿಕೊಂಡಿರುವ ಕಥೆಯನ್ನು ವಸ್ತುನಿಷ್ಠವಾಗಿ ಅಭ್ಯಾಸ ಮಾಡಿ, ವಿವೇಚಿಸಿ, ಮನುಷ್ಯ ಸ್ವಭಾವದ ಬೇರುಗಳನ್ನು ಕಂಡುಕೊಳ್ಳುವ ಪ್ರಯತ್ನ ಮಾಡಿ ಅದನ್ನೊಂದು ಸಾರ್ಥಕ ಕಲಾಕೃತಿಯನ್ನಾಗಿಯೂ ಕಡೆದಿರುವ ಭೈರಪ್ಪನವರ ಬರಹದ ಹಿನ್ನೆಲೆಯಲ್ಲಿರುವುದು ಪ್ರಚಂಡವಾದ ಆತ್ಮ ವಿಶ್ವಾಸ, ನೈತಿಕ ಧೈರ್ಯ". "ಪರ್ವ ಮಹಾಭಾರತವನ್ನು ಪುರಾಣದ ಎತ್ತರದಿಂದ ಮನುಷ್ಯನ ಹತ್ತಿರಕ್ಕೆ ತರುವ ಕೆಲಸ ಮಾಡುತ್ತದೆ. ಯಾವುದೇ ಅಲೌಕಿಕ ಅತಿಮಾನವ ಪಾತ್ರಗಳಾಗಲಿ, ಘಟನೆಗಳಾಗಲಿ ಇಲ್ಲವೇ ಮಹಾಭಾರತದ ವಾಸ್ತವತೆಯನ್ನು ಅಲ್ಲಿಯ ವ್ಯಕ್ತಿಗಳ ಶ್ರದ್ಧೆ, ವಿಶ್ವಾಸಗಳನ್ನು ವೈಜ್ಞಾನಿಕವಾಗಿ ಅರ್ಥೈಸಿಕೊಳ್ಳುವ ಸಂಕೀರ್ಣ ಪ್ರಯತ್ನ ಈ ಕೃತಿಯಲ್ಲಿ ನಡೆದಿದೆ" ಎಂದು ಒಪ್ಪಿಗೆ ಸೂಚಿಸಿದರು.

ತಮ್ಮ ಪ್ರಬಂಧದ ಭಾವವನ್ನು ಸಂಗ್ರಹಿಸುತ್ತ : "ಮಹಾಭಾರತದ ಮಾಯಾಲೋಕ ಪರ್ವದಲ್ಲಿ ಮಣ್ಣಿನ ಲೋಕವಾಗಿದೆ. ಪರ್ವವನ್ನು ಓದಿದವನ ದೃಷ್ಟಿ ವಿಶಾಲವಾಗುವುದು. ಅನುಭವ ಹಿಗ್ಗುವುದು ಅನಿವಾರ್ಯವಾಗುತ್ತದೆ. ಮತ್ತೆ ಮತ್ತೆ ಆತ್ಮನಿರೀಕ್ಷೆ ಮಾಡಿಕೊಳ್ಳುವಂತೆ ವಿಚಾರಕ್ಕೆ ಹಚ್ಚುವ ಪರ್ವ ಕನ್ನಡ ಕಾದಂಬರಿಗಳಲ್ಲೇ ಮಹತ್ವಪೂರ್ಣ" ಎಂದರು.

ಬೆಳಗಿನಿಂದ ಒಂದೇ ಸಮನೆ ಕೂತು, ಕೇಳಿ, ಹಾರಾಡಿ, ಕೂಗಾಡಿ – ದಣಿದಿದ್ದ ಸಭಿಕರ ಮನಸ್ಸನ್ನು ಚೆನ್ನಾಗಿ ಗ್ರಹಿಸಿದ ಎರಡನೇ ಗೋಷ್ಠಿಯ ಅಧ್ಯಕ್ಷರಾದ ಚಂದ್ರಶೇಖರ ಕಂಬಾರ ಅವರು ತುಂಬಾ ಸಂಕ್ಷಿಪ್ತವಾಗಿ, ಆದರೆ ಅಷ್ಟೇ ನಿಖರವಾಗಿ ತಮ್ಮ ಅಭಿಪ್ರಾಯ ಸಭೆಯ ಮುಂದಿಟ್ಟರು : ಪರ್ವ ಓದಿದ ಹದಿನೈದು ಇಪ್ಪತ್ತು ದಿನಗಳ ಕಾಲ ತಮ್ಮನ್ನು ಆಲೋಚನೆ ಮಾಡುವಂತೆ ಮಾಡಿತು. ಅದರ ಬಗ್ಗೇನೆ ಚಿಂತನೆ ಮಾಡುವಂತೆ ಮಾಡಿತು. ಈ ತರ ಮಾಡಿದ್ದು ತಾವು ಓದಿದ (ಸುಮಾರು ಹದಿನೈದು ಇಪ್ಪತ್ತು ಕೃತಿಗಳಾಗಬಹುದು) ಅಂಥಾ ಕೃತಿಗಳ ಪೈಕಿ ಇದೂ ಕೂಡಾ ಒಂದು ಎಂದರು. ಮಿಥ್ ಅನ್ನೋದು ಏನೇನಿದೆಯೋ ಅದನ್ನೆಲ್ಲಾ ಪ್ರಜ್ಞಾಪೂರ್ವಕ ವಾಗಿಯೇ ಇಲ್ಲಿ ಸುಲಿದುಬಿಟ್ಟಿದ್ದಾರೆ ಎಂದು ಹೇಳುತ್ತಾ :

"ಎಲ್ಲರೂ ಮಿಥ್‌ಗಳನ್ನು ಅಲೌಕಿಕತೆಯನ್ನು ಒಪ್ಪಿಕೊಂಡು ಮಹಾಭಾರತವನ್ನು ಬರೆದರೆ ಅದೆಲ್ಲಾ ಇಲ್ಲದೇನೇ ಬರೆಯೋದು ಸಾಧ್ಯ ಅನ್ನೋದನ್ನು ನಾವು ಒಪ್ಪಿಕೋಬೇಕು. ಅಂದರೆ ಒಂದು ಘಟನೆಯನ್ನು ಅದರ ಸಂಭಾವ್ಯತೆಯ ಸಮೇತ ಹೇಳೋದಿದೆ. ಅದು ನಿಮಗೆ ಹೆಚ್ಚು ತಗಲಬಹುದು. ಇದು ಕಡಿಮೆ ತಗಲಬಹುದು. ಆ ಮಾತು ಬೇರೆ. ನಮಗೆ ಇಂಥವು ತಗಲತಾವ್ರಪ್ಪಾ ಏನು ಮಾಡೋಣ! ಆದ್ದರಿಂದ ಇಂಥಾದ್ದನ್ನೂ ಕೂಡಾ, ಮಿಥನ್ನ ಪೂರ್ತಿಯಾಗಿ ತೆಗೆದು ಸುಲಿದುಬಿಟ್ಟು ಪೂರ್ತಿ ವಾಸ್ತವ ದೃಷ್ಟಿಯಿಂದ ಮಹಾಭಾರತವನ್ನು ನೋಡೋದು ಸಾಧ್ಯ ಇದೆ ಅನ್ನೋದನ್ನ ಭೈರಪ್ಪನವರು ಈ ಕೃತಿಯಲ್ಲಿ ತೋರ್ಪಡಿಸಿದ್ದಾರೆ, ಮಾತ್ರ ಅಲ್ಲ, ಒಂದು ಕಾವ್ಯವನ್ನು ಓದುವಾಗ ಪೊಯೆಟಿಕ್ ಜಸ್ಟೀಸ್‌ದಿಂದ ನೀವು ಯಾವ ರೀತಿಯಲ್ಲಿ ಒಯ್ಯಲ್ಪಡ್ತಿರೋ ಅದೇ ರೀತಿಯಲ್ಲಿ ತರ್ಕದಿಂದ ನಮ್ಮನ್ನು ಒಯ್ತಾರೆ" ಎಂದು ಅಭಿಪ್ರಾಯಪಟ್ಟರು.

'ಪಂಪ ಅರ್ಜುನನ ಮುಖಾಂತರ ಯಾವ ಮೌಲ್ಯಗಳನ್ನು ಕಾಪಾಡಿಕೊಳ್ಳೋಕೆ ನೋಡ್ಕೊಂಡಿದ್ದಾನೋ, ಕೃಷ್ಣನ ಮುಖಾಂತರ ಕುಮಾರವ್ಯಾಸ ಯಾವ ಮೌಲ್ಯಗಳನ್ನು ಕಾಪಾಡಿಕೊಳ್ಳೋಕೆ ನೋಡ್ಕೊಂಡಿದ್ದಾನೋ, ಹಾಗೇನೆ ಇಲ್ಲಿ ಮಾನವ ಸಂಬಂಧಗಳ

ಮುಖಾಂತರ ಅನೇಕ ಮೌಲ್ಯಗಳನ್ನು ಕಾಪಾಡಿಕೊಳ್ಳೋಕೆ ಭೈರಪ್ಪನವರು ಹೊಂಚು ಹಾಕಿದ್ದಾರೆ ಅನ್ನೋದು ನನಗೆ ಕಂಡು ಬರ್ತದೆ". "ಅಂತೂ ಈ ಕೃತಿ ನನ್ನನ್ನು ನಡುಗಿಸಿದ್ದು, ಅಲುಗಿಸಿದ್ದು ನಿಜ" ಎಂದು ಕಂಬಾರರು ಒಪ್ಪಿಕೊಳ್ಳುತ್ತಾ ವಿಚಾರ ಸಂಕಿರಣವನ್ನು ಮುಗಿಸಿದರು. ಎ. ಎಸ್. ಮೂರ್ತಿಯವರು ವಂದನಾರ್ಪಣೆ ಮಾಡಿದರು.

ಎರಡೂ ಗೋಷ್ಠಿಯ ಚರ್ಚೆಗಳಲ್ಲಿ ನೇರವಾಗಿ ಭಾಗವಹಿಸಿದವರಲ್ಲಿ ಕೆಲವರು : ಎಲ್. ಎಸ್. ಶೇಷಗಿರಿರಾವ್, ಎಚ್. ಎಸ್. ವೆಂಕಟೇಶ ಮೂರ್ತಿ, ಹಾ.ಸಾ.ಕೃ. ಗಿರಡ್ಡಿ ಗೋವಿಂದರಾಜ, ಎನ್.ಎಸ್. ಲಕ್ಷ್ಮೀನಾರಾಯಣ ಭಟ್ಟ, ಡಿ. ಆರ್. ನಾಗರಾಜ್, ಬೀಚಿ, ಸತ್ಯನಾಥ್ ಅವರುಗಳು. ಇವರ ಜೊತೆಗೆ ವಿಶೇಷ ಆಹ್ವಾನಿತರಾಗಿ ಬಂದಿದ್ದವರು ಗೊರೂರು ರಾಮಸ್ವಾಮಿ ಅಯ್ಯಂಗಾರ್, ಚಿದಾನಂದಮೂರ್ತಿ, ಕೆ.ಎಸ್. ನಾರಾಯಣಸ್ವಾಮಿ, ಟಿ.ಜಿ. ರಾಘವ, ಮತಿಘಟ್ಟ ಕೃಷ್ಣಮೂರ್ತಿ, ಸುಮತೀಂದ್ರ ನಾಡಿಗ್, ದಿವಾಕರ್, ಎಚ್. ಎಸ್. ಪಾರ್ವತಿ, ಬಿ.ಎಸ್. ವೆಂಕಟಲಕ್ಷ್ಮಿ, ಕಾಳೇಗೌಡ ನಾಗವಾರ, ಬಸವರಾಜ್, ಶೂದ್ರ ಶ್ರೀನಿವಾಸ್, ಶ್ರೀನಿವಾಸರಾಜು. ಇವರೊಂದಿಗೆ ಇನ್ನೂ ಅಸಂಖ್ಯಾತ ಬರಹಗಾರರು ಹಾಗೂ ಹೆಚ್ಚಿನ ಸಂಖ್ಯೆಯಲ್ಲಿ ಕಾರ್ಮಿಕ ವರ್ಗದ ಸಾಹಿತ್ಯಾಭಿಮಾನಿಗಳು ಭಾಗವಹಿಸಿದ್ದರು. ಕೊನೆಯಲ್ಲಿ ಚಿತ್ರಾ ಬಳಗದವರಿಂದ "ಕೇಳ್ರಪ್ಪೋ ಕೇಳಿ" ಬೀದಿ ನಾಟಕ ಆಡಲಾಯಿತು.

ಹೀಗೆ "ಪರ್ವ", ಆ ಮೂಲಕ ಎಸ್. ಎಲ್. ಭೈರಪ್ಪ ಅವರು ಚರ್ಚೆಗೆ ಒಳಗಾದರೆ : ವಿಚಾರ ಸಂಕಿರಣಕ್ಕೆ ಬಂದವರು, ಬಾರದವರೂ ಕೂಡಾ ಇವತ್ತಿಗೂ ಇಂಥ ಒಂದು ವಿಚಾರಗೋಷ್ಠಿ ನಡೆದಿದ್ದರ ಬಗ್ಗೆಯೇ "ಸ್ನೇಹವಲಯ"ದ ಬಗ್ಗೆಯೇ, ಮಾತುಕತೆ ನಡೆಸುತ್ತಿದ್ದಾರೆ.

* * *

ಉತ್ತರೀಯ

15

ಪ್ರಿಯ ಸಂಪಾದಕರೇ,

'ಲೈಫ್ 360' ಸಂಪುಟ 2, ಸಂಚಿಕೆ 11 ಏಪ್ರಿಲ್ 16, 2015ರ ಡಿಬೆಟ್ ಅಂಕಣದ ಇಂಟ್ರೋದಲ್ಲಿ ನೀವು ಬರೆದಿದ್ದೀರಿ : "ಈ ಸಂವಾದದ ಎಲ್ಲಾ ಕಂತುಗಳೂ ಮುಗಿದ ನಂತರ ಪ್ರತಿಕ್ರಿಯೆ, ಅದಕ್ಕೆ ಹರಿಹರಪ್ರಿಯರ ಉತ್ತರ ಎರಡೂ ನಡೆಯುತ್ತವೆ" ಎಂದು. ಆದರೂ 'ಮೈಮೇಲೆ ಬಿದ್ದ... ಮೂರು ಕಾಸಿಗೂ ಬೇಡ' ಎಂಬ ಜನಪದಗಾದೆಯಂತೆ, ಮೇ 01, 2015ರ ಪ್ರಿಯ ಸಂಪಾದಕರೇ..... ಪುಟದಲ್ಲಿ ಒಂದು ಪ್ರತಿಕ್ರಿಯೆ ಪ್ರಕಟವಾಗಿದೆ. ಹಾಗೂ ಅದಕ್ಕೆ ಉತ್ತರ ಕೊಡಿ ಎಂದು ನೀವೂ ಆದೇಶಿಸಿದ್ದೀರಿ :

ಆ ಪ್ರತಿಕ್ರಿಯೆಯಲ್ಲಿ ಎತ್ತಿರುವ ಆಕ್ಷೇಪ/ಆರೋಪಗಳು ಇವು :

(1) ...ರಾಜೀಕೋರ ಮಾಜಿ ದಲಿತ ಕವಿಯನ್ನು ಎಡಪಂಥೀಯನೆಂದು ಸುಳ್ಳು ಬರೆದು....

(2) ಲೆಫ್ಟ್‌ಮೂವ್‌ಮೆಂಟ್‌ಗೆ ಅವಕಾಶವಾದದ ಬಣ್ಣ ಬಳಿಯಲು ಹರಿಹರಪ್ರಿಯರು ಪ್ರಯತ್ನಿಸಿದಂತಿದೆ.

(3) ಮೊದಲು ಸಿದ್ದಲಿಂಗಯ್ಯನವರು ಯಾವ ರೀತಿಯಲ್ಲಿ ಎಡಪಂಥೀಯ ಅನ್ನುವುದಕ್ಕೆ ಹರಿಹರರು ಪುರಾವೆ ಕೊಡಲಿ.

(4) ಸಾಧ್ಯವಾಗದಿದ್ದರೆ ಬರೆದಿದ್ದು ತಪ್ಪು ಎಂದಾದರೂ ಒಪ್ಪಿಕೊಳ್ಳಲಿ.

ಕ್ರಮವಾಗಿ ಉತ್ತರಗಳು

(1) ಮಾಜಿ ದಲಿತ ಕವಿಯನ್ನು ಎಡಪಂಥೀಯನೆಂದು ನಾನು ಸುಳ್ಳು ಬರೆದಿಲ್ಲ. ಸಾಕ್ಷಾತ್ ಸಿದ್ದಲಿಂಗಯ್ಯ ಅವರ ಆತ್ಮಕಥನ-1

'ಊರುಕೇರಿ', 1996, ಪುಟ 121–122ರ ಮುಂದಿನ ಸಾಲು ಗಮನಿಸಬಹುದು. ಹಾಗೂ ಅದಕ್ಕೆ ಶೀರ್ಷಿಕೆ ಕೂಡ ಅವರೇ ಕೊಟ್ಟಿದ್ದಾರೆ

ಮಾರ್ಕ್ಸ್‌ವಾದಿ ಸಂಪರ್ಕ

"ಕಮ್ಯುನಿಸ್ಟ್ ಪಕ್ಷದವರು ತುರ್ತುಪರಿಸ್ಥಿತಿಗೆ ಬೆಂಬಲ ಕೊಟ್ಟಿದ್ದರಿಂದ ನನ್ನ ಮನಸ್ಸು ಮಾರ್ಕ್ಸ್‌ವಾದಿ ಪಕ್ಷದ ಕಡೆಗೆ ಹರಿಯಿತು. ಒಂದು ದಿನ ಮೈಸೂರು ಬ್ಯಾಂಕಿನಿಂದ ಕಬ್ಬನ್ ಪಾರ್ಕ್‌ನ ಕಡೆಗೆ ಕೃಷಿ ಕೂಲಿಕಾರರು ಮೆರವಣಿಗೆ ಹೋಗುತ್ತಿರುವುದನ್ನು ಕಂಡೆ. ಅಲ್ಲಿದ್ದವರು ಮಾಸಲು ಬಟ್ಟೆಯ ಬರಿಗಾಲ ರೈತರು. 'ಇಂದಿರಾಗಾಂಧಿ ಸೋಷಲಿಸಂ ಸಂಜಯ್ ಗಾಂಧಿ ಕಾರ್ ಪ್ಯಾಕ್ಟ್ರಿ' ಎಂದು ಅವರು ಘೋಷಣೆ ಕೂಗುತ್ತಿದ್ದರು. ಆ ಜನ ಮತ್ತು ಅವರ ಘೋಷಣೆ ನಾನು ಮಾರ್ಕ್ಸ್‌ವಾದಿ ಪಕ್ಷಕ್ಕೆ ಹತ್ತಿರವಾಗಲು ಪ್ರೇರಣೆ ಆಯಿತು."

ಮುಂದಿನದೂ ಸಿದ್ದಲಿಂಗಯ್ಯ ಅವರ ಆತ್ಮಕಥನ–2 'ಊರುಕೇರಿ', 2006, ಪುಟ 104 ರದ್ದು :

> "ಮೊದಲು ರಾಷ್ಟ್ರೀಯ ಸ್ವಯಂ ಸೇವಕ ಸಂಘದಲ್ಲಿದ್ದ (ದೇವನೂರ) ಮಹಾದೇವರು ಆ ಸಂಬಂಧದಲ್ಲಿ ಮಹಾರಾಷ್ಟ್ರದಲ್ಲಿ ಅಧ್ಯಯನ ಶಿಬಿರಗಳಲ್ಲಿ ಭಾಗವಹಿಸಿದ್ದರು. ತುಂಬಾ ಸೂಕ್ಷ್ಮಮತಿಗಳೂ, ಮೂಲತಃ ಪ್ರತಿಭಟನಾ ಮನೋಧರ್ಮದವರೂ ಆದ ಮಹಾದೇವರಿಗೆ ಅರ.ಎಸ್.ಎಸ್. ಸಿದ್ಧಾಂತ ಹಿಡಿಸಲಿಲ್ಲವೆಂದು ಕಾಣುತ್ತದೆ. ಕ್ರಮೇಣ ಅವರು ಸಮಾಜವಾದಕ್ಕೆ ಹತ್ತಿರವಾದರು. ಒಂದು ಕಾಲದಲ್ಲಿ ಎಲ್ಲರನ್ನೂ ಸಮಾಜವಾದಿಗಳನ್ನಾಗಿ ಮಾಡಬೇಕೆಂಬ ಹುಮ್ಮಸ್ಸು ಮಹಾದೇವರಲ್ಲಿತ್ತು. ಮೈಸೂರಿನ ಯಾವುದೋ ಸಭೆಗೆ ಹೋಗಿ ರಾತ್ರಿ ನಾನು ಒಂದು ಹೋಟೆಲಿನಲ್ಲಿ ಉಳಿದುಕೊಂಡಿದ್ದೆ. ಆ ಹೋಟೆಲಿಗೆ ಮಹಾದೇವರು ನಾಗರಾಜ್ ಎಂಬ ವಕೀಲರ ಜೊತೆ ಬಂದು ನನ್ನೊಂದಿಗೆ ಅನೇಕ ವಿಷಯ ಮಾತನಾಡಿದರು.

ನಾಗರಾಜ್ ಅವರು ಮಹಾದೇವರಿಗಿಂತ ವಯಸ್ಸಿನಲ್ಲಿ ದೊಡ್ಡವರು. ಹಿರಿಯ ಸಮಾಜವಾದಿಗಳು. ದೇವನೂರು ಮಹಾದೇವರಿಗೆ ಇವರೇ ಸಮಾಜವಾದಿ ದೀಕ್ಷೆಯನ್ನು ಕೊಟ್ಟಿರಬಹುದೆಂದು ಕಾಣುತ್ತದೆ. ಈ ಸಂಗತಿ ಸ್ಪಷ್ಟವಾಗಿ ನೆನಪಿಲ್ಲ. ಅವರು ಅಂದು ಮಾತನಾಡಿದ ಧಾಟಿ ನೋಡಿದರೆ ನನ್ನನ್ನು ಸಮಾಜವಾದಿಯನ್ನಾಗಿ ಪರಿವರ್ತಿಸುವ ಹಟ ಇಬ್ಬರಿಗೂ ಇದ್ದಂತೆ ಕಾಣಿಸಿತು. **ನಾನಾಗ ಕಟ್ಟಾ ಮಾರ್ಕ್ಸ್‌ವಾದಿ.**"

ಮೇಲಿನ ಎರಡೂ ಅರ್ಥವಾಗಲಿಲ್ಲ ಎಂದರೆ, ಸಿದ್ದಲಿಂಗಯ್ಯನವರ ಈ ಮೂರನೆಯ ಉಲ್ಲೇಖವನ್ನು 'ಪರರಿಂದ' ಓದಿ ಕೇಳಿಸಕೊಳ್ಳುವ ತಾಳ್ಮೆ ಇರಲಿ. 'ಊರಿ ಕಂಡಾಯ', 2009, ಪುಟ 215 :

"ಈ ನಡುವೆ ಪ್ಯಾಂಥರ್ ಚಳುವಳಿ, ಜೆಪಿ ಚಳುವಳಿ (ಬಿಕೆ ಮತ್ತು ದೇವನೂರು ಜೆಪಿ ಚಳುವಳಿಯಲ್ಲಿದ್ದರು) ಮಾರ್ಕ್ಸ್‌ವಾದ, ಸಮಾಜವಾದ ಎಲ್ಲವೂ ದಲಿತ ಚಳುವಳಿಗೆ ಹಿನ್ನೆಲೆಯಾದವು. ಇಂಥ ಕಾರಣದಿಂದಲೇ ದಲಿತ ಚಳುವಳಿ ಇಂದಿಗೂ ಫನೆಟಿಕ್ ಅಪಾಯದಿಂದ ಪಾರಾಗಿರುವುದು. ಅವರ (ಅಂಬೇಡ್ಕರರ) ವಿಚಾರಗಳು ಮುಖ್ಯವಾದ್ದರಿಂದಲೇ **ಮಾರ್ಕ್ಸ್‌ವಾದಿಯಾದ ನಾನು,** ಸಮಾಜ ವಾದಿಗಳಾದ ಬಿ.ಕೆ. (ಬಿ. ಕೃಷ್ಣಪ್ಪ), ದೇವನೂರು ಇಂಥವರೆಲ್ಲ ಒಂದು ಕಡೆ ಸೇರಿದ್ದು..."

ವೈಯಕ್ತಿಕವಾಗಿ ಕವಿ ಸಿದ್ದಲಿಂಗಯ್ಯ ಅವರ ಬಗ್ಗೆ ದ್ವೇಷ, ಸೇಡು, ರೋಷ ಇರುವ ಈ ಪ್ರತಿಕ್ರಿಯೆ ಸೂಚಿಸಿದ ವ್ಯಕ್ತಿಗೆ, ಈ ನಾಡಿನ ಇನ್ನೊಬ್ಬ ಅಪ್ರತಿಮ ಪ್ರತಿಭಾವಂತ ಬರಹಗಾರ-ಚಿಂತಕ ದೇವನೂರ ಮಹಾದೇವರ 'ಎದೆಗೆ ಬಿದ್ದ ಅಕ್ಷರ' 14-12-2012, ಪುಟ 205 ರಲ್ಲಿರುವ ಈ ಅಕ್ಷರಗಳಾದರೂ ಎದೆ ಹೊಕ್ಕಲಿ :

"ದಲಿತ ಸಂಘರ್ಷ ಸಮಿತಿ ಹುಟ್ಟಿದ ಗಳಿಗೆಯಲ್ಲಿ ಮುಖ್ಯವಾಗಿ ಮೂರು ಜನರ ಕಡೆ-ಬಿ. ಕೃಷ್ಣಪ್ಪ, ಸಿದ್ದಲಿಂಗಯ್ಯ ಮತ್ತು ನನ್ನ ಕಡೆ - ಎಲ್ಲರೂ ನೋಡುತ್ತಿದ್ದರು. ಬಿ. ಕೃಷ್ಣಪ್ಪನವರು ಕಟ್ಟಾ ಅಂಬೇಡ್ಕರ್‌ವಾದಿ

ಎಂದೂ, ಹಾಗೆಯೇ ಸಿದ್ದಲಿಂಗಯ್ಯ ಮಾರ್ಕ್ಸ್‌ವಾದಿ ಎಂದೂ, ನಾನು ಲೋಹಿಯಾವಾದಿ ಎಂದೂ ಗುರುತಿಸಲಾಗುತ್ತಿತ್ತು.

(2) ಲೆಫ್ಟ್‌ಮೂವ್‌ಮೆಂಟ್‌ಗೆ ಅವಕಾಶವಾದದ ಬಣ್ಣ ಬಳಿಯಲು..... ಪ್ರಯತ್ನಿಸಿದಂತಿದೆ – ಎಂಬ ಆರೋಪದ ಬಗ್ಗೆ : ಪ್ರತಿಕ್ರಿಯೆ ದಾಖಲಿಸುವ ಮುಂಚೆ ಕಣ್ಣು, ತಲೆ, ಸರಿಯಿದ್ದಿದ್ದರೆ; ನಾನು ನನ್ನ ಲೇಖನದಲ್ಲಿ ಬರೆದಿರುವುದು, ಎಡಪಂಥೀಯ – ಮಾರ್ಕ್ಸ್‌ವಾದಿ ಸಾಹಿತಿಗಳ ಬಗ್ಗೆಯೇ ಹೊರತು, ಲೆಫ್ಟ್‌ಮೂವ್‌ಮೆಂಟ್ ಬಗ್ಗೆ ಅಲ್ಲ. ಮಾರ್ಕ್ಸ್, ಫೆಡರಿಕ್ ಎಂಗೆಲ್ಸ್, ಲೆನಿನ್ – ಇವರ ವಾದ ಕುರಿತು ಸಿ. ಡಗ್ಲಾಸ್ ಲಮ್ಮಿಸ್ ಬರೆದ ಲೇಖನದ ತುಣುಕನ್ನ ನನ್ನದು ಎಂದು ತಿಳಿದವ – ಪರಮಮೂರ್ಖ ಎಂದೇ ಭಾವಿಸಬೇಕಾಗುತ್ತದೆ. ಶುದ್ಧ ಲೆಫ್ಟ್‌ಮೂವ್‌ಮೆಂಟ್ ಬಗ್ಗೆ ನನಗೆ ಪ್ರೀತಿ, ವಿಶ್ವಾಸ, ಗೌರವ ಇಲ್ಲದಿದ್ದರೆ ಕವಿ ರಂಜಾನ್ ದರ್ಗಾ ಹಾಗೂ ಪತ್ರಕರ್ತ ಐ.ಕೆ. ಜಾಗೀರದಾರರ ಆ ಘಟನೆ ಓದುಗರ ಮುಂದೆ ಇಡುತ್ತಿರಲಿಲ್ಲ. ನನಗಿರುವಷ್ಟು ಆಂಧ್ರ–ತೆಲಂಗಾಣದ ಎಡಪಂಥೀಯ ಹೋರಾಟಗಾರರ ಬರಹಗಾರರ ಸ್ನೇಹ ಸಂಬಂಧ ಕರ್ನಾಟಕದಲ್ಲಿ ಯಾರಿಗೂ ಇಲ್ಲ ಎಂದೇ ವಿನಯದಿಂದ ಹೇಳಬಯಸುತ್ತೇನೆ. ಅವರೆಲ್ಲರೂ ಹೆಚ್ಚು ಕಡಿಮೆ ನಮ್ಮ 'ಪುಸ್ತಕಮನೆ'ಗೆ ಬಂದು ಹೋಗಿದ್ದಾರೆ. ಆ ಎಲ್ಲ ಪುರಾವೆ – ಮಾಹಿತಿಗೆ ಬರಲಿರುವ ನನ್ನ ಬದುಕಿನ ಕಥೆಗೆ ಕಾಯುವುದು ಅಗತ್ಯ.

(3) ಸಿದ್ದಲಿಂಗಯ್ಯನವರು ಯಾವ ರೀತಿಯಲ್ಲಿ ಎಡಪಂಥೀಯ ಅನ್ನುವುದಕ್ಕೆ ಹರಿಹರರು ಪುರಾವೆ ಕೊಡಲಿ – ಎಂಬ ಬೇಡಿಕೆಯೋ ಧಮಕಿಯೋ ಹಾಕಿದ್ದಾರೆ. ಎಡಪಂಥೀಯರ ಪಟ್ಟಿ ಮಾಡಲು ಹೋಗಿಯೇ ಓ. ಎಲ್. ನಾಗಭೂಷಣ ಸ್ವಾಮಿಯವರು ಮಣ್ಣುಮುಕ್ಕಿದ್ದನ್ನು ಲೇಖನದಲ್ಲಿ ದಾಖಲಿಸಿದ್ದೇನೆ. ಚಿತ್ರಗುಪ್ತನಂತೆ, ಈ ಪ್ರತಿಕ್ರಿಯೆಯ ವ್ಯಕ್ತಿಗೆ ಎಡ ಪಂಥೀಯರ ಪಟ್ಟಿಯಾಗಲಿ ಸದಸ್ಯತ್ವವಾಗಲಿ ಮಾಡಿಕೊಳ್ಳಲು ಅನುಮತಿ ನೀಡಿದವರು ಯಾರು ? ಸಿದ್ದಲಿಂಗಯ್ಯವನರು ಎಡಪಂಥೀಯ ಎನ್ನಲು ಪುರಾವೆ ಇಲ್ಲಿದೆ ನೋಡಿ :

"ಕನ್ನಡ ಕಾವ್ಯ ಮುದಿಯಾಗಿ ಸತ್ತಿತು ಅನ್ನುವಷ್ಟರಲ್ಲಿ ಅಲ್ಲೇ ಹೊಸ ಚಿಗುರೂ ಕಾಣಿಸಿಕೊಂಡಿದೆ. ಅದು ಸಿದ್ಧಲಿಂಗಯ್ಯ ಅವರ 'ಹೊಲೆ ಮಾದಿಗರ ಹಾಡು'. ಹೊಸ ಜಗತ್ತಿನಿಂದ ಎದ್ದ ದನಿಯೆಂಬ ಕಾರಣಕ್ಕಾಗೊ ಏನೋ ಅನೇಕ ಸಾಹಿತ್ಯೇತರ ಸಮಸ್ಯೆಗಳಿಗೆ ಈ ಪುಟ್ಟ ಪುಸ್ತಕ ಉತ್ತರ ಕೊಡುತ್ತದೆ. ಎಷ್ಟೋ ಚರ್ಚೆಗೆ, ಥಿಯರಿಗಳಿಗೆ ಸಿಲುಕಿದ ನಿಜವನ್ನು 'ಹೊಲೆ ಮಾದಿಗರ ಹಾಡು' ತೋರಿಸಿ ಕೊಡುತ್ತದೆ. ಯಾವ ಕಮ್ಯುನಿಸ್ಟರು ವರ್ಗಪ್ರಜ್ಞೆ, ವರ್ಗಪ್ರಜ್ಞೆ ಎಂದು ಹೇಳುವರೋ, ಆ ವರ್ಗಪ್ರಜ್ಞೆ ಇಲ್ಲಿನ ಎಲ್ಲ ಹಾಡುಗಳಲ್ಲು ಇದೆ." (ದೇವನೂರು ಮಹಾದೇವ, ದನಿಯಿಲ್ಲದವರ ದನಿ ನಾಡೋಜ ಡಾ. ಸಿದ್ಧಲಿಂಗಯ್ಯ, ಸಂ : ಜಿ. ಶಿವಕುಮಾರ್, 2011, ಪುಟ 355).

ಕೆಲವರಿಂದಾದರು ವಿಶ್ವಮಾನ್ಯ ವಿಮರ್ಶಕ ಅನ್ನಿಸಿಕೊಂಡ ಡಿ. ಆರ್. ನಾಗರಾಜ ಅವರ ಈ ಸಾಲುಗಳ ಮೂಲಕ ಅವರ ಬರಹ ಪೂರ್ತಾ ಓದಿಕೊಳ್ಳಿರಿ. 'ಬಡವರ ನಗುವಿನ ಶಕ್ತಿ', ಸಂ : ಎಚ್ ದಂಡಪ್ಪ, 2001, ಪುಟ 59).

"ಉತ್ಪ್ರೇಕ್ಷಾಲಂಕಾರ ಎಡಪಂಥೀಯ ಕಾವ್ಯದ ಸಹಜಧರ್ಮ ಎನ್ನುವುದಾದರೆ, ಸಿದ್ಧಲಿಂಗಯ್ಯ ಆ ಧರ್ಮದ ಅಧಿದೇವತೆ."

"ಹೊಲೆ ಮಾದಿಗರ ಹಾಡು' ಸಂಕಲನದಲ್ಲಿರುವ 'ಅಂಬೇಡ್ಕರ್' ಕವಿತೆ ಆ ಮಹಾನಾಯಕನ ಬಗ್ಗೆ ವಿಮರ್ಶಾತ್ಮಕವಾದ ನಿಲುವನ್ನು ತಳಯುತ್ತದಾದರೂ, ಅದು ಮಾರ್ಕ್ಸ್‌ವಾದೀ ದೃಷ್ಟಿಕೋನದಿಂದ ವಿಮರ್ಶಿಸಿರುವುದು ಎನ್ನುವುದು ಸಾಕಷ್ಟು ಸ್ಪಷ್ಟವಾಗಿದೆ."

"ಮುಂದೆ 'ಸಾವಿರಾರು ನದಿಗಳು' ಸಂಕಲನದಲ್ಲಿ ಈ ಎಡಪಂಥೀಯ ಸೆಕ್ಯುಲರ್ ನೆಲೆ ಕವಿಯಲ್ಲಿ ಇನ್ನಷ್ಟು ದಟ್ಟವಾಗುತ್ತಾ ಬಂತು."

(4) ಸಾಧ್ಯವಾಗದಿದ್ದರೆ ಬರೆದಿದ್ದು ತಪ್ಪು ಎಂದಾದರೂ ಒಪ್ಪಿಕೊಳ್ಳಲಿ – ಎಂಬ ಪಾಳೆಯಗಾರಿಕೆಗೆ ಧಿಕ್ಕಾರ ಸೂಚಿಸಿ. ಸುಳ್ಳೂ ಬರೆದಿಲ್ಲ – ಬಣ್ಣವನ್ನೂ ಬಳಿದಿಲ್ಲ – ಎಡಪಂಥೀಯ ಎಂದು ಕರೆದವರ

ಪುರಾವೆಗಳನ್ನು ಬೆಳಕಿಗೆ ಒಡ್ಡಿದ ಮೇಲೆ, ಈಗ ನಾನು ಬಯಸುವುದು ಇಷ್ಟೆ :"

ದಿಢೀರನೆ ಪ್ರತಿಕ್ರಿಯಿಸಿದ ಈ ವ್ಯಕ್ತಿ (ಮನುಷ್ಯ ಎನ್ನಲೂ ಹೇಸಿಗೆ ಆಗುತ್ತದೆ) ಮೊದಲು ಮೈ ಬಗ್ಗಿಸಿ ಕನ್ನಡ ಸಾಹಿತ್ಯವನ್ನು ಓದುವುದು ಪ್ರಾರಂಭಿಸಲಿ. ಕೊನೆಯಪಕ್ಷ ನನ್ನ ಲೇಖನವನ್ನಾದರೂ ಗಂಭೀರವಾಗಿ, ಓದಿ ಅರ್ಥೈಸುವ ತಾಳ್ಮೆ ವಹಿಸಲಿ. ತಲೆಗಟ್ಟಿ ಇದೆ ಎಂಬ ಕಾರಣಕ್ಕೇ ಕಂಡಕಂಡವರಿಗೆ ಹೀನಾತಿಹೀನವಾಗಿ ಬರೆಯುವುದು, ಮಾತಾಡುವುದು ನಿಲ್ಲಿಸಲಿ. ಒಂದೇ ಲೇಖನದಲ್ಲಿ ಪದ–ವಾಕ್ಯ–ಪ್ಯಾರಾಗಳಿಗೆ ಆಧಾರ ಮಾಹಿತಿ ಪುರಾವೆ ಕೊಡುತ್ತಾ ಹೋದರೆ, ಅದು ಲೇಖನ ಆಗುವುದಿಲ್ಲ – ಗ್ರಂಥವಾದೀತು. ಇನ್ನು ಮುಂದೆ ಇಂತಹ ಉದ್ಧಟತನದ ಪ್ರತಿಕ್ರಿಯೆಗೆ ನಾನು ಉತ್ತರಿಸುವುದಿಲ್ಲ.

ಕೊನೆಯದಾಗಿ, ಯಾವ ಕವಿ – ಕಲಾವಿದ – ವಿಮರ್ಶಕ ಸಂಶೋಧಕ ಮಾಜಿ ಅಲ್ಲವೇ ಅಲ್ಲ. ಆದರೆ ಮಾಜಿ ಕಮ್ಯುನಿಸ್ಟ್ – ಮಾಜಿ ಮಾರ್ಕ್ಸ್‌ವಾದಿ ಎಂದು ಕರೆದುಕೊಳ್ಳುವವರು – ಕರೆಯಬಹುದಾದವರು ವಿಶ್ವಾದ್ಯಂತ ಹಿಂದೆಯೂ ಇದ್ದರು, ಈಗಲೂ ಇದ್ದಾರೆ. ಕವಿ ಸಿದ್ದಲಿಂಗಯ್ಯ ಕಮ್ಯುನಿಸ್ಟ್ – ಮಾರ್ಕ್ಸ್‌ವಾದಿ ಎಂದು ಚರ್ಚಿಸುವುದು ನನ್ನ ಆ ಲೇಖನದ ಉದ್ದೇಶವಲ್ಲ. ಅವರು ಈ ನಾಡಿನ ಒಂದು ಕಾಲಘಟ್ಟದ ಮಹತ್ತ್ವದ ಕವಿ. 2010ರಲ್ಲಿ, ಕನ್ನಡ ವಿಶ್ವವಿದ್ಯಾನಿಲಯ ಹಂಪಿಗೆ ಅರ್ಪಿಸಿದ "ಶ್ರೀ ಶ್ರೀ ಮತ್ತು ಸಿದ್ದಲಿಂಗಯ್ಯ : ತೌಲನಿಕ ಅಧ್ಯಯನ" ಎಂಬ ಮಹಾಪ್ರಬಂಧದ ಮೌಲ್ಯಮಾಪನಕಾರರಲ್ಲಿ ನಾನೂ ಒಬ್ಬ ಎಂಬ ಹೆಮ್ಮೆ ನನ್ನ ಪಾಲಿಗೆ ಯಾವಾಗ್ಲೂ ಇರುವುದೇ.

* * *

ಹಿನ್ನುಡಿ

ಎಸ್. ಎಲ್. ಭೈರಪ್ಪನವರು ತಮ್ಮ ಕಾದಂಬರಿಗಳಿಂದ ಕನ್ನಡ ನಾಡಿನಲ್ಲಿ ಮಾತ್ರವಲ್ಲದೆ, ಅವುಗಳ ಅನುವಾದಗಳಿಂದ ದೇಶದಲ್ಲಿ ಅನನ್ಯವಾದ ಖ್ಯಾತಿಪಡೆದ ಲೇಖಕರು. ವಿಮರ್ಶಕರನ್ನು ಓಲೈಸುವ, ಪ್ರಚಾರಕ್ಕೆ ಹಾತೊರೆಯುವ ಸ್ವಭಾವ ಅವರದಲ್ಲ. ತಮ್ಮದೇ ಆದ ಗುಂಪನ್ನು ಕಟ್ಟಿಕೊಂಡವರಲ್ಲ. ಅಧ್ಯಯನ, ಗಾಢ ಚಿಂತನೆ, ವಾಸ್ತವಕ್ಕೆ ಅಪಚಾರವಾಗದ ಕಲ್ಪನೆಯಿಂದ ರಚಿಸಿದವರು. ತಮ್ಮಷ್ಟಕ್ಕೆ ಬರೆಯುತ್ತಾ ಸಾಗಿದ ಅವರಿಗೆ ಓದುಗರೇ ಶ್ರೀರಕ್ಷೆಯಾಗುವಂತೆ ಆಗಿರುವುದು ಕನ್ನಡ ಕಾದಂಬರಿ ಪ್ರಕಾರಕ್ಕೆ ಲಭಿಸಿದ ಪರಮೋಚ್ಛ ಗೌರವ, ತಮ್ಮ ಕೃತಿಗಳ ಸತ್ವದಿಂದಲೇ ಓದುಗ ವರ್ಗವನ್ನು ಸೃಷ್ಟಿಸಿಕೊಂಡ ಭೈರಪ್ಪನವರು ಇಂದಿಗೂ ಬಹುಬೇಡಿಕೆಯ ಲೇಖಕರು. ಭಾರತದ ಹೆಚ್ಚಿನ ಭಾಷೆಗಳಿಗೆ ಅನುವಾದಗೊಂಡಿರುವ ಅವರ ಕೃತಿಗಳು ಆಯಾ ಭಾಷೆಗಳ ಓದುಗರನ್ನೂ, ಅಯಸ್ಕಾಂತದಂತೆ ಸೆಳೆದುಕೊಂಡು ಅವರಿಗೆ ರಾಷ್ಟ್ರೀಯ ಮನ್ನಣೆಯನ್ನು ತಂದುಕೊಟ್ಟಿವೆ.

ಭೈರಪ್ಪನವರ ಕಾದಂಬರಿಗಳ ಬಗ್ಗೆ ಕನ್ನಡದ ವಿಮರ್ಶಾ ಜಗತ್ತು ಪ್ರಾರಂಭದಿಂದ ತೋರಿಸಿದ ನಿರ್ಲಕ್ಷ್ಯ ಒಂದು ಸಾಂಸ್ಕೃತಿಕ ಅಪಚಾರ. ಅವರ ಪ್ರತಿಯೊಂದು ಕೃತಿಯನ್ನೂ ದೋಷಗಳನ್ನು ಹುಡುಕುವ ಲಕ್ಷಣ ಸಾಂಸ್ಕೃತಿಕ ಅಪಚಾರ. ಅವರ ಪ್ರತಿಯೊಂದು ಕೃತಿಯನ್ನೂ ದೋಷಗಳನ್ನು ಹುಡುಕುವ ಲಕ್ಷಣ ಕೃತಿಯಾಗಿಯೇ ಪರಿಗಣಿಸಿದ ಕನ್ನಡದ ಕೆಲವು ವಿಮರ್ಶಕರು ಆ ಮೂಲಕ ಲೇಖಕರನ್ನು ಅಸಾಹಿತ್ಯಿಕ ಮಾನದಂಡಗಳಿಂದ ಬೆಲೆ ಕಟ್ಟಲು ಹೋಗಿರುವುದು ಕನ್ನಡ ಸಾಹಿತ್ಯದಲ್ಲಿ ಆಗಿರುವ ವಿಲಕ್ಷಣ ಸಂದರ್ಭ.

ತಮ್ಮ ಅಪಾರ ಓದು ಮತ್ತು ವಿದ್ವತ್ತಿನಿಂದ ಆಧುನಿಕ ಕನ್ನಡದ ಪ್ರಖರ ಚಿಂತಕರಾಗಿ ಬೆಳೆದಿರುವ ಪುಸ್ತಕಮನೆ ಹರಿಹರಪ್ರಿಯ ಅವರು ಹದಿನೈದು ಲೇಖನಗಳಲ್ಲಿ ಭೈರಪ್ಪನವರ ಸಾಹಿತ್ಯ ಮತ್ತು ಸಿದ್ಧಾಂತದ ವಿಶ್ಲೇಷಣೆ ನಡೆಸಿದ್ದಾರೆ. ತರ್ಕಬದ್ಧ ವೈಚಾರಿಕ ನಿರೂಪಣೆಯಿಂದ ಭೈರಪ್ಪನವರ ಸಾಹಿತ್ಯದ ಆಶಯವನ್ನಷ್ಟೇ ಅಲ್ಲದೆ, ಅವರ ವ್ಯಕ್ತಿತ್ವವನ್ನೂ ವಿಮರ್ಶಿಸಿದ್ದಾರೆ. ಆಕರ ವಿಜ್ಞಾನಿಯಂತೆ ತಮ್ಮ ವಿಶ್ಲೇಷಣೆ ವಿಮರ್ಶೆಯ ಸಮರ್ಥನೆಗೆ ಅಪಾರ ದಾಖಲೆಗಳನ್ನೂ ಒದಗಿಸಿದ್ದಾರೆ. "ಎಸ್. ಎಲ್. ಭೈರಪ್ಪ ಇಷ್ಟೇ" ಎಂದು ಇಟ್ಟಿರುವ ಶೀರ್ಷಿಕೆಯೂ ಅತ್ಯಂತ ಧ್ವನಿಪೂರ್ಣವಾಗಿದೆ. ಇದು ಭೈರಪ್ಪನವರ ಸಾಹಿತ್ಯದಂತೆ ಹಲವು ಬಗೆಯ ವ್ಯಾಖ್ಯಾನಗಳಿಗೆ ಎಡೆಕೊಡುತ್ತದೆ. ಭೈರಪ್ಪನವರ ಕಾದಂಬರಿಗಳಿಗೆ ನ್ಯಾಯ ಒದಗಿಸಿದೆ. ಹರಿಹರಪ್ರಿಯ ಅವರ ವಾದವನ್ನು ಒಪ್ಪದಿರಬಹುದು : ಆದರೆ, ನಿರ್ಲಕ್ಷಿಸಲು ಸಾಧ್ಯವಾಗದು. ಭೈರಪ್ಪನವರ ಕುರಿತ ಅಧ್ಯಯನದಲ್ಲಿ ಈ ಕೃತಿ ಮಹತ್ವದ ಒಳನೋಟಗಳನ್ನು ನೀಡಬಲ್ಲದ್ದಾಗಿದೆ.

ಲಕ್ಷ್ಮಣ ಕೊಡಸೆ

ಹರಿಹರಪ್ರಿಯರ ಈವರೆಗಿನ ಕೃತಿಗಳು

ಸೃಜನಶೀಲ ಕೃತಿಗಳು

1. ಹೇಮಾವತಿ (ಕವನ ಸಂಕಲನ, 1969)
2. ಬದುಕಗೊಡದ ಜನ (ಕಾದಂಬರಿ, 1986)
3. ತಿಳಿಯ ಹೇಳುವೆ ಕೃಷ್ಣ ಕತೆಯನು (ಮಕ್ಕಳ ಸಾಹಿತ್ಯ, 1986)
4. ದಾರುಣ ಭಾರತ (ನಾಟಕ, 2005)
5. ಕಸವರ (ಓದುಗಬ್ಬ, 2015)

ವ್ಯಕ್ತಿ ಚಿತ್ರಣಗಳು

6. ಡಿ. ಲಿಂಗಯ್ಯನವರ ಸಾಹಿತ್ಯ ಪರಿಚಯ (1978)
7. ಕನ್ನಡದ ಹೇಮಾಹೇಮಿಗಳು (1982)
8. ದೇಸೀಯರು (1989)
9. ಅ.ನ. ಸುಬ್ಬರಾವ್ (1997)

ವಿಚಾರ, ವಿಮರ್ಶ ಕೃತಿಗಳು

10. ಕನ್ನಡ ತೆಲುಗು ಸಾಹಿತ್ಯ ವಿನಿಮಯ (ತೌಲನಿಕ ಅಧ್ಯಯನ, 1980)
11. ಸಾಹಿತ್ಯ ರಂಗದಲ್ಲಿ ರಾಜಕೀಯ
                    (ತುರ್ತು ಪರಿಸ್ಥಿತಿಯಲ್ಲಿನ ಲೇಖನಗಳು, 1981)
12. ಸಾಂಸ್ಕೃತಿಕ ದಾಖಲೆಗಳು
                    (ವಿವಿಧ ರಂಗಗಳ ಚಟುವಟಿಕೆಯ ವರದಿ, 1983)
13. ಸಮಕಾಲೀನ ಇತಿಹಾಸ (ಅಂಕಣ ಬರಹಗಳು 1984)
14. ಸಾಹಿತ್ಯವು ಜೀವನವು (ಅಂಕಣ ಬರಹಗಳು, 1985)
15. ಕಾಳಜಿ (ವಿಮರ್ಶ ಬರಹಗಳು, 1987)
16. ಉಪಾದೇಯ (ರಿವ್ಯೂಗಳು, 1988)
17. ಬಂಡಾಯ ಮನೋಧರ್ಮ (ವಿಮರ್ಶ ಬರಹಗಳು, 1992)
18. ಪರ್ಯಾಯ ಸಂಸ್ಕೃತಿ (ವಿಮರ್ಶ ಬರಹಗಳು, 1993)

19. ಪುನರ್ಮೌಲ್ಯೀಕರಣ (ವಿಮರ್ಶ ಬರಹಗಳು, 1998)

* ಸಮಗ್ರ ವಿಚಾರ, ವಿಮರ್ಶೆ (ಸಂಪುಟ 2, 1998)

* ಸಮಗ್ರ ವರದಿ, ವಿಶ್ಲೇಷಣೆ (ಸಂಪುಟ 3, 1999)

20. ಕುವೆಂಪು ಕ್ಷಕಿರಣ (ಚಿಕಿತ್ಸಕ ಲೇಖನಗಳು, 2015)

21. ಎಸ್. ಎಲ್. ಭೈರಪ್ಪ ಇಷ್ಟೇ (ಸತ್ಯಶೋಧನ ಅಂಕಣ
ಬರಹಗಳು, 2017)

ಕುವೆಂಪು ಕುರಿತ ಕೃತಿಗಳು

22. ಇವರು ಕುವೆಂಪು (1973, 2009)

23. ಕುವೆಂಪು ಪತ್ರಗಳು (1974, 2009)

24. ಕುವೆಂಪು ರಾಮಾಯಣ ಬರಹಗಾರರ ಪ್ರತಿಕ್ರಿಯೆ(1976, 2009)

25. ಕುವೆಂಪು ದರ್ಶನ (ದ್ವೈಮಾಸಿಕ, 1977)

26. ಕುವೆಂಪು ಒಲವು ನಿಲವು (1979, 2008)

* ಕುವೆಂಪು ಕ್ಷಕಿರಣ (ಚಿಕಿತ್ಸಕ ಲೇಖನಗಳು, 2015)

27. ಹಿಂದೂಧರ್ಮ ಮತ್ತು ಕುವೆಂಪು (2015)

ಅನುವಾದ ಕೃತಿಗಳು

28. ವಿಶ್ವನಾಥ ಸಾಹಿತ್ಯೋಪನ್ಯಾಸಗಳು (ತೆಲುಗಿನಿಂದ, 1974)

29. ರಸರೇಖೆ (ತೆಲುಗಿನಿಂದ, 1976)

30. ಅಂತಾರಾಷ್ಟ್ರೀಯ ವ್ಯಕ್ತಿತ್ವಗಳು (ತೆಲುಗಿನಿಂದ, 1978)

31. ತೇಜೋರೇಖೆಗಳು (ತೆಲುಗಿನಿಂದ, 1979)

32. ಜಾಬಾಲಿ (ತೆಲುಗಿನಿಂದ, 1979)

33. ಪ್ರಾಚೀನ ಭಾರತದ ಕಥೆಗಳು (ಇಂಗ್ಲಿಷಿನಿಂದ, 1979)

34. ಪರಿಶೋಧನ (ಕನ್ನಡದಿಂದ ತೆಲುಗಿಗೆ, 1979)

* ಪೂರ್ವ ಪಶ್ಚಿಮ ಅಪೂರ್ವರು (2009)

ಪತ್ರ ಸಾಹಿತ್ಯ

* ಕುವೆಂಪು ಪತ್ರಗಳು (1974, 2009)

* ಕುವೆಂಪು ರಾಮಾಯಣ ಬರಹಗಾರರ ಪ್ರತಿಕ್ರಿಯೆ (1976, 2009)
35. ನಾರ್ಲವಾರಿ ಉತ್ತರಾಲು (ತೆಲುಗು+ಇಂಗ್ಲಿಷು, 1986)
36. ಚದುರಂಗರ ಪತ್ರಗಳು (2013)
37. ಬನ್ನಂಜೆ ಗೋವಿಂದಾಚಾರ್ಯರ ಪತ್ರಗಳು (2013)
38. ಲೇಖಮಾಲ (ಸಂಜೀವದೇವ್ ಪತ್ರಗಳು, ತೆಲುಗಿನಲ್ಲಿ, 2017)

ಸಂಪಾದಿತ ಕೃತಿಗಳು

39. ಕಳಕಳಿ (1976)
40. ಗಮಕಶಾರದೆ (1982)
41. ಪ್ರಸುತ (1982)
42. ವರ್ಧಮಾನ (1983)
43. ವಿಶ್ವಕವಿ "ಗೀತಾಂಜಲಿ" : ಕನ್ನಡಗಳ ಸಂವೇದನೆ (2011)

ಪತ್ರಿಕೆಗಳ ಸಂಪಾದಕತ್ವ

* ಕುವೆಂಪು ದರ್ಶನ (ದ್ವೈಮಾಸಿಕ, 1977)
* ಕನಕಸ್ಫೂರ್ತಿ (ಮಾಸಿಕ, 1998)
* ಪುಸ್ತಕಮನೆ (ಮಾಸಿಕ, 2007 ರಿಂದ 2012ರವರೆಗೆ)
* ಈ ಮಾಸ ನಾಟಕ (ಮಾಸಿಕ, 2008)

*****